ഇടത്താവളം

Edathavalam
Novel

Perumpadavam Sreedharan

CHINTHA PUBLISHERS
Thiruvananthapuram

First Chintha Edition
July 2020

Published
Chintha Publishers, Thiruvananthapuram

Typesetting
Star communications, Thiruvananthapuram

Cover Design
Ratheesh Vincent

ISBN - 978-93-89410-95-2

CO - 2933 / 5323

Email: chinthapublishers@gmail.com
Website: www.chinthapublishers.com

Distribution
DESHABHIMANI BOOKHOUSE
H O Thiruvananthapuram 695035

Branch
Head Office Kunnukuzhi • Statue Thiruvananthapuram •
KSRTC Bus Station Thiruvananthapuram
KSRTC Bus Station Alappuzha • KSRTC Bus Station Ernakulam •
Machingal Lane Thrissur • IG Road Kozhikode •
Mavoor Road Kozhikode • NGO Union Building Kannur •
Central Bus Terminal Complex Thavakkara Kannur

ഇടത്താവളം

(നോവൽ)

പെരുമ്പടവം ശ്രീധരൻ

ചിന്ത പബ്ലിഷേഴ്സ്
തിരുവനന്തപുരം-695 035

പെരുമ്പടവം ശ്രീധരൻ

നോവലിസ്റ്റ്. കഥാകൃത്ത്. തിരക്കഥാകൃത്ത്. മൂവാറ്റുപുഴ താലൂക്കിലെ പെരുമ്പടവം ഗ്രാമത്തിൽ 1938 ഫെബ്രുവരി 12 ന് ജനിച്ചു. എഴുത്തിന്റെ ആരംഭം കവിതയിലായിരുന്നു. പിന്നീട് കഥയിലേക്കും നോവലിലേക്കും തിരിഞ്ഞു. *അഭയം, അഷ്ടപദി, ആയില്യം, അന്തിവെയിലിലെ പൊന്ന്, കാൽവരിയിലേക്ക് വീണ്ടും, പ്രദക്ഷിണവഴി, എന്റെ ഹൃദയത്തിന്റെ ഉടമ, ഒരു സങ്കീർത്തനം പോലെ, അരൂപിയുടെ മൂന്നാം പ്രാവ്, ശംഖുമുദ്രയുള്ള വാൾ, നാരായണം, ഒരു കീറ് ആകാശം* എന്നിവ ഉൾപ്പെടെ നിരവധി നോവലുകളും *വേനലിൽ പൂക്കുന്ന മരം, ഇലത്തുമ്പുകളിലെ മഴ, ദൈവത്തിന്റെ കാട്ടിലെ ഒരില, ഡിസംബർ, രണ്ടു സങ്കടങ്ങൾ കണ്ടുമുട്ടുമ്പോൾ* എന്നിവ ഉൾപ്പെടെയുള്ള ചെറുകഥാസമാഹാരങ്ങളുമാണ് പ്രധാന കൃതികൾ. *അഭയം* കേരള ശബ്ദം അവാർഡിനും, *അഷ്ടപദി* കേരള സാഹിത്യ അക്കാദമി അവാർഡിനും, *അന്തിവെയിലിലെ പൊന്ന്* ഗൾഫ് മലയാളികൾക്ക് ഏറ്റവും ഇഷ്ടപ്പെട്ട നോവലിസ്റ്റിനുള്ള അവാർഡിനും അർഹമായി. *ഒരു സങ്കീർത്തനം പോലെ* വയലാർ അവാർഡ് ഉൾപ്പെടെ ഒൻപത് അവാർഡുകൾ നേടി. *ഒരു സങ്കീർത്തനം പോലെ, അഭയം, നാരായണം* ഉൾപ്പെടെയുള്ള കൃതികൾ ഇന്ത്യൻ ഭാഷകളിലും വിദേശ ഭാഷകളിലും തർജ്ജമ ചെയ്തിട്ടുണ്ട്. 12 ചലച്ചിത്രങ്ങൾക്ക് തിരക്കഥയെഴുതി. *സൂര്യദാഹത്തിന്* കേരളാ സ്റ്റേറ്റ് ഫിലിം അവാർഡും, *അഷ്ടപദിക്ക്* ഫിലിം ക്രിട്ടിക്സ് അവാർഡും, *നിലാവിന്റെ ഭംഗിക്ക്* സംസ്ഥാന ബാലസാഹിത്യ ഇൻസ്റ്റിറ്റ്യൂട്ട് അവാർഡും കിട്ടി. കേരള സാഹിത്യ അക്കാദമിയിലും ഫിലിം സെൻസർ ബോർഡിലും സാഹിത്യ പ്രവർത്തക സഹകരണ സംഘം ഡയറക്ടർ ബോർഡിലും അംഗമായിരുന്നു. കേരള സാഹിത്യ അക്കാദമി പ്രസിഡന്റായിരുന്നു (2011–2016).

വിലാസം : പെരുമ്പടവം വീട്
തമലം,
തിരുവനന്തപുരം 695 012
ഫോൺ : 9447157311

ആണ്ടോടാണ്ട് ഈ മരം ഇങ്ങനെ ഇറുങ്ങനെ പൂക്കുന്നു. ഈ അനേകായിരം പൂവുകളൊന്നും പൂവുകളല്ല. അനേകായിരം പൂവുകൾക്കിടയിൽ ഒരു പൂവിനു വേണ്ടിയാണ് ഈ മരം തപസ്സനുഷ്ഠിക്കുന്നത്, ജന്മസാഫല്യത്തിന്റെ അടയാളമായ ഒരു പൂവിനുവേണ്ടി...

പ്രസാധകക്കുറിപ്പ്

കാമനകളുടെ സൂക്ഷ്മതലത്തെ ഭാവസുന്ദരമായി ആഖ്യാനം ചെയ്യുന്ന നോവൽ. പ്രണയം, ലൈംഗികത, സദാചാരം, കുടുംബ സാമൂഹ്യ ബന്ധങ്ങൾ എന്നിവയുടെ പാരസ്പര്യത്തെ സാധാരണക്കാരായ വ്യക്തികളുടെ ജീവിതത്തെ മുൻനിർത്തി അവതരിപ്പിക്കുന്ന *ഇടത്താവളം* ജീവിതം അത്രമേൽ നൈമിഷികമാണെന്ന് അനുവാചകനെ ബോദ്ധ്യപ്പെടുത്തും. പുരുഷകാമനകളുടെ തീക്ഷ്ണതകളും സ്ത്രൈണ ജീവിതത്തിന്റെ സംഘർഷങ്ങളും ആൺകോയ്മയുടെ യാഥാസ്ഥിതികത്വങ്ങളും എല്ലാം ചേരുന്ന ജീവിതത്തെ അയത്ന ലളിതമായി *ഇടത്താവളം* അവതരിപ്പിക്കുന്നു. മലയാള നോവൽ രചനയിൽ വിസ്മയങ്ങൾ തീർത്ത പെരുമ്പടവത്തിന്റെ ഹൃദ്യമായ ഈ നോവൽ വായനാസമൂഹത്തിനായി സമർപ്പിക്കുന്നു.

ചിന്ത പബ്ലിഷേഴ്സ്

ഒന്ന്

ട്രെയിനിന്റെ ചൂളംവിളികേട്ട് മോഹൻ ഉറക്കത്തിൽനിന്നു ഞെട്ടിയുണർന്നു. കമ്പാർട്ടുമെന്റിൽ നേരിയ വെളിച്ചമേയുള്ളൂ. കറുത്ത കുപ്പായം ധരിച്ച കിഴവനൊഴികെ മറ്റെല്ലാവരും ഉറക്കത്തിലാണ്.

മോഹൻ ഷട്ടർ പൊക്കിനോക്കി.

പുറത്ത് ഇപ്പോഴും ഇരുട്ടാണ്. ഏതോ ഇരുണ്ട ഭൂഖണ്ഡത്തിന്റെ മഹാ വിജനതയിലൂടെയാണ് ട്രെയിൻ കടന്നുപോകുന്നതെന്ന് മോഹനു തോന്നി. വണ്ടിച്ചക്രങ്ങളുണ്ടാക്കുന്ന ശബ്ദങ്ങളും മുഴക്കങ്ങളുമല്ലാതെ മറ്റൊന്നും കേൾക്കാനില്ല. ഇരുണ്ട മഹാവിജനതകളിൽ നിശ്ശബ്ദത പൊട്ടിച്ചിതറുന്നു.

ഷട്ടറിൽക്കൂടി തണുത്ത കാറ്റ് അകത്തേക്കു കടന്നുവന്നു. നിമിഷങ്ങൾക്കുമുമ്പ് പെയ്തുതോർന്ന ഒരു മഴയുടെ ഗന്ധമുണ്ടായിരുന്നു കാറ്റിന്. മോഹൻ ഷട്ടർ താഴ്ത്തിയിട്ടു.

പുറത്തെ ഇരുട്ടിലേക്കു നോക്കിയിരുന്ന കിഴവൻ മുഖം തിരിച്ച് മോഹന്റെ നേരെ നോക്കി. അയാൾ എന്തെങ്കിലും ചോദിക്കുമെന്ന് മോഹൻ വിചാരിച്ചു. യാത്രയുടെ ആരംഭം തൊട്ടേ ആ കിഴവനും വണ്ടിയിലുണ്ടായിരുന്നു. ആരോടും മിണ്ടാതെ ഒരരികിൽ എപ്പോഴും പുറത്തേക്കുതന്നെ നോക്കിയിരുന്നു. മൗനംകൊണ്ടു മുദ്രവച്ച ഒരു ഭാവമുണ്ടായിരുന്നു കിഴവന്റെ മുഖത്തിന്. ആ കിഴവനെ ഇതിനുമുമ്പ് എവിടെയൊക്കെയോ വച്ചു കണ്ടിട്ടുണ്ടെന്നു മോഹനു തോന്നി. എവിടെവച്ചാണ്? കൃത്യമായി ഓർക്കുന്നില്ല. ആ കറുത്തവേഷം കൊണ്ടാണ് ആളെ തിരിച്ചറിയുന്നത്.

കിഴവൻ വീണ്ടും ഇരുട്ടിലേക്കു മുഖം തിരിച്ചു.

ആകാശം ഇരുണ്ടുമൂടി കിടക്കുകയാണ്. ഇനിയും മഴ പെയ്യുമോ?

വശം ചരിഞ്ഞു കിടന്നുറങ്ങുന്ന സ്ത്രീ മരുങ്ങുതിരിഞ്ഞ് തന്റെ ചൂടു പറ്റിക്കിടക്കുന്ന കുഞ്ഞിനെ ചേർത്തുപിടിച്ച് വീണ്ടും ഉറക്കത്തിലേക്ക് താണു.

ചാരിയിരുന്ന് ഉറങ്ങുന്ന പക്ഷിശാസ്ത്രക്കാരൻ കൗതുകമുള്ള ഒരു കാഴ്ചയായിരുന്നു. സീറ്റിനടിയിൽ കമ്പിയഴികളിട്ട കൂട്ടിൽ അയാളുടെ തത്ത ഉണർന്ന് അതിന് എന്നോ നഷ്ടപ്പെട്ട ആകാശത്തിന്റെ ഓർമ്മകളിൽ ചിറകു വിടർത്തുന്നു.

പുറകോട്ടു ചാഞ്ഞ് ഇരുട്ടിൽ കണ്ണടച്ചിരുന്നപ്പോൾ മോഹന്റെ മനസ്സിൽ അകലെയുള്ള ആശ്രമവും സ്വാമിജിയും ഓർമ്മകളായി തെളിഞ്ഞു വന്നു. മനസ്സിൽ കുളിർമ്മയുണ്ടാക്കാൻ തന്റെ ജീവിതത്തിൽ അതൊക്കെയല്ലേ ഉള്ളൂ. വേറെ എവിടെയെങ്കിലുമായാൽ ഇവർ നേരെയാവില്ലെന്ന് അച്ഛൻ തീരുമാനിച്ചപ്പോൾ പ്രതിഷേധവും വ്യസനവും ഉള്ളിലൊതുക്കിക്കൊണ്ടു നടന്നു. “കാവിയുടുപ്പിച്ച് എന്നെ സന്ന്യാസിയാക്കാനാണോ അച്ഛന്റെ ഉദ്ദേശ്യ”മെന്നു ചോദിച്ചപ്പോൾ അമ്മയ്ക്ക് ഉത്തരമുണ്ടായിരുന്നില്ല.

“ആശ്രമം സ്കൂളിൽ നല്ല കോച്ചിങ്ങാണ്. അവിടെ നല്ല ഡിസിപ്ലിനുണ്ട്. അവിടെക്കൊണ്ടാക്കിയാലേ ഇവൻ ചൊവ്വാകൂ.” എന്നൊക്കെയായിരുന്നു അച്ഛന്റെ വ്യാഖ്യാനം.

ഡോർ കർട്ടനു പിന്നിൽ സങ്കടമൊതുക്കിക്കൊണ്ട് അമ്മ അതുകേട്ടു നിന്നു. അമ്മയുടെ വ്യസനത്തിനും കണ്ണീരിനും വല്ല വിലയുമുണ്ടോ?

ആശ്രമത്തിൽ ചെന്നു കുറെ കഴിയുന്നതുവരെ വല്ലാത്ത ഒരു വീർപ്പുമുട്ടലായിരുന്നു. ക്രമേണ ആ ചുറ്റുപാടുകളുമായി ഇണങ്ങിച്ചേർന്നപ്പോൾ ആദ്യം തോന്നിയ വ്യാകുലതയൊക്കെ മറന്നു. സ്വാമിജിയുടെ സ്നേഹവും വാത്സല്യവും അത്ര അഗാധമായിരുന്നു. ഹൃദയത്തെ സ്പർശിക്കുന്ന സാന്ത്വനം പോലെയായിരുന്നു അത്.

കോളേജിൽ ചേരാൻവേണ്ടി ആശ്രമം സ്കൂളിനോടു വിട പറഞ്ഞപ്പോൾ സ്വാമിജി നിറുകയിൽ കൈവച്ച് അനുഗ്രഹിച്ചു:

“നന്നായി വരും.”

പിന്നെ ആറേഴു വർഷത്തിനുശേഷം ഒരുച്ചയ്ക്ക് ആശ്രമത്തിലേക്കു കയറിച്ചെല്ലുമ്പോൾ സ്വാമിജി തന്നെ തിരിച്ചറിയുമോ എന്ന് സംശയമുണ്ടായിരുന്നു മോഹന്.

വായിച്ചുകൊണ്ടിരുന്ന ഗ്രന്ഥത്തിൽനിന്ന് സ്വാമിജി മുഖമുയർത്തി നോക്കി. ആ കണ്ണുകൾ സ്നേഹവും വാത്സല്യവുംകൊണ്ട് തിളങ്ങി.

“നീയെന്നെ മറന്നില്ലല്ലേ?”

ഇളകിമറിയുന്ന ഹൃദയം അടക്കിപ്പിടിച്ചുകൊണ്ട് ഇമയനക്കാതെ സ്വാമിജിയെ നോക്കിനിന്നു.

പുസ്തകം മടക്കിവച്ചതിനുശേഷം അദ്ദേഹം എഴുന്നേറ്റ് മോഹന്റെ അടുത്തേക്കു ചെന്നു.

ഒരുനിമിഷം അവന്റെ കണ്ണുകളിലേക്കു നോക്കിയതിനുശേഷം

സ്വാമിജി ചോദിച്ചു:

"എന്താ കുട്ടീ ഒരു വല്ലായ്മ? പറയൂ, എന്തു സംഭവിച്ചു നിനക്ക്?"

ഇളകിമറിയുന്ന തന്റെ ഹൃദയത്തിന്റെ മുഴക്കങ്ങൾ ഈ പ്രപഞ്ചം മുഴുവൻ പ്രതിദ്ധ്വനികളുണ്ടാക്കുന്നതുപോലെ മോഹനു തോന്നി. മനസ്സിന്റെ ഭാരം ഒഴിവാക്കാൻ വേണ്ടി എല്ലാം സ്വാമിജിയോടു തുറന്നു പറഞ്ഞു.

"ഞാൻ അച്ഛനോടു വഴക്കിട്ട് ഇറങ്ങിപ്പോന്നതാണ്. ഇനി ഞാനാ വീട്ടിലേക്ക് തിരിച്ചുപോവില്ല. കുറേ ദിവസം ആശ്രമത്തിൽ കഴിയാൻ സ്വാമിജി എന്നെ അനുവദിക്കണം. എനിക്കു വേറെങ്ങും പോകാനില്ല. എനിക്കു വേറെ ആരുമില്ല."

"നീ ഇവിടെ വരുന്നത് എനിക്കു സന്തോഷമാണ് കുട്ടീ." ചുമലിൽ കൈവച്ച് സ്വാമിജി സാന്ത്വനിപ്പിച്ചു: "വിഷമിക്കാതെ. ആരു പറഞ്ഞു നിനക്കാരുമില്ലെന്ന്?"

കൊടുംപിരിക്കൊണ്ടിരുന്ന മനസ്സ് അപ്പോഴാണ് സ്വല്പം അയഞ്ഞത്.

വേനലുകൾ എരിയുന്ന തരിശുനിലങ്ങൾ താണ്ടി വരുന്ന ഏകാകിയായ യാത്രക്കാരന് ഇളവേല്ക്കാൻ തണൽ നീട്ടി നില്ക്കുന്ന ഒരു മരം.

സ്വാമിജിയെക്കുറിച്ചോർക്കുമ്പോൾ അങ്ങനെ ഒരു സങ്കല്പം മനസ്സിൽ രൂപംകൊള്ളുന്നു. ആശ്രമം സ്കൂളിൽ പഠിക്കാൻ ചെന്നപ്പോൾ കാവിയുടുത്ത ഏതോ സന്ന്യാസിയെന്നേ വിചാരിച്ചുള്ളൂ. പിന്നീടാണ് വിസ്മയിപ്പിക്കുന്ന കഥകൾ കേട്ടത്. കൊട്ടാരം പോലെയുള്ള വീട്. അളവറ്റ സ്വത്ത്. സ്നേഹിക്കുന്ന ബന്ധുജനങ്ങൾ. എല്ലാ സൗഭാഗ്യങ്ങളുമുപേക്ഷിച്ച് ഒരുദിവസം നാടുവിട്ടുപോയ ആളല്ല ഏഴുവർഷം കഴിഞ്ഞു തിരിച്ചുവന്നപ്പോൾ. പുഴക്കരെയുള്ള ആശ്രമത്തിൽ തന്റെ ജീവിതം അദ്ദേഹം ബന്ധിച്ചിട്ടു. ഏതോ അനശ്വരമായ ഒന്നിന്റെ ഒരു തന്മാത്രയാണ് താനെന്നു കണ്ടെത്തിയതിന്റെ ഉൾവെളിച്ചം ആ കണ്ണുകളിൽ ആദ്ധ്യാത്മിക തേജസ്സായി പ്രകാശിച്ചിരുന്നു.

ഒരിക്കൽ അദ്ദേഹം പറഞ്ഞു:

"അനന്തമാകുന്ന പ്രാർത്ഥനയാകുന്നു കുട്ടീ, ജീവിതം!"

അദ്ദേഹം ക്ഷേത്രത്തിൽ പോകുന്നതോ വിഗ്രഹങ്ങൾക്കുമുമ്പിൽ കണ്ണടച്ചു നിന്നു പ്രാർത്ഥിക്കുന്നതോ ആരും കണ്ടിട്ടില്ല. പൂജാരിയുടെയോ പുരോഹിതന്റെയോ മുമ്പിൽ അദ്ദേഹം തീർത്ഥത്തിനും പ്രസാദത്തിനും വേണ്ടി കൈനീട്ടിയിട്ടില്ല.

ഒരിക്കൽ അതിനെക്കുറിച്ചു ചോദിച്ചപ്പോൾ അദ്ദേഹം പറഞ്ഞു:

"ആത്മാവർപ്പിച്ചു ചെയ്യുന്ന പ്രവൃത്തിയാണ് കുട്ടീ, പ്രാർത്ഥന. ഞാൻ ക്ഷേത്രങ്ങളിൽ പോകാറില്ല. എനിക്കു ദൈവങ്ങളോട് വരങ്ങൾ ചോദിക്കാനില്ല. സ്വന്തം ഹൃദയത്തിൽ ഈശ്വരനെ അന്വേഷിക്കുന്ന ഒരാൾ എന്തിനു ക്ഷേത്രത്തിൽ പോകുന്നു? അയാൾക്കു പൂജാരിയുടെയും പുരോഹിതന്റെയും ആവശ്യമില്ല. ഇന്ദ്രിയങ്ങളെ കീഴടക്കി ആഗ്രഹങ്ങൾ ഉപേക്ഷിച്ച് സ്വന്തം ഹൃദയത്തിൽ കടന്നിരുന്ന് ധ്യാനിക്കുമ്പോൾ സൂര്യകോ

ടിപ്രഭ പോലെ ദിവ്യമായ ഒരനുഭവം! അകത്തുമാത്രമല്ല, പുറത്തും! എങ്ങോട്ടും കൈനീട്ടിയാലും ആ അനുഭവത്തെ തൊടാം."

എല്ലാ ഭൗതികസുഖങ്ങളും ഉപേക്ഷിച്ച് ശാശ്വതസത്യത്തിന്റെ പൊരുളന്വേഷിച്ചുപോയ സ്വാമിജി.

പുരാണകഥയിലെ വീരനായകനെപ്പോലെ ഭാഗ്യങ്ങൾ വെട്ടിപ്പിടിച്ച് ഐഹിക സുഖങ്ങളിൽ മുഴുകിയ തന്റെ അച്ഛൻ.

അന്നൊക്കെ മോഹൻ തമാശയോടെ ഓർക്കാറുണ്ടായിരുന്നു. ഈ രണ്ടു ധ്രുവങ്ങൾക്കിടയിൽ എവിടെയാണ് താൻ?

കുറേ കഴിഞ്ഞപ്പോൾ മനസ്സിലായി, സ്വാമിജി എന്ന ജ്യോതിർഗ്ഗോളത്തിൽനിന്ന് താൻ അനേകം പ്രകാശവർഷങ്ങൾ അകലെയാണെന്ന്.

വേണമെങ്കിൽ ആശ്രമം സ്കൂളിൽ ഒരദ്ധ്യാപകനായി കൂടാമായിരുന്നു. സ്വാമിജി അങ്ങനെയെന്തോ സൂചിപ്പിക്കുകയും ചെയ്തു. എന്തു ചെയ്യണമെന്നാലോചിച്ച് ഒരെത്തുംപിടിയും കിട്ടാതെ വിഷമിക്കുന്ന അവസരത്തിൽ അനന്തകൃഷ്ണന്റെ കത്തുകിട്ടി.

"ഏതായാലും നീ ഇങ്ങോട്ടു വാ. എന്തെങ്കിലും ഒരു ജോലി മതിയെന്നല്ലേ പറഞ്ഞത്? വഴിയുണ്ടാക്കാം."

യാത്ര ചോദിച്ചിറങ്ങാൻ നേരത്തു സ്വാമിജി പറഞ്ഞു:

"കടുത്ത ഏകാന്തത തോന്നുമ്പോൾ ഇങ്ങോട്ടു പോരൂ. ഞാനിവിടെ ഉണ്ടാവും. വഴിയമ്പലത്തിലെ മറ്റൊരു യാത്രക്കാരൻ!"

ട്രെയിൻ വല്ലാതെ കുടുങ്ങുകയും ഇരുമ്പുപാളത്തിൽ ഇരുമ്പുചക്രങ്ങളുണ്ടാക്കുന്ന ശബ്ദങ്ങൾ കാതിൽ വന്നലയ്ക്കുകയും ചെയ്തപ്പോൾ മോഹൻ ഓർമ്മകളിൽ നിന്നുണർന്നു.

നേരം വെളുത്തോ?

മുകൾത്തട്ടിൽ കിടന്നു കൂർക്കം വലിച്ചിരുന്ന പട്ടാളക്കാരൻ ഉണർന്ന് കമ്പാർട്ടുമെന്റ് മുഴുവൻ കണ്ണോടിച്ചു. പിന്നെ അയാൾ താഴെയിറങ്ങി മുഖം കഴുകാൻ പോയി.

പക്ഷിശാസ്ത്രക്കാരൻ ഉണർന്ന് ഉറക്കെ മുരുകനെ ധ്യാനിച്ചു കോട്ടുവായിട്ടു.

കറുത്ത കുപ്പായം ധരിച്ച കിഴവൻ അപ്പോഴും പുറത്തേക്കു നോക്കി ഇരിക്കുകയായിരുന്നു. അയാൾക്ക് ഉറക്കമില്ലേ?"

മോഹൻ വീണ്ടും ഷട്ടർ പൊക്കി പുറത്തേക്കു നോക്കി.

കിഴക്ക് ഉദയപർവ്വതത്തിന്റെ ഇരുണ്ട ശിഖരങ്ങളിൽ ഉഷസ്സന്ധ്യയുടെ തുടുപ്പ് തെളിയുന്നു.

അപ്പോഴും പുറത്ത് മങ്ങിയ ഇരുട്ടുണ്ട്. വിളറുന്ന ഇരുട്ടിന്റെ കയങ്ങളിൽനിന്ന് മലകൾ രൂപംകൊള്ളുന്നു. മരങ്ങൾ രൂപംകൊള്ളുന്നു. തോട്ടുവക്കത്തെ കൈതക്കാടുകൾ നിഴൽച്ചിത്രങ്ങളായി തെളിയുന്നു. കൈതക്കാടുകൾക്കു താഴെ ഇരുട്ടിൽ കുളവാഴപ്പൂക്കൾ വിടരുന്നു.

മോഹൻ എഴുന്നേറ്റ് ചെന്ന് കമ്പാർട്ടുമെന്റിന്റെ അങ്ങേ അറ്റത്തുള്ള ഡോർ തുറന്ന് കിഴക്കോട്ട് നോക്കി.

മരക്കൂട്ടങ്ങൾക്കിടയിലൂടെ ഉദയത്തിന്റെ ഭംഗി!

സ്വാമിജി ഇപ്പോൾ കുളികഴിഞ്ഞ് പുഴക്കടവിൽ ഉദയത്തിനുനേരെ നിന്നു ധ്യാനിക്കുകയായിരിക്കും.

ബ്രാഹ്മമുഹൂർത്തത്തിൽ സ്വാമിജി ഉണരും. പിന്നെ ചെന്നു പുഴയെ ഉണർത്തും. ആശ്രമത്തിന്റെ വളപ്പിൽനിന്നും കെട്ടിയിറക്കിയ കല്പടവുകൾക്കു താഴെ നിറഞ്ഞൊഴുകുന്ന പുഴ. പുഴക്കടവിൽനിന്നു നോക്കുമ്പോൾ ഉദയത്തിന്റെ ഭംഗി അലൗകികമായ ഒരനുഭവമാണ്.

വേർപാടിന്റെ വ്യസനമൊന്നും ആവശ്യമില്ല. മോഹൻ ഓർത്തു. സ്വന്തം വീടുപേക്ഷിച്ച് ഇറങ്ങിപ്പോരുമ്പോൾ വ്യസനിക്കാത്ത ഒരാൾ ഇടയ്ക്കു തങ്ങിയ വഴിയമ്പലം വിട്ടുപോരുന്നതോർത്തു സങ്കടപ്പെടുന്നതെന്തിന്?

ഹൃദയത്തിൽ ഓർമ്മകളുടെ വേലിയേറ്റം ഉണ്ടാകുന്നു.

പ്രതാപിയായ അച്ഛൻ.

രാജകൊട്ടാരംപോലുള്ള വീട്.

അച്ഛന്റെ പേര് പറഞ്ഞാൽ അറിയാത്തവരില്ല. പ്രതാപിയും പ്രമാണിയുമായ ആൾ. മറ്റുള്ളവരുടെ കണ്ണിൽ ഇതിനേക്കാൾ വലിയ ഭാഗ്യങ്ങളില്ല.

എല്ലാം ഉപേക്ഷിച്ചിരിക്കുന്നു.

എല്ലാം മറക്കുന്നു.

ഇത് തന്റെ പുനർജ്ജന്മമാണ്.

അകലെ, വളരെ അകലെ ഒരു നഗരത്തിന്റെ വക്കിൽ രാജകൊട്ടാരം പോലുള്ള വീട്ടിൽ ഒരു കോടീശ്വരന്റെ ഇളയ പുത്രനായി ജനിച്ചു വളർന്ന പൂർവ്വകഥ മറക്കുന്നു.

അച്ഛനു ധാരാളം ഉദ്ദേശ്യങ്ങളുണ്ടായിരുന്നു. ലക്ഷ്യങ്ങളുണ്ടായിരുന്നു. അതിനുവേണ്ടി ഏതു മാർഗ്ഗം സ്വീകരിക്കാനും അച്ഛനു മടിയുണ്ടായിരുന്നില്ല. ഇതിഹാസ പുരാണങ്ങളിലെ വീരന്മാരെപ്പോലെ അച്ഛൻ ഭാഗ്യങ്ങളെ വെട്ടിപ്പിടിച്ചു.

പൊന്നും പണവും പ്രതാപവും കൊണ്ടാണ് അച്ഛൻ മനുഷ്യനെ അളക്കുന്നത്.

അമ്മ പറഞ്ഞ് മോഹൻ കേട്ടിട്ടുണ്ട്. ആദ്യം കുറെ സ്വപ്നങ്ങളില്ലാതെ വേറെ ഒന്നും ഉണ്ടായിരുന്നില്ല അച്ഛന്. റോഡുകൾ മെറ്റലിടാനും കലുങ്കുകൾ പണിയാനുമുള്ള ചെറിയ കോൺട്രാക്ടുകളിൽ ജീവിതം ആരംഭിച്ച അച്ഛന്റെ ഭാഗ്യങ്ങൾ അത്ഭുതകരമായിരുന്നു. ഇപ്പോൾ ലക്ഷക്കണക്കിനു ലാഭമുള്ള കോൺട്രാക്ടുകൾ അച്ഛന്റെ കൈയിൽ പുഷ്പം പോലെ വന്നു വീഴുന്നു. ഇപ്പോൾ എഞ്ചിനീയറന്മാരും വകുപ്പുമേധാവികളും അച്ഛനെ അറിയും. പാർട്ടിനേതാക്കന്മാരും മന്ത്രിമാരും അച്ഛനെ അറിയും. അച്ഛൻ എല്ലാവരെയും അറിയും.

അച്ഛന്റെ ഉന്നങ്ങൾ പിഴച്ചിട്ടില്ല. അച്ഛന്റെ കണക്കുകൂട്ടലുകൾ തെറ്റിയിട്ടില്ല. അച്ഛൻ മറ്റുള്ളവരുടെ കണക്കുകൂട്ടലുകൾ തെറ്റിച്ചു. എന്നിട്ട്

അവർ നക്ഷത്രക്കാലെണ്ണുന്നതു കണ്ടു നിസ്സംഗതയോടെ ചിരിച്ചു.

അച്ഛൻ എപ്പോഴും പറയാറുണ്ടായിരുന്നു.

"എന്റെ മക്കൾ എന്നെ കണ്ടുപഠിക്കണമെന്നാണ് എന്റെ ആഗ്രഹം. നിങ്ങൾക്കറിയാമോ, ഞാൻ ജീവിതം തുടങ്ങുമ്പോൾ എന്റെ കൈ ശൂന്യമായിരുന്നു."

ക്ഷമ കെട്ടുപോയ ഒരു നിമിഷത്തിൽ മോഹൻ ചോദിച്ചു.

"ഞങ്ങൾ അച്ഛനെ കണ്ടു പഠിക്കണോ? ഒരിക്കൽക്കൂടി പറ...."

പിന്നെ അച്ഛൻ മിണ്ടിയില്ല.

വെറുതെ ഒരു മൺപ്രതിമയുടെ നിർവ്വികാരതയോടെ നിന്നു. അതങ്ങനെയാണ്. ക്ഷോഭിക്കുമ്പോൾ അടിയൊഴുക്കുകൾ ഉള്ളിലൊതുക്കിക്കൊണ്ട്. അച്ഛൻ പുറമെ അതിശയകരമായ നിശ്ചലത കാണിക്കും.

ഏതോ ഒരു ചെറിയ സ്റ്റേഷനിൽ ട്രെയിൻ നിന്നു. അപ്പോഴേക്കും നേരം വെളുത്തുകഴിഞ്ഞിരുന്നു. ആ സ്റ്റേഷനിൽ ട്രെയിൻ നിർത്താറുള്ളതല്ലെന്ന് യാത്രക്കാരിൽ ആരോ പറയുന്നതുകേട്ടു. ഏതോ ട്രെയിൻ കടന്നുപോകാനുണ്ടാവും. യാത്രക്കാരിൽ ചിലർ വെറുതെ പുറത്തിറങ്ങി നിന്നു. ഇനി എത്രനേരം അവിടെ കാത്തുകിടക്കേണ്ടിവരുമെന്ന് ആർക്കറിയാം! മോഹനും അവിടെ ഇറങ്ങി. പൊട്ടിപ്പൊളിഞ്ഞ സിമന്റ് തറയിൽ തലേരാത്രി പെയ്ത മഴയുടെ നനവ്.

പുലർകാലത്തെ തണുപ്പിൽ ഒരു ചൂടുകാപ്പി കിട്ടിയെങ്കിൽ എന്നു മോഹൻ ആഗ്രഹിച്ചു. അവിടെ കാപ്പിക്കട പോയിട്ട് ഒരു മുറുക്കാൻകട പോലുമില്ല. പഴകി ജീർണ്ണിച്ച സ്റ്റേഷനാണ്. തുരുമ്പുപിടിച്ച ഇരുമ്പുതൂണുകളും വിണ്ടുപൊട്ടിയ ചുമരുകളും കണ്ണിൽ ഉറക്കച്ചടവുള്ള സ്റ്റേഷൻമാസ്റ്റർ മടക്കിപ്പിടിച്ച കൊടികളുമായി വാതിലിനു മുമ്പിൽ നില്ക്കുന്നു. മോഹൻ അകത്തേക്കു നോക്കി. ചുമരിൽ മഴവെള്ളം ഒലിച്ചിറങ്ങിയതിന്റെ പാടുകൾ. ഒരു കീറിയ കലണ്ടർ. ചത്ത നാഴികമണി.

മോഹൻ അടുത്തുചെന്ന് സ്റ്റേഷൻ മാസ്റ്ററോടു ചോദിച്ചു:

"ഇവിടെ അടുത്തെങ്ങാനും കാപ്പി കിട്ടുമോ?"

സ്റ്റേഷൻ മാസ്റ്റർ മിണ്ടിയില്ല. ഇയാൾക്കു ചെവി കേൾക്കുകയില്ലേ?

ഏതോ നാടകത്തിലെ ഒരു കോമാളി വേഷത്തെപ്പോലെയുള്ള സ്റ്റേഷൻ മാസ്റ്ററെ ഒഴിവാക്കി മോഹൻ തിരിച്ചുനടന്നു. പോക്കറ്റിൽനിന്ന് സിഗരറ്റെടുത്തു കത്തിച്ചു. ഇല്ലിക്കാടുകൾക്കിടയിലൂടെ സൂര്യനെ കാണാം. ആകാശത്ത് അവിടവിടെ കാറും കറുപ്പും. ഇതു മഴക്കാലമാണ്.

അകലെനിന്ന് പാഞ്ഞുവരുന്ന ട്രെയിനിന്റെ ശബ്ദം അടുത്തടുത്തു വന്നു. നിമിഷങ്ങൾക്കുള്ളിൽ ആ ട്രെയിൻ അങ്ങേ പാളത്തിലൂടെ കടന്നുപോയി. അതിന്റെ ശബ്ദങ്ങളും മുഴക്കങ്ങളും അകലെ നഷ്ടപ്പെട്ടു.

വീണ്ടും യാത്ര...

ഇനി എന്തു ദൂരമുണ്ടാവോ നഗരത്തിലേക്ക്?

നിഗൂഢമായ ഒരു വ്യാകുലത മോഹന്റെ മനസ്സിൽ പടർന്നു. പ്രാഗ്ജ

ന്മസ്മൃതികളിലെങ്ങോ ആരംഭിക്കുന്ന ഈ യാത്രയുടെ അവസാനം എവിടെയാണ്?

യാത്ര.

ഒരു കര തേടി, ഇക്കരെയും അക്കരെയുമല്ലാത്ത മറ്റൊരു കര തേടി...

സ്വാമിജിയുടെ സങ്കല്പം മറ്റൊന്നായിരുന്നു. അഞ്ചു കുതിരകളെ പൂട്ടിയ മൃൺമയമായ രഥത്തിൽ അജ്ഞാതഭൂമികളിൽ അലയാൻ വിധിക്കപ്പെട്ട പഥികൻ...

സ്വാമിജി പറഞ്ഞത് മനുഷ്യന്റെ ജന്മത്തെ ഉദ്ദേശിച്ചായിരുന്നു.

മനുഷ്യൻ എന്ന വഴിയാത്രക്കാരൻ.

യാഗഭൂമികൾ കടന്ന്, കുരുക്ഷേത്രങ്ങൾ കടന്ന്, ശ്മശാനങ്ങൾ കടന്ന്, വിധിശാപങ്ങളുടെ മലയിടുക്കുകൾ കടന്ന് ജന്മവാസനകളുടെ പ്രേരണകൾക്കു വശംവദനായി, വ്യക്തിയെന്ന നിലയ്ക്കുള്ള സ്വാതന്ത്ര്യം വീണ്ടെടുത്ത്, സ്വയം ഭ്രഷ്ടനായുള്ള ഈ യാത്രയിൽ ഒടുക്കം താൻ എത്തിച്ചേരുന്നത് എവിടെയാണ്?

അല്ലെങ്കിൽ എവിടെയും എത്തിച്ചേരാതെ മറ്റൊരു ദശാസന്ധിയുടെ ഗോപുരം കടന്ന് മറ്റൊരു വഴിയേ മറ്റൊരു വേഷമണിഞ്ഞ് ഈ യാത്ര അവിരാമം തുടർന്നു പോവുകയേ ഉള്ളോ?

ഒരു പുനർജ്ജന്മത്തിലേക്കെന്നപോലെ അയാൾ നഗരത്തിൽ പ്രവേശിച്ചു.

ട്രെയിനിന്റെ ഇരമ്പം കാതിൽ മുഴങ്ങി. ഇരുമ്പുപാളങ്ങളിൽ വണ്ടിച്ചക്രങ്ങൾ ഉണ്ടാക്കുന്ന താളം. ഇരുമ്പിന്റെ സംഗീതം. അതു നേർത്ത് ഇല്ലാതായപ്പോൾ ട്രെയിൻ നിന്നു.

മയങ്ങിക്കിടന്ന റെയിൽവേസ്റ്റേഷൻ പെട്ടെന്ന് ഉണർന്നു. പെട്ടികളും കെട്ടുകളും താങ്ങി യാത്രക്കാർ പുറത്തിറങ്ങി. തലയിൽ ചുമന്ന കെട്ടുള്ള കൂലികൾ യാത്രക്കാരുടെ ചുമടുകൾ ഏറ്റുവാങ്ങി അവർക്കു മുമ്പേ നടന്നു. പ്ലാറ്റ്ഫോമിലെ തിക്കും തിരക്കും നോക്കി മോഹൻ ട്രെയിനിൽത്തന്നെ നിന്നു.

കറുത്തകുപ്പായം ധരിച്ച ആ കിഴവൻ എവിടെ?

നോക്കുമ്പോൾ കിഴവൻ ആൾക്കൂട്ടത്തിനിടയിൽ എങ്ങോട്ടും പോകാനില്ലാത്ത ഒരാളെപ്പോലെ ശൂന്യമായ ദൃഷ്ടികളോടെ നില്ക്കുന്നു.

തന്റെ സ്യൂട്ട്കേസ് തൂക്കിപ്പിടിച്ചുകൊണ്ട് മോഹൻ പ്ലാറ്റുഫോമിലിറങ്ങി. എല്ലാവരുടേയും പിറകിൽ അവസാനത്തെ യാത്രക്കാരനായി അയാൾ പുറത്തേക്കു നടന്നു.

പുരാതനമായ ഒരു ചരിത്രാവശിഷ്ടംപോലെയുള്ള പഴയ നഗരം.

മഹാനഗരം

ഭൂതകാലത്തിന്റെ ഭാരം വലിച്ചെറിഞ്ഞ് അതിന്റെ ഓർമ്മകൾപോലും ഉപേക്ഷിച്ച് അയാൾ മഹാനഗരത്തിൽ കാലുകുത്തി.

രണ്ട്

യാത്രക്കാരുടെ തിരക്കൊഴിഞ്ഞപ്പോൾ മോഹൻ പുറത്തേക്കു നടന്നു. കെട്ടുകളും ഭാണ്ഡങ്ങളുമായി അടുത്ത വണ്ടിക്കു കാത്തിരിക്കുന്ന അന്യഭാഷക്കാരുടെ അരികിൽ അവരുടെ കലപില കേട്ടു നിന്നു. കണ്ടാലറിയാം, വടക്കൻ സംസ്ഥാനങ്ങളിലെവിടെയോ ഉള്ളവരാണ്. കടുംനിറങ്ങളിലുള്ള ചേല ചുറ്റിയ പെണ്ണുങ്ങൾ സീമന്തരേഖയിൽ കുങ്കുമമണിഞ്ഞിട്ടുണ്ട്. കൈകളിൽ നിറയെ വളകൾ. കൈകൾ പച്ചകുത്തിയ ഒരു മദ്ധ്യവയസ്കൻ ഇനിയും ചെന്നെത്താനുള്ള ഏതോ നഗരത്തിലേക്കുള്ള വഴി ട്രാവൽഗൈഡിലെ ഭൂപടത്തിൽ അന്വേഷിക്കുന്നു. മുത്തശ്ശിയമ്മയെ കെട്ടിപ്പിടിച്ച് ഉമ്മവയ്ക്കുന്ന പേരക്കുട്ടിയുടെ സന്തോഷം കണ്ടു നില്ക്കുമ്പോൾ തോളിൽ ഒരു കൈ വന്നുവീണു.

"ഹലോ, മോഹൻ!"

തിരിഞ്ഞു നോക്കുമ്പോൾ അനന്തകൃഷ്ണൻ. നീണ്ട ഒരിടവേളയ്ക്കു ശേഷം കണ്ടുമുട്ടുന്നതിന്റെ സന്തോഷത്തോടെ.

"നിന്നെ കണ്ടില്ലല്ലോന്നോർത്തു നില്ക്കുകയായിരുന്നു." മോഹൻ പറഞ്ഞു: "കൃത്യനിഷ്ഠയെന്ന സ്വഭാവദൂഷ്യം നിനക്കു പണ്ടേ ഇല്ല."

"സോറി! അല്പം വൈകിപ്പോയി." അനന്തകൃഷ്ണൻ പറഞ്ഞു. "അതെന്റെ കുറ്റമല്ല ചങ്ങാതീ. ഈ ട്രെയിൻ കൃത്യസമയത്ത് വരുമെന്നാരോർത്തു! അങ്ങനെ പതിവില്ല. നമ്മുടെ റെയിൽവേ നന്നാവാൻ പോകുവാണോന്നാ എന്റെ പേടി."

അവരൊന്നിച്ചു നടന്നു.

മൂടിക്കെട്ടിയ ആകാശത്തിൽ ഒരു മഴ തൂങ്ങി നില്ക്കുന്നു. വെയിൽ തെളിഞ്ഞിട്ടില്ല. മഴ നനഞ്ഞു ചെളി കെട്ടിക്കിടക്കുന്ന നിരത്തിന്റെ ഓരം ചേർന്നു നടക്കുമ്പോൾ അനന്തകൃഷ്ണൻ പറഞ്ഞു:

"മഹാനഗരമെന്നാണ് കേൾവി. കണ്ടാൽ അറയ്ക്കും. ചീഞ്ഞുനാറുന്ന ദുർഗ്ഗന്ധം! ഇല്ലേ?"

"ഇനി എത്ര ദൂരം നടക്കണം നിന്റെ കൊട്ടാരത്തിലേക്ക്?"

"നടക്കണ്ടാ. എന്റെ ബൈക്കുണ്ട്."

അല്പം ദൂരെ നിരത്തുവക്കിൽ വിഘ്നേശ്വരന്റെ ക്ഷേത്രം. ക്ഷേത്രത്തിനു പിന്നിൽ ആൽമരം. അതിന്റെ ചുവട്ടിൽ അനന്തകൃഷ്ണന്റെ ബൈക്ക് മഴ നനയാതെ.

ബൈക്ക് സ്റ്റാർട്ട് ചെയ്യുന്നതിനിടയിൽ അനന്തകൃഷ്ണൻ ചോദിച്ചു:

"എന്താ നീയിങ്ങനെ വിഷാദിച്ചിരിക്കുന്നെ? വിശേഷങ്ങൾ പറ."

"എന്താ വിശേഷം?" മോഹൻ വെറുതെ ചിരിച്ചു. "ഒരു വിശേഷവുമില്ല."

"വീട്ടിൽ പോയില്ലല്ലേ?"

"ഇല്ല. വീടെനിക്ക് യാത്രയ്ക്കിടയിൽ പണ്ടെന്നോ ഉപേക്ഷിച്ചുപോന്ന സത്രം പോലെയാണ്."

"നിന്റെ അമ്മയ്ക്കു നിന്നെ കാണാൻ ആശയുണ്ടാവില്ലേ?"

"മറ്റു ദുഃഖങ്ങൾക്കിടയിൽ അതും അമ്മ സഹിക്കും."

ബൈക്കിൽ അനന്തകൃഷ്ണന്റെ പുറകിലിരുന്ന് മോഹൻ നഗരം കണ്ടു. ഇതാണോ ഐതിഹ്യങ്ങളും ചരിത്രവും കെട്ടുപിണഞ്ഞുകിടക്കുന്ന നഗരം! കൂടുതലും പഴകി ജീർണ്ണിച്ച കെട്ടിടങ്ങളാണ്. ഇടയ്ക്ക് അവിടവിടെ പുതിയ കെട്ടിടങ്ങളുമുണ്ട്. ഇടുങ്ങിയ വഴികൾക്കരികിൽ പൊട്ടിപ്പൊളിഞ്ഞ ഓടകളും അഴുക്കിന്റെ കൂനകളും.

പ്രധാന നിരത്തിൽനിന്ന് ഇടവഴിയിലേക്കു തിരിയുന്നതിനിടയിൽ അനന്തകൃഷ്ണൻ ചോദിച്ചു:

"സ്വാമിജിക്കു സുഖമാണല്ലോ?"

"അതെ."

"സ്വാമിജി എന്നെ ഓർക്കുന്നുണ്ടോ, എന്തോ?"

"ഉവ്വ്. നീ പത്രപ്രവർത്തകനാണെന്നറിഞ്ഞപ്പോൾ സ്വാമിജി അത്ഭുതപ്പെട്ടു."

"ഉം?"

"സ്വാമിജി വിചാരിച്ചത് നീ വല്ല മന്ത്രിയോ മാജിക്കുകാരനോ ആയിത്തീരുമെന്നായിരുന്നു."

"ഞാനത്ര ഗുരുത്വദോഷിയായിരുന്നോ?"

"പിന്നെയല്ലേ? സ്വാമിജിയല്ലാതെ വേറെ ആരെങ്കിലുമായിരുന്നെങ്കിൽ കോളേജിൽനിന്ന് നിന്നെ പുറത്താക്കിയേനെ എന്തൊക്കെ വിക്രാസുകളാ നീയന്നു കാണിച്ചെ?"

"വെറുതെ പിള്ളേർക്കിടയിൽ ഷൈൻ ചെയ്യാൻ! വേറെ ഒരുദ്ദേശ്യവുമുണ്ടായിരുന്നില്ല. ഇപ്പോൾ അതൊക്കെ ഓർക്കുമ്പോൾ..."

"നീയതൊക്കെ ഓർക്കാറുണ്ടോ?"

"പിന്നെ ഓർക്കാതെ! എന്തൊക്കെ പറഞ്ഞാലും. ചരിത്രകാരന്റെ

ശൈലിയിൽ അതൊരു ഗോൾഡൻ ഏജായിരുന്നു."

ഇടവഴിയിൽനിന്ന് വീണ്ടും ഒരിടവഴിയിലേക്ക്. പെട്ടെന്ന് വെയിൽ തെളിഞ്ഞു. ആകാശത്തിലെ കാറും കറുപ്പും മാഞ്ഞു. ആധുനികരീതിയിൽ പണികഴിപ്പിച്ച പുതിയ കെട്ടിടങ്ങളുടെ ഒരു കാടിനകത്തേക്കു കടക്കുമ്പോൾ അനന്തകൃഷ്ണൻ പറഞ്ഞു:

"നഗരത്തിൽ രൂപം കൊള്ളുന്ന കോൺക്രീറ്റുകാടുകളിൽ ഒന്ന്. ഞങ്ങളതിനെ നഗർ എന്നു വിളിക്കുന്നു."

ഭംഗിയുള്ള ഒരു വീടിനു മുമ്പിൽ അനന്തകൃഷ്ണൻ ബൈക്ക് നിർത്തി.

"ഇറങ്ങിക്കോളൂ. ഇതാണ് എന്റെ മട."

മോഹന് അത്ഭുതം തോന്നി. അനന്തകൃഷ്ണന്റെ ഡ്രോയിങ്റൂമിൽ ബുദ്ധനും ക്രിസ്തുവും മഹാത്മാഗാന്ധിയും ഇരിക്കുന്നു.

പണ്ട് അവരെയൊക്കെ നിഷേധിച്ചിരുന്ന ആളാണ് അനന്തകൃഷ്ണൻ. അന്നവന്റെ ദൈവങ്ങൾ വേറെയായിരുന്നു.

വണ്ടി ഒതുക്കിവച്ചതിനുശേഷം അനന്തകൃഷ്ണൻ അകത്തേക്കു വന്നു.

"നിനക്ക് യാത്രയുടെ ക്ഷീണം കാണും. കുളിയും കാപ്പികുടിയും കഴിഞ്ഞ് സുഖമായി കിടന്നുറങ്ങിക്കോളൂ." അനന്തകൃഷ്ണൻ പറഞ്ഞു: "ഞാനുച്ചയ്ക്കു വരാം. ആപ്പീസിൽ കുറെ പണിയുണ്ട്."

അകത്തുനിന്ന് രണ്ടു കപ്പ് കാപ്പിയുമായി ഒരു മെലിഞ്ഞ ചെറുപ്പക്കാരൻ ഇറങ്ങിവന്നു.

"കൃഷ്ണൻകുട്ടീ, ഇതാണ് ഞാൻ പറഞ്ഞ മോഹൻ സാറ്." അനന്തകൃഷ്ണൻ മോഹനെ ചൂണ്ടി ഒരു ചെറുപ്പക്കാരനോടു പറഞ്ഞു. "എന്നെപ്പോലെയല്ല, മഹായോഗ്യനാണ്. സമയാസമയങ്ങളിൽ രുചികരവും ആരോഗ്യദായകവുമായ ഭക്ഷണപദാർത്ഥങ്ങൾ കൊടുത്ത് മോഹൻസാറിനെ സന്തോഷിപ്പിക്കേണ്ട ഉത്തരവാദിത്വം കൃഷ്ണൻകുട്ടിയുടേതാകുന്നു. അങ്ങനെ ചെയ്താൽ... അങ്ങനെ ചെയ്താൽ എന്താ മോഹൻസാറ് കൃഷ്ണൻകുട്ടിയുടെ കഥയെഴുതിത്തരും. മനസ്സിലായോ?"

കൃഷ്ണൻകുട്ടി നാണം കലർന്ന ഒരു ചിരിയോടെ അനന്തകൃഷ്ണനും മോഹനും കാപ്പി കൊടുത്തു.

"ഈ ഭവ്യത കണ്ട് മോഹൻ തെറ്റിദ്ധരിക്കണ്ടാ. കൃഷ്ണൻകുട്ടി ആള് മഹാ പിശകാണ്. ഇവൻ കാണിച്ച ഒരക്രമം കേൾക്കണോ?" പോക്കറ്റിൽനിന്ന് സിഗരറ്റെടുത്തു കത്തിക്കുന്നതിനിടയിൽ അനന്തകൃഷ്ണൻ പറഞ്ഞു: "ഇതിനുമുമ്പ് കൃഷ്ണൻകുട്ടി ജോലിക്കുനിന്നത് ഒരു രാഷ്ട്രീയ നേതാവിന്റെ വീട്ടിലായിരുന്നു. അപ്പോൾ അതിനു തൊട്ടടുത്ത വീട്ടിൽ ഒരു വേലക്കാരിപ്പെണ്ണുണ്ടായിരുന്നു. പെണ്ണെന്നു പറഞ്ഞാൽ സാമാന്യം നല്ല ഒരു സുന്ദരിപ്പെണ്ണ്! അവൾ കൃഷ്ണൻകുട്ടിയെ നോക്കി ചിരിക്കും. കൊച്ചുവർത്തമാനം പറയും. അങ്ങനെ കുറെനാൾ കഴിഞ്ഞപ്പോൾ അവൾ പറഞ്ഞു. അവൾക്ക് കൃഷ്ണൻകുട്ടിച്ചേട്ടനോട് വല്യ സ്നേഹമാണെന്ന്!

ഈ കൃഷ്ണൻകുട്ടി എന്തു ചെയ്തെന്നോ? നീ പോടീ പെണ്ണേന്നും പറഞ്ഞ് അവിടത്തെ ജോലി രാജിവച്ചു പോന്നു.”

“ഈ സാറ് ചുമ്മാ എന്നെ കളിയാക്കാൻ പറയുവാ.” ഒഴിഞ്ഞ കപ്പുകളെടുത്തുകൊണ്ട് അകത്തേക്കു പോകുന്നതിനിടയിൽ കൃഷ്ണൻകുട്ടി പറഞ്ഞു. “അതിങ്ങനെയൊന്നുമല്ലുണ്ടായെ.”

അനന്തകൃഷ്ണൻ ആഫീസിലേക്കു പോകാനിറങ്ങിയപ്പോൾ മോഹൻ പുറകേ ചെന്നു.

“അപ്പഴേ എന്റെ ഉപജീവനത്തിനു വല്ല പോംവഴീം കണ്ടുപിടിച്ചിട്ടുണ്ടോ?”

“നീ പെടയ്ക്കാതെ.” അനന്തകൃഷ്ണൻ പറഞ്ഞു. “സമാധാനമായിട്ടിരിക്ക്. ചീഫ് സെക്രട്ടറിയുടെയോ ഗവർണറുടെയോ ഉദ്യോഗം കിട്ടുമെങ്കിൽ മതിയെന്നൊന്നുമില്ലല്ലോ നിനക്ക്? ഉവ്വോ?”

“തമാശ പറയാൻ കണ്ട നേരം!” മോഹൻ വിളറിയ ചിരിയോടെ അനന്തകൃഷ്ണനെ നോക്കി. “ചത്ത എലിയെ എടുത്തുകളയാൻ ആളെ ആവശ്യമുണ്ടെന്ന് മുനിസിപ്പാലിറ്റിക്കാരുടെ പരസ്യം കണ്ടാൽ അതിനും അപേക്ഷിക്കാൻ കാത്തിരുന്ന ആളോടാണോ നീ ചോദിക്കുന്നത്?”

മോട്ടോർബൈക്ക് സ്റ്റാർട്ട് ചെയ്തു പോകാൻ നേരത്ത് അനന്തകൃഷ്ണൻ പറഞ്ഞു.

“ഞാൻ കഴിയുന്നതും നേരത്തേ വരും. ഉച്ചയ്ക്കു ഞാൻ വന്നിട്ട് നമുക്കൊന്നിച്ച് ഊണു കഴിക്കാം. പോരേ?”

യഥാർത്ഥത്തിൽ മോഹന് യാത്രയുടെ ക്ഷീണമുണ്ടായിരുന്നു. കഴിഞ്ഞ രാത്രി ട്രെയിനിൽ ഉറങ്ങാൻ സാധിച്ചില്ല. ട്രെയിനിന്റെ കുലുക്കവും മറ്റു യാത്രക്കാരുടെ ഒച്ചയനക്കങ്ങളും ഉറക്കം കെടുത്തി. പോരാഞ്ഞതിന് മനസ്സ് അസ്വസ്ഥവുമായിരുന്നു. അനിശ്ചിതത്വത്തിലേക്കു യാത്ര ചെയ്യുന്ന ആൾക്ക് എങ്ങനെ സ്വസ്ഥതയുണ്ടാകും?

ഒന്നുറങ്ങാൻ കഴിഞ്ഞെങ്കിൽ എന്ന ആഗ്രഹത്തോടെ മോഹൻ കണ്ണടച്ചു കിടന്നു. എങ്ങനെ ഉറങ്ങാൻ? മനസ്സ് മ്ലാനമാണ്. ഇരുണ്ട ശൂന്യതയിൽ ആലംബമില്ലാതെ ഒഴുകിനടക്കുന്നതുപോലെയാണ് തോന്നുന്നത്. എവിടെ ചെന്നെത്തുമെന്ന് നിശ്ചയമില്ല. തന്റെ അസ്തിത്വം പോലും അയഥാർത്ഥമായി അയാൾക്കുതോന്നി. അച്ഛനോട് വഴക്കിട്ട് വീട്ടിൽനിന്നിറങ്ങിപ്പോരുമ്പോൾ തന്റെ ഉള്ളിൽ ജ്വലിച്ചിരുന്ന മനസ്സ് കെട്ടുപോയോ?

ഓർത്തുകിടന്ന് ഒരു മയക്കത്തിലേക്ക് മെല്ലെ വീഴുന്നതിനിടയിലാണ് ടെലിഫോൺ ബെല്ലടിച്ചത്. മോഹൻ ഞെട്ടിയുണർന്നു. നിശ്ശബ്ദതയിൽ ടെലിഫോൺബെല്ലിന്റെ മുഴക്കം അസ്സഹനീയമായിരുന്നു.

ഭാഗ്യം, കൃഷ്ണൻകുട്ടി ഓടിച്ചെന്നു ടെലിഫോണെടുത്തു. ആരോ അനന്തകൃഷ്ണനെ അന്വേഷിച്ചതാണ്.

കൃഷ്ണൻകുട്ടി പറഞ്ഞു:

“സാറ് ആപ്പീസിൽ പോയതാണ്. അവിടെ കാണും. അവിടെ ഇല്ലെങ്കിൽ പിന്നെ എവിടെയാണെന്ന് എനിക്കറിയാൻ മേല. ഇവിടെയോ?

ഇവിടെ ഉച്ചയ്ക്കു വരുന്നാ പറഞ്ഞെ. ഊണു കഴിക്കാൻ.”

സ്വന്തം മനസ്സിന്റെ ഇരുട്ടിൽ മോഹൻ വീണ്ടും കണ്ണടച്ചു കിടന്നു. ടെലിഫോൺ ബെല്ലിന്റെ മുഴക്കംപോലെ എന്തോ ഒന്ന് തന്റെ ആത്മാവിലും മുഴങ്ങുന്നു. അനന്തശൂന്യതയിലെന്നപോലെ അത് പ്രതിദ്ധ്വനികളുണ്ടാക്കുന്നു. അപ്പോൾ ഇരുണ്ടതും വിജനവുമായ ഏതോ തരിശുഭൂമിയിലൂടെ താൻ ഏകനായി നടന്നുപോകുന്നത് ഒരു സ്വപ്നംപോലെ അയാൾ കണ്ടു. മേഘശൂന്യമായ ആകാശത്തിനുകീഴിൽ ഈന്തപ്പനകളുടെയോ ഒലിവ്മരങ്ങളുടെയോ നിഴലുകളില്ലാത്ത തരിശുഭൂമിയിൽ ഇഴയുന്ന ഒറ്റയടിപ്പാത എവിടെച്ചെന്നവസാനിക്കുന്നു? ആ വഴി ഏകാകിയായ യാത്രക്കാരനെ എങ്ങോട്ടു കൊണ്ടുപോകുന്നു?

വീണ്ടും ടെലിഫോൺ ബെല്ലടിച്ചു.

വിജനവും ആദ്യന്തവിഹീനവുമായ വഴിയിൽ അത് ഭീകരമായ മുഴക്കങ്ങളായിത്തീർന്നു.

മോഹൻ ഞെട്ടിത്തിരിഞ്ഞുനോക്കുമ്പോഴേക്കും കൃഷ്ണൻകുട്ടി ടെലിഫോണിനടുത്ത് എത്തിക്കഴിഞ്ഞു.

“സാറ് രാവിലെ ആഫീസിൽ പോയി. ഉച്ചയ്ക്കുണ്ണാൻ വരും. ങാ. വരുമ്പോൾ പറയാം.”

ഇതെന്തൊരു ശല്യമാണെന്നോർത്തുകൊണ്ട് മോഹൻ തിരിഞ്ഞു കിടന്നു. അങ്ങനെ കിടന്ന് എപ്പോഴോ മയങ്ങി. ഏതോ അഗാധനീലിമയിലേക്ക് ഒരു ചെറിയ പക്ഷിത്തൂവൽപോലെ...

വീണ്ടും ടെലിഫോൺ ബെല്ലടിക്കുകയും മോഹൻ മയക്കത്തിൽനിന്ന് അസഹ്യമായ അരിശത്തോടെ ഞെട്ടിയുണരുകയും ചെയ്തു.

ഏതു മഹാപാപിയാണിത്?

അത് അനന്തകൃഷ്ണൻ തന്നെയായിരുന്നു.

കൃഷ്ണൻകുട്ടി പറഞ്ഞു.

“മോഹൻസാറിനെ വിളിക്കുന്നു. അനന്തകൃഷ്ണൻ സാറാ ആപ്പീസീന്ന്.”

മോഹൻ എഴുന്നേറ്റു ചെന്നു.

“ഹലോ!”

അങ്ങേത്തലയ്ക്കൽനിന്ന് അനന്തകൃഷ്ണൻ പറഞ്ഞു.

“ങ്ാ ഇതു ഞാനാണ്. അനന്തകൃഷ്ണൻ. എനിക്കു ഉച്ചയ്ക്കു വരാൻ പറ്റില്ലെന്നു പറയാനാണ് വിളിച്ചത്. ഒരു മന്ത്രിയുടെ പ്രസ് കോൺഫറൻസുണ്ട്. ഊണു കഴിക്കാൻ എന്നെ കാക്കണ്ടാ. മന്ത്രിയുടെ ക്രൂരകൃത്യം അപ്രതീക്ഷിതമായിരുന്നു.”

മന്ത്രിയുടെ പ്രസ് കോൺഫറൻസ് കഴിഞ്ഞ് അനന്തകൃഷ്ണൻ വന്നപ്പോൾ മണി മൂന്നര കഴിഞ്ഞു.

“ഇങ്ങനെയൊക്കെയാണ് ഒരു ജേർണലിസ്റ്റിന്റെ ജീവിതം!” അനന്തകൃഷ്ണൻ ഇടിഞ്ഞുവീഴുംപോലെ കസേരയിൽ ഇരുന്നു: “പണ്ടൊക്കെ

നാട്ടിൽ ഒരു ചൊല്ലുണ്ടായിരുന്നു. വൈദ്യനും വയറ്റാട്ടിക്കും ഏതു നേരമെന്നില്ലെന്ന്. ഇപ്പോൾ ആ കുരിശു പത്രപ്രവർത്തകർക്കാണ്. ചിലപ്പോൾ അർദ്ധരാത്രിക്കായിരിക്കും മന്ത്രിസഭ മറിഞ്ഞുവീഴുന്നത്. പത്രപ്രവർത്തകനു കിടക്കയിൽ ചുരുണ്ടുകൂടാനൊക്കുമോ?"

മോഹൻ ഒന്നും മിണ്ടാതെ അനന്തകൃഷ്ണന്റെ നേരെ നോക്കി.

മോഹന്റെ നിർവ്വികാരമായ നോട്ടം കണ്ടപ്പോൾ അനന്തകൃഷ്ണൻ ചോദിച്ചു:

"ഉം, എന്തുപറ്റി നിനക്ക്? ഉറങ്ങീല്ലേ?"

"ഉറങ്ങി!" ടെലിഫോണിന്റെ നേർക്ക് കൈ ചൂണ്ടി ദേഷ്യത്തോടെ മോഹൻ ചോദിച്ചു: "ആ കുന്ത്രാണ്ടം എടുത്തു കാട്ടീക്കളയാമോ നിനക്ക്? ശല്യം, കണ്ണടയ്ക്കുമ്പോഴേയ്ക്കും അതു കീറാൻ തുടങ്ങും."

മോഹൻ പറഞ്ഞുതീർന്നില്ല. അതിനുമുമ്പേ വീണ്ടും ടെലിഫോൺ ബെല്ലടിച്ചു. ആദ്യം ടെലിഫോണിനെയും പിന്നീട് മോഹനെയും നോക്കിയതിനുശേഷം അനന്തകൃഷ്ണൻ ഒരു മന്ദഹാസത്തോടെ ടെലിഫോണിന്റെ അടുത്തേക്കു ചെന്നു.

വിളിച്ചത് ഏതോ രാഷ്ട്രീയപാർട്ടിയുടെ സെക്രട്ടറിയായിരുന്നു. അയാൾക്കു അത്യാവശ്യമായി ഒന്നു കാണണം, വീട്ടിലേക്കു വരട്ടേ എന്ന്.

"ഞാനിപ്പോൾ അത്യാവശ്യമായി ഒരിടംവരെ പോവുകയാണ്. മടങ്ങി വന്നതിനുശേഷം ഞാനങ്ങോട്ടു വിളിക്കാം."

ആ കക്ഷിയെ ഒഴിവാക്കിയ സന്തോഷത്തോടെ അനന്തകൃഷ്ണൻ തിരിച്ചു മോഹന്റെ അടുത്തുചെന്നിരുന്ന് തോളിൽ കൈയിട്ടു.

"എന്റെ പൊന്നു ചങ്ങാതീ, ഒന്നും പറയണ്ടാ. ഓരോരുത്തരെ ഒഴിവാക്കാൻ വേണ്ടി എന്തോരം നുണകളാണ് പറയേണ്ടിവരുന്നത്!"

അപ്പോഴേക്കും കൃഷ്ണൻകുട്ടി കാപ്പി കൊണ്ടുവന്നു.

കാപ്പി കുടിക്കുന്നതിനിടയിൽ മോഹൻ ചോദിച്ചു.

"ഇനിയെന്താ നിന്റെ പരിപാടി?"

"അതോ? പറയാം." ഒന്നു മൊത്തിയതിനു ശേഷം അനന്തകൃഷ്ണൻ കാപ്പി താഴെ വച്ചു;. "ഈ കാപ്പി കുടിച്ചുതീർക്കുന്നു. ഞാൻ ഒന്നു മേൽ കഴുകുന്നു. ഡ്രസു ചെയ്യുന്നു. എന്നിട്ട് നമ്മൾ രണ്ടുപേരും കൂടി മിസ്റ്റർ മേനോനെ കാണാൻ പോകുന്നു."

"ഏതു മേനോൻ? എനിക്കൊരു മേനോനെയും കാണണ്ടാ."

"പിന്നെ കാണാതെ? അയാളാണ് നിനക്ക് ഉദ്യോഗം തരാമെന്നു പറഞ്ഞിരിക്കുന്ന മഹാപുരുഷൻ!"

ഏതെങ്കിലും സ്നേഹിതനെ കാണാനായിരിക്കുമെന്നാണ് മോഹൻ വിചാരിച്ചത്.

'അനന്തകൃഷ്ണൻ, നീ ധൃതി പിടിക്കാതെ' എന്ന് ആംഗ്യം കാണിച്ചുകൊണ്ടു പറഞ്ഞു:

"അഞ്ചിനു ശേഷം ചെല്ലാമെന്നാണ് ഞാൻ പറഞ്ഞിരിക്കുന്നത് നോക്കൂ, ഇപ്പോൾ മണി നാലേകാലായിട്ടേ ഉള്ളൂ. ഇനിയും സുമാർ നാല്പ

ത്തിയഞ്ചു മിനിറ്റ് ഇടയ്ക്കു കിടക്കുന്നു."

കപ്പിൽ ബാക്കിയുണ്ടായിരുന്ന കാപ്പി ഒറ്റവലിക്കു കുടിച്ചുതീർത്ത തിനുശേഷം 'ഞാൻ വേഗം കുളിച്ചു വരാ'മെന്നും പറഞ്ഞ് അനന്തകൃഷ്ണൻ ബാത്ത്റൂമിലേക്ക് പോയി.

അപ്പോൾത്തൊട്ട് മോഹൻ ആലോചന തുടങ്ങി.

ഏതു മേനോനാണാവോ? അവിടെ എന്തു ജോലിയാണാവോ? അതൊന്നും അപ്പോൾ ചോദിക്കാനോർത്തില്ല. അനന്തകൃഷ്ണൻ അതൊട്ടു പറഞ്ഞുമില്ല. വല്ല ബിസിനസുകാരന്റെയും കണക്കപ്പിള്ളയായിട്ടാണോ...

മോഹൻ അങ്ങനെയൊക്കെ ആലോചിച്ചുകൊണ്ടിരിക്കുന്നതിനിടയിലാണ് ഒരു കാർ നിറയെ ആളുകൾ വീടിനുമുമ്പിൽ വന്നിറങ്ങിയത്.

അതിൽ രണ്ടുമൂന്നുപേർ ധൃതിയിൽ അകത്തേക്കു കയറി വന്നു.

"മിസ്റ്റർ അനന്തകൃഷ്ണനില്ലേ ഇവിടെ?"

ഒരുനിമിഷം എന്തു പറയണമെന്നറിയാതെ മോഹൻ അന്തിച്ചു നിന്നു. ഉണ്ടെന്നു പറയണോ, ഇല്ലെന്നു പറയണോ?

"ഉണ്ട്. ബാത്ത്റൂമിലാണ്."

അവർ വഴിയിൽ നിന്നവരെയും അകത്തേക്കു വിളിച്ചു:

"കേറിവാ. ആളിവിടെ ഒണ്ട്."

മോഹന്റെ മനസ്സ് പതറി. ഇവരാരാണ്? അനന്തകൃഷ്ണന് ഇവരുടെ കൂടെ പോകേണ്ടിവരുമോ? ഇവർ അവനെ തട്ടിക്കൊണ്ടു പോകുമോ?

അനന്തകൃഷ്ണൻ കുളികഴിഞ്ഞിറങ്ങിവന്നപ്പോൾ ഡ്രോയിങ് റൂമിൽ കാത്തിരിക്കുന്ന സ്നേഹിതന്മാരെക്കണ്ട് ആശ്ചര്യം പ്രകടിപ്പിച്ചു.

"അല്ലാ, എന്താ എല്ലാരും കൂടി? എന്താ വിശേഷം?"

വന്നവരിൽ ഒരാൾ പറഞ്ഞു.

"വിശേഷമൊക്കെയുണ്ട്. വാ, പറയാം. കൈയോടെ കൂട്ടിക്കൊണ്ടു പോകാനാണ് ഞങ്ങൾ വന്നത്."

മോഹന്റെ മനസ്സ് പിടഞ്ഞു. കാര്യം കുഴഞ്ഞോ? അനന്തകൃഷ്ണന് അവരുടെ കൂടെ പോകാതെ നിവൃത്തിയില്ലെന്നു വരുമോ?

"ആകാശം ഇടിഞ്ഞുവീഴുമെന്നു പറഞ്ഞാലും എനിക്കിപ്പോൾ വരാൻ നിവൃത്തിയില്ല." അനന്തകൃഷ്ണൻ പറഞ്ഞു. "സംഗതികളുടെ കിടപ്പങ്ങനെയാണ്."

അവർ വീണ്ടും നിർബ്ബന്ധിച്ചെങ്കിലും അനന്തകൃഷ്ണൻ തീർത്തു പറഞ്ഞു വരാൻ പറ്റില്ലെന്ന്.

"എന്തിനാ തന്നെ പറയുന്നത്?" കൂട്ടത്തിൽ ഒരാൾ പറഞ്ഞു: "തനിക്കു യോഗമില്ല."

അവർ പോയി.

"എവിടെയോ കള്ളു കുടിക്കാൻ." മുടി ചീകുന്നതിനിടയിൽ അനന്തകൃഷ്ണൻ അവരെ ഉദ്ദേശിച്ചുപറഞ്ഞു. "അന്യന്റെ ചെലവിൽ ഒരു സായാഹ്നം ആഘോഷിക്കാൻ കിട്ടുമ്പോൾ എന്തുത്സാഹം! വല്ലപ്പോഴും

സ്വന്തം കൈയിൽനിന്നു കാശുമുടക്കി കള്ളുകുടിക്കേണ്ടിവരുമ്പോഴത്തെ സങ്കടം തീരുന്നത് അത്തരം പാർട്ടികളിലാണ്."

അതൊന്നും കേൾക്കുവാനുള്ള ക്ഷമയുണ്ടായിരുന്നില്ല മോഹന്.

മണി അഞ്ചാകാൻ പോകുന്നു. ഇവിടന്നെത്രദൂരമുണ്ടാവോ മേനോന്റെ ആഫീസിലേക്ക്?"

"എന്നാൽ വൈകണ്ടാ." മോഹൻ പറഞ്ഞു. "ഇനിയും ആരെങ്കിലും വന്നു കേറുന്നതിനുമുമ്പ്..."

അനന്തകൃഷ്ണൻ ബൈക്ക് സ്റ്റാർട്ടുചെയ്തു.

മൂന്ന്

യാത്രയ്ക്കിടയിൽ അനന്തകൃഷ്ണൻ ചോദിച്ചു:

"നീ കേട്ടിട്ടുണ്ടോ ആർ കെ മേനോനെ?"

"ഇല്ല." മോഹൻ പറഞ്ഞു. "ഞാനാദ്യമായിട്ടാണ് അങ്ങനെ ഒരു പേരു കേൾക്കുന്നത്."

"പാവം!" അനന്തകൃഷ്ണൻ പറഞ്ഞു: "മനുഷ്യൻ നല്ലവനാകുന്നതിന്റെ ദോഷം ഞാൻ മനസ്സിലാക്കിയത് ആ മനുഷ്യനെ കണ്ടിട്ടാണ്."

"ഉം?"

"ഞാൻ കേട്ടിട്ടുള്ളതിങ്ങനെയാണ്." അനന്തകൃഷ്ണൻ തുടർന്നു: "ധാരാളം സ്വത്തും സമ്പാദ്യവുമൊക്കെയുള്ള ഒരു പഴയ കുടുംബത്തിന്റെ ഏക അവകാശിയായിരുന്നു ആർ കെ മേനോൻ. പ്രേരിപ്പിച്ചാൽ ഏതു കാര്യത്തിനും ആ മനുഷ്യൻ മുന്നിട്ടിറങ്ങും. ചെന്നു കൈ നീട്ടാത്ത താമസം, ഇഷ്ടംപോലെ കൊടുക്കും. കലയും സംസ്കാരവുമെന്നൊക്കെ പറഞ്ഞ് നഗരത്തിലെ തട്ടിപ്പുകാര് ആ മനുഷ്യനെ കൊള്ളയടിച്ചതിനു കണക്കില്ല. കൂട്ടത്തിൽ രാഷ്ട്രീയക്കാരും. എന്തിനു പറയുന്നു, എല്ലാവരും കൂടി ആ മനുഷ്യനെ വെറും ഒരു തൊണ്ടാക്കി. എന്നിട്ടെന്താ, ആ ശുദ്ധാത്മാവിപ്പോഴും മൂഢസ്വർഗ്ഗത്തിൽത്തന്നെ!"

അപ്പോൾ മോഹൻ ചോദിച്ചു:

"അങ്ങോട്ടാണോ നീ എന്നെയും കൊണ്ടുപോകുന്നത്?"

"നീ പേടിക്കണ്ട." അനന്തകൃഷ്ണൻ പറഞ്ഞു. "മേനോന് ചില ബിസിനസുകളൊക്കെയുണ്ട്. പുരാവസ്തുക്കളുടെ ഒരു വില്പനശാല, അഡ് ഫിലിംസ്, ട്രാവൽ ഏജൻസി. പൊളിഞ്ഞു. എന്നാലും പുള്ളി അങ്ങനെയൊന്നും തോല്വി സമ്മതിക്കുന്ന കൂട്ടത്തിലല്ല."

"ചുരുക്കത്തിൽ ഒരു പൊളിഞ്ഞ ആളിന്റെ അടുത്തേക്ക്. അല്ലേ?"

"പൊളിഞ്ഞെന്നു പറഞ്ഞാൽ അങ്ങനെ പൊളിഞ്ഞിട്ടൊന്നുമില്ല. ഒന്നൊന്നര മാസം മുമ്പ് കണ്ടപ്പോൾ മേനോൻ എന്നോടു പറഞ്ഞു പുള്ളിക്കു കലയിലും സാഹിത്യത്തിലുമൊക്കെ വാസനയുള്ള ഒരാളെ കിട്ടിയാൽ നന്നായിരുന്നെന്ന്..."

"ഇനി പരീക്ഷിക്കാൻ അതേ ബാക്കിയുള്ളോ?"

"അത്ര നിസ്സാരമായിട്ടൊന്നും കണക്കാക്കണ്ടാ. അഡ് ഫിലിം സെന്നു വച്ചാൽ നല്ല കോളാണ്. അതിനുള്ള സാഹിത്യമെഴുതാനും മറ്റും ഒരാളെ വേണം മേനോന്. പെട്ടെന്ന് ഞാൻ നിന്റെ കാര്യം ഓർത്തു. കത്തിലൊന്നും എഴുതിയില്ലെന്നേ ഉള്ളൂ. നിനക്ക് ഇഷ്ടക്കേടൊന്നുമില്ലല്ലോ. ഉവ്വോ."

"ഞാനെന്തു പറയാനാ!"

"ഇഷ്ടപ്പെട്ടില്ലെങ്കിൽ നമുക്കു വേറെ എന്തെങ്കിലും അന്വേഷിക്കാം. തല്ക്കാലം പിടിച്ചുനില്ക്കാൻ ഒരു കൊമ്പ്. എന്നു വിചാരിച്ചാൽ മതി."

"സ്വാമിജി പറഞ്ഞതാണ് ആശ്രമം വക കോളേജിൽ ഒരു ലക്ചററുടെ ഒഴിവുണ്ടാകുമെന്ന്. അവിടെ കമ്മിറ്റിക്കാരുടെയും മറ്റു പ്രമാണിമാരുടെയും ഇഷ്ടാനിഷ്ടങ്ങൾക്കൂടി നോക്കണം. അതുകൊണ്ട് ഞാനതിലിത്ര താല്പര്യം കാണിച്ചില്ല."

"ഏതായാലും നീ വന്നു. ഇനി ഇവിടെ ഒരു കൈ നോക്കാം."

"എല്ലാ വഴികളും അടയുമ്പോൾ സ്വാമിജിയുടെ അടുത്തേക്കു ചെല്ലാം. അങ്ങനെ ഒരു സമാധാനമുണ്ട്."

"നീ ധൈര്യമായിട്ടിരിക്ക്. ഇതല്ലെങ്കിൽ വേറൊന്ന്. നമുക്ക് പ്രവാചകനിൽ വിശ്വസിക്കാം. മുട്ടിവിളിക്കാൻ ഈ ഭൂമിയിൽ അനേകം വാതിലുകളുണ്ട്."

ഗണപതിയമ്പലത്തിന്റെ മതിൽക്കെട്ടിനോടു ചേർന്നുള്ള മാളികക്കെട്ടിടത്തിന്റെ മുമ്പിൽ അനന്തകൃഷ്ണൻ ബൈക്ക് നിർത്തി. വാതില്ക്കൽ നിന്നിരുന്ന കാക്കി ഉടുപ്പിട്ട പ്യൂൺ അവരുടെ നേരെ നോക്കി ചിരിക്കുകയും സലാം വയ്ക്കുകയും ചെയ്തു.

മൺചട്ടികളിൽ തളിർത്തുനില്ക്കുന്ന പൂച്ചെടികളുടെ ഒരു ഗാർഡൻ, അരയോളം പൊക്കമുള്ള മതിലിനുള്ളിൽ. നടുക്ക് ഒരു ചെറിയ താമരക്കുളം. കുളത്തിന്റെ കരയിൽ മൺകുടത്തിൽനിന്നു വെള്ളം ചരിച്ചൊഴിക്കുന്ന മൺപ്രതിമ.

കോണിപ്പടി കയറി മുകളിലേക്കു പോകുമ്പോൾ അനന്തകൃഷ്ണൻ പറഞ്ഞു:

"താഴെ ട്രാവൽ ഏജൻസി. മുകളിൽ മേനോന്റെ ഓഫീസ്. മെയിൻ റോഡിൽ ഒരിടത്താണ് ആന്റിക്വാട്ട്സ്."

അവർ അകത്തേക്കു ചെല്ലുമ്പോൾ മേനോൻ ടെലിഫോണിൽ

ആരോടോ സംസാരിക്കുകയായിരുന്നു. കണ്ട ഉടൻ മുന്നോട്ടാഞ്ഞിരുന്ന് ഒരു മന്ദസ്മിതത്തോടെ അദ്ദേഹം അവരെ ക്ഷണിച്ചിരുത്തി. എന്നിട്ട് കഴിയുന്നതും വേഗത്തിൽ ടെലിഫോൺ സംഭാഷണം അവസാനിപ്പിച്ചു.

"പിന്നെ എന്തൊക്കെയാണ് വിശേഷം?" മേനോൻ താല്പര്യത്തോടെ അനന്തകൃഷ്ണനോടു ചോദിച്ചു: "കൂടെയുള്ളതാരാ?"

"മോഹൻ. എന്റെ സ്നേഹിതൻ." അനന്തകൃഷ്ണൻ പറഞ്ഞു. "മേനോൻ സാറിനെക്കുറിച്ച് ഞാനിവനോട് ഇങ്ങോട്ടുള്ള യാത്രയ്ക്കിടയിൽ പറഞ്ഞിട്ടുണ്ട്."

"താങ്ക്യൂ... താങ്ക് യൂ..." മേശപ്പുറത്തു കിടന്ന സ്റ്റേറ്റ് എക്സ്പ്രസിന്റെ പാക്ക് നീട്ടിക്കൊണ്ട് മേനോൻ പറഞ്ഞു: "ഇപ്പോൾ അനന്തകൃഷ്ണനെ കാണാൻ കിട്ടുന്നില്ല. എന്നെ മറന്നു. അല്ലേ?"

"ഏയ് മറന്നിട്ടൊന്നുമില്ല." സിഗരറ്റ് കത്തിക്കുന്നതിനിടയിൽ അനന്തകൃഷ്ണൻ പറഞ്ഞു. "അതുകൊണ്ടല്ലേ ഇങ്ങോട്ടുവന്നത്."

"ഞാൻ അനന്തകൃഷ്ണനെ ഒന്നു കാണണമെന്നോർത്തിരിക്കുകയായിരുന്നു." മേനോൻ പറഞ്ഞു: "ഒന്നോ രണ്ടോ ദിവസത്തിനകം ഞാനങ്ങു വന്നേനെ. അല്ലെങ്കിൽ വിളിച്ചേനെ."

അനന്തകൃഷ്ണൻ ചോദിച്ചു:

"എന്താ വിശേഷം?"

"വിശേഷമെന്താണെന്നു ചോദിച്ചാൽ..." മേനോൻ എന്തോ ഓർത്തു ചിരിച്ചു: "എനിക്കങ്ങനെ ഇരിക്കുമ്പോൾ ചില ഭ്രാന്തൻ സങ്കല്പങ്ങളുണ്ടാകും. ഇപ്പോഴും അങ്ങനെയൊരെണ്ണം കിട്ടി. അതിനെക്കുറിച്ച് സ്നേഹിതന്മാരുടെ വിദഗ്ദ്ധാഭിപ്രായം അറിയണം."

"എനിക്കു നല്ല ഒരു കോംപ്ലിമെന്റ്!" അനന്തകൃഷ്ണൻ പറഞ്ഞു. "വിദഗ്ദ്ധാഭിപ്രായങ്ങൾ മുളയ്ക്കുന്ന ഒരു ബുദ്ധിയാണ് എന്റെ, എന്നല്ലേ? സന്തോഷം!"

"ഇതു വെറും തമാശയായിട്ടെടുക്കേണ്ട കാര്യമല്ല." മേനോൻ പറഞ്ഞു. "സംഗതി അല്പം സീരിയസാണ്. നിങ്ങളെപ്പോലെയുള്ള ചെറുപ്പക്കാരുടെ അഭിപ്രായത്തിനാണ് ഞാൻ വില കല്പിക്കുന്നത്. ഞാനൊരു പഴഞ്ചൻ തലമുറയല്ലേ?"

"സംഗതി എന്താണെന്നു പറ."

"തനി കേരളീയമായ ഒരു കലയാണല്ലോ നമ്മുടെ മോഹിനിയാട്ടം. അതിന്റെ ഉത്ഭവത്തെയും വളർച്ചയെയും അതിനു നമ്മുടെ സാംസ്കാരിക ജീവിതവുമായുള്ള ബന്ധത്തെയുംക്കുറിച്ച് ഒരു ഡോക്യുമെന്ററി ഫിലിം എടുത്താലോ എന്നൊരാലോചന."

"ഫൈൻ ഐഡിയാ! ഒരു പരമവിഡ്ഢിക്കുപോലും ഈ കാര്യത്തിൽ സംശയമുണ്ടാവുകയില്ല. ഗ്രാമീണകലയല്ലേ? വിദേശികൾക്ക് വളരെ ഇഷ്ടപ്പെടും. കാശും കിട്ടും."

“കാശ് മോഹിച്ചല്ല. നമ്മുടെ വിശിഷ്ടമായ ഒരു കല അന്യരെ കാണിക്കാൻ.”

മോഹന് ഉള്ളിൽ മേനോനോടു ബഹുമാനം തോന്നി. കച്ചവട താല്പര്യങ്ങളേക്കാൾ കലയോടും സംസ്കാരത്തോടുമുള്ള താല്പര്യമാണ് അദ്ദേഹത്തെ പ്രചോദിപ്പിക്കുന്നത്.

“പദ്ധതി വിജയിക്കുകയാണെങ്കിൽ നമ്മുടെ മറ്റു കലാരൂപങ്ങളുടെ കാര്യത്തിലും അങ്ങനെ ചെയ്യാം.” മേനോൻ പൂർവ്വാധികം ഉത്സാഹത്തോടെ പറഞ്ഞു: “കഥകളി, കൂത്ത്, കൂടിയാട്ടം എന്തിന് നമ്മുടെ ക്ഷേത്രങ്ങളിലെ എഴുന്നള്ളത്തുപോലും! നെറ്റിപ്പട്ടം കെട്ടിയ ആനകൾ. പൊന്നാലിലക്കുടകൾ. ചെണ്ടമേളം. പഞ്ചവാദ്യം. ലോകത്തെവിടെയെങ്കിലും അത്ര ഭംഗിയുള്ള ഒരു കലയുണ്ടോ?”

ആലോചിച്ചുനോക്കിയപ്പോൾ അതു ശരിയാണല്ലോ എന്നോർത്ത് അനന്തകൃഷ്ണനും ഉത്സാഹം കേറി.

“ഇതാണോ ഭ്രാന്തൻ സങ്കല്പമെന്നു പറഞ്ഞത്?” അനന്തകൃഷ്ണൻ പറഞ്ഞു: “തീർച്ചയായും ഇത് ഗംഭീരമായ ഒരാശയമാണ്. ഐ അപ്രീഷിയേറ്റ് യൂ!”

“അഭിനന്ദിക്കാനൊക്കെ എളുപ്പം കഴിയും.” മേനോൻ പറഞ്ഞു. “പക്ഷേ, ഇതു കുറേ കഷ്ടപ്പാടുള്ള പണിയാണ്. ആ കലാരൂപത്തിന്റെ ഉത്ഭവം, വളർച്ച, അതിന്റെ കലാപരമായ സവിശേഷത, ഓരോ കാലഘട്ടത്തിലും ആ കലാരൂപത്തിനുണ്ടായിട്ടുള്ള പരിഷ്കാരങ്ങൾ. അതൊക്കെ അന്വേഷിക്കണം. ആ കലയുടെ ഗുരുസ്ഥാനീയരെ കണ്ടുപിടിക്കണം. പറയുംപോലെ അത്ര എളുപ്പമല്ലത്.”

“അതിന് ഞാനൊരാളെ തരാം. മോഹനെ.” അനന്തകൃഷ്ണൻ മോഹനെ ചൂണ്ടി പറഞ്ഞു: “എന്നോട് അന്നൊരിക്കൽ മേനോൻ സാറ് പറഞ്ഞിരുന്നില്ലേ കലയിലും സാഹിത്യത്തിലുമൊക്കെ താല്പര്യമുള്ള ഒരാളെ കണ്ടുപിടിക്കണമെന്ന്? ഇവൻ ഭാവിയിൽ വലിയ ഒരെഴുത്തുകാരനായിത്തീരുമെന്ന് പേടിക്കുന്ന ഒരാളാണ് ഞാൻ. അതിനേക്കാൾ വലിയ ഒരു വ്യാഖ്യാനം ആവശ്യമില്ല ഇവന്. ഒന്നു പരീക്ഷിച്ചു നോക്ക്.”

“പരീക്ഷിക്കാനൊന്നുമില്ല. നമുക്കു ശ്രമിച്ചുനോക്കുക.” മേനോൻ ഒരു ചിരിയോടെ മോഹന്റെ നേരെ നോക്കി: “ചോദിക്കുന്നതിൽ തെറ്റിദ്ധരിക്കരുത്. മി. മോഹന് എന്തിലാണ് വാസന?”

എന്താണ് പറയേണ്ടതെന്ന് മോഹൻ ഒരു നിമിഷം പരുങ്ങി. എന്തെങ്കിലും മറുപടി പറയാതെ നിവൃത്തിയുമില്ല.

അല്പം സങ്കോചത്തോടെ മോഹൻ പറഞ്ഞു:

“ആദ്യമൊക്കെ കവിതയിലായിരുന്നു താല്പര്യം. പിന്നെ കഥയിലേക്ക് കടന്നു. അതാണ് മനസ്സിനു കൂടുതൽ ഇണങ്ങുന്നതെന്നു തോന്നി. എന്നുവച്ചാൽ... ആത്മാവിഷ്കാരത്തിന്. പക്ഷേ, ഒരെഴുത്തുകാരനെന്നു

പറയാൻ ആയിട്ടില്ല ഇതുവരെ...”

“അതൊക്കെ ഇവൻ വിനയം കാണിക്കാൻ വേണ്ടി പറയുന്നതാ.” അനന്തകൃഷ്ണൻ ഇടയ്ക്കുകയറി പറഞ്ഞു: “ഏതോ ഒരു നിരൂപകൻ എഴുതിക്കണ്ടു, ഇവൻ ഒരു പുതിയ വസന്തത്തിന്റെ ഇടിമുഴക്കമാണെന്ന്!”

“നല്ലത്.” മേനോൻ അഭിനന്ദിച്ചു: “യഥാർത്ഥത്തിൽ അനശ്വരമായ ജീവിതമുള്ളത് എഴുത്തുകാർക്കു മാത്രമാണ്. അങ്ങനെയല്ലേ അനന്തകൃഷ്ണൻ?”

മേനോൻ ചോദിച്ചത് കാര്യമായിട്ടാണെങ്കിലും അനന്തകൃഷ്ണൻ അതിനത്ര ഗൗരവം കല്പിച്ചില്ല.

“അങ്ങനെയാണ് സംഗതിയുടെ കിടപ്പെങ്കിൽ നാളെത്തൊട്ട് ഞാനും വല്ല കവിതയോ നോവലോ എഴുതാൻ തുടങ്ങും.”

അനന്തകൃഷ്ണന്റെ തമാശകേട്ട് മേനോൻ പൊട്ടിച്ചിരിച്ചു.

തുടർന്നുള്ള വർത്തമാനത്തിനിടയിൽ മേനോൻ മറ്റൊരു പ്രശ്നം എടുത്തിട്ടു. ശമ്പളത്തിന്റെ കാര്യം. യാതൊരു മറയും കൂടാതെ മോഹൻ എന്താണ് പ്രതീക്ഷിക്കുന്നതെന്നു മേനോൻ നേരേ ചോദിച്ചു. അതിനു മറുപടി പറയാൻ മോഹനു പ്രയാസമായിരുന്നു. മേനോൻ വീണ്ടും നിർബ്ബന്ധിച്ചപ്പോൾ അനന്തകൃഷ്ണൻ പറഞ്ഞു:

“അതെല്ലാം മേനോൻ സാറിന്റെ ഇഷ്ടം! ഞങ്ങൾ പറയുമ്പോൾ കുറഞ്ഞുപോയാലോ?”

മടക്കയാത്രയിൽ അനന്തകൃഷ്ണൻ ചോദിച്ചു:

“നീയെന്താ അവിടെ ഒരു മുനിയെപ്പോലെ ഇരുന്നുകളഞ്ഞത്? ഞാനോർത്തത് നീ കുറേ കലയും സാഹിത്യവുമൊക്കെ കാച്ചുമെന്നാണ്.”

“ആദ്യം കാണുന്ന ഒരാളിന്റെ അടുത്തു വെറുതെ വാചകമടിക്കാൻ എന്നെക്കൊണ്ടു വയ്യ.” മോഹൻ പറഞ്ഞു: “അദ്ദേഹം എന്തു വിചാരിക്കും.”

അനന്തകൃഷ്ണൻ സ്നേഹത്തോടെ ശാസിച്ചു:

“എടാ മണ്ടാ! കുറേ ജാഡയില്ലാതെ ഇക്കാലത്തു ജീവിക്കാൻ പ്രയാസമാണ്. വിശേഷിച്ച് ഈ നഗരത്തിൽ...”

അപ്പോൾ നഗരത്തിൽ സന്ധ്യയാവുകയായിരുന്നു. തെരുവുവിളക്കുകൾ തെളിഞ്ഞു. ഓവർബ്രിഡ്ജ് കടക്കുമ്പോൾ അനന്തകൃഷ്ണൻ ചോദിച്ചു:

“സ്വല്പം മദ്യപിച്ചാലോ?”

“വേണ്ട.” മോഹൻ പറഞ്ഞു. “ഇപ്പോൾ മദ്യപിക്കാനൊരു മൂഡില്ല.”

“അതു ശരി!” അനന്തകൃഷ്ണൻ കളിയാക്കി: “നിനക്കെഴുതാൻ മാത്രമല്ല മദ്യപിക്കാനും മൂഡ് വേണോ? എടാ ശപ്പാ, എനിക്കാണെങ്കിൽ രണ്ടു പെഗ്ഗ് അകത്തു ചെന്നാലേ മൂഡുണ്ടാവൂ.”

"എന്നാൽ ഞാൻ കൂടെ വരാം."

"വേണ്ട. എനിക്കുവേണ്ടി നീ അത്ര വല്യ ത്യാഗമൊന്നും ചെയ്യണ്ടാ."

കോഫിഹൗസിനു മുന്നിലെത്തിയപ്പോൾ അനന്തകൃഷ്ണൻ ചോദിച്ചു:

"ഒരു ചൂടുകാപ്പി കുടിക്കുന്നതിനെക്കുറിച്ച് നിന്റെ അഭിപ്രായമെന്താ? ദാറ്റ് മീൻസ് യുവർ മൂഡ്."

നിന്റെ മൂഡെന്തായാലും തനിക്കൊരു കാപ്പി കുടിക്കാതെ വയ്യെന്ന മട്ടിൽ അനന്തകൃഷ്ണൻ കോഫിഹൗസിന്റെ കോമ്പൗണ്ടിലേക്ക് ബൈക്ക് ഓടിച്ചുകയറ്റി.

കോഫിഹൗസിൽ അപ്പോൾ നല്ല തിരക്കുണ്ടായിരുന്നു. അകത്തേക്കു കടന്നുപോകുമ്പോൾ പരിചയക്കാർ അനന്തകൃഷ്ണന്റെ നേരെ നോക്കി സന്തോഷം പ്രകടിപ്പിക്കുകയും അവരുടെ അടുത്തു ചെന്നിരിക്കാൻ ക്ഷണിക്കുകയും ചെയ്തു. പരിചയക്കാരെയും സ്നേഹിതന്മാരെയും ഒഴിവാക്കി അനന്തകൃഷ്ണൻ അകത്തേക്കു നടന്നു. നാലഞ്ചു മുറികളിൽ കയറിയിറങ്ങിയിട്ടാണ് ഒഴിഞ്ഞ ഒരു മൂല കണ്ടെത്തിയത്. "വാ, ഇവിടെ ഇരിക്കാം." എന്നുപറഞ്ഞു അനന്തകൃഷ്ണൻ അവിടെ ചെന്നിരുന്നു. അകത്തേക്കു ധൃതിയിൽ കടന്നുപോകുന്ന ഒരു വെയ്റ്ററെ അനന്തകൃഷ്ണൻ കൈകാട്ടി വിളിച്ചു:

"സുന്ദരപാണ്ഡ്യാ, ഇവിടെ വാ."

നോക്കുകുത്തിയുടെ രൂപസൗഭാഗ്യമുള്ള വെയ്റ്റർ ഒരു മഞ്ഞച്ചിരിയോടെ അടുത്തു വന്നു.

"സാറിനെന്താ വേണ്ടത്?"

അനന്തകൃഷ്ണൻ ആംഗ്യം കാട്ടി പറഞ്ഞു:

"രണ്ടു ചൂടു കാപ്പി. സ്ട്രോങ്. അതായത്, അമ്മ കുടിക്കുമ്പോൾ മകള് കൂത്താടണ സൈസ്."

വെയ്റ്റർ തല കുലുക്കി അതു ഞാനേറ്റു എന്ന മുഖഭാവത്തോടെ അകത്തേക്കു പോയി.

സിഗരറ്റു കത്തിച്ച് കരിഞ്ഞ തീപ്പെട്ടിക്കൊള്ളി ആഷ്ട്രേയിലിട്ട ശേഷം അനന്തകൃഷ്ണൻ പറഞ്ഞു:

"നിന്റെ ഉദ്യോഗവുമായി ബന്ധപ്പെട്ടതല്ല. എങ്കിലും ഒരു സംഗതി പറയാം. മനസ്സിലാക്കിയിരിക്കുന്നതുകൊണ്ടു ദോഷമില്ല."

മോഹൻ മേശപ്പുറത്ത് കൈമുട്ടുകളൂന്നി മുന്നോട്ടാഞ്ഞിരുന്നു.

"നീ ഉർവ്വശിയെ കേട്ടിട്ടില്ലേ? അതായത്, നമ്മുടെ പുരൂരവസ്സിനെ മോഹിപ്പിക്കുകയും പുരൂരവസ്സിന്റെ മനസ്സിൽ കാമമുണർത്തുകയും ചെയ്ത ദേവസുന്ദരി." ആഷ്ട്രേയിൽ സിഗരറ്റിന്റെ ചാരം തട്ടുന്നതിനിടയിൽ അനന്തകൃഷ്ണൻ പറഞ്ഞു: "അങ്ങനെ ഒരുർവ്വശിയായിരുന്നു

മേനോന്റെ ഭാര്യ മിസിസ്സ് വിജയാമേനോൻ. നമ്മൾ ഇംഗ്ലീഷിൽ വാംപെന്നൊക്കെ പറയാറില്ലേ? അങ്ങനെ ഒന്ന്. നഗരത്തിലെ ചെറുപ്പക്കാർക്ക് മിസിസ്സ് വിജയാമേനോനില്ലാത്ത സ്വപ്നങ്ങളില്ലായിരുന്നു."

മോഹൻ നിർവ്വികാരമായി ചിരിച്ചു.

"ഇപ്പോൾ ലേശം വാടിപ്പോയി." അനന്തകൃഷ്ണൻ പറഞ്ഞു:

"വിജയാമേനോൻ കരുംപച്ചയായിരുന്ന കാലത്ത് കാണണ്ടീരുന്നു. നീ ഒരു മഹാകാവ്യമെഴുതിയേനെ. എന്നുവച്ചാൽ അത്ര മാദകത്വമുണ്ടായിരുന്നു ആ സ്ത്രീക്കെന്നർത്ഥം. ഞാൻ കേട്ടിട്ടുണ്ട്. മേനോന്റെ വീട്ടിൽ സ്നേഹിതന്മാരൊഴിഞ്ഞ നേരമില്ല. മേനോനോടുള്ള സ്നേഹം കൊണ്ടല്ല. മിസിസ്സ് മേനോനെ കാണാൻ."

അപ്പോഴേക്കും വെയ്റ്റർ കാപ്പി കൊണ്ടുവന്നു മേശപ്പുറത്തു വച്ചു.

ചൂടുകാപ്പി മൊത്തിയതിനുശേഷം അനന്തകൃഷ്ണൻ വീണ്ടും വിജയാമേനോന്റെ കഥ തുടർന്നു:

"മിസിസ്സ് വിജയാമേനോന്റെ പുഷ്കരകാലത്ത് മിസിസ്സ് വിജയാമേനോൻ എവിടെയും ഒരാകർഷണമായിരുന്നു. മിസിസ്സ് വിജയാമേനോനില്ലാതെ നഗരത്തിൽ ഒരു പരിപാടിയുമില്ല. എന്നുവച്ചാൽ വിജയാമേനോൻ അന്നു ഭംഗിയായി വിലസി."

അനന്തകൃഷ്ണന് കാപ്പി അത്ര ഇഷ്ടപ്പെട്ടില്ല. മറ്റൊരു മേശയ്ക്കരികിൽ നിന്നിരുന്ന വെയ്റ്ററെ വിളിച്ച് അനന്തകൃഷ്ണൻ ചോദിച്ചു:

"എന്റെ സുന്ദരപാണ്ഡ്യാ, എന്തു കാപ്പിയാ ഇത്?"

വെയിറ്റർ അടുത്തുവന്നു ചോദിച്ചു:

"എന്താ സാർ, കാപ്പി നന്നായില്ലേ?"

"ഛെ!" അനന്തകൃഷ്ണന്റെ മുഖം കോടി. "പത്തുപെറ്റ പെണ്ണിന്റെ ചിരിപോലെ. ഞാനപ്പോഴേ പറഞ്ഞതല്ലേ നിന്നോട് സ്ട്രോങ്ങായിരിക്കണമെന്ന്?"

"മാറ്റിത്തരാം സാർ."

"വേണ്ട സാർ."

ബിൽ പേ ചെയ്ത് പുറത്തേക്കിറങ്ങുമ്പോൾ അനന്തകൃഷ്ണൻ ചോദിച്ചു:

"നമ്മളെവിടെയാ പറഞ്ഞുനിർത്തിയെ?"

"വിജയാമേനോൻ അന്നു ഭംഗിയായി വിലസി."

"ങ്ാ വിലസി. അന്നു മി. ആർ കെ മേനോൻ എല്ലായിടത്തും ഒരു വിശിഷ്ടാതിഥിയാണ്. എന്താ അതിന്റെ രഹസ്യം?"

"വിജയാമേനോൻ."

"കറക്റ്റ്!"

അനന്തകൃഷ്ണൻ ബൈക്ക് സ്റ്റാർട്ട് ചെയ്തു.

"ഇപ്പോൾ ആ പണ്ടത്തെ തുടിപ്പില്ലവർക്ക്." അനന്തകൃഷ്ണൻ പറഞ്ഞു: "അതുകൊണ്ടെന്തു പറ്റി? മേനോൻ ഇപ്പോൾ ഒരേടത്തും വിശി

ഷ്ടാതിഥിയല്ല."

റോഡ് ക്രോസ് ചെയ്യാൻവേണ്ടി അനന്തകൃഷ്ണൻ ഒരിടത്തു ബൈക്കിന്റെ വേഗം കുറച്ചു. വാഹനങ്ങളുടെ നിലയ്ക്കാത്ത ഒഴുക്ക്. കാത്തുനില്ക്കുന്നതിനിടയിൽ അനന്തകൃഷ്ണൻ വീണ്ടും പറഞ്ഞു:

"എന്നോർത്ത് അവരങ്ങു ഷെഡ്ഡിൽ കേറീട്ടൊന്നുമില്ല. ഒരു യുദ്ധം ജയിക്കാനുള്ള ബാല്യം ഇനിയും ബാക്കിയുണ്ടവർക്ക്."

"നിനക്കെന്നു മുതലാണ് ഈ പരദൂഷണത്തിന്റെ സൂക്കേട് തുടങ്ങീത്?"

"സൂക്കേടൊന്നുമല്ല. ചുമ്മാ ഒരു രസം. നീ വിഷമിക്കണ്ടാ. അവർക്കൊരു മകളുണ്ടെന്നു കേട്ടു. നീ സൂക്ഷിച്ചോ. മിസിസ്സ് വിജയാമേനോന്റെ മകളല്ലേ? മോശം വരില്ല. വെള്ളരി നട്ടാൽ കുമ്പളം കിളിർക്കുമോ?"

അവർ റോഡ് മുറിച്ചു കടന്നു.

നാല്

ആർ കെ മേനോന്റെ വിജയാ ആർട്ട്സിൽ മോഹനുവേണ്ടി ഒരു മുറി പ്രത്യേകം തയ്യാറാക്കിയിട്ടുണ്ടായിരുന്നു. കണ്ടാൽ ഒറ്റനോട്ടത്തിന് അതൊരു ലൈബ്രറിയാണെന്നേ തോന്നൂ. ചുമരിനോടു ചേർത്തുവച്ച അലമാരകൾ നിറയെ പുസ്തകങ്ങൾ. പ്രാചീന കലാരൂപങ്ങളുടെ ചിത്രങ്ങൾ. ഒരു കോണിൽ പട്ടുവിരിച്ച പീഠത്തിന്മേൽ നടരാജന്റെ വിഗ്രഹം.

പഴയ പുസ്തകങ്ങൾ ചൂണ്ടിക്കാട്ടി മേനോൻ പറഞ്ഞു:

"യഥാർത്ഥത്തിൽ എന്റെ തറവാട്ടുസ്വത്തെന്നു പറയാവുന്നത് ഇതാണ്. എന്റെ മുത്തച്ഛന്റെ സമ്പാദ്യങ്ങളാണിത്. തറവാട് വീതം വച്ചപ്പോൾ ഇതിനു മാത്രം ആരും തർക്കിച്ചില്ല. ഇതിന്റെ വില അവർക്കറിയില്ലായിരുന്നു.

അതൊരു ഭാഗ്യമായല്ലോ എന്ന അർത്ഥത്തിൽ മോഹൻ ചിരിച്ചു.

അലമാരിയിൽനിന്ന് ഒരു പഴയ പുസ്തകം വലിച്ചെടുത്ത് മോഹന്റെ നേരെ നീട്ടിക്കൊണ്ടു മേനോൻ പറഞ്ഞു:

"ഇതിൽ മോഹിനിയാട്ടത്തിന്റെ ഉത്ഭവത്തെക്കുറിച്ച് എന്തോ എഴുതിയിട്ടുണ്ട്. മോഹിനിയാട്ടത്തെക്കുറിച്ചുമാത്രമല്ല, പ്രാചീനമായ നൃത്തരൂപങ്ങളെക്കുറിച്ചൊക്കെയുണ്ട്, നോക്ക്, നമുക്കുപയോഗമുള്ള എന്തെങ്കിലും കാണാതിരിക്കില്ല."

പഴയ പുസ്തകത്തിന്റെ താളുകളിൽ മോഹിനിയാട്ടത്തിന്റെ ഉത്ഭവവും വളർച്ചയും അന്വേഷിക്കാൻ തുടങ്ങുമ്പോൾ മോഹൻ ഓർത്തു.

യാത്രയ്ക്കിടയിൽ കർമ്മയോഗത്തിന്റെ മറ്റൊരു കടവിൽ എത്തിയിരിക്കുന്നു.

ഇതിപ്പോൾ അച്ഛൻ അറിയണം. പുച്ഛവും പരിഹാസവുംകൊണ്ടു ചുളുങ്ങുന്ന അച്ഛന്റെ മുഖം സങ്കല്പിക്കാം.

“ഹും, ഒടുക്കം അവൻ കണ്ടെത്തിയ ഒരുദ്യോഗം! എന്റെ മാനം കെടുത്താൻ! നിഷേധി. എനിക്കവന്റെ വിശേഷം കേൾക്കണ്ടാ.”

അച്ഛനിത് ഇഷ്ടമാവുകയില്ല. തന്റെ മകൻ ഇങ്ങനെ ഒരുദ്യോഗത്തിന് ഇറങ്ങിപ്പുറപ്പെട്ടത് കോൺട്രാക്ടർ ഭരതൻ എങ്ങനെ സഹിക്കും? വല്യേട്ടൻ സാമാന്യം ഭേദപ്പെട്ട ഒരു ഗവൺമെന്റുദ്യോഗത്തിനു പോകാൻ ഒരുമ്പെട്ടപ്പോൾപ്പോലും അച്ഛൻ വിലക്കി. “ഇനി സർക്കാരിന്റെ നക്കാപ്പിച്ച കിട്ടീട്ടുവേണോ ഇവിടെ കഞ്ഞിവയ്ക്കാൻ” എന്നാണ് അന്ന് അച്ഛൻ ചോദിച്ചത്.

ഇളയമകൻ എന്തു ചെയ്യുന്നു എന്ന് ആരെങ്കിലും ചോദിച്ചാൽ അച്ഛൻ എന്തു പറയും? എവിടെയോ ഉള്ള ഒരു മേനോന്റെ... ഇല്ല, അച്ഛൻ അതൊന്നും ഓർക്കാൻ തന്നെ ഇഷ്ടപ്പെടുകയില്ല.

“അവനെക്കുറിച്ചു എന്നോടൊന്നും ചോദിക്കരുത്. എവിടെയെങ്കിലും പോയി തുലയട്ടെ. എനിക്കങ്ങനെ ഒരു മകനില്ല.”

അച്ഛന്റെ ഇഷ്ടാനിഷ്ടങ്ങൾ നോക്കി, അച്ഛന്റെ വരദാനങ്ങൾ അനുഭവിച്ച് അച്ഛന്റെ അടിമയായി ജീവിക്കാൻ മോഹൻ ഒരുക്കമായിരുന്നില്ല.

അയാളുടെ ഉള്ളിൽ ആത്മാവിന്റെ മൗനങ്ങൾ മുഴങ്ങിക്കൊണ്ടിരുന്നു.

എനിക്കെന്റെ ജീവിതം വേണം.

രാജകൊട്ടാരംപോലെയുള്ള വീട്, അച്ഛൻ, അമ്മ, അച്ഛനുണ്ടാക്കിയ സ്വത്ത്, പ്രതാപം, അച്ഛൻ വെട്ടിപ്പിടിക്കുന്ന ഭാഗ്യങ്ങൾ, അച്ഛൻ വിലയ്ക്കു മേടിക്കുന്ന സൗഭാഗ്യങ്ങൾ.

എല്ലാം ഉപേക്ഷിച്ചിരിക്കുന്നു.

എനിക്കെന്റെ ജീവിതം വേണം.

എന്റെ ജീവിതം...

എന്റെ...

ഉപേക്ഷിച്ച് ഇറങ്ങിപ്പോരുന്നതിന്റെ വിലയെക്കുറിച്ച് അറിയാഞ്ഞിട്ടല്ല. അറിഞ്ഞുകൊണ്ടുതന്നെ അതു പുറംകാലിനു തട്ടിത്തെറിപ്പിച്ചു. ഏട്ടന്മാർ പേടിച്ചു നില്ക്കുമ്പോൾ അച്ഛനെ എതിർക്കാനുള്ള ധൈര്യം തനിക്കേ ഉണ്ടായിരുന്നുള്ളൂ. ഏട്ടന്മാർ അച്ഛന്റെ അടിമകളായിരുന്നു. അവർക്ക് അച്ഛന്റെ നേരെ ചെല്ലാൻ പേടിയാണ്. അച്ഛൻ കേൾക്കെ മിണ്ടുകയില്ല. അച്ഛൻ വീട്ടിൽ വന്നുകേറുമ്പോൾ അവർ മൂലകളിൽ പതുങ്ങും.

കൊട്ടാരം പോലുള്ള വീട്ടിൽ ആരും കാണാതെ എപ്പോഴും കണ്ണീരും നെടുവീർപ്പുമായി ഉരുകുന്ന അമ്മയെക്കുറിച്ചോർക്കുമ്പോഴായിരുന്നു മോഹനു സങ്കടം.

അമ്മയുടെ യോഗം.

ഇന്നലെ ഉറക്കത്തിൽ ഒരു സ്വപ്നത്തിന്റെ സുതാര്യതയിൽ അമ്മയെ കണ്ടു.

“എന്റെ പൊന്നുമോനേ, ഒടുക്കം നീയും നിന്റെ വഴിക്കിറങ്ങിപ്പോയി. ഇപ്പോഴുള്ളതൊന്നും പോരാഞ്ഞിട്ട് അമ്മയ്ക്ക് ഒരു ദുഃഖം കൂടിയായി.”

അമ്മയുടെ ദുഃഖങ്ങൾ എന്നെങ്കിലും തീരുമോ......?”

ആരോ പറഞ്ഞ് മോഹൻ കേട്ടിട്ടുണ്ട് അച്ഛൻ അമ്മയെ സ്നേഹിച്ചു വിവാഹം കഴിച്ചതാണെന്ന്. ഇപ്പോൾ ഓർക്കുമ്പോൾ അത്ഭുതം തോന്നുന്നു. ഒരു പെണ്ണിനോട് സ്നേഹം തോന്നാവുന്ന മൃദുലഭാവങ്ങൾ അച്ഛന്റെ മനസ്സിൽ ഉണ്ടായിരുന്നെന്നു വിശ്വസിക്കാൻ കഴിയുന്നില്ല.

അമ്മയുടെ പിന്നാലെ സ്നേഹവും ആരാധനയുമായി അച്ഛൻ കുറേ നാൾ നടന്നു. ഏതോ ദുർബ്ബല നിമിഷത്തിൽ അമ്മ അച്ഛന്റെ വലയിൽ വീണു. ആഗ്രഹിക്കുന്നതൊക്കെ കൈവശപ്പെടുത്താനുള്ള അച്ഛന്റെ വിജയം അമ്മയുടെ വീഴ്ചയിൽനിന്നാരംഭിച്ചു. പിന്നീട് അച്ഛന് വച്ചടി വച്ചടി കയറ്റമായിരുന്നു. അന്നൊക്കെ അച്ഛൻ അമ്മയോടു പറയാറുണ്ടായിരുന്നത്രേ, നീ എന്റെ നീലക്കൊടുവേലിയാണെന്ന്. ഉയരങ്ങളിലേക്കുള്ള പടവുകൾ ഓടിക്കേറുന്നതിനിടയിൽ അച്ഛൻ അതൊക്കെ മറന്നു. പഴയ ഓർമ്മകൾ ഭാരമായിരുന്നു അച്ഛന്. അതുകൊണ്ട് അത് മറവിയുടെ ആഴങ്ങളിൽ കുഴിച്ചിട്ടു. ഇതിഹാസപുരാണങ്ങളിലെ അതിമാനുഷരെപ്പോലെ അച്ഛൻ ഭാഗ്യങ്ങൾ വെട്ടിപ്പിടിക്കുമ്പോൾ അമ്മ സന്തോഷിച്ചുകാണും തന്റെ ഭാഗ്യമെന്ന്. എല്ലാം തന്റെ പ്രാർത്ഥനയുടെ ഫലമാണെന്ന്.

തന്റെ ദൗർഭാഗ്യത്തിന്റെ ഭീകരമായ മുഖം കണ്ടെത്തിയ നിമിഷങ്ങളെക്കുറിച്ച് അമ്മയ്ക്കിന്നോർമ്മയുണ്ടോ?

ഓർമ്മിക്കാൻ രസം തോന്നുന്നു.

ഒരിക്കൽ അമ്മ സുന്ദരിയായിരുന്നു. അച്ഛൻ ഒരിക്കൽ അമ്മയെ സ്നേഹിച്ചിരുന്നു. അമ്മ ഒരിക്കൽ അച്ഛന്റെ കാമുകിയായിരുന്നു. അമ്മയുടെ കടാക്ഷത്തിനുവേണ്ടി അച്ഛൻ കൊതിച്ചിരുന്നു.

ഇന്നതൊരു നുണക്കഥയായി തോന്നുന്നു. വിശ്വസിക്കാൻ കഴിയുന്നില്ല.

രാജകൊട്ടാരം പോലുള്ള വീട്ടിനുള്ളിൽ ഒരു ചെറിയ മുറിയുടെ നാലു ചുമരുകൾക്കുള്ളിൽ ഒരു തടവറയിലെന്നപോലെ സ്വയം തടവിൽ കിടക്കുന്ന അമ്മ നേരെനിന്ന് അച്ഛന്റെ മുഖം കണ്ടിട്ട് എത്ര നാളായിക്കാണും?

അമ്മയുടെ ദുഃഖങ്ങൾ ആരും അറിയുന്നില്ല.

അർദ്ധരാത്രിക്കോ വെളുപ്പാൻകാലത്തോ വരുമ്പോൾ, അല്ലെങ്കിൽ രാവിലെയോ വൈകുന്നേരമോ ഇറങ്ങിപ്പോകുമ്പോൾ അച്ഛനെ കാണാൻ ഡോർ കർട്ടന്റെ മറവിലോ ജനലിന്റെ പിന്നിലോ അമ്മ ഒളിച്ചു നില്ക്കുന്നു.

പണ്ട് തന്റെ കാമുകിയായിരുന്ന, മധുരസ്വപ്നമായിരുന്ന, സ്നേഹം കൊണ്ട് ആത്മാവിനെ കോരിത്തരിപ്പിച്ച, തന്റെ മക്കളെ ഗർഭംകൊണ്ടു പ്രസവിച്ച ഒരു സ്ത്രീ ആ വീട്ടിലുണ്ടെന്നുള്ള ഓർമ്മ ഇപ്പോൾ അച്ഛനുണ്ടോ?

ഉണ്ടാവും. അച്ഛൻ ഒന്നും മറക്കുന്ന കൂട്ടത്തിലല്ല. യഥാർത്ഥത്തിൽ അമ്മയെക്കുറിച്ചുള്ള ഓർമ്മയാവും അച്ഛനെ അലട്ടുന്നത്. മനസ്സിനകത്ത് ഒരു മുള്ള്.

നാശം! ചത്തുതുലഞ്ഞുപോയെങ്കിൽ ശല്യം തീർന്നേനെയെന്നാവും അച്ഛന്റെ വിചാരം.

എല്ലാം മനസ്സിലാകുന്നതുകൊണ്ടുള്ള ദുഃഖമാണ് അമ്മയ്ക്ക്. എല്ലാം അറിഞ്ഞുകൊണ്ട്, എല്ലാം കണ്ടുകൊണ്ട്, കരയാൻപോലും സ്വാതന്ത്ര്യമില്ലാതെ അമ്മ തടവിൽ കിടക്കുന്നു.

ഇളയ മകനായിരുന്നതുകൊണ്ടോ അതോ അച്ഛനെ എതിർത്തിരുന്നതുകൊണ്ടോ അമ്മയ്ക്ക് തന്നോടിഷ്ടം കൂടുതലുണ്ടായിരുന്നത്?

അമ്മയ്ക്കൊരു കത്തെഴുതിയാലോ എന്ന് പലപ്പോഴും ഓർത്തു. ഒരിക്കൽ എഴുതുകയും ചെയ്തു. പക്ഷേ, അയച്ചില്ല. കീറിക്കളഞ്ഞു.

ഇനി ഈ നഗരത്തിൽ, ആരും ആരെയും തിരിച്ചറിയാത്ത ഈ മഹാനഗരത്തിൽ, ഏകാകികൾ ചേർന്നുണ്ടായ ആൾക്കൂട്ടം ഇരമ്പുന്ന ഈ മഹാസമുദ്രത്തിൽ സ്വന്തം ആത്മാവിലേക്ക് ഉൾവലിഞ്ഞുകൊണ്ട് ഒരജ്ഞാതവാസം.

മോഹൻ മനസ്സിലോർത്തു. ഈ നഗരം, ഈ മഹാനഗരം തന്റെ അജ്ഞാതവാസത്തിനുള്ള ആരണ്യമാണ്.

ഒളിക്കാൻ ഒരു കാട്....

മോഹന് പെട്ടെന്ന് സ്വാമിജിയുടെ ഒരു ചോദ്യം ഓർമ്മവന്നു.

"മറ്റുള്ളവരിൽ നിന്നൊളിക്കാം. പക്ഷേ, നമുക്ക് നമ്മളിൽനിന്നൊളിക്കാനൊക്കുമോ....?"

ചോദ്യത്തിന്റെ അർത്ഥം മനസ്സിലാകാതെ മിഴിച്ചുനിന്നപ്പോൾ സ്വാമിജി ചിരിച്ചു.

"ഒളിച്ചോടാൻ ശ്രമിച്ചു പരാജയപ്പെട്ട ഒരാളാണ് ഞാൻ. മറ്റുള്ളവരിൽനിന്നൊളിക്കാം. പക്ഷേ, എനിക്കെന്നിൽ നിന്നൊളിക്കാനൊക്കുമോ? ഇല്ല കുട്ടീ, ഏതു കൊടുങ്കാടിന്റെ ഉള്ളിൽ ഒളിച്ചിരിക്കുമ്പോഴും എനിക്കെന്നെ കാണാം. അതാണ് കൊഴപ്പം. ഒളിക്കാനൊന്നുമില്ലാതെ. അങ്ങനെ ഒരവസ്ഥയാണു നല്ലത്. അനുഭവങ്ങളിലൂടെ നിസ്സഹായതയോടെ കടന്നുപോകാൻ കഴിയുമ്പോൾ ജയിച്ചു. അതുവരെ..."

സ്വാമിജി പറയുന്നതിന്റെ പൊരുൾ വേറെന്തോ ആണ്. അതുൾക്കൊള്ളാൻ പാകത്തിലായിട്ടില്ല തന്റെ മനസ്സ്.

മോഹൻ ഓർമ്മകളിൽനിന്ന് മുമ്പിൽ വിടർത്തിവച്ച പഴയ പുസ്തകത്തിന്റെ താളുകളിലേക്ക് തിരിച്ചുവന്നു.

ഭൂതകാലത്തിന്റെ ഇരുണ്ട ഇടനാഴികൾ ചുറ്റി ചെല്ലുമ്പോൾ ക്ഷേത്രാങ്കണത്തിൽ അണിഞ്ഞൊരുങ്ങിയ ദേവദാസിയുടെ നൃത്തം....

യക്ഷിപ്രതിമകൾ വിളക്കേന്തിയ ശിലാമണ്ഡപത്തിൽ തേജസ്വിനിയായ ദേവദാസി.

മൈലാഞ്ചിച്ചുവപ്പണിഞ്ഞ തുടുത്ത പാദങ്ങളിൽ അനങ്ങുമ്പോൾ കിലുങ്ങുന്ന ചിലങ്കകൾ. കാമപ്പൂക്കൾ വിടരുന്ന കൺകോണുകൾ. മോഹമുണർത്തുന്ന പവിഴാധരങ്ങൾ.

അവളുടെ ചലനങ്ങളിൽ മിന്നൽക്കൊടികൾ പുളഞ്ഞു. അവളുടെ കടാക്ഷങ്ങളിൽ കാമമോഹങ്ങൾ പൂത്തു....

ആദ്യത്തെ ദേവദാസി.

ഗർഭഗൃഹത്തിലെ ദേവൻ തന്നെയല്ലേ അവളിൽ ആദ്യം മോഹിതനായിത്തീർന്നത്?...

പിന്നെ ക്ഷേത്രാങ്കണങ്ങളിൽനിന്ന് കൊട്ടാരക്കെട്ടുകളിലേക്ക്.

ദേവദാസികളുടെ അംഗലാവണ്യത്തിൽ രാജാക്കന്മാരുടെ സ്വപ്നങ്ങൾ പൂത്ത നിമിഷങ്ങൾ. അന്വേഷിച്ചു ചെല്ലുമ്പോൾ ചരിത്രത്തിൽ രാജാക്കന്മാരും രാജ്ഞിമാരും മാത്രമല്ല ദേവദാസികളുമുണ്ട്. വേണാട് വാണിരുന്ന വീരകേരളവർമ്മ കണ്ടിയൂർ തേവിടിച്ചിയെന്നറിയപ്പെട്ടിരുന്ന ഉണ്ണിക്കുളത്തിരയെ കണ്ടു മോഹിച്ചതു കെട്ടുകഥയല്ല, ചരിത്രമാണ്. ആയിരം കാൽമണ്ഡപത്തിലൂടെ നടന്നു നീങ്ങിയ ചിന്നത്തേവിയെ കണ്ടു ഭ്രമിച്ച കൃഷ്ണദേവരായർക്കു പിന്നെ ഉറങ്ങാൻ കഴിഞ്ഞില്ല, അവൾ പള്ളിയറയിൽ പ്രവേശിക്കുംവരെ.

ദേവപ്രീതിക്കു ക്ഷേത്രാങ്കണത്തിൽ നൃത്തമാടിയിരുന്ന ദേവദാസികൾ രാജാക്കന്മാരുടെയും പ്രഭുക്കന്മാരുടെയും അന്തഃപുരങ്ങളിലെത്തിയപ്പോൾ മനസ്സിൽ കത്തിനിന്നത് ഭക്തിയല്ല, അനുരാഗമായിരുന്നു. ഐഹികമോഹങ്ങൾ അവരെ വേശ്യകളുടെ നിലയിലോളം എത്തിച്ചു..

ദേവദാസികളിൽനിന്ന് നൃത്തകലയുടെ ആദിമരൂപങ്ങൾ ഉരുത്തിരിഞ്ഞുവരുന്നതിന്റെ ചരിത്രരേഖകൾ പഴയ ഏടുകളിൽ പതിഞ്ഞുകിടന്നു.

ഉച്ചയ്ക്കു തുടങ്ങിയ മഴ ക്രമേണ പെരുമഴയായി. ആകാശം പൊട്ടിപ്പിളരുന്നതുമാതിരി തുടരെത്തുടരെ ഇടിവെട്ടി. ഇരുണ്ട ആകാശച്ചരിവുകളിൽ മിന്നൽപ്പിണരുകൾ പൊട്ടിച്ചിതറി. ചങ്ങല പൊട്ടിച്ചോടുന്ന ഭൂതത്തെപ്പോലെ കൊടുങ്കാറ്റിരമ്പി.

മോഹൻ ജനലഴികളിൽ പിടിച്ചുകൊണ്ട് പുറത്തെ മഴ നോക്കിനിന്നു.

മഴ

കാലവർഷത്തിന്റെ രാസക്രീഡ.

ഈ മഴ എപ്പോൾ തോരും?..

വീണ്ടും ഇടിവെട്ടി.

കറുത്തിരുണ്ട ആകാശത്തിൽ മിന്നൽപ്പിണരുകൾ പുളഞ്ഞു.

മഴയുടെ ഇരമ്പം പ്രേതച്ചാറ്റിന്റെ ഈണത്തിൽ അയഞ്ഞും മുറുകിയും കാതുകളിൽ മുഴങ്ങി.

സന്ധ്യ ഇരുളാൻ തുടങ്ങുന്നു.

മറ്റൊരാളുടെ കുടക്കീഴിൽ മോഹൻ പുറത്തിറങ്ങി. നിരത്തുവക്കിൽ മഴ അവരെ പൊതിഞ്ഞു. കുടക്കീഴിൽ പാതി നനഞ്ഞ് പാതി നനയാതെ റോഡ് മുറിച്ചുകടന്ന് അടച്ചിട്ട ഒരു പീടികത്തിണ്ണയിൽ അവർ കയറിനിന്നു. മഴ കുറയുന്ന ലക്ഷണമില്ല.

അവിടം വരെ കൊണ്ടെത്തിച്ച ആളിനോടു മോഹൻ പറഞ്ഞു:

"നിങ്ങൾ പൊയ്ക്കോളൂ. നേരത്തെ വീട്ടിൽ ചെല്ലണ്ടേ? ഞാൻ മഴ തോർന്നിട്ടു പൊയ്ക്കൊള്ളാം. എനിക്കു ധൃതിയില്ല."

മോഹനെ തനിച്ചാക്കി പോകുന്നതിൽ വിഷമമുണ്ടായിരുന്നു കൂടെ വന്ന ആളിന്. അതു സാരമില്ലെന്നു പറഞ്ഞ് മോഹൻ അയാളെ യാത്ര

യാക്കി.

ഭാഗ്യത്തിന് പെട്ടെന്ന് മഴ തോർന്നു. ചെളിവെള്ളം കുത്തിയൊലിക്കുന്ന നിരത്തിലൂടെ മോഹൻ ഒരരികുചേർന്നു നടന്നു. ഓവർബ്രിഡ്ജിനപ്പുറത്തെത്തിയപ്പോൾ തൊട്ടടുത്ത് ഒരു ബൈക്ക് വന്നുനിന്നു. നോക്കുമ്പോൾ മഴക്കോട്ടും തൊപ്പിയുമണിഞ്ഞ് അനന്തകൃഷ്ണൻ..

“കേറിക്കോ.” അനന്തകൃഷ്ണൻ പറഞ്ഞു. “അടുത്ത മഴയ്ക്കു മുമ്പേ വീടു പറ്റാം.”

മോഹൻ ബൈക്കിന്റെ പിന്നിൽ കയറി. മഴ അപ്പോഴും ചാറുന്നുണ്ട്.

വീട്ടിൽ ചെന്നുകേറുമ്പോഴേക്കും നനഞ്ഞു കഴിഞ്ഞിരുന്നു. കൃഷ്ണൻകുട്ടി തല തോർത്താൻ ടർക്കി ടൗവ്വൽ കൊണ്ടുവന്നു.

“വേഗം തോർത്തിക്കള. അല്ലെങ്കിൽ പനി പിടിക്കും.”

“ഓ, അത്രയ്ക്കൊന്നുമില്ല.”

മോഹൻ ഒഴിഞ്ഞുമാറാൻ നോക്കിയെങ്കിലും കൃഷ്ണൻകുട്ടി സമ്മതിച്ചില്ല.

“ആരു പറഞ്ഞു സാരമില്ലെന്ന്! ദേ, നനഞ്ഞൊഴുകുന്നു. എനിക്കാണെങ്കിൽ ഇതുമതി ഒരാഴ്ച പനിച്ചുകിടക്കാൻ.”

സന്ധ്യ ഇരുട്ടി.

കഠിനമായ തണുപ്പ്. പുറത്തു വീണ്ടും മഴ പെയ്യാൻ തുടങ്ങി.

“കൃഷ്ണൻകുട്ടീ.”

അനന്തകൃഷ്ണൻ അകത്തേക്കു വിളിച്ചു.

നിമിഷങ്ങൾക്കുള്ളിൽ കൃഷ്ണൻകുട്ടി വാതില്ക്കൽ വന്നു.

“സാറെന്നെ വിളിച്ചോ?”

“ഉം, രണ്ടു ഗ്ലാസെടുത്തുകൊണ്ടുവരാനാണ്.”

അനന്തകൃഷ്ണൻ അലമാരയുടെ താഴത്തെ തട്ടിൽനിന്ന് മുദ്ര പൊട്ടിക്കാത്ത ഒരു കുപ്പി മദ്യം പുറത്തെടുത്തു. ട്രിപ്പിൾ ക്രൗൺ ബ്രാണ്ടി.

“ഈ മഴയോടും തണുപ്പിനോടും ചെറിയ തോതിൽ ഒരു കലാപം! എന്താ അഭിപ്രായം?”

മോഹൻ തല കുലുക്കി.

പുറമെ പൂക്കളുടെ വർണ്ണചിത്രങ്ങളുള്ള രണ്ടു ഗ്ലാസുകൾ കൃഷ്ണൻകുട്ടി മേശപ്പുറത്ത് കൊണ്ടുവച്ചു. ഇനിയെന്തെങ്കിലും വേണോ എന്നു നിശ്ശബ്ദമായി ചോദിച്ചുകൊണ്ട് അവൻ ഒരു നിമിഷം കാത്തുനിന്നു.

“കൃഷ്ണൻകുട്ടീ, ശകലം വെള്ളം വേണം.” അനന്തകൃഷ്ണൻ പറഞ്ഞു: “ഇതിനു മേമ്പൊടിക്കു വല്ലതുമുണ്ടെങ്കിൽ അതും.”

“കായ് വറുത്തതൊണ്ട്.”

“ഗ്രാന്റ്.”

പുറത്ത് മഴയ്ക്കു ശക്തി വർദ്ധിച്ചു. തുറന്നുകിടന്ന ജനാലയിലൂടെ ഇരുട്ടും തണുപ്പും ഇരുണ്ട രാത്രിയും മഴയുടെ സംഗീതവും അകത്തേക്കു കടന്നുവന്നു.

അനന്തകൃഷ്ണൻ ഗ്ലാസിൽ ബ്രാണ്ടി പകർന്ന് വെള്ളം കലർത്തി ഗ്ലാസ് നിറച്ചു.

അവർ ഗ്ലാസുകൾ കൂട്ടിമുട്ടിച്ചു.

“ചിയേർസ്!”

ഒഴിഞ്ഞ ഗ്ലാസുകൾ വീണ്ടും നിറഞ്ഞു. തണുത്ത സിരകളിൽ ഉണർവ്വിന്റെ നുര പതഞ്ഞു.

അതിനിടയ്ക്ക് അഞ്ചോ ആറോ പ്രാവശ്യം ടെലിഫോൺ ബെല്ല ടിച്ചു. ഓരോ തവണ ടെലിഫോൺ ബെല്ലടിക്കുമ്പോഴും മോഹൻ ഒരു തരം ശത്രുതയോടെ അതിന്റെ നേരെ നോക്കി.

“നിനക്ക് സ്വൈരക്കേടു തോന്നുന്നുണ്ടോ?” അനന്തകൃഷ്ണൻ ചോദിച്ചു: “എന്റെ ജീവിതം ഇങ്ങനെയാണ്. ഞാനിതു പക്ഷേ, ശീലിച്ചു പോയി.”

“എവിടെയെങ്കിലും ഒരു സ്ഥലം കണ്ടുപിടിക്കണം.” മോഹൻ പറ ഞ്ഞു: “ഒറ്റയ്ക്കു താമസിക്കാൻ.”

“നീ ഇവിടെ മടുത്തു അല്ലേ?”

“അതല്ല. ഇവിടെ നിനക്കെപ്പോഴും തിരക്കല്ലേ? ഏകാന്തമായ ഒരു സ്ഥലം കിട്ടിയാൽ എനിക്കു സ്വസ്ഥമായി എന്തെങ്കിലും എഴുതണമെ ന്നുണ്ട്.”

“ഈ മഹാനഗരത്തിൽ അങ്ങനെ ഏകാന്തമായ ഒരു സ്ഥലം കിട്ടുക എളുപ്പമല്ല. അതിനു വല്ല പർവ്വതസാനുക്കളിലും ചെല്ലുകയാണ് നല്ലത്. ഹിമാലയത്തിന്റെ താഴ്വരകളിൽ ഇപ്പോഴും അങ്ങനത്തെ സ്ഥല ങ്ങളുണ്ടെന്നാണ് കേൾക്കുന്നത്. അങ്ങോട്ടൊരു ടിക്കറ്റെടുത്തു തരട്ടെ?”

“നീ തമാശ കള. എന്നിട്ട് അല്പം കാര്യമായിട്ടൊന്നന്വേഷിക്ക്.”

അനന്തകൃഷ്ണൻ ഒഴിഞ്ഞ ഗ്ലാസുകൾ വീണ്ടും നിറച്ചു.

“നോക്കാം. തല്ക്കാലം നീയിതങ്ങോട്ട് പിടിപ്പിക്ക്.”

അതുപറഞ്ഞതിനുശേഷം അനന്തകൃഷ്ണൻ തന്റെ ഗ്ലാസിൽ ബാക്കിയുണ്ടായിരുന്നത് ഒറ്റവലിക്കു കുടിച്ചുതീർത്തു.

അഞ്ച്

എവിടെയെങ്കിലും ഏകാന്തമായ ഒരിടത്ത് വാടകയ്ക്ക് ഒരു വീട് കിട്ടാൻ അന്വേഷിച്ചുനടന്ന് അനന്തകൃഷ്ണൻ മടുത്തു. ഒഴിഞ്ഞുകിടന്ന ഒരു പഴയ മാളികവീട് കണ്ടുപിടിച്ചതായിരുന്നു. അവരത് ഫാമിലിക്കേ കൊടുക്കൂ. അവിവാഹിതനായ ഒരു ചെറുപ്പക്കാരന് ഒറ്റയ്ക്കു താമസിക്കാൻ നഗരത്തിൽ ഒരു വാടകവീട് കിട്ടുക അത്ര എളുപ്പമല്ല.

ഒടുവിൽ നഗരത്തിന്റെ കിഴക്കുഭാഗത്ത് ഒരു ലോഡ്ജിൽ അനന്തകൃഷ്ണൻ ഒരു മുറി ഒപ്പിച്ചു. ലോഡ്ജെന്നുവച്ചാൽ അത്ര സൗകര്യങ്ങളൊന്നുമുള്ളതല്ല. ഒരു പഴയ വീട് അങ്ങനെ ആക്കിയതാണ്. എവിടെയായാലും വേണ്ടില്ല. ഒറ്റയ്ക്കു കഴിയാൻ ഒരു മുറി കിട്ടണമെന്നേ മോഹന് ഉണ്ടായിരുന്നുള്ളൂ. അത്രയേറെ സുഖസൗകര്യങ്ങളൊന്നും ആവശ്യമില്ല.

ഒരുദിവസം അനന്തകൃഷ്ണൻ വന്നു പറഞ്ഞു:

"നിനക്കിഷ്ടപ്പെടുമോ എന്നു നിശ്ചയമില്ല. കണ്ടാൽ ഒരു ഭാർഗ്ഗവീനിലയം പോലെയുണ്ട്."

അന്നു വൈകുന്നേരം മോഹൻ അനന്തകൃഷ്ണന്റെ കൂടെ ആ ലോഡ്ജ് കാണാൻ പോയി. കണ്ടപ്പോൾ വലിയ കുഴപ്പമൊന്നുമില്ല. ഒരു പഴയ വീടാണ്. അതിൽ ഒരു മുറി. ചെളിപുരണ്ട ചുമരുകൾ. ജനലുകളുടെ വിജാവരിയും മറ്റും തുരുമ്പെടുത്തു. ഉറക്കുത്തു വീണ മച്ച്. പഴക്കത്തിന്റെ മണം.

എങ്കിലും മോഹൻ പറഞ്ഞു:

"ഇതു മതി. എനിക്കിഷ്ടപ്പെട്ടു."

അന്നുതന്നെ മോഹൻ അങ്ങോട്ടു താമസം മാറ്റി.

മതിൽക്കെട്ടിനുള്ളിൽ അത് പ്രേതബാധയുള്ള ഒരു വീടുപോലെ തോന്നിപ്പിക്കുമായിരുന്നു. കുറേനാൾ അത് പൂട്ടിക്കിടന്നു. പിന്നെയാണ്

ലോഡ്ജാക്കിയത്. നഗരത്തിൽ വാടകമുറി കിട്ടാതെ അന്വേഷിച്ചുനടന്ന വർ അവിടെ ചെന്നെത്തി. വാടക മേടിക്കുകയെന്നുള്ളതല്ലാതെ വീടിന്റെ ഉടമസ്ഥൻ വേറെ ഒന്നും ചെയ്യുകയില്ല. യാതൊരു മനുഷ്യപ്പറ്റിമില്ലാത്ത ആളാണ്. വാടക ഒരു ദിവസം താമസിച്ചാൽ അയാളുടെ സ്വഭാവം മാറും.

മുറി ചോദിച്ചു ചെന്നപ്പോഴേ അയാൾ പറഞ്ഞു:

“ഒരു മാസത്തെ വാടക അച്ചാരം. പിന്നെ വാടക മാസംതോറും കൃത്യം ഒന്നാംതീയതി. അതു തെറ്റിക്കരുത്. മറ്റൊരു കാര്യം. അതാണ് പ്രധാനം. ആവശ്യപ്പെട്ടാൽ മുറി ഒഴിഞ്ഞുതരണം. എന്നുപറഞ്ഞാൽ ഉടനെ. തടസ്സമൊന്നും പറയരുത്. കാരണം ചോദിക്കരുത്. യാതൊരു കാരണവും കൂടാതെതന്നെ വാടകക്കാരനെ ഒഴിക്കാൻ എനിക്ക് അധി കാരമുണ്ട്. മനസ്സിലായോ?”

മനസ്സിലായി. സംഗതി അല്പം ഗൗരവമാണ്. പക്ഷേ, വ്യവസ്ഥ അംഗീകരിക്കാതെ നിവൃത്തിയില്ല.

സന്ധ്യക്കു പെട്ടിയും തൂക്കി മോഹൻ ലോഡ്ജിലേക്കു കയറിച്ചെ ല്ലുന്നതു കണ്ടപ്പോൾ അവിടത്തെ മറ്റു താമസക്കാർ പ്രതിമകളെപ്പോലെ നോക്കിനില്ക്കുകയായിരുന്നു. നിർവ്വികാരതയായിരുന്നു അവരുടെ മുഖ ത്തിന്റെ അടയാളം. മറ്റൊരാൾകൂടി ഈ യക്ഷിക്കോട്ടയിലേക്കു കടന്നു വരുന്നു. അടുത്തു ചെന്നിട്ടും അവർക്ക് യാതൊരു ഭാവഭേദവുമില്ല. എല്ലാ വരെയും നോക്കി ഒന്നു ചിരിക്കാനുള്ള മോഹന്റെ ശ്രമം പരാജയപ്പെട്ടു.

കോണിപ്പടി കയറി രണ്ടാംനിലയിലെ ഇരുപത്തിമൂന്നാം നമ്പർ മുറി തുറന്ന് ലൈറ്റിട്ടു. ജീർണ്ണതയുടെ ഗന്ധം നിറഞ്ഞ ഇടുങ്ങിയ മുറിയിൽ വെളിച്ചം മങ്ങിയിട്ടായിരുന്നു. കുറഞ്ഞ വോൾട്ടിന്റെ ബൾബാണ്. കറന്റ് ചാർജ്ജ് ലാഭിക്കാൻ വേണ്ടിയായിരിക്കും. അതോ വെളിച്ചം പാടില്ലെ ന്നുണ്ടോ?

മോഹൻ അടഞ്ഞുകിടന്ന അലമാരി തുറന്നു. അലമാരി എന്നു പേരേ ഉള്ളൂ. കണ്ടാൽ ഒരു വലിയ ഊരാപ്പൊത്തുപോലെയുണ്ട്. അതി നകത്ത് ആരോ ഉപേക്ഷിച്ചുപോയ പൊട്ടിയ കണ്ണാടിയും ഒഴിഞ്ഞ പൗഡർ ടിന്നും രണ്ടായിക്കീറിയിട്ട ഒരു പഴയ ഭാഗ്യക്കുറി ടിക്കറ്റുമുണ്ടായിരുന്നു.

കൊളുത്തുകളെടുത്ത് ജനൽപ്പാളികൾ തുറന്നു. പുറത്ത് ഇരുട്ടു കാരണം ഒന്നും കണ്ടുകൂടാ. ലോഡ്ജിനു പുറകുവശം കാടാണോ? അവിടെ വെട്ടവും വെളിച്ചവുമില്ല.

ആ ഇരുട്ടിലേക്കു നോക്കിനില്ക്കുമ്പോൾ വരാന്തയിൽ കൂനുപിടിച്ച ഒരു കിഴവൻ നില്പുണ്ട്. മോഹൻ അയാളുടെ അടുത്തേക്കു ചെന്നു.

“എന്താ?”

അയാൾ തല ചൊറുകിക്കൊണ്ടു പറഞ്ഞു:

“സാറിനു എന്തെങ്കിലും വേണോന്നറിയാൻ. ഞാനിവിടെ വാച്ച്മേനാ.”

മോഹൻ പറഞ്ഞു:

“ഇപ്പോൾ ഒന്നുംവേണ്ട. ഞാൻ ഭക്ഷണം കഴിച്ചതാണ്.”

“അല്ല, എന്തെങ്കിലും വേണേൽ പറഞ്ഞാൽ മതി. എന്താ ഏതാ

എന്നൊന്നും നിശ്ചയമില്ലാതെ വിഷമിക്കണ്ടാ.”

“ഇല്ല. എന്തെങ്കിലും ആവശ്യമുണ്ടെങ്കിൽ ഞാൻ പറയാം.”

“രാവിലെ കാപ്പി വേണ്ടേ? അതിന്റെ കാര്യം എങ്ങനെയാ?”

“ങ്ാ, രാവിലെ ഒരു കാപ്പി കിട്ടിയാൽ കൊള്ളാം.”

“സാറെത്ര മണിക്കെഴുന്നേല്ക്കും?”

“എന്താ ചോദിച്ചത്?”

“അല്ല, ഇവിടെ ചിലര് വെളുപ്പിന് അഞ്ചുമണിക്കെഴുന്നേല്ക്കും. ചിലരെ ഞാൻ വിളിച്ചുണർത്തണം. സാറ് വെളുക്കുന്നതിനുമുമ്പ് ഉണരുന്ന കൂട്ടത്തിലാണോ?”

“എനിക്കങ്ങനെ കൃത്യനിഷ്ഠയൊന്നുമില്ല.”

അയാൾ ഒന്നു ചിരിച്ചു. മങ്ങിയ മുഖത്ത് ആ ചിരി നഷ്ടപ്പെട്ടു. അരണ്ട വെളിച്ചത്തിൽ അയാൾ ഏതാണ്ടൊരു നിഴൽപോലെയായിരുന്നു.

“എത്ര മണിക്കു വിളിക്കണമെന്നു പറഞ്ഞാൽ ഞാൻ ആ നേരത്തു വിളിക്കാം. അതാ ചോദിച്ചത്.”

“ഏതായാലും വിളിച്ചുണർത്തണ്ട. എപ്പോൾ ഉണർത്താലും നിങ്ങളിവിടെ കാണുമല്ലോ?”

“പിന്നെ ഞാനെവിടെ പോകാനാ? ഞാനിവിടെത്തന്നെയുണ്ട്. രാവും പകലും.”

പിന്നെ ഒന്നും പറയാനില്ലാതെ അയാൾ തല ചൊറിഞ്ഞു കൊണ്ടു നിന്നു. മോഹനും ഒന്നും മിണ്ടുന്നില്ലെന്നു ബോദ്ധ്യമായപ്പോൾ നിശ്ശബ്ദമായ ഒരു നോട്ടത്തോടെ അയാൾ പോകാൻ തുടങ്ങി.

അപ്പോൾ മോഹൻ ചോദിച്ചു:

“എന്താ പേര്?”

അയാൾ കോണിപ്പടി തുടങ്ങുന്നിടത്ത് തിരിഞ്ഞുനിന്നു.

“എന്റെ പേരോ? രാമൻ നായര്.”

ശരി എന്ന് മോഹൻ തലയനക്കി.

രാമൻനായർ കോണിപ്പടികളിറങ്ങി താഴത്തേക്കു പോയി.

മോഹൻ വാതിൽ ചാരി കൊളുത്തിട്ടു. മുഷിഞ്ഞ മെത്ത തട്ടിക്കുടഞ്ഞ് അതിൽ ബെഡ്ഷീറ്റ് വിരിച്ചു. തലയണയ്ക്കു ഒരു കാറൽ മണം. പഴയ ഒരു കൈലി മടക്കി അതിന്റെ മീതെ ഇട്ടു. സിഗരറ്റ് കത്തിച്ചു കൊണ്ട് കട്ടിലിൽ ഇരുന്നപ്പോഴാണ് കിടക്കുമ്പോൾ കാണാവുന്ന സ്ഥാനത്ത് ഏതോ സിനിമാനടിയുടെ ചിത്രം ഒട്ടിച്ചിരിക്കുന്നതു കണ്ടത്. ഈ മുറിയിൽ മുമ്പ് താമസിച്ചിരുന്ന ആരുടെയോ സൗന്ദര്യബോധത്തിന്റെ അടയാളമാണ്.

യാതൊരൊച്ചയും അനക്കവും ഇല്ല. ഇവിടെ താമസിക്കുന്നവർ എങ്ങനെയുള്ളവരാണെന്ന് മോഹന് അത്ഭുതം തോന്നി. മനുഷ്യർ താമസിക്കുന്ന ഒരു സ്ഥലമാണെന്നേ തോന്നുകയില്ല.

കുറെ കഴിഞ്ഞപ്പോൾ ദൂരെ എവിടെയോ ഒരു ട്രാൻസിസ്റ്റർ പാടുന്നതു കേട്ടു. ഏതോ ഒരു പഴയ ഹിന്ദിഗാനം.... മോഹൻ അതിനു ചെവി

യോർത്തു കിടന്നു.

ഉറങ്ങിയത് എപ്പോഴാണെന്നോർമ്മയില്ല. വെളുപ്പിന് താഴെ തെരുവിൽ ആരുടെയോ ഉച്ചത്തിലുള്ള ശകാരം കേട്ടാണ് ഉണർന്നത്. കാതോർത്തപ്പോൾ പച്ചത്തെറി.

ആരാണ് നേരം വെളുക്കുന്നതിനുമുമ്പ് തെരുവിൽ തെറി വിളിക്കുന്നത്?

മോഹൻ എഴുന്നേറ്റു വാതിൽ തുറന്നുനോക്കി. നേരം വെളുത്തു വരുന്നതേയുള്ളൂ. ഉദയത്തിനുമുമ്പുള്ള അരണ്ട വെളിച്ചത്തിൽ കവലയ്ക്കു മുകളിലുള്ള ഇടവഴിയിൽ ഒരു പെണ്ണ് ആരോടോ ഇടയുന്നു.

"ഫാ! എമ്പോക്കീ, നീ നിന്റെ അമ്മേനെ ചെന്നു പിടിക്കെടാ!"

ഇടവഴിയുടെ അങ്ങേ അറ്റത്ത് നാലഞ്ചുപേർ കൂട്ടംചേർന്ന് നില്പുണ്ട്. ആരും മിണ്ടുന്നില്ല. പുലർകാലത്തെ അരണ്ട വെളിച്ചത്തിൽ അവർ നിഴലുകളായിരുന്നു.

വിളക്കുകാലിന്റെ ചുവട്ടിൽനിന്ന് ഒരു വൃദ്ധൻ അവളുടെ അടുത്തേക്കു നീങ്ങിച്ചെന്നു.

"എന്താ? കല്യാണീ കേസ്?"

"അതോ?" അവൾ വൃദ്ധന്റെ നേരെ തിരിഞ്ഞു. "ഞാനാ എടവഴീക്കൊടെ പോരുമ്പോ അവനെന്നെക്കേറി ഒരു പിടുത്തം! അവന്റെ കരണം ഞാൻ പുകയ്ക്കും."

അത്രയേ ഉള്ളോ എന്ന നിസ്സംഗതയോടെ വൃദ്ധൻ ഇടവഴിയിലേക്കു നോക്കി.

കല്യാണി വിളക്കുകാലിന്റെ ചുവട്ടിൽനിന്നു കലിതുള്ളുകയായിരുന്നു.

"പോട്ടെ കല്യാണീ!" വൃദ്ധൻ സമാധാനപ്പെടുത്തി. "ക്ഷമിച്ചുകള. അവനൊന്നു തൊട്ടെന്നു വച്ചു നിന്റെ വല്ലോം ഉരുകിപ്പോയോ?"

അഴിഞ്ഞു വീണ മുടി കെട്ടിവയ്ക്കുന്നതിനിടയിൽ കല്യാണി കാർക്കിച്ചു തുപ്പി. പിന്നെ ഇപ്പോൾ ഞാൻ ക്ഷമിച്ചു എന്ന മട്ടിൽ കിഴക്കോട്ടുള്ള വഴിയേ നടന്നു.

താഴെ നിന്ന് കൈയിൽ ഫ്ളാസ്ക്കും തൂക്കി രാമൻനായർ കയറി വന്നു.

"അതെന്താ രാമൻനായരേ?"

രാമൻ നായർ ഒന്നു ചിരിച്ചു.

"സാറിതൊന്നും ഗൗനിക്കണ്ടാ. ഇവിടെ ചിലപ്പോൾ ഇങ്ങനെയൊക്കെ ഉണ്ടാകും. അതാ കോളനീലെ പെണ്ണാ. പെഴ!"

രാമൻനായരുടെ വർണ്ണനയിൽനിന്ന് കാര്യം മനസ്സിലായി. നഗരത്തിലെ നിശാസുന്ദരികളിൽ ഒരുവളാണ് അവൾ. ഇന്ദ്രനെയും ചന്ദ്രനെയും പേടിയില്ല അവൾക്ക്. നഗരത്തിൽ അവളെ അറിയാത്തവരില്ല. എവിടന്നോ ഒരു രാത്രിയുടെ ഉറക്കച്ചടവോടെ മടങ്ങുമ്പോൾ ഇടവഴിയിൽവച്ച് ആർക്കോ അവളോടു സ്നേഹം തോന്നി. അതിന്റെയാണ് ആ

കേട്ടത്.

ലോഡ്ജിന്റെ കിഴക്കുഭാഗത്ത് നഗരത്തിന്റെ താഴ്‌വരയിൽ നരകക്കുഴിപോലെ കോളനി കിടന്നു. നിലംപൊത്തിയ ഓലപ്പുരകളിൽ കോളനിയുടെ മക്കൾ തിങ്ങിപ്പാർത്തു. കോളനിയെ നഗരം അവജ്ഞയോടും അറപ്പോടും നോക്കി. കൂലികളുടെയും ചാരായം വില്പനക്കാരുടെയും വേശ്യകളുടെയും കോളനി.

മെയിൻ റോഡിൽനിന്ന് കോളനിയുടെ അരികിൽ കൂടെയാണ് ഗസ്റ്റ് ഹൗസിലേക്കുള്ള വഴി. വഴിയരികിൽ മാടൻ ദൈവത്തിന്റെ അമ്പലം. മുരുകന്റെ കാപ്പിക്കട. ഒറ്റക്കണ്ണി കാർത്തിയുടെ മലക്കറി വ്യാപാരം. അതിനപ്പുറത്ത് അന്ത്രുവിന്റെ മാടക്കട. ലോഡ്ജിന്റെ വരാന്തയിൽനിന്നു നോക്കുമ്പോൾ അതൊക്കെയാണ് കാണുന്നത്.

ലോഡ്ജിലെ താമസക്കാരൊക്കെ ഉണർന്നെന്നു തോന്നുന്നു. പൈപ്പിന്റെ ചുവട്ടിലും കുളിമുറിയുടെ മുമ്പിലും അവർ കൂടിനില്ക്കുന്നതു കണ്ടു.

“കഴിയാൻ നോക്കിനില്ക്കണ്ടാ.” രാമൻ നായർ പറഞ്ഞു: “ആ കൂടെയങ്ങു കൂടിക്കോ. കാത്തുനിന്നാൽ വൈകും.”

സോപ്പും തോർത്തും എടുത്തുകൊണ്ട് മോഹൻ കുളിമുറിയുടെ അടുത്തേക്കു ചെന്നു. അവിടെ നേരത്തേ അവസരം കാത്തുനിന്നവർ മോഹന്റെ നേരെ നോക്കി ലോഹ്യം കാണിച്ചു. ഇന്നലെ സന്ധ്യക്കു കണ്ടപ്പോൾ അവരൊക്കെ നിസ്സംഗതയുടെ മൂടുപടം അണിഞ്ഞിരുന്നു. എവിടെനിന്നോ ഒരാൾകൂടി തങ്ങളുടെ കൂട്ടത്തിലേക്കു കടന്നുവന്നിരിക്കുന്നു എന്ന യാഥാർത്ഥ്യം അവർക്കിപ്പോൾ ബോദ്ധ്യമായിക്കാണും.

പല്ലു തേച്ചുകൊണ്ടിരുന്ന ഒരാൾ ചോദിച്ചു:

“എന്താ പേര്?”

മോഹൻ പേര് പറഞ്ഞു.

“എവിടന്നാ?”

“കുറെ ദൂരേന്നാണ്.”

“എവിടെയാ ജോലി?”

“അങ്ങനെ പറയത്തക്ക ജോലിയൊന്നുമില്ല. റിസർച്ചാണ്.”

അയാൾ പിന്നെയൊന്നും ചോദിച്ചില്ല.

അല്പം മാറിനിന്നു പല്ലുതേക്കാൻ തുടങ്ങുമ്പോൾ മോഹൻ ആലോചിച്ചു. എന്താണ് ജോലിയെന്ന് ആരെങ്കിലും ചോദിച്ചാൽ എന്തു പറയും? ആർ കെ മേനോന്റെ വിജയാ ആർട്ട്സിൽ...

റിസർച്ച്...

കേൾക്കുന്നവർ കരുതുമായിരിക്കും വലിയ ഉദ്യോഗമാണെന്ന്. തനിക്കല്ലേ അറിയാവൂ മേനോന് കുടുംബസ്വത്തായി കിട്ടിയ പഴയ പുസ്തകങ്ങളിൽ കേരളത്തിന്റെ ആദിമ കലാരൂപങ്ങളുടെ ചരിത്രം അന്വേഷിക്കുകയാണെന്ന്.

അങ്ങനെ ആലോചിച്ചു നില്ക്കുന്നതിനിടയിൽ ഒരാൾ പറഞ്ഞു:

"ധൃതിയുണ്ടെങ്കിൽ കുളിച്ചോളൂ."

മോഹൻ പറഞ്ഞു:

"ഇല്ല. എനിക്കു ധൃതിയില്ല."

"പത്തു പതിനേഴാളുകൾ താമസിക്കുന്ന ലോഡ്ജാണ്." മറ്റൊരാൾ പറഞ്ഞു: "അവർക്കെല്ലാവർക്കും കൂടി ഒരു കുളിമുറിയും ഒരു കക്കൂസും! എത്ര പറഞ്ഞാലും അയാൾക്കു മനസ്സിലാവില്ല. അയാൾക്കു വാടക, വാടക എന്നൊരൊറ്റ വിചാരമേ ഉള്ളൂ."

ഒരാളുടെ ഊഴം കഴിക്കാൻ കാത്തുനില്ക്കുകയാണ് വേറൊരാൾ.

യാതൊരു ധൃതിയും കാണിക്കാതെ മോഹൻ മാറിനിന്നു.

പിന്നെ സാവധാനം കുളിച്ചു തോർത്തി മുറിയിലേക്കു നടക്കുമ്പോൾ ആഫീസിൽ പോകാൻ ധൃതിവച്ചു കോണിപ്പടി ഇറങ്ങുന്ന മദ്ധ്യവയസ്കൻ പറഞ്ഞു:

"ആഫീസിൽ പിടിപ്പതു പണിയുണ്ട്. അതുകൊണ്ട് സ്വല്പം നേരത്തേ പോണം. വൈകിട്ടു കാണാം."

മോഹൻ തലകുലുക്കി.

എല്ലാവരും പോയിക്കഴിഞ്ഞപ്പോൾ രാമൻ നായർ കോണിപ്പടി കേറി വന്നു.

"ഞാൻ പുറത്തേക്കിറങ്ങ്വാണ്. സാറിനു വല്ലതും വാങ്ങണോ?"

"വേണ്ട."

"അപ്പോൾ കാപ്പിയൊക്കെ..."

"അതുപോകുന്ന വഴിക്ക്."

രാമൻ നായർ നടക്കാൻ തുടങ്ങിയപ്പോൾ മോഹൻ വിളിച്ചു.

"രാമൻനായരേ, ബെഡ്കോഫിയുടെ കാശ്...."

രാമൻനായർ കോണിപ്പടിയിൽ തിരിഞ്ഞുനിന്നു പറഞ്ഞു.

"അതു പിന്നെ കൊടുത്താൽ മതി. ഞാനവിടെ സാറിന്റെ പേരിൽ ഒരക്കൗണ്ടു തുടങ്ങി. ബെഡ്കാപ്പി ഒരുദിവസത്തേക്കു പോരല്ലോ."

രാമൻ നായർ കോണിപ്പടികളിറങ്ങിപ്പോയി.

മുറിക്കകത്ത് വെളിച്ചമില്ല. അടഞ്ഞുകിടക്കുന്ന പടിഞ്ഞാറുവശത്തെ വാതിൽ തുറന്നിട്ടാലോ?

നോക്കുമ്പോൾ അതിന്റെ കുറ്റിയും കൊളുത്തും മുഴുവൻ തുരുമ്പെടുത്തു നാശമായിരിക്കുന്നു. മോഹൻ അത് ഒരു കമ്പിട്ടു തട്ടിത്തുറന്നു. പുറത്തെ ചെറിയ വരാന്തയിൽ ഇറങ്ങിനോക്കിയപ്പോൾ ഇടവഴിക്കപ്പുറത്തെ മതിൽക്കെട്ടിനോടു ചേർന്നുള്ള കിണറ്റിൽനിന്ന് വെള്ളം കോരുന്ന പെൺകുട്ടിയെയാണ് കണ്ടത്. കുളിച്ച് ഈറൻ മുടി തുമ്പുകെട്ടിയിട്ട്...

തുളുമ്പുന്ന കുടം ഒക്കത്തെടുത്തുകൊണ്ട് നടക്കുന്നതിനിടയിൽ അവൾ മോഹനെ നോക്കി. പിന്നെ മുഖം കുനിച്ചു നടന്നുപോയി.

ആറ്

കടൽക്കരയിൽ സായാഹ്നം ചെലവഴിക്കാനെത്തുന്നവരിൽ നിന്നൊക്കെ അകന്നുമാറി ദൂരെ പാറക്കെട്ടുകൾക്കപ്പുറത്ത് ഉണങ്ങിയ ശിഖരങ്ങൾ ആകാശത്തിൽ ഉയർത്തി നില്ക്കുന്ന ചൂളമരത്തിന്റെ ചുവട്ടിലിരിക്കുമ്പോൾ മോഹന്റെ മനസ്സിൽ സ്വാമിജിയുടെ വാക്കുകൾ പ്രതിദ്ധ്വനിയുണ്ടാക്കി.

"കണ്ണുതുറക്കുമ്പോൾ ഞാൻ കാണുന്നത് ദൈവത്തിന്റെ മഹത്ത്വവും മനുഷ്യന്റെ നിസ്സാരതയുമാണ്. അത് ഞാനൊരു പഴഞ്ചൻ മനഃസ്ഥിതിക്കാരനായതുകൊണ്ടാണോ എന്ന് എനിക്കറിയില്ല. ആലോചിക്കുമ്പോൾ ഈ മഹാപ്രപഞ്ചത്തിന്റെ പിന്നിൽ എന്തോ നിഗൂഢതയുണ്ട്. അതിന്റെ പൊരുളെന്താണെന്ന് ആർക്കറിയാം! എന്തൊരു എഞ്ചിനീയറിങ്ങാണ് ഇതിന്റെ! സൃഷ്ടിയുടെ രഹസ്യമറിഞ്ഞ ആരെങ്കിലുമുണ്ടോ? എന്റെ കണ്ണിൽ ഇതൊരു അത്ഭുതമാണ്. ആകാശം, ഭൂമി, ഗ്രഹങ്ങൾ, നക്ഷത്രങ്ങൾ. ക്ഷീരപഥങ്ങൾ, സൂര്യചന്ദ്രന്മാർ, കടൽ, കാറ്റ്, ജീവജാലങ്ങൾ, വൃക്ഷങ്ങൾ, പൂക്കൾ, പൂക്കളുടെ സൗരഭ്യം. പണ്ട് കൃഷ്ണന്റെ കൂടെ വിഷ്ണുലോകം കണ്ടുനടക്കുമ്പോൾ അർജ്ജുനൻ പറഞ്ഞത് ഓർമ്മ വരുന്നു. അന്തമില്ല ജനാർദ്ദനാ!"

സ്വാമിജിയെ ഓർക്കുമ്പോൾ മോഹന്റെ മനസ്സിൽ ഈ മഹാപ്രപഞ്ചത്തിനു മുമ്പിൽ അത്ഭുതത്തോടെ നില്ക്കുന്ന ഒരു കൊച്ചുകുട്ടിയുടെ രൂപം തെളിഞ്ഞു വരുന്നു. തന്റെ ഉള്ളിൽ അങ്ങനെ ഒരു കുട്ടിയുണ്ടെന്നും, താനെന്നു പറയുന്നത് യഥാർത്ഥത്തിൽ ആ കുട്ടിയാണെന്നും സ്വാമിജി ഒരിക്കൽ പറഞ്ഞു. സ്വാമിജി പറയുന്നതിന്റെ പൊരുളെന്താണെന്ന് അന്നൊന്നും ആലോചിച്ചില്ല. ഒറ്റപ്പെടലിന്റെ ദുഃഖത്തോടും നിരാശയോടും കൂടി പ്രപഞ്ചത്തിന്റെ നേർക്കു തുറക്കുന്ന കണ്ണുകളിൽ അത്ഭുതങ്ങൾ

തെളിഞ്ഞിരുന്നില്ല.

"ഇപ്പോൾ ഒരു കൂട്ടം കണ്ടുപിടുത്തങ്ങളെക്കുറിച്ച് കേൾക്കുന്നുണ്ടല്ലോ?" പ്രപഞ്ചത്തിന്റെ നിഗൂഢതകളെക്കുറിച്ച് വിസ്മയം കൊള്ളുന്നതിനിടയ്ക്ക് ആ നിഗൂഢതകളെ മറികടക്കാൻ ശ്രമിക്കുന്ന മനുഷ്യപ്രയത്നങ്ങളെ സ്വാമിജി വിലമതിച്ചു. "റോക്കറ്റുകൾ, ഉപഗ്രഹങ്ങൾ, ഗോളാന്തരയാത്രകൾ, ഹൃദയം വച്ചുപിടിപ്പിക്കൽ, ടെസ്റ്റ് ട്യൂബിൽ ജീവന്റെ ഉല്പാദനം. അതൊക്കെ നല്ലതുതന്നെ. സയൻസിന്റെയും ടെക്നോളജിയുടെയും രംഗങ്ങളിൽ മനുഷ്യൻ കൈവരിക്കുന്ന നേട്ടങ്ങളെക്കുറിച്ച് എനിക്ക് അഭിപ്രായമുണ്ട്. ഭാവിയിൽ അവൻ ഒരുപക്ഷേ, പ്രപഞ്ചത്തെ മൂടിക്കിടക്കുന്ന സകല നിഗൂഢതകളെയും വലിച്ചുകീറിയെന്നു വരും. അപ്പോഴും ഒരത്ഭുതം ശേഷിക്കും. മനുഷ്യൻ."

അപ്പോൾ ആരോ ചോദിച്ചു:

"ഇതൊക്കെ മനുഷ്യൻ ദൈവത്തിന്റെ നേർക്കുയർത്തുന്ന കലാപങ്ങളാണെന്ന് ആരോ എഴുതിയത് വായിച്ചു. സ്വാമിജി അങ്ങനെ വിചാരിക്കുന്നുണ്ടോ?"

സ്വാമിജി വെറുതെ മന്ദഹസിച്ചു:

"കണ്ടുപിടുത്തങ്ങൾക്ക് അങ്ങനെ ഒരർത്ഥമുണ്ടോ? ആവോ, എനിക്കറിയില്ല. സൃഷ്ടിയും കണ്ടുപിടുത്തവും തമ്മിൽ യാതൊരു വ്യത്യാസവുമില്ലെന്നാണോ? മറ്റൊരു ഭൂഖണ്ഡത്തിൽ ആദ്യമായി ചെന്നെത്തുന്ന യാത്രക്കാരന്റെ അവകാശവാദമെന്താണ്? ആ ഭൂഖണ്ഡം അയാളുടെ സൃഷ്ടിയാണെന്നോ? എനിക്കു തോന്നുന്നത് അയാൾ ചെല്ലുന്നതിനു മുമ്പു തന്നെ ആ ഭൂഖണ്ഡം അവിടെ ഉണ്ടായിരുന്നുവെന്നാണ്. അയാളുടെ മഹത്ത്വം അത് കണ്ടുപിടിച്ചു എന്നുള്ളതാണ്."

ഏതു കാര്യത്തെക്കുറിച്ചായാലും സ്വാമിജിയോടു സംസാരിക്കാൻ രസമുണ്ട്. തന്നോടു വിയോജിപ്പുള്ളവരോടുപോലും അദ്ദേഹത്തിന് അസ്സഹിഷ്ണുതയില്ല. എതിർപ്പുകളെ നിസ്സംഗതയോടെ നേരിടുകയും ചെയ്യും.

മറ്റാരോ ചോദിച്ചു:

"എങ്ങനെയാണ് ഈ പ്രപഞ്ചമുണ്ടായത്?"

സ്വാമിജി താടി തടവി ഒരു കുസൃതിച്ചിരിയോടെ പറഞ്ഞു:

"ആവോ! ഞാനതിന്റെ ഒരു സാക്ഷിയല്ല."

"ഈ കാണുന്ന പ്രപഞ്ചം ഒരു ദൈവത്തിന്റെ സൃഷ്ടിയാണെന്ന് സ്വാമിജി വിശ്വസിക്കുന്നുണ്ടോ? സയൻസ് പറയുന്നത്.."

"റിലിജ്യനും സയൻസും അവസാനവാക്ക് പറഞ്ഞു കഴിഞ്ഞോ? എന്നാലും വിരോധമില്ല. ഞാൻ ഒരു രസത്തിന് മറ്റൊന്നു സങ്കല്പിക്കുന്നു. ഏതോ ഒരു മഹാജീനിയസിന്റെ ആത്മാവിഷ്കാരം?"

"അപ്പോഴും സ്വാമിജി ഒരു ദൈവത്തെ സങ്കല്പിക്കുന്നു. യഥാർത്ഥത്തിൽ ദൈവമുണ്ടോ?"

"ഉണ്ടെന്നു വിചാരിച്ചാൽ ഉണ്ട്. ഇല്ലെന്നു വിചാരിച്ചാൽ ഇല്ല. അതൊക്കെ അവരവരുടെ ഇഷ്ടം!"

"ഉണ്ടെന്നുള്ളതിന് വല്ല തെളിവും?"

"എന്റെ കൈയിലില്ല. ഞാൻ പറഞ്ഞില്ലേ. പ്രപഞ്ചമെന്ന ഈ മഹാ പ്രഹേളികയ്ക്കു മുമ്പിൽ അത്ഭുതപ്പെട്ടു നില്ക്കുന്ന ഒരു കുട്ടിയാണ് ഞാൻ. ഉണ്ടോ ഇല്ലയോ എന്നു തീർച്ചയില്ല. എങ്കിലും ഞാനൊരാളെ ധ്യാനിക്കുന്നുണ്ട്. ഇല്ലെങ്കിൽ എന്റെ പ്രാർത്ഥനകൾ നിരർത്ഥകമായി ത്തീരും. നിങ്ങൾക്കറിയാമോ. ഞാൻ നോക്കുമ്പോൾ ഈ പ്രപഞ്ചത്തിലെ സർവ്വതിനും അതിന്റേതായ മഹത്ത്വമുണ്ട്. എന്റെ കണ്ണിൽ ആദ്യം പതി യുന്നത് അതാണ്."

ഒരു നിമിഷം എന്തോ ഓർത്തിരുന്നതിനുശേഷം സ്വാമിജി തുടർന്നു:

"ബ്രാഹ്മമുഹൂർത്തത്തിൽ ഒറ്റയ്ക്കു പുഴവക്കത്തു ചെന്നു നില്ക്കു മ്പോൾ ഈ പ്രപഞ്ചത്തിന്റെ ഭംഗികണ്ട് ഞാൻ അത്ഭുതപ്പെടും. ധ്യാന മുദ്രയണിഞ്ഞുകിടക്കുന്ന ആകാശം. അകലെ അനന്തതയെ തൊട്ടു നില്ക്കുന്ന മലകൾ. ഏകാന്തമായ സ്വപ്നംപോലെ പുഴ. അപാരതയിൽ നിന്നു കേൾക്കുന്ന നിശ്ശബ്ദതയുടെ സംഗീതം. പുലർകാലത്തു വിടരുന്ന പൂക്കളുടെ സുഗന്ധം. കിളിയൊച്ചകൾ. എല്ലാം കൂടിച്ചേർന്ന് ദിവ്യമായ ഒരു അനുഭവമാണത്. അതിനെ വ്യാഖ്യാനിക്കാൻ എനിക്കു വാക്കുക ളില്ല. അപ്പോൾ എന്റെ ശൂന്യമായ ഹൃദയത്തിൽ എന്തൊക്കെയാണ് വന്നു നിറയുന്നതെന്ന് എനിക്കറിയില്ല. ഞാനെവിടെയാണ് നില്ക്കുന്നതെന്ന് സംശയം തോന്നും. അനാദിയുടെ സ്മൃതികൾ പൂക്കുന്ന മഹാകാല ത്തിന്റെ വക്കിൽ...."

കടൽക്കരയിൽ സായാഹ്നത്തിന്റെ ഭംഗി കണ്ടുകൊണ്ടിരിക്കുമ്പോൾ അങ്ങനെ എന്തൊക്കെയോ തന്റെ ഹൃദയത്തിൽ വന്നലയ്ക്കുന്നതു പോലെ മോഹനു തോന്നി. അലരിക്കാടുകൾ പൂത്തതുപോലെ ആകാശം. അപാരതയെ തൊട്ടുകിടക്കുന്ന കടൽ.

വീണ്ടും സ്വാമിജിയുടെ വാക്കുകൾ ഓർമ്മവരുന്നു:

"അനാദിയുടെ സ്മൃതികൾ പൂക്കുന്ന മഹാകാലത്തിന്റെ വക്കിൽ.."

കടൽക്കര പുരുഷാരത്തെക്കൊണ്ടു നിറഞ്ഞപ്പോൾ മോഹൻ എഴു ന്നേറ്റു നടന്നു. നഗരത്തിന്റെ ബഹളങ്ങളിൽനിന്നൊഴിഞ്ഞ് ഏകാന്തമായ കുറേ നിമിഷങ്ങൾക്കുവേണ്ടിയാണ് കടൽക്കരയിൽ ചെന്നത്. അപ്പോൾ നഗരം കടൽക്കരയിലെത്തിയിരിക്കുന്നു.

സന്ധ്യക്ക് ഇരുളാൻ തുടങ്ങുന്ന ആകാശത്തിനു കീഴിൽ പകൽവെ ളിച്ചം മങ്ങിപ്പോകുന്ന നിമിഷങ്ങൾ. കൊടുംവളവുകളുള്ള വഴിയിൽ നഗ രത്തിലേക്ക് തിരിയെ നടക്കുമ്പോൾ യാദൃച്ഛികമായി ഒരു സായാഹ്നം ഓർമ്മയിൽ തെളിഞ്ഞു.

ആശ്രമത്തിന്റെ പിന്നിൽ പുഴവക്കത്ത് ഇടിഞ്ഞുപൊളിഞ്ഞ മതിൽക്കെട്ടിനോടു ചേർന്നു നില്ക്കുന്ന നാഗപ്പൂമരത്തിന്റെ ചുവട്ടിൽ.

അത് മോഹന്റെ മനസ്സ് ഇരുണ്ടുമൂടിക്കിടക്കുന്ന കാലമായിരുന്നു. മുറിവേറ്റ വന്യമൃഗത്തിന്റെ ക്രൗര്യം സിരകളിൽ ചുരമാന്തിയിരുന്നു അച്ഛ നോടു വഴക്കിട്ടിറങ്ങിപ്പോരുമ്പോൾ. എന്നെങ്കിലും തിരിച്ചുവരും പകരം

ചോദിക്കാൻ. ആ വാശിയും വൈരാഗ്യവുമൊക്കെ പിന്നീട് എങ്ങനെയോ നഷ്ടപ്പെട്ടു.

സ്വാമിജിയുടെ മുമ്പിൽ മാത്രം ഹൃദയം തുറന്നു കാണിച്ചു:

“എന്റെയുള്ളിലെ കനലുകൾ കെട്ടുപോയി. ഒന്നിനുവേണ്ടിയും ഞാനിനി അങ്ങോട്ടില്ല. ഞാനിപ്പോളാഗ്രഹിക്കുന്നത് എങ്ങനെയെങ്കിലും എന്നിൽനിന്ന് ഒളിച്ചോടാനാണ്.”

സ്വാമിജി സ്നേഹത്തോടെ ശാസിച്ചു:

“എങ്കിൽ രക്ഷപ്പെട്ടെന്നാണോ? വിഡ്ഢിത്തം പറയാതെ. എവിടന്നു കിട്ടി ഈ ഭ്രാന്തൻ ചിന്തകളൊക്കെ? സ്വന്തം ഹൃദയത്തിനു പുറത്തു കടക്കുമ്പോൾ സ്വയം നഷ്ടപ്പെടുകയാണെന്നു മനസ്സലാക്കാത്തതെന്താ? അഥവാ ഒളിക്കണമെന്നുണ്ടെങ്കിൽ അതിനുപറ്റിയ കാട് സ്വന്തം ഹൃദയം തന്നെയല്ലേ?”

വേറെങ്ങോട്ടും ഒളിച്ചോടാൻ സ്വാമിജി സമ്മതിച്ചില്ല. അതുകൊണ്ട് സ്വന്തം ഹൃദയത്തിൽ തന്നെ ഒളിച്ചു.

തിരിച്ചു നടക്കുമ്പോൾ ഓർമ്മകൾ ഹൃദയത്തിൽ വന്നലച്ചു.

അച്ഛൻ. അച്ഛനുണ്ടാക്കിയ വമ്പിച്ച സമ്പത്ത്. പ്രതാപം. അച്ഛൻ വെട്ടിപ്പിടിച്ച ഭാഗ്യങ്ങൾ... എല്ലാം ഉപേക്ഷിച്ച് ഇറങ്ങിപ്പോരുമ്പോൾ അഭിമാനമായിരുന്നു.

മോഹൻ ഒരിക്കൽ സ്വാമിജിയോടു പറഞ്ഞു:

“ബന്ധങ്ങളുടെ പവിത്രതയെക്കുറിച്ച് സ്വാമിജി പറയുമ്പോൾ ഞാനെന്റെ അച്ഛനെ ഓർക്കും.”

കൂടുതൽ പറയേണ്ട ആവശ്യമില്ല. സ്വാമിജിക്കും അറിയാം ഏറക്കുറെ. എങ്കിലും സ്വാമിജി അതിനു വേറെന്തെങ്കിലും ന്യായം കണ്ടുപിടിക്കും.

“വീശിക്കൊണ്ടിരിക്കുമ്പോൾ കൊടുങ്കാറ്റിനെ വിചാരണ ചെയ്യുന്നതെങ്ങനെ? അതിന്റെ ആ പ്രചണ്ഡതയൊന്നടങ്ങട്ടെ.”

“അപ്പോഴേക്കും കൊടുങ്കാറ്റ് മരങ്ങൾ കടപുഴക്കി കാടുകൾ ഒടിച്ച്...”

സ്വാമിജി ചിരിച്ചു:

“അല്പം ക്ഷമിക്കൂ കുഞ്ഞേ! ഏതു കൊടുങ്കാറ്റും കുറേക്കഴിഞ്ഞ് ശാന്തമാകും. പിന്നെ അത് ഒരിലത്തുമ്പിൽ ചെറിയ അനക്കമായിത്തീരും.”

ഓർമ്മകളിൽ മോഹൻ നെടുതായി നിശ്വസിച്ചു.

മുഖമുയർത്തി നോക്കുമ്പോൾ അമ്പലത്തിന്റെ മതിൽക്കെട്ടിനുള്ളിൽ പടർന്നു പന്തലിച്ചു നില്ക്കുന്ന വൃദ്ധനരയാൽ. ആകാശത്തിനു കീഴിൽ അതിന്റെ ഇടതൂർന്ന ശിഖരങ്ങൾ. ശിഖരങ്ങളിലെ ഇലത്തുമ്പുകളിൽ കാറ്റിന്റെ അനക്കം...

ഇടിഞ്ഞുപൊളിഞ്ഞ മതിൽക്കെട്ടിനുള്ളിൽ ഇരുളാൻ തുടങ്ങുന്ന സന്ധ്യാകാശത്തിനു കീഴിൽ ഒരു നിഴൽച്ചിത്രംപോലെ തോന്നിപ്പിക്കുന്ന

പഴയ ക്ഷേത്രം. ചുറ്റമ്പലത്തിനുമേലേ ഓടുകൊണ്ടുള്ള കൊടിമരത്തിന്റെ അഗ്രം കാണാം. വഴിയരികിൽനിന്ന് ഉയരെ അമ്പലത്തിന്റെ മതിൽക്കെട്ടോളം കരിങ്കല്ലുകൊണ്ടുള്ള പടിക്കെട്ടുകൾ.

മോഹൻ നോക്കുമ്പോൾ ക്ഷേത്രത്തിൽ ദീപാരാധന തൊഴുത്, നെറ്റിയിൽ നനവുണങ്ങുന്ന ചന്ദനക്കുറിയുമായി അവൾ പടിക്കെട്ടുകൾ ഇറങ്ങിവരുന്നു.

ഒരു നിമിഷം അന്യോന്യം നോക്കിനിന്നു.

വീടിനപ്പുറത്തുള്ള ലോഡ്ജിൽ പുതിയതായി വന്ന താമസക്കാരന്റെ നേർക്ക് അറിയാതെ ഒരു മന്ദസ്മിതം കൊണ്ട് അവളുടെ മുഖം തിളങ്ങി.

കുറെ ദിവസമായി അന്യോന്യം കാണുന്നു. അതിന്റെ പരിചയമുണ്ട്. എന്നോർത്ത് എന്തെങ്കിലും മിണ്ടാമോ? ഇഷ്ടപ്പെട്ടില്ലെങ്കിലോ...

സന്ധ്യയുടെ നിഴലിൽ ഒരു പൂവ് വിടരുന്ന ഭംഗിയുണ്ടായിരുന്നു അവളുടെ മന്ദസ്മിതത്തിന്.

അവൾ കരിങ്കൾപ്പടികളിറങ്ങി നടന്നകലുന്നതും നോക്കി അയാൾ വഴിയരികിൽ നിന്നു.

മതിൽക്കെട്ടിനകത്തെ അരയാലിന്റെ കൊമ്പുകളിൽ സന്ധ്യയുടെ നിഴലുകൾ കൊഴിഞ്ഞു.

പിന്നെ ആ മന്ദസ്മിതത്തിന്റെ ഭംഗിയെക്കുറിച്ചോർത്തുകൊണ്ട് അയാൾ നടന്നു.

പെട്ടെന്ന് മോഹന്റെ അന്തർദൃഷ്ടിക്കു മുമ്പിൽ ഭൂതകാലത്തിന്റെ കവാടങ്ങൾ തുറന്നു...

നിമിഷാർദ്ധത്തിനുള്ളിൽ വർഷങ്ങൾക്കുമുമ്പുള്ള ഓർമ്മകളിലേക്കു മടങ്ങിച്ചെല്ലുന്നു.

ഒരു പെൺകുട്ടിയുടെ സ്നേഹത്തിനുവേണ്ടി ദാഹിച്ചുനടക്കുന്ന കാലം. കാളികാവിൽനിന്നുവന്ന ശുദ്ധാത്മാവായ വിഷ്ണുനമ്പൂതിരി ഒരു മന്ത്രം എഴുതിത്തന്നു.

ആരും അറിയരുത്. സംഗതി പരമരഹസ്യം.

ഏഴുനാഴിക പുലർച്ചയ്ക്ക് പുഴയിൽ മുങ്ങി അരനീര് വെള്ളത്തിൽനിന്ന് പരാശക്തിയും അമൃതകുണ്ഡലിയും മന്ത്രമയിയുമായ ഓങ്കാരരൂപിണിയെ രക്തവർണ്ണത്തിൽ ധ്യാനിക്കുക. ഭഗവതിയുടെ പ്രീതിക്കായി നൂറ്റൊന്നുരു മന്ത്രം ജപിക്കുക.

ഓം നമോ ഭഗവതി
ആദിഭഗവതി
അനാദിഭഗവതി
സിദ്ധിസ്വരൂപിണി
കാളിഭഗവതി
കങ്കാളിഭഗവതി
ഓംകാര ഭഗവതി
ഓം ആം ഭഗവതി

ചെമ്പുതകിടിൽ ഇരുപത്തഞ്ചു കളങ്ങൾ വരച്ച് കളങ്ങളിൽ പത്തു നക്ഷത്രങ്ങളും അഞ്ചു സമചതുരങ്ങളും അഞ്ചു വൃത്തങ്ങളും അഞ്ചു ത്രികോണങ്ങളും വരച്ച് അതിൽ ഓരോന്നിലും മൂലമന്ത്രത്തിന്റെ ഓരോ അക്ഷരവും ഇടത്തോട്ടും വലത്തോട്ടുമായി താഴെത്താഴെ അഞ്ചു പ്രാവശ്യം എഴുതി.

മൂലമന്ത്രത്തിന്റെ അക്ഷരങ്ങളിൽ നാവും മനസ്സും അർപ്പിച്ചു.

ഓം. അം. ഉം. വം. വയനമശിഃ

കാര്യസിദ്ധിക്കുവേണ്ടി മറ്റൊരു മന്ത്രം നൂറ്റൊന്നുരു വീണ്ടും.

ഓം ഐെം പൂരംക്ഷോഭയ ഭഗവതിഃ

ഗംഭീരേ! ക്ലീം സ്വാഹ!

പിന്നെ കിഴക്കഭിമുഖമായിരുന്ന് ശ്രീക്കുട്ടിയുടെ പേര് ധ്യാനിച്ച് ചെമ്പു തകിടിൽ പഞ്ചാക്ഷരവശ്യയന്ത്രം വരച്ച് അക്കോടം മഞ്ഞളും കുങ്കുമവും ചന്ദനവും ചാർത്തി പിച്ചിപ്പൂവുകൊണ്ട് പൂജിച്ച് അവൾ നടക്കുന്ന വഴിയിൽ കുഴിച്ചിട്ടു.

മൂന്നു വെള്ളിയാഴ്ച കഴിഞ്ഞ് അവളുടെ പ്രേമത്തിനുവേണ്ടി പുഴക്കടവിൽ കാത്തുനിന്നു.

ങ്ഹൂം, കണ്ട ഭാവമില്ല!

വിഷ്ണു നമ്പൂതിരിയെ അരച്ചുകലക്കികുടിക്കാനുള്ള കലിയുണ്ടായിരുന്നു അപ്പോൾ.

നമ്പൂതിരിയുടെ പൊട്ടമന്ത്രം.

മന്ത്രത്തിലുള്ള വിശ്വാസം നഷ്ടപ്പെട്ട് നിരാശനായി നടക്കുമ്പോൾ അപ്രതീക്ഷിതമായാണ് ഉഷയെ കണ്ടുമുട്ടിയത്.

ഹൃദയത്തിൽ ആദ്യമായി സ്നേഹത്തിന്റെ അനുഭൂതികളുണ്ടാക്കിയത് അവളായിരുന്നു.

കുന്നിൻചെരിവിൽ ഇടിഞ്ഞുപൊളിഞ്ഞ അർദ്ധനാരീശ്വരക്ഷേത്രത്തിന്റെ പിന്നിൽ...

ഇപ്പോൾ ഓർക്കുമ്പോൾ വെറുതെ ഒരു മന്ദസ്മിതം.

അർദ്ധനാരീശ്വരക്ഷേത്രത്തിന്റെ മതിൽക്കകത്തു നില്ക്കുന്ന വെളുത്ത പൂക്കളുണ്ടാകുന്ന പേരോർമ്മയില്ലാത്ത മരത്തിന്റെ നിഴലിൽ...

ഒരു സ്വപ്നത്തിലെന്നപോലെ ഉഷ പറഞ്ഞു:

"മോഹന്റെ കൂടെ ലോകത്തിന്റെ ഏതറ്റത്തോളോം ഞാൻ വരും."

സ്ഥലകാലങ്ങളുടെ ദൂരം പിന്നിട്ട് പഴയ ഓർമ്മകളുടെ താഴ്വരയിൽ...

അവൾ ഇപ്പോൾ എവിടെയാണാവോ...

വേർപിരിയുന്ന അന്ന് ആരും തൊഴാൻ വരാത്ത അർദ്ധനാരീശ്വരക്ഷേത്രത്തിനു പിന്നിലെ ഏകാന്തതയിൽവച്ച് അവൾ ചോദിച്ചു:

"ഇവിടന്നു പോകുമ്പോൾ എന്നെ മറക്കുമോ?"

ചെങ്കല്ലുകൊണ്ടുള്ള മതിലിന്മേൽ പടർന്നുകിടന്ന വള്ളിപ്പടർപ്പിലെ ഇളംനീലനിറത്തിലുള്ള പൂക്കളെ നോക്കിപ്പറഞ്ഞു:

"ഇല്ല. ഒരിക്കലുമില്ല. നിന്നെ മറന്നാൽ പിന്നെ എനിക്കൊന്നും

ഓർക്കാനുണ്ടാവില്ല."

"ഉം, നുണ!"

ഉഷ ഇപ്പോൾ എവിടെയാണാവോ?

ഇനി ജീവിതത്തിൽ എന്നെങ്കിലും അവളെ കണ്ടുമുട്ടുമോ? എവിടെയെങ്കിലുംവച്ച്-

ചെങ്കല്ലുകൊണ്ടുള്ള മതിലിന്മേൽ പടർന്നുകിടന്നിരുന്ന വള്ളിപ്പടർപ്പുകളിൽ ഇപ്പോൾ ഇളംനീലനിറത്തിലുള്ള പൂക്കളുണ്ടാവാറുണ്ടോ?

അർദ്ധനാരീശ്വരക്ഷേത്രത്തിന്റെ മതിൽക്കകത്തെ പോരോർമ്മയില്ലാത്ത മരം ഇപ്പോഴും പൂക്കാറുണ്ടോ?

ഏഴ്

പകൽനേരങ്ങളിൽ വാച്ച്മേൻ രാമൻനായർക്ക് നിലത്തിരിക്കാൻ നേരമില്ല. ലോഡ്ജിൽ താമസിക്കുന്നവർക്കെന്തെങ്കിലും പുറത്തുനിന്ന് വാങ്ങിക്കൊടുക്കുന്നതിന് മുമ്പൊരു പയ്യനുണ്ടായിരുന്നു. അവന്റെ സ്വഭാവത്തിന്റെ ഗുണവസ്യാരംകൊണ്ട് അവനെ പറഞ്ഞുവിടേണ്ടിവന്നു. ഇപ്പോൾ ആ ജോലികളും കൂടി രാമൻനായർ തന്നെ ചെയ്യണം. രാവിലെ അന്തേവാസികൾ അവരുടെ വഴിക്കു പോകുന്നതുവരെ ഓട്ടംതന്നെ. രാമൻനായരേ അത്. രാമൻനായരേ ഇത്. അല്ല രാമൻനായരേ ഞാൻ പറഞ്ഞത് മറന്നുപോയോ? എന്തു കഷ്ടമാ ഇത് രാമൻനായരേ, രാമൻനായരെ കാത്തിരുന്ന് എനിക്കു വേര് മുളച്ചല്ലോ. അങ്ങനെ അവിടന്നും ഇവിടന്നും. എല്ലാവർക്കും വേണ്ടി ഓടാൻ ആകെ ഒരു രാമൻനായരേ ഉള്ളൂ.

ജോലിക്കുപോകേണ്ടവർ പോകുന്നതുവരെ രാമൻനായർക്ക് ഇരിക്കപ്പൊറുതിയില്ല. അതു കഴിഞ്ഞാൽ പിന്നെ ചെടികൾക്ക് തടം വകയുകയോ, നനയ്ക്കുകയോ, ലോഡ്ജിന്റെ അറ്റകുറ്റപ്പണികൾ നോക്കുകയോ ഒക്കെ ചെയ്യണം. അടിച്ചുവാരാൻ കോളനിയിൽനിന്ന് ഒരു സ്ത്രീ വരും. രാവിലെയും വൈകിട്ടും വന്ന് അവൾ അവളുടെ വഴിപാട് കഴിച്ചുപോകും. പിന്നെ രാമൻനായർ നോക്കുമ്പോൾ ചിലന്തിവലയോ പുഴുവിന്റെ കൂടോ എന്തെങ്കിലുമൊക്കെ കാണും. അതൊക്കെ തൂത്തുകളഞ്ഞ് വൃത്തിയാക്കിയില്ലെങ്കിൽ ചീത്ത കേൾക്കുന്നത് രാമൻനായരാണ്. നിനക്കതൊക്കെ ശ്രദ്ധിച്ചുനോക്കി അടിച്ചുവാരിക്കളഞ്ഞാലെന്താണെന്ന് ചോദിച്ചാൽ തൂപ്പുകാരി ആളെ മയക്കുന്ന ഒരു ചിരി ചിരിക്കും. തന്റെ ചിരി കണ്ടാൽ മോഹിച്ചു പോകുന്ന കാലമൊക്കെ കഴിഞ്ഞെന്നു പറഞ്ഞാൽ അവൾ കേൾക്കണ്ടേ? വയസ്സ് നാല്പത്തിയഞ്ചായിക്കാണും. എന്നാലും അത്ര തോന്നുകയില്ല. കണ്ണെഴുതി പൂചൂടി നടക്കുന്നതുകണ്ടാൽ

അവൾക്കിപ്പോഴും ചെറുപ്പമാണെന്നാണ് അവളുടെ വിചാരമെന്നു തോന്നും. അവളുടെ കൊഞ്ചലും കുഴയലും കാണുമ്പോൾ രാമൻനായർക്ക് കലി വരും. പറഞ്ഞിട്ടെന്താ വിശേഷം? അതൊക്കെ ഓരോന്നിന്റെ ജന്മവാസനയാണ്. എന്നുവച്ച് കണ്ടില്ലെന്നു വയ്ക്കാനൊക്കുമോ?

"ഇതേ, ആണുങ്ങൾ താമസിക്കുന്ന ലോഡ്ജാ. അവർടെ കൂട്ടത്തീ പല തരക്കാരൊണ്ട്." ഒരിക്കൽ രാമൻനായർ ഉപദേശത്തിന്റെ രൂപത്തിൽ അവളെ ശാസിച്ചു. "നീ ഇമ്മിണി അടക്കോതുക്കത്തോടെ വേണം ഇവിടെ പെരുമാറാൻ. പറഞ്ഞതു മനസ്സിലായോ നിനക്ക്?"

അതിനും അവൾ ആളെ മയക്കുന്ന ചിരി ചിരിച്ചു.

പിന്നെ രാമൻനായർ മനസ്സിൽ വിചാരിച്ചു. ഞാൻ പറയാനുള്ളത് പറഞ്ഞു. അതിലപ്പുറം എന്തു ചെയ്യാനാ? എന്തെങ്കിലും അനുസരണക്കേട് കാണിക്കുകയോ ചീത്തപ്പേര് കേൾപ്പിക്കുകയോ ചെയ്താൽ അന്നു പറയും നാളെത്തൊട്ട് ഇവിടെ കേറരുതെന്ന്. അല്ലാതെ ഇതിനെയൊക്കെ മര്യാദ പഠിപ്പിക്കാൻ ആരെക്കൊണ്ടു പറ്റും?

ഉച്ചയ്ക്ക് ഊണുകഴിഞ്ഞ് രാമൻനായർ ഒന്നുമയങ്ങും. അരനാഴിക നേരത്തേക്ക്. അതു കഴിയുമ്പോൾ ആരും വിളിക്കണ്ടാ, തന്നത്താൻ ഉണരും. അത് കൃത്യമാണ്. പിന്നെ എന്തെങ്കിലും അല്ലറചില്ലറ പണികളൊക്കെ കാണും. അതെല്ലാം കഴിഞ്ഞ് വിസ്തരിച്ചൊന്നു കുളിക്കും. ലേശം ഭസ്മം തൊടും. ഭഗവതിയെയും ഗുരുവായൂരപ്പനെയും ശബരിമല ധർമ്മശാസ്താവിനെയും ധ്യാനിക്കും. പിന്നെ കടുപ്പത്തിലൊരു ചായ കുടിച്ച് ആപ്പീസു വിട്ടുവരുന്ന സാറന്മാരെ കാത്തിരിക്കും. അവരൊക്കെ ഏതു നേരത്ത് വരുമെന്നുള്ളതിന് തീർച്ചയില്ല. ചിലപ്പോൾ നേരത്തേ വരും. ചിലപ്പോൾ വൈകി വരും. പകൽ നേരം ആഫീസിലിരുന്ന് മൊരഞ്ഞല്ലേ വരുന്നത്? അതിന്റെ പിരിമുറുക്കവും മടുപ്പും തീർക്കാൻ മിക്കവരും കുറേശ്ശെ കുടിക്കും. ചാരായമോ റമ്മോ ബ്രാണ്ടിയോ. അതിൽ പങ്ക് രാമൻനായർക്കും കിട്ടും. രാത്രി എട്ടൊൻപതുമണിയാകുമ്പോഴേക്കും രാമൻനായർ നിലാവത്തഴിച്ചു വിട്ട കോഴിയെപ്പോലെയാകും. എന്നോർത്ത് ആളുകളോടുള്ള സ്നേഹത്തിനും ബഹുമാനത്തിനുമൊന്നും യാതൊരു കുറവും സംഭവിക്കുകയില്ല. അതെത്ര കുടിച്ചാലും ബഹുമാനിക്കേണ്ടവരെ ബഹുമാനിക്കാൻ രാമൻനായർക്കറിയാം.

അന്നു രാത്രി നല്ല നിലാവുണ്ട്.

മോഹന് ഉറക്കം വന്നില്ല. മുറിക്കകത്ത് നല്ല ഉഷ്ണം. വാതിൽ തുറന്നിട്ട് പുറത്തിറങ്ങി നിന്നു. കാറ്റ് വീശുന്നില്ല. മരക്കൊമ്പുകൾ അനങ്ങുന്നില്ല. എന്നാലും പുറത്തിറങ്ങി നില്ക്കുമ്പോൾ ഒരു സുഖം. കിഴക്കേ ആകാശത്തിൽ ചന്ദ്രൻ ഉദിച്ചുയരുന്നത് വൃക്ഷക്കൊമ്പുകളുടെ ഇടയിലൂടെ കാണാം.

"സാറൊറങ്ങീല്ലേ?"

തിരിഞ്ഞു നോക്കുമ്പോൾ മുൻവശത്തെ വാതില്ക്കൽ രാമൻനായർ, കണ്ടാലറിയാം. ഭംഗിയായി മിനുങ്ങിയിട്ടുണ്ട്. ആരാണാവോ ഇന്നു സൽക്കരിച്ചത്? കൈയിൽനിന്ന് കാശ് മുടക്കി രാമൻനായർ കുടിക്കുക

യില്ല. അതിന്റെ ആവശ്യവുമില്ല. അതൊക്കെ ദൈവം സഹായിച്ച് ഒരു മുട്ടും കൂടാതെ നടക്കുമെന്ന് രാമൻനായർ പറയും.

“നേരം ഇത്രയായിട്ടും സാറെന്താ ഉറങ്ങാത്ത”തെന്നു ചോദിച്ചു കൊണ്ട് രാമൻനായർ മോഹന്റെ അടുത്തേക്കു ചെന്നു.

“എന്തോ ഉറക്കം വരുന്നില്ല.” മോഹൻ പറഞ്ഞു: “മുറിക്കകത്ത് വല്ലാത്ത ഉഷ്ണം.”

“ഞാനാ സുകുമാരൻ സാറിന്റെ അടുത്തായിരുന്നേ ഇത്രേം നേരം.” രാമൻ നായർ സങ്കോചം നിറഞ്ഞ ഒരു ചിരിയോടെ പറഞ്ഞു. “പുള്ളി ക്കാരന് എന്നോടു വല്യ കാര്യാണ്. ഈ ഐസിട്ടു കുടിക്കണതേ ഒരു ഗ്ലാസൊഴിച്ചു തന്നു. സന്തോഷായിട്ടു തരുമ്പോൾ.”

“അതേ, അതേ, സന്തോഷായിട്ടു തരുമ്പോൾ.”

“ഇനി ചെന്നു കിടന്നാൽ സുഖായിട്ടൊന്നുറങ്ങാം. വെളുക്കണ വരെ.”

“എന്നാൽ രാമൻനായര് പോയി ഉറങ്ങിക്കോ.”

“ഏയ്, അങ്ങനെയൊന്നൂല്ല.” എന്നു പറഞ്ഞ് തല ചൊറുകിക്കൊണ്ട് രാമൻനായർ അവിടെത്തന്നെ നിന്നു.

അവിടെ നിന്നാൽ മതിൽക്കെട്ടിനപ്പുറത്തെ വീട്ടിൽ ഇറയത്ത് ചാരു കസേരയിലിരുന്നു വായിക്കുന്ന ആളെ കാണാം. നരച്ചകുറ്റിത്തലമുടി യുള്ള മെലിഞ്ഞ ഒരാൾ.

“അതാരാ രാമൻ നായരേ?” മതിൽക്കെട്ടിനപ്പുറത്തെ വീട്ടിലേക്കു ചൂണ്ടി മോഹൻ ചോദിച്ചു: “അർദ്ധരാത്രിവരെ അവിടെ ഇരുന്നു വായി ക്കുന്നതു കണ്ടിട്ടുണ്ട്.”

“അതോ!” വിസ്മയവും ആദരവും കലർന്ന ഒരുഭാവത്തോടെ രാമൻനായർ പറഞ്ഞു: “അത് പരമേശ്വരൻപിള്ളസാറ്. ഒരുകാലത്ത് അദ്ദേഹം ആരായിരുന്നു! ഇപ്പോൾ... ങ്ാ, അല്ലെങ്കിൽ അതൊക്കെ എന്തിനാ പറേണത്.”

“അതെന്താ?”

“എന്താന്നു ചോദിച്ചാൽ, എന്റെ പൊന്നുസാറേ, അദ്ദേഹത്തിന്റെ കാര്യമോർക്കുമ്പോൾ?”

“ഉം?”

“ഈ ഗാന്ധിയൊക്കെ സ്വാതന്ത്ര്യത്തിനുവേണ്ടി സമരം ചെയ്യേം ജയിലീ പോവ്വേം ചെയ്ത കാലത്ത് അതിന്റെ കൂടെ ഉണ്ടായിരുന്ന ആളാ. ഇവിടെയൊക്കെ അന്നു പരമേശ്വരൻപിള്ള സാറെന്നുവച്ചാൽ എന്തായി രുന്നു വെല! എന്തൊരു പ്രസംഗമായിരുന്നൂന്നറിയ്യോ? ഞാൻ കേട്ടിട്ടു ള്ളതാ. തീ പറക്കണൊണ്ടെന്നു തോന്നും. ഒരിക്കൽ റെയിൽവേ സ്റ്റേഷൻ മൈതാനത്ത് സാറ് പ്രസംഗിച്ചോണ്ടു നില്ക്കുമ്പോൾ ഒരു വണ്ടി നിറയെ പൊലീസ് വന്നു ചടപടാന്നങ്ങെറങ്ങി. ഞാൻ പറഞ്ഞതു കേട്ടതാ.”

“എന്നിട്ട്?”

“ഇന്നിപ്പോ സമരം ചെയ്യുന്നോര് പൊലീസ് വണ്ടീടെ ഒച്ച കേൾക്കുമ്പോ കിടുകിടാന്ന് വെറയ്ക്കൂല്ലേ? അന്നങ്ങനെയല്ല. ഒറ്റയെണ്ണം

ഇരുന്നേടത്തൂന്നനങ്ങൂല്ല! പൊലീസുകാര് അടി തൊടങ്ങീട്ടും പരമേശ്വരൻപിള്ള സാറുണ്ടോ പ്രസംഗം നിർത്തുന്നു. അന്നേരം ഒന്നൂടെ വാശിയായി സാറിന്. അടികൊണ്ട് അവിടെ വീണതല്ലാതെ സാറവിടന്നനങ്ങീല്ല. അന്നും ഇങ്ങനെ മെല്ലിച്ചു തന്ന്യാ ഇരുന്നെ."

"അടികൊണ്ടു വീണിട്ട്?"

"പിന്നെ കുറേനാൾ ജയിലീ കെടന്നു. പൊലീസുകാരെ കൊല്ലാൻ തൊടങ്ങീന്നോ. പൊലീസ് സ്റ്റേഷൻ ആക്രമിച്ചെന്നോ ഒക്കെയായിരുന്നു. കള്ളക്കേസേ!"

"അതു കഴിഞ്ഞ്?"

"സ്വാതന്ത്ര്യം കിട്ടിയപ്പോഴേക്കും പരമേശ്വരൻപിള്ളസാറ് രാഷ്ട്രീയം വിട്ടു. അപ്പോഴേക്കും നേതാക്കന്മാരായ നേതാക്കന്മാരൊക്കെ എമ്മെല്ലേയാകാനും മന്ത്രിയാകാനും തള്ളല് തൊടങ്ങീല്ലേ? പിന്നെ ഇങ്ങനെ ഒരാളുടെ കാര്യം ആരും ഓർത്തില്ല."

സ്വാതന്ത്ര്യപ്രക്ഷോഭണത്തിന്റെ കാലത്ത് ചീറിയടിച്ച ഒരു കൊടുങ്കാറ്റാണ് ആ ചാരുകസേരയിൽ തളർന്നുകിടക്കുന്നതെന്ന് എങ്ങനെ വിശ്വസിക്കും?

"ഇപ്പോ അതിന്റെ എന്തോ പെൻഷനുണ്ട്." രാമൻ നായർ നെടുതായി നിശ്വസിച്ചു: "ഇല്ലെങ്കീ സാറിന്റെ ജീവിതം കഷ്ടായേനെ. വേറെ സ്വത്തോ വരുമാനോം ഒന്നൂല്ല."

"അവിടെ ഒരു പെൺകുട്ടിയെ കണ്ടല്ലോ."

"സാറിന്റെ മകളാ. ഇപ്പോ ആ മകളെ ഓർത്താ സാറിന്റെ സങ്കടം മുഴുവൻ..."

"ഉം...?"

"ഹ! എന്നുവച്ചാൽ കല്യാണപ്രായം കഴിഞ്ഞു നില്ക്കുന്ന പെൺകുട്ട്യല്ലേ. അതിന്റെ സങ്കടം വേറെ ആർക്കും മനസ്സിലാവില്ല. ഇടയ്ക്കിടയ്ക്ക് ആ പെൺകുട്ട്യേ കാണാൻ ഓരോരുത്തര് വരും. പെൺകുട്ട്യേ എല്ലാർക്കും ഇഷ്ടാ."

"പിന്നെയെന്താ കുഴപ്പം?"

"കൊടുക്കാൻ പൊന്നും പണോം വേണ്ടേ? പരമേശ്വരൻ പിള്ള സാറിന്റെ കൈയിലെവിടന്നാ? ആ പെൺകുട്ടീടെ ഒരു യോഗം! പെണ്ണു കാണാൻ വരുന്നോര്ടെയൊക്കെ മുമ്പീ ഉടുത്തൊരുങ്ങി നിന്ന്..."

"അദ്ദേഹത്തിന് വേറെ ആരൂല്ലേ സ്വന്തപ്പെട്ടിട്ട്?"

"അങ്ങനെ ആരെങ്കിലും ഉള്ളതായിട്ടു തോന്നണില്ല. സഹോദരീടെ മകനാണെന്നും പറഞ്ഞ് ഒരുത്തൻ ഇടയ്ക്കിടയ്ക്കു വരും. ഒരു ശുദ്ധ എരപ്പാളി. കള്ളും കുടിച്ചു കണ്ടമാനം നടക്കണ ഒരുത്തൻ. ആ പെണ്ണിനെ കല്യാണം കഴിക്കണോന്നും പറഞ്ഞാ ആ പീറ നടക്കണത്.

"അതിനെന്താ തരക്കേട്?"

"ഹാ! സാറെന്നാ ഈ പറേണത്? കള്ളു കുടിച്ചേച്ച് ഞാൻ അസഭ്യം പറയ്വാന്ന് സാറിന് തോന്നരുത്. അവനൊരു നാറിയാ. ആ പെൺകുട്ടി

ക്കാണെങ്കീ അവനെ കാണണതേ ഇഷ്ടാല്ല."

"അതു രാമൻനായർക്കെങ്ങനെ അറിയാം?"

"അതൊക്കെ എനിക്കറിയാം. ഞാനാ കുട്ട്യോട് ചോദിച്ചിട്ടുള്ളതാ."

"എന്നാലും അയാൾക്കവളെ ഇഷ്ടാണല്ലോ?"

"എന്നുവച്ചാൽ ആ കുട്ടിക്കുംകൂടി ഇഷ്ടാവണ്ടേ? ഞാൻ ഒള്ളതു പറയാമല്ലോ. ആ പീറേനെ ഒരു പെൺകുട്ടിക്കും ഇഷ്ടാവില്ല."

"അയാൾക്കെന്താ ദോഷം? കള്ളു കുടിക്കുന്നതാണോ?"

"ഛെ! കള്ള് ഞാനും കുടിക്കും. അതല്ല സാറേ. ആണുങ്ങളായാൽ അന്തസ്സു വേണം. അവനതില്ല."

ആരോ അപ്പുറത്തുനിന്ന് രാമൻനായരെ വിളിക്കുന്നതു കേട്ടു. വിളി ചെവിയോർത്തതിനു ശേഷം രാമൻനായർ മടുപ്പോടെ സ്വയം പറഞ്ഞു.

"പാതിരാത്രിയായാലും സൈ്വരം തരൂല്ലെന്നുവച്ചാ എന്തു ചെയ്യും?"

"ചെല്ല്." മോഹൻ പറഞ്ഞു. "എന്തെങ്കിലും അത്യാവശ്യായിട്ടായിരിക്കും."

"പിന്നേ! അത്യാവശ്യം!" എന്നു പിറുപിറുത്തുകൊണ്ടു രാമൻനായർ പോയി.

കിഴക്കേ ആകാശത്തിൽ ചന്ദ്രൻ കുറേക്കൂടി ഉയർന്നു. ഇപ്പോൾ വൃക്ഷക്കൊമ്പുകൾക്കിടയിലൂടെ ചന്ദ്രനെ കാണുമ്പോൾ നല്ല ഭംഗി.

നിമിഷങ്ങൾക്കുള്ളിൽ രാമൻനായർ തിരിച്ചുവന്നു. കൈയിൽ ഒരു ഒഴിഞ്ഞ കുപ്പിയുമായിട്ട്.

രാമൻനായർ അകത്തേക്കു വന്നു പതിഞ്ഞ സ്വരത്തിൽ പറഞ്ഞു:

"ഒരു കുപ്പി മുഴുവൻ തീർത്തു. എന്നിട്ടും വിജയൻസാറിനു പോരാ. ഒരു സുമാറായില്ലെന്ന്. ഒരരക്കുപ്പി വാറ്റുചാരായം കൂടി ഉണ്ടെങ്കിലേ പുള്ളിക്കു സുഖാവെള്ളൂ. അല്ല. അതങ്ങനെയാ, വിദേശിയിൽ തൊടങ്ങ്യാലും നാടൻ കൊണ്ടാണ് നമശ്ശിവായ."

രാമൻനായർ പോയി. കോണിപ്പടികളിൽ അയാളുടെ കാലൊച്ച അകന്നകന്നു പോകുന്നതു കേട്ടു.

മോഹൻ പിന്നെയും മതിൽക്കെട്ടിനപ്പുറത്തെ വീട്ടിലേക്കു നോക്കിനിന്നു. ധ്യാനത്തിലെന്നവണ്ണം അവിടെ ചാരുകസേരയിൽ അദ്ദേഹം ചാഞ്ഞുകിടക്കുന്നു. സ്വാതന്ത്ര്യസമരത്തിന്റെ പടക്കളങ്ങളിൽ വീശിയ കൊടുങ്കാറ്റ്.

ഉറങ്ങാൻ കിടക്കുമ്പോൾ മോഹന്റെ ഹൃദയം ആ പെൺകുട്ടിയെക്കുറിച്ചുള്ള ഓർമ്മകളിലേക്ക് ഉണർന്നു.

ഒരു സ്വപ്നത്തിൽ അവൾ ക്ഷേത്രത്തിന്റെ കല്പടവുകൾ ഇറങ്ങിവരുന്നു....

അർദ്ധരാത്രി കഴിഞ്ഞ് പുറത്തെ ബഹളം കേട്ട് അയാൾ ഞെട്ടിയുണർന്നു. ഒരുനിമിഷം പുറത്തെ ഒച്ചകൾക്കു ചെവിയോർത്തു. ഒന്നും വ്യക്തമാകുന്നില്ല. തെരുവിലായിരിക്കുമെന്നാണ് ആദ്യമോർത്തത്. പിന്നെ മനസ്സിലായി. ലോഡ്ജിന്റെ മുറ്റത്താണ്. തെറിവിളികൾക്കിടയിൽ കത്തി

യുടെ മിനുക്കമുള്ള ഒരു താക്കീതു കേട്ടു.

"പട്ടീ, കൊല്ലും നിന്നെ!"

ഇതു കളിയല്ലല്ലോ എന്നോർത്തു മോഹൻ എഴുന്നേറ്റു കതകു തുറന്നു. അപ്പോൾ ലോഡ്ജിന്റെ മുകൾത്തട്ടിൽ കുറേപ്പേർ താഴേക്കും നോക്കി നില്ക്കുന്നു. താഴെ രണ്ടുപേർ തമ്മിൽ കെട്ടിമറിയുന്നു. അതിനിടയ്ക്ക് അടിയും ഇടിയുമൊക്കെ നടക്കുന്നുണ്ട്. ആരൊക്കെയോ വിലക്കാനും പിടിച്ചുമാറ്റാനും ചെന്നിട്ട് അവർ കൂട്ടാക്കുന്നില്ല.

ബഹളത്തിനിടയിൽ രാമൻനായരുടെ ഒച്ച കേട്ടു.

"ഞാനാ പറേണത് ഇവിടെക്കിടന്ന് അടിയുണ്ടാക്കരുതെന്ന്. തല്ലാനും കൊല്ലാനുമുള്ളോര് ആ വഴീലെക്കെറങ്ങ്."

അടി കൂടുന്നവർ അതു കേൾക്കുന്നില്ല. ഒന്നുകിൽ നീ, അല്ലെങ്കിൽ ഞാൻ എന്ന മട്ടിലാണ് അവരുടെ നില. മണ്ണിൽ ഉരുണ്ടുവീണും പിടഞ്ഞെഴുന്നേറ്റും തമ്മിൽ കെട്ടിമറിഞ്ഞും രണ്ടുപേർ ബലം പരീക്ഷിക്കുമ്പോൾ മറ്റുള്ളവർ നോക്കി നില്ക്കുന്നു.

"എന്താണ് സംഭവം?"

"എന്തിനാണ് അവർ വഴക്കുണ്ടാക്കുന്നത്?"

''ആവോ, ഭ്രാന്ത്! അല്ലാതെന്താ?"

പിന്നീടാണ് മോഹൻ അവരെ തിരിച്ചറിഞ്ഞത്. പതിനേഴിലെ രാജനും പത്തൊൻപതിലെ വിജയനുമാണ്. അവർക്കുതമ്മിൽ എന്തെങ്കിലും വൈരാഗ്യമുണ്ടായിരുന്നോ?

"ഛെ, ആരെങ്കിലും അവരെ ഒന്നു പിടിച്ചു മാറ്റ്." പതിമൂന്നിലെ സുബ്രഹ്മണ്യൻ അസഹ്യതയോടെ പറഞ്ഞു: "രണ്ടുപേരു തമ്മിൽ കടിപിടി കൂടണത് നോക്കി നില്ക്കാണെല്ലാവരും. കഷ്ടം!"

"എന്നാൽ താനങ്ങു ചെന്നു പിടിച്ചു മാറ്റ്! അല്ല പിന്നെ!"

വേറാരോ ഇരുട്ടിൽനിന്നു പറഞ്ഞു.

ഒടുക്കം രണ്ടുമൂന്നുപേർ ചെന്ന് രാജനെയും വിജയനെയും പിടിച്ചു മാറ്റി. തടയുന്ന കൈകളിൽക്കിടന്ന് അവർ അപ്പോഴും കുതറി.

പിന്നീട് രാമൻനായർ പറഞ്ഞ് വഴക്കിന്റെ കാരണം അറിഞ്ഞു.

"പത്തൊൻപതിലേക്കു വന്ന പെണ്ണിനെ പതിനേഴിൽ പിടിച്ചു കേറ്റി. അതിന്റെ കലി തീർത്തതാ."

"എന്നിട്ട് പെണ്ണെവിടെ?"

"അവളപ്പഴേ കടന്നില്ലേ."

"ഛെ, നാണക്കേട്!"

രാമൻനായരുടെ പേടി മറ്റൊന്നായിരുന്നു.

"ഇതെങ്ങാൻ മുതലാളി അറിഞ്ഞാലോ!"

അപ്പോൾ അടുത്ത മുറിയിലെ താമസക്കാരൻ പറഞ്ഞു:

"ആ, കള രാമൻ നായരേ! മുതലാളീടെ പാതിവ്രത്യോം നമുക്കറിയാവുന്നതല്ലേ?"

എട്ട്

കൃഷ്ണൻനായരുടെ ലോഡ്ജിന് പ്രത്യേകിച്ചൊരു പേരില്ല. എങ്കിലും കൃഷ്ണൻനായരുടെ ലോഡ്ജെന്നു പറഞ്ഞാൽ എല്ലാവരും അറിയും. അത് നഗരത്തിൽ കൃഷ്ണൻനായരെ എല്ലാവരും അറിയുമെന്നുള്ളതുകൊണ്ടാണ്. നഗരത്തിന്റെ അധോലോകങ്ങളിൽനിന്നു പൊങ്ങിവന്ന അയാൾ ഇപ്പോൾ നഗരത്തിലെ ഒരു പ്രധാനിയാണ്.

കൃഷ്ണൻനായരുടെ ഭൂതകാലത്തെക്കുറിച്ചു ഒരുദിവസം കുടിച്ചു ഫിറ്റായപ്പോൾ രാമൻനായർ വിസ്തരിച്ചു.

ക്ഷേത്രത്തിനപ്പുറത്ത് കൃഷ്ണൻനായരുടെ അച്ഛന് ഒരു ചായക്കടയുണ്ടായിരുന്നു. ചായക്കടയെന്നുവച്ചാൽ വഴിവക്കിൽ ഓലമറകൾ കൊണ്ടുണ്ടാക്കിയ ഒരു ചെറിയ വീട്. അതിന്റെ മുൻവശം ചായക്കടയും പിൻവശം വീടും. അന്ന് നഗരത്തിന് ഇത്ര പരിഷ്കാരം ഉണ്ടായിട്ടില്ല. ഐതിഹ്യങ്ങളുടെ സ്മരണകൾ അമൂല്യമായി കണക്കാക്കിയിരുന്ന പഴയ നഗരം. കൃഷ്ണൻനായരുടെ അച്ഛൻ തീരെ സാധുവായിരുന്നു. ദാരിദ്ര്യവും കഷ്ടപ്പാടും മാത്രം ജീവിതത്തിൽ എന്നും. മുന്നാഴി അരിയുടെ പുട്ടും ഇരുന്നാഴി കടലയുടെ കറിയും വില്ക്കുന്ന ഒരു ചെറിയ ചായക്കടയിൽ നിന്ന് എന്താദായം കിട്ടാനാണ്? ഒൻപതാം ക്ലാസിൽ തോറ്റപ്പോൾ കൃഷ്ണൻനായർ ഇനി എന്തു വേണമെന്നാലോചിച്ചു. അച്ഛന്റെ ചായക്കടയിൽ ഗ്ലാസ് കഴുകാൻ നിന്നിട്ടു വിശേഷമില്ല. വേറെ എന്തെങ്കിലും പണി കണ്ടുപിടിക്കണം. രണ്ടും കല്പിച്ചു നഗരത്തിലേക്കിറങ്ങി. പിന്നെ നഗരത്തിന്റെ അധോലോകങ്ങളിലായിരുന്നു കൃഷ്ണൻനായരുടെ ജീവിതം. കൗതുകവസ്തുക്കളുടെ വില്പനയ്ക്കായി നഗരത്തിൽ വന്നെത്തുന്ന കച്ചവടക്കാരുടെ ചുമട്ടുകാരനായിട്ടും ലോഡ്ജുകളിൽ യാത്രക്കാരെ കൊണ്ടെത്തിക്കുന്ന ഏജന്റായിട്ടും ടാക്സി ഡ്രൈവറുടെ സഹാ

യിയായിട്ടും കുറേ നാൾ കഴിഞ്ഞു. വല്ലപ്പോഴും വീട്ടിൽ ചെല്ലും. നീ എവിടെയായിരുന്നെന്ന് ആരും ചോദിക്കില്ല. അടുക്കളയിൽ എന്തെങ്കിലുമുണ്ടെങ്കിൽ അമ്മ അതിന്റെ ഒരു വീതം കൊടുക്കും. അമ്മയല്ലേ വിളമ്പിവച്ചതെന്നോർത്ത് അതിലൊരോഹരി കഴിക്കും. അല്ലെങ്കിൽ വേണ്ടെന്നു പറയും. എങ്ങനെയെങ്കിലും കുറച്ചുസമയം അവിടെ ചുറ്റിപ്പറ്റി നില്ക്കും. അതിനിടയ്ക്ക് അമ്മ സങ്കടങ്ങൾ പറയും. പിന്നെ അവിടെ നില്ക്കാൻ തോന്നുകയില്ല. ആരോടും യാത്ര പറയാതെ പുറത്തേക്കിറങ്ങും. നഗരത്തിന്റെ അധോലോകങ്ങളിലേക്ക്. കൃഷ്ണൻനായരുടെ ജീവിതം അവിടെയായിരുന്നു.

കുറേനാൾ കഴിഞ്ഞ് ഒരു ടാക്സി ഡ്രൈവറുടെ വേഷത്തിൽ നഗരം കൃഷ്ണൻനായരെ കണ്ടു. അവിടംതൊട്ട് അയാളുടെ ഉയർച്ച തുടങ്ങി. ഇപ്പോൾ നഗരത്തിൽ അയാളെ എല്ലാവരും അറിയും. എല്ലാവരും ബഹുമാനിക്കുന്ന ഒരാളാണ്. ധാരാളം സമ്പാദിച്ചു. നാലഞ്ച് ടൂറിസ്റ്റ് കാറുകൾ. ആറേഴു ലോറികൾ. ലോഡ്ജ്. ഗംഭീരമായ ഒരു വീട്. ഒരു ഷോപ്പിങ് സെന്റർ. സ്പെയർ പാർട്ട്സിന്റെ ഒരു കട. ഇപ്പോൾ ഓവർ ബ്രിഡ്ജിനപ്പുറത്ത് ഒരു സിനിമാ തീയേറ്റർ പണിയുന്നു.

ലോഡ്ജിന്റെ സ്ഥാനത്തു പണ്ടൊരു വീടായിരുന്നു. കൃഷ്ണൻനായർ അതു ചുളുവിലയ്ക്കു വാങ്ങി അവിടെ ലോഡ്ജ് പണിയിച്ചു. അന്നതാണ് നല്ലതെന്ന് ആരോ ഉപദേശിച്ചു. ഇപ്പോൾ അതൊരു ഹോട്ടലാക്കിയാലോ എന്നാണ് കൃഷ്ണൻനായരുടെ ആലോചന. ലോഡ്ജിന്റെ മുൻവശത്ത് കുറേ സ്ഥലമുണ്ട്. അവിടെ മൂന്നുനിലയിൽ ഒരു ഹോട്ടൽ ബിൽഡിങ്. അധികം താമസിയാതെ അതുണ്ടാവും. എന്തെങ്കിലും മനസ്സിൽ കയറിയാൽപ്പിന്നെ കൃഷ്ണൻനായർക്ക് അതു തന്നെയാണ് ഏതു നേരവും വിചാരം. ലോഡ്ജിനേക്കാൾ ആദായം ഹോട്ടലാണെന്നുള്ളതു കൊണ്ടു മാത്രമല്ല. പിന്നെയോ? രാമൻനായർ രഹസ്യമായി പറഞ്ഞു:

“അച്ഛൻ പണ്ട് ചായക്കട നടത്തീരുന്നില്ലേ? അതിന്റെ ഓർമ്മയ്ക്ക്.”

നഗരത്തിന്റെ താഴ്‌വരയിൽ ഒരു നരകക്കുഴിപോലെ കോളനി കിടന്നു. നിലംപൊത്തിയ ഓലപ്പുരകളിൽ കോളനിയുടെ മക്കൾ തിങ്ങിപ്പാർത്തു. കോളനിയെ നഗരം അവജ്ഞയോടും പുച്ഛത്തോടും അറപ്പോടും കൂടി നോക്കുന്നു. കൂലികളുടെയും തെമ്മാടികളുടെയും ചാരായം വില്പനക്കാരുടെയും വേശ്യകളുടെയും കോളനി.

അങ്ങേതോ ഊറ്റുകുഴിയിൽനിന്ന് ഒഴുകിവന്ന് കലുങ്കിനു കീഴെ നുരഞ്ഞ് നഗരത്തിന്റെ വക്കിലൂടെ എങ്ങോട്ടോ പോകുന്ന നാച്ചിത്തോടിന്റെ വാട കോളനിയിൽ ആരും അറിയുന്നില്ല.

മഴക്കാലത്ത് ഒരു പ്രഭാതത്തിൽ അതിലേ കടന്നുപോയത് മോഹൻ ഓർത്തു. കാലവർഷക്കാലത്തെ ആകാശം കോളനിക്കു മുകളിൽ തൂങ്ങി നിന്നു. ചെളിയും വെള്ളവും ചേർന്നലിഞ്ഞ കോളനി ഒരു തോർച്ചയ്ക്കു വേണ്ടി കാത്തുകിടക്കുകയായിരുന്നു.

മേലാകെ മൊരി പിടിച്ച് കണ്ണിൽ പീള കെട്ടിയ ഒരു മുത്തിയമ്മ

കുടിലിന്റെ തിണ്ണയിൽ കീറി നാശമായിത്തീർന്ന കമ്പിളികൊണ്ട് മൂടിപ്പുതച്ചിരിക്കുന്നതു കണ്ടു. ഗസ്റ്റ്ഹൗസിൽനിന്നുള്ള വഴിയേ ഇരച്ചുവന്ന ഒരു വെള്ളക്കാറ് മുത്തിയമ്മയുടെ ദേഹത്തേക്കു വെള്ളം തെറിപ്പിച്ചു. മുത്തിയമ്മ അരിശംകൊണ്ട് പ്രാകി.

“അവന്റെ അമ്മേടെ പിണ്ണം വെക്കാൻ പോവ്വാ!”

മാടൻദൈവത്തിന്റെ ചെറിയ അമ്പലത്തിനു മുകളിൽ പടർന്നുപന്തലിച്ചു നില്ക്കുന്ന ഏഴിലമ്പാലയുടെ ചുവട്ടിൽ ഇളംവെയിലിൽ കോളനിയിലെ പെണ്ണുങ്ങൾ കൂട്ടംകൂടിയിരുന്നു പേൻ കൊല്ലുകയും രഹസ്യങ്ങൾ അഴിക്കുകയും ചെയ്തു. ഇരുമ്പുകമ്പികൊണ്ട് അഴിയിട്ട വാതിലിനുള്ളിൽ ഇടുങ്ങിയ ചുവരുകൾക്കുള്ളിൽ ചുവന്ന നാക്കു നീട്ടി ചോരയൊലിക്കുന്ന കൊടുവാളുയർത്തി മാടൻദൈവം നിന്നു. മാടൻ ദൈവത്തിന്റെ കഴുത്തിൽ ഉണങ്ങിയ ചെത്തിപ്പൂമാല. വാതിൽപ്പടിമേൽ ഒരു ചുളുങ്ങിയ അലുമിനിയത്തട്ടിൽ ഭസ്മവും സിന്ദൂരവും. നടയ്ക്കുമുമ്പിൽ ചങ്ങലകൊണ്ടു ബന്ധിച്ചിട്ട കാണിക്കുടം.

മാടൻദൈവത്തിന്റെ ചെറിയ അമ്പലത്തിനപ്പുറത്ത് മോട്ടോർ വർക്ക്ഷോപ്പിന്റെ എതിർവശത്താണ് സിറ്റി കോർപ്പറേഷനിൽ ചവറുവണ്ടിയോടിക്കുന്ന സുബ്ബയ്യന്റെ വീട്. നേരം വെളുക്കുമ്പോൾ തന്റെ കാക്കിവേഷമെടുത്തിട്ട് സുബ്ബയ്യൻ പുറത്തിറങ്ങും. അവന്റെ ഭാര്യക്ക് കോളനിയിലെ പെണ്ണുങ്ങളെ ചേർത്ത് ഒന്നുരണ്ട് ചിട്ടിയുണ്ട്. എങ്ങനെയെങ്കിലും നാലുകാശു സമ്പാദിക്കണമെന്നാണ് അവളുടെ മോഹം. മകളൊരുത്തി പുരനിറഞ്ഞു നില്ക്കുന്നു. കണ്ടാൽ സുന്ദരിയാണ്. എന്നോർത്ത് ആരെങ്കിലും മോഹിച്ചു കൊണ്ടുപോകുമോ? ആ വിചാരമൊന്നും സുബ്ബയ്യനില്ല. അതു പറഞ്ഞുതന്നെ മിക്കദിവസങ്ങളിലും അവർ വഴക്കുണ്ടാക്കും. മൂക്കറ്റം കുടിച്ച് സന്ധ്യക്ക് സുബ്ബയ്യൻ വന്നു കേറും. പിന്നെ കിടക്കപ്പൊറുതിയില്ല. “എന്റെ ഈശ്വരാ, ഈ കാലനെക്കൊണ്ട് ഞാൻ തോറ്റു.” എന്നും പറഞ്ഞ് സുബ്ബയ്യന്റെ ഭാര്യ പ്രാകും. ഒരു മകനുണ്ട്. അവൻ എവിടെയാണെന്ന് അച്ഛനും അമ്മയ്ക്കും അറിയില്ല. തോന്നുമ്പോൾ വരും. തോന്നുമ്പോൾ പോകും. രാത്രി മുഴുവൻ അവൻ പുറത്താണ്.

ലോഡ്ജിന്റെ പുറകുവശത്തുനിന്ന് നോക്കിയാൽ ദൂരെ കോളനി കാണാം. കോളനിയുടെ ഇരമ്പം കേൾക്കാം.

ഏകാന്തത അന്വേഷിച്ച് ഒടുവിൽ വന്നെത്തിയത് പറ്റിയ സ്ഥലത്താണല്ലോ എന്നോർത്ത് മോഹൻ ഉള്ളിൽ ചിരിച്ചു.

“സാറതൊന്നും ഗൗനിക്കണ്ട.” ഒരുദിവസം കോളനിയിൽ എവിടെയോ ലഹള നടക്കുന്നതിന്റെ ഒച്ചയും ബഹളവും കേട്ടപ്പോൾ രാമൻനായർ പറഞ്ഞു. “അതൊക്കെ എന്നും പതിവാ. എന്തെങ്കിലും ഒരു ലഹള ഉണ്ടാക്കിയില്ലെങ്കിൽ അവർക്കുറക്കം വരിയേല. ആണുങ്ങൾ സന്ധ്യക്കു കുടിച്ചു പൂക്കുറ്റിയായി വരുമ്പോഴേക്കും പെണ്ണുങ്ങൾ അതിനുള്ള കാരണം ഉണ്ടാക്കിവയ്ക്കും?”

ലോഡ്ജിൽ രാവിലെ യാതൊരു ഒച്ചയും അനക്കവുമില്ല. നിശ്ശബ്ദം.

എന്തു സംഭവിച്ചു? ഇന്നലെ രാത്രിയിൽ ഉണ്ടായ വഴക്കിന്റെ പ്രത്യാഘാതമാണോ? അല്ലെങ്കിൽ ഈ നേരത്ത് പുറത്തെ വരാന്തയിലും മുറ്റത്തും ബാത്ത്റൂമിന്റെ മുമ്പിലുമൊക്കെ ചർച്ചകളും തമാശകളും കേൾക്കാറുള്ളതാണ്. ഇന്നെന്താണ് ആർക്കും ഒച്ചയില്ലാത്തത്?

രാമൻനായരെയും കണ്ടില്ല. അയാൾ എവിടെയെങ്കിലും പോയെന്നുണ്ടോ? അല്ലെങ്കിൽ വെളുപ്പിന് കാപ്പിയും കൊണ്ടുവരാറുള്ളതാണ്.

മോഹൻ അങ്ങനെ ആലോചിച്ചുകൊണ്ടിരിക്കുമ്പോൾ രാമൻനായർ കാപ്പിയും പത്രവും കൊണ്ടുവന്നു.

"ശകലം താമസിച്ചു പോയി. സാറിനൊന്നും തോന്നരുത്."

"ഏയ്, അതു സാരമില്ല." എന്ന ഭാവത്തോടെ മോഹൻ പത്രത്തിനു കൈനീട്ടി.

ടീപ്പോയിന്മേൽ ചിതറിക്കിടക്കുന്ന പുസ്തകങ്ങളും പഴയ പേപ്പറും മറ്റും ഒതുക്കി വയ്ക്കുന്നതിനിടയിൽ രാമൻനായർ പറഞ്ഞു.

"സാറും കണ്ടില്ലേ ഇന്നലത്തെ വഴക്ക്? എന്തൊരു നാണക്കേടാ!"

മോഹൻ അതിൽ അത്ര താല്പര്യം കാണിക്കാതെ പത്രം വിടർത്തി വാർത്തകളിൽ കണ്ണോടിച്ചു.

രാമൻനായർ അടഞ്ഞുകിടന്ന ജനൽപ്പാളി തുറന്നിട്ടപ്പോൾ ഇളവെയിൽ അകത്തേക്കു കടന്നുവന്നു.

"ഇവിടെ മുഴുവൻ അഴുക്കും പൊടീം." രാമൻ നായർ ആരോടെന്നില്ലാതെ പറഞ്ഞു. "ഇന്നവളിങ്ങോട്ടു വരട്ടെ. കാണിച്ചു കൊടുക്കാം. അടിച്ചുതളിക്കാൻ നടക്ക്ണ്! പൂവും പൊട്ടും ഒക്കെയായിട്ടു നടക്കണെ കണ്ടാൽ അവളെക്കവിഞ്ഞിനി ആരുമില്ലെന്നു തോന്നും."

ഒഴിഞ്ഞ ഗ്ലാസും എടുത്തുകൊണ്ട് രാമൻനായർ പുറത്തേക്കു പോയി.

പല്ലുതേപ്പും ഷേവിങ്ങും കഴിഞ്ഞ് മോഹൻ ബാത്ത്റൂമിൽ ചെല്ലുമ്പോൾ അവിടെ സുബ്രഹ്മണ്യൻ മാത്രമേ ഉള്ളൂ. ഇന്ന് മറ്റുള്ളവരൊക്കെ എവിടെ? അല്ലെങ്കിൽ ഈ നേരത്ത് ബാത്ത്റൂമിനു മുമ്പിൽ ആളുകൾ കാത്തുനില്ക്കുന്നതാണ്. സുബ്രഹ്മണ്യൻ കുളി കഴിഞ്ഞ് കിഴക്കോട്ടു തിരിഞ്ഞുനിന്ന് പ്രാർത്ഥിക്കുകയായിരുന്നു. അത് കുറേ നീണ്ടു. സുബ്രഹ്മണ്യന് കഠിനമായ ഭക്തിയുണ്ട്. വെളുപ്പിനുണർന്ന് *ഗീത* വായിക്കും.

ഒരിക്കൽ അവൻ പറഞ്ഞു

"മുത്തച്ഛനിൽനിന്നു കിട്ടിയ ശീലമാണ്."

അവന് ഈ ലോഡ്ജ് ഇഷ്ടമല്ല. എത്രയും വേഗം ഇവിടെനിന്ന് മാറിപ്പോകണമെന്നാണ് അവന്റെ വിചാരം. എവിടെയെങ്കിലും മറ്റൊരു സ്ഥലം കിട്ടണ്ടേ? അന്വേഷിക്കുന്നുണ്ട്. ലോഡ്ജിൽ ആരോടും അത്ര അടുപ്പമില്ല സുബ്രഹ്മണ്യന്.

പ്രാർത്ഥനയിൽ നിന്നിറങ്ങിവന്നപ്പോൾ കുളിമുറിയുടെ വാതില്ക്കൽ മോഹനെ കണ്ട് സുബ്രഹ്മണ്യൻ ഒന്നു ചിരിച്ചു. തോർത്തു കുടഞ്ഞു മുഖം അമർത്തി തുടയ്ക്കുന്നതിനിടയിൽ സുബ്രഹ്മണ്യൻ ചോദിച്ചു:

“സാറ് കണ്ടില്ലേ ഇന്നലെ രാത്രീലത്തെ ലഹള? കഷ്ടം, കഷ്ടം! ഈ ലോഡ്ജിൽ താമസിക്കുന്നതു തന്നെ നാണക്കേടാ. ഇവരിവിടെ പെണ്ണുങ്ങളെ വിളിച്ചോണ്ടു വരാറുണ്ടെന്നു ഞാനിന്നലെയാ അറിയണെ.”

അതിനു സുബ്രഹ്മണ്യൻ എന്തിനാണ് വിഷമിക്കുന്നതെന്നു ചോദിക്കാൻ ഓർത്തതാണ്. പിന്നെ അത് ഒരർത്ഥവും ധ്വനിപ്പിക്കാത്ത ഒരു ചിരിയിൽ ഒതുക്കി.

കുളികഴിഞ്ഞിറങ്ങിവരുമ്പോൾ ലോഡ്ജിൽനിന്ന് ഓരോരുത്തരായി ഇറങ്ങിപ്പോകുന്നതു കണ്ടു. കൂട്ടത്തിൽ സുകുമാരനുമുണ്ട്. ഒറ്റയ്ക്ക്. രാത്രിയിലെ വഴക്കിന്റെ ഗൗരവം വിട്ടിട്ടില്ല. എങ്കിലും അയാൾ പതിവു പോലെ ഗുഡ്മോർണിങ് പറഞ്ഞു.

ലോഡ്ജിൽനിന്ന് എല്ലാവരും പോയിക്കഴിഞ്ഞു. ഏറ്റവും ഒടുവിലാണ് മോഹൻ ഇറങ്ങിയത്. കോണിപ്പടി ഇറങ്ങി താഴെ വരുമ്പോൾ ഇന്നലെ രാത്രിയിൽ മറിഞ്ഞുവീണ ചെടിച്ചട്ടികൾ എടുത്തുവെച്ചു കൊണ്ട് രാമൻ നായർ മുറ്റത്തുണ്ട്.

“ഞാനിനി ഇതിനും ചീത്ത കേൾക്കും.” പൊട്ടിപ്പോയ ചെടിച്ചട്ടികളിൽ നോക്കി രാമൻനായർ പറഞ്ഞു: “മുതലാളി വരുമ്പോൾ ആദ്യം കാണണതിതായിരിക്കും.”

ഗേറ്റ് കടന്ന് വഴിയിലേക്കിറങ്ങുമ്പോൾ മതിൽക്കെട്ടിനപ്പുറത്ത് തുടി കരയുന്ന ഒച്ച കേട്ടു നോക്കുമ്പോൾ കിണറ്റിൻകരയിൽ അവൾ...

അവൾ പെട്ടെന്ന് മുഖം താഴ്ത്തിക്കളഞ്ഞു.

ഓഫീസിൽ പഴയ പുസ്തകങ്ങളുടെ ഇടയിൽ അവയുടെ പഴയ ഗന്ധം ശ്വസിച്ചിരിക്കുമ്പോൾ ഹൃദയത്തിൽ ഓർമ്മകളുടെ സുഗന്ധം വീശി.

ഉഷ ഇപ്പോൾ എവിടെയാണാവോ? അവൾ ഇപ്പോൾ തന്നെ ഓർക്കുന്നുണ്ടാവുമോ?

കണ്ടുമുട്ടിയ ആദ്യനാളുകളിൽ അവൾ അണമുറിഞ്ഞൊഴുകാൻ കാത്തുനില്ക്കുന്ന അണക്കെട്ടിനെ ഓർമ്മിപ്പിച്ചു.

മലഞ്ചെരിവിലെ അർദ്ധനാരീശ്വര ക്ഷേത്രത്തിന്റെ പിന്നിലോ, കടൽക്കരയിലോ, നഗരത്തിന്റെ ഒഴിഞ്ഞ കോണുകളിലോ വച്ചു കണ്ടുമുട്ടുമ്പോൾ അവൾ കാണിച്ചിരുന്ന തീക്ഷ്ണമായ സ്നേഹം..

തൃഷ്ണയെന്നു പേരുള്ള ഒരു നദിയായിരുന്നു അവൾ...

ഓർമ്മകളിൽ നഷ്ടപ്പെട്ടിരിക്കുമ്പോൾ മേനോൻ വാതില്ക്കൽ വന്നു വിളിച്ചു.

“മോഹൻ, വൈകിട്ട് ടൗൺഹാളിൽ ഒരു പ്രോഗ്രാമുണ്ട്. പത്മയുടെ കുച്ചിപ്പുടി.”

എനിക്കതിൽ അത്ര താല്പര്യമില്ലെന്നു പറഞ്ഞ് ഒഴിയാനൊക്കുകയില്ലല്ലോ. മേനോനു താല്പര്യമുള്ളതിലൊക്കെ തനിക്കും താല്പര്യമുണ്ടെന്നു കാണിച്ചാലല്ലേ അദ്ദേഹത്തിനു സന്തോഷമാവുകയുള്ളൂ?

നേരത്തേ അനന്തകൃഷ്ണൻ പറഞ്ഞതുപോലെ വേറെ എവിടെയെങ്കിലും ഒരു പിടി കിട്ടുന്നതുവരെ...

ടൗൺഹാളിൽ പത്മയുടെ കുച്ചിപ്പുടി കഴിഞ്ഞിറങ്ങുമ്പോൾ മണി പത്തു കഴിഞ്ഞു. ലോഡ്ജിൽ കൊണ്ടുവിടാമെന്നു മേനോൻ പറഞ്ഞതാണ്. "ഏയ് ബസിനു പൊയ്ക്കോളാ"മെന്നു പറഞ്ഞ് മേനോനെ യാത്രയാക്കി. പഴയ കത്തോലിക്കാപ്പള്ളിക്കു മുമ്പിൽ ബസ് കാത്തു നില്ക്കുമ്പോൾ മഴ തുടങ്ങി. ഇരമ്പിപ്പെയ്യുന്ന മഴ. വഴിവക്കിലെ മരക്കൊമ്പുകൾ കാറ്റത്തുലഞ്ഞു. മഴ നനയാതെ എവിടെ നില്ക്കും? പള്ളിയുടെ ഗേറ്റ് അകത്തുനിന്നും പൂട്ടിയിരിക്കുന്നു. ദൂരെ അടച്ചിട്ട കടയുടെ തിണ്ണയിൽ കയറിനിന്നു. അവിടെ നേരത്തേ കയറിക്കൂടിയ ഭ്രാന്തൻ മഴ കണ്ടു ചിരിക്കുകയും മഴത്തുള്ളികളോട് സംസാരിക്കുകയും ചെയ്യുന്നു.

ഇനി ആ വഴിക്കു വണ്ടി ഉണ്ടാവുമോ ആവോ? മഴ തോരുന്ന ലക്ഷണവുമില്ല. കാത്തുനിന്നു മടുത്തപ്പോൾ ഒരു ആട്ടോറിക്ഷ വന്നു. കൈകൊട്ടി വിളിച്ചിട്ട് അതിന്റെ ഡ്രൈവർ ഗൗനിച്ചില്ല. ഭാഗ്യത്തിന് ഒരു ബസ് വന്നു. പള്ളിക്കു മുമ്പിൽ അതു നിർത്തിയപ്പോഴേക്കും ഓടിച്ചെന്നു കയറി. പാതി നനഞ്ഞു. ഇടവഴിക്കു മുമ്പിൽ വണ്ടിയിറങ്ങുമ്പോഴും മഴ ചാറുന്നുണ്ടായിരുന്നു.

വിജനമായ വഴികളിൽ വഴിവിളക്കുകളുടെ മങ്ങിയ വെളിച്ചം. നിമിഷങ്ങൾക്കുള്ളിൽ മഴ പിന്നെയും പെയ്യാൻ തുടങ്ങി. ഇടയ്ക്കിടയ്ക്ക് പാഞ്ഞുപോകുന്ന വാഹനങ്ങളുടെ പിന്നിലെ ചുവന്ന വെളിച്ചം നനഞ്ഞ റോഡിൽ ഒലിച്ചു.

മോട്ടോർ വർക്ക്ഷോപ്പിനപ്പുറത്ത് വഴി നെട്ടനെ വളയുന്നിടത്ത് വിളക്കുകാലിന്റെ ചുവട്ടിൽ ആരോ കിടക്കുന്നു. അടുത്തു ചെന്നതിൽപ്പിന്നെയാണ് കണ്ടത്. മോഹന്റെ ഉള്ളിൽ ചെറുതായൊരു നടുക്കമുണ്ടായി. ആരാണിത്? ഞരങ്ങുകയും മൂളുകയും പിറുപിറുക്കുകയും ചെയ്യുന്ന ആളിന്റെ മുഖം ഇരുട്ടിലാണ്. രാത്രി മുഴുവൻ ഈ മഴ നനഞ്ഞു ഇങ്ങനെ കിടന്നാൽ അയാൾ ചത്തുപോകും. ഒരു മനുഷ്യൻ വഴിയിൽ വീണു കിടക്കുന്നതുകണ്ടിട്ട് കാണാത്ത മട്ടിൽ എങ്ങനെ പോകും? ഈ രാത്രിയിൽ വേറെ ആരെങ്കിലും ഈ വഴി വരുമെന്നും ഇയാളെ രക്ഷിച്ചു കൊള്ളുമെന്നും എന്താണുറപ്പ്?

മോഹൻ അടുത്തുചെന്നു കുനിഞ്ഞു നോക്കി.

"ആരാ?"

പ്രതിദ്ധ്വനിപോലെ അയാൾ തിരിച്ചുചോദിച്ചു:

"ഉം ആരാ?"

"ഞാൻ."

"ഞാനെന്നുവച്ചാൽ.."

"ഒരു യാത്രക്കാരൻ."

അയാൾ എന്തോ പറഞ്ഞു. കുഴഞ്ഞ ശബ്ദത്തിൽ വാക്കുകൾ വ്യക്തമായില്ല.

അയാൾ എഴുന്നേല്ക്കാൻ ശ്രമിക്കുന്നതു കണ്ടപ്പോൾ മോഹൻ സഹായിച്ചു. അഴിഞ്ഞുപോകുന്ന മുണ്ട് മുറുക്കിയുടുത്തുകൊണ്ട് അയാൾ മോഹന്റെ നേരെ നോക്കി. വഴിവിളക്കിന്റെ വെട്ടത്തിൽ മോഹൻ അയാളുടെ മുഖം കണ്ടു. അമിതമായി മദ്യപിച്ചു ബോധംകെട്ടുപോയ ഒരു ചെറുപ്പക്കാരൻ. അയാളുടെ കാലുകൾ നിലത്തുറയ്ക്കുന്നില്ല. വിളക്കുകാലിന്മേൽ ചാരിനിന്ന് അയൾ കശകശെ തുപ്പി.

"നിങ്ങൾക്കെവിടെയാണ് പോകേണ്ടത്?" മോഹൻ ചോദിച്ചു: "വേണമെങ്കിൽ ഞാൻ സഹായിക്കാം."

"എനിക്കങ്ങനെ ഒരുത്തന്റേം സഹായം വേണ്ടാ." അയാൾ പുച്ഛത്തോടെ പറഞ്ഞു: "ഇല്ലാതെ തന്നെ ഞാൻ പോകും. എന്നെ സഹായിക്കാൻ താനാരാ?"

ചോദിച്ചു തീരുന്നതിനുമുമ്പേ അയാൾ കുഴഞ്ഞുവീഴാൻ പോയി, മോഹൻ താങ്ങിയില്ലെങ്കിൽ അയാൾ വീണേനെ.

"ഞാനാരെങ്കിലുമാകട്ടെ." മോഹൻ പറഞ്ഞു: "നിങ്ങൾക്കെവിടെയാണ് പോകേണ്ടതെന്നു പറഞ്ഞാൽ ഞാൻ കൊണ്ടുവിടാം. ഇല്ലെങ്കിൽ നിങ്ങൾ ഈ മഴയത്തു കിടന്നു ചത്തുപോകും."

അടയുന്ന കൺപോളകൾ തുറന്ന് അയാൾ മോഹനെ നോക്കി പിന്നെ ഇരുട്ടിലേക്കു കൈചൂണ്ടി.

"നിങ്ങൾ അത്ര മാന്യനാണെങ്കീ..."

മോഹൻ അയാളെ താങ്ങിപ്പിടിച്ച് ഒപ്പം നടത്തി:

"ങ്ഠാ, പതുക്കെ... വീഴാതെ...."

ഒരു ഭാരം പോലെ അയാൾ മോഹന്റെ തോളിൽ തൂങ്ങി.

ഇടയ്ക്കിടയ്ക്ക് അയാൾ ഇരുട്ടിലേക്കു കൈ ചൂണ്ടി.

ഇതിലേ-

ഇരുട്ടിൽ നീന്തി ഒടുവിൽ പരമേശ്വരൻ പിള്ള സാറിന്റെ വീടിനു മുമ്പിലെത്തിയപ്പോൾ മോഹൻ അന്ധാളിച്ചു.

തോളിൽ തൂങ്ങിക്കിടക്കുന്ന ചെറുപ്പക്കാരൻ ചാരിയിട്ട ഗേറ്റിനു നേരെ ചൂണ്ടി:

"അതുതന്നെ. അകത്തേക്ക്..."

സംശയത്തോടെ മോഹൻ ചോദിച്ചു:

"നിങ്ങൾക്കു വീട് തെറ്റിയോ?"

"ഹാ, കള ആശാനേ!" അയാൾ തല വെട്ടിച്ചുകൊണ്ട് പറഞ്ഞു: "സ്വല്പം കള്ളു കുടിച്ചെന്നോർത്ത് എന്റെ ബുദ്ധിക്കൊരു കൊഴപ്പോമില്ല. നിങ്ങളെന്നെ അങ്ങനെയങ്ങളക്കല്ലേ!"

"ഇത് പരമേശ്വരൻപിള്ള സാറിന്റെ..."

"അതേ, പരമേശ്വരൻപിള്ള സാറിന്റെ വീടു തന്നെ."

''നിങ്ങൾ സാറിന്റെ ആരാ!"

"ങ്ഠാ, അങ്ങനെ ചോദിക്ക്. ഞാൻ പരമേശ്വരൻപിള്ള സാറിന്റെ അനന്തരവൻ. ചന്ദ്രൻനായര്... ഇപ്പം മനസ്സിലായോ?"

മോഹന് പെട്ടെന്ന് രാമൻനായർ മുമ്പൊരിക്കൽ പറഞ്ഞത് ഓർമ്മ വന്നു. ആ മഹാപുരുഷനാണോ ഇത്?

“അല്ലെങ്കീ ഇനി ഇയാള് പൊയ്ക്കോ.” ചന്ദ്രൻ നായർ പറഞ്ഞു: “നമുക്കു പിന്നെ കാണാം.”

മുണ്ടു മടക്കിക്കുത്തി ഗേറ്റ് തുറക്കാൻ തുടങ്ങുന്നതിനിടയിൽ അയാൾ അവിടെ വേച്ചു വീണു.

മോഹൻ വേഗം അയാളെ പിടിച്ചെഴുന്നേല്പിച്ചു.

“ഹേയ്, സാരമില്ല.” അയാൾ പറഞ്ഞു: “തൊറക്കാൻ ചെല്ലുമ്പോ ഗേറ്റ് പുറകോട്ടു മാറിയാപ്പിന്നെ...”

വീണ്ടും വേച്ചു വീഴാൻ തുടങ്ങുന്ന അയാളെ താങ്ങിപ്പിടിച്ചുകൊണ്ട് മോഹൻ അകത്തേക്കു കയറിച്ചെന്നപ്പോൾ ചാരുകസേരയിൽ വായിച്ചു കൊണ്ടിരുന്ന പരമേശ്വരൻപിള്ള സാർ ഒരു ഞെട്ടലോടെ മുഖമുയർത്തി നോക്കി.

ചുമലിൽ തൂങ്ങുന്ന ഭാരത്തെ മോഹൻ ഇറയത്തു ഇറക്കിവച്ചു.

വിവർണ്ണമായ മുഖഭാവത്തോടെ നില്ക്കുന്ന പരമേശ്വരൻപിള്ള സാറിനോടു മോഹൻ പറഞ്ഞു:

“ഞാൻ വരുമ്പോൾ വഴിയിൽ വീണു കിടക്കുന്നു. മഴയത്ത്..”

അരിശവും സങ്കടവും നാണക്കേടും ഉള്ളിലൊതുക്കിക്കൊണ്ട് പരമേശ്വരൻപിള്ള സാർ നിശ്ശബ്ദമായി മോഹന്റെ നേരെ നോക്കി.

പുറത്ത് വേറെ ആരുടെയോ ഒച്ച കേട്ട് അകത്തുനിന്ന് അവൾ ഇറങ്ങിവന്നു. കൈകൾ നിലത്തൂന്നി മുഖം കുനിച്ചിരിക്കുന്ന ചന്ദ്രനെയും മുറ്റത്തു ചാറ്റൽമഴ നനഞ്ഞു നില്ക്കുന്ന മോഹനെയും അവൾ മാറി മാറി നോക്കി.

അവളുടെ കണ്ണുകളിലെ വിഷാദം ഒറ്റനോട്ടത്തിൽ മോഹൻ കണ്ടു.

“ഞാൻ പോട്ടെ?”

“സാറേതാ?” മോഹൻ തിരിഞ്ഞു നടക്കാൻ തുടങ്ങുമ്പോൾ പരമേശ്വരൻപിള്ള സാറ് ചോദിച്ചു: “എനിക്കു മനസ്സിലായില്ല.”

“ഞാനീ നഗരത്തിൽ പുതിയ ഒരാളാണ്.”

“മുമ്പു കണ്ടിട്ടില്ലല്ലോന്ന് എനിക്കും തോന്നി.”

“എനിക്കു സാറിനെ അറിയാം. അപ്രത്തെ ലോഡ്ജിലാണ് ഞാൻ. വന്നിട്ടധികായില്ല. എന്റെ പേര് മോഹൻ...”

“ഇവൻ കാരണം ബുദ്ധിമുട്ടി അല്ലേ? എന്തു പറയാനാ!”

മോഹൻ വീണ്ടും യാത്രപറയും പോലെ ചിരിച്ച് ഇരുട്ടിലേക്കിറങ്ങി. അപ്പോൾ കാറ്റും മഴയും ഇരുട്ടും തണുപ്പും ഒന്നും അയാൾക്ക് അസുഖകരമായി തോന്നിയില്ല.

ഒൻപത്

എന്തോ തിരയാൻ പെട്ടി തുറന്നപ്പോൾ പെട്ടിക്കടിയിൽ പുസ്തകങ്ങളുടെ കൂട്ടത്തിൽ ചുവന്ന പുറംചട്ടയുള്ള ബുക്ക് കണ്ടു. ഓർമ്മയിൽനിന്ന് ഒരു സ്വപ്നം ചികഞ്ഞെടുത്തു താലോലിക്കുംപോലെ മോഹൻ അതിന്റെ താളുകൾ മറിച്ചു. വെട്ടും തിരുത്തും നിറഞ്ഞ പേജുകളിൽ നോക്കി അയാൾ മന്ദഹസിച്ചു. തന്റെ അപൂർണ്ണമായ നോവൽ! ആശ്രമത്തിൽ സ്വാമിജിയോടൊന്നിച്ചു കഴിയുമ്പോൾ ഒരാവേശത്തിനു കുറെ എഴുതി. പിന്നെ അത് അവിടെ ഇട്ടു.

മോഹൻ അറിയാതെ നെടുവീർപ്പിട്ടു. ഇനി എന്നെങ്കിലും അതു പൂർത്തിയാക്കാനൊക്കുമോ?

നോട്ടുബുക്ക് പെട്ടിക്കടിയിൽത്തന്നെ വച്ചു. അവിടെ ഇരിക്കട്ടെ, അപൂർണ്ണമായ സ്വപ്നമായിട്ട്. അല്ലെങ്കിൽ ഒരു വ്യാമോഹമായിട്ട്. അല്ലെങ്കിൽ ആത്മാവിലെ ഒരു മുറിവായിട്ട്...

പിന്നിലെ വാതിൽ തുറന്ന് വരാന്തയിലിറങ്ങി വെറുതെ മതില്ക്കെട്ടിനുള്ളിലെ വീട്ടിലേക്കു നോക്കി. അവൾ അവിടെ എവിടെയെങ്കിലുമുണ്ടോ? വെറുതെ ഒന്നു കാണാൻ...

പെട്ടെന്ന് അവളുടെ കറുത്തുവിടർന്ന കണ്ണുകളിലെ വിഷാദത്തിന്റെ ഭംഗി അയാൾക്കോർമ്മ വന്നു.

ഇടയ്ക്ക് അയാൾ സ്വയം ചോദിച്ചു:

താനെന്തിനാണ് അവളെ കാണാൻ കൊതിക്കുന്നത്? അവളെ കാണാൻ ആ വരാന്തയിൽ കാത്തു നില്ക്കുന്നതെന്തിനാണ്?

ഏതോ ഭൂതകാലത്തിന്റെ അജ്ഞാതമായ താഴ്വരകളിൽനിന്ന് ഒരു കാറ്റുവന്നു. ആ കാറ്റിൽ പുരാതനമായ കർമ്മബന്ധത്തിന്റെ ഗന്ധം ചുരന്നു. പുരാതനമായ ആ ഗന്ധത്തിൽനിന്ന് പുരാതനമായ ഓർമ്മകൾ

ഉണർന്നു. ഉണർന്ന ഓർമ്മകളിൽ അയാൾ പുനർജ്ജനിച്ചു. അപ്പോൾ അയാൾക്കു തോന്നി, ജന്മാന്തരങ്ങൾക്കപ്പുറത്ത് എന്നോ ഒരിക്കൽ അവളെ കണ്ടിട്ടുണ്ടായിരുന്നു. അന്ന് അവൾ തന്റെ കാമുകിയായിരുന്നു. ജനികളുടെയും മൃതികളുടെയും പുനർജ്ജനികളുടെയും ബന്ധങ്ങൾ അഴിയുന്നു. ജന്മാന്തരങ്ങളുടെ പടവുകളിൽ എവിടെയോ വച്ചു വേർപിരിഞ്ഞവർ വീണ്ടും കണ്ടുമുട്ടുന്നു.

വേർപിരിയലുകളുടെയും കണ്ടെത്തലുകളുടെയും ആശയങ്ങൾ സ്വാമിജിക്ക് പ്രിയങ്കരമായിരുന്നു.

ഒരിക്കൽ സ്വാമിജി പറഞ്ഞു:

"എവിടെനിന്നാണ് വരുന്നതെന്നും എങ്ങോട്ടാണ് പോകുന്നതെന്നും അറിഞ്ഞുകൂടാ. എങ്കിലും ഭൂമി ഒരിടത്താവളമാണെന്നു തോന്നും. അതായത്, ഭൂമിയിലെ വാസം. പൂർവ്വജന്മങ്ങൾ പിന്നിട്ട് പുനർജ്ജന്മങ്ങളിലേക്ക്! പൂർവ്വജന്മങ്ങളും പുനർജ്ജന്മങ്ങളുമൊക്കെ യഥാർത്ഥമാണോ എന്ന് ആർക്കറിയാം! എന്നാലും അതൊക്കെ ഉണ്ടെന്നു സങ്കല്പിക്കുമ്പോൾ... അനന്തമായ ഒരു യാത്ര ഓർമ്മ വരുന്നു."

എന്തോ ഓർത്തിരുന്നതിനുശേഷം സ്വാമി ഒരു ശ്ലോകം ചൊല്ലി അതിന്റെ അർത്ഥം പറഞ്ഞു:

മനുഷ്യൻ എങ്ങനെ പഴയ വസ്ത്രം ഉപേക്ഷിച്ച് പുതിയത് വേറെ സ്വീകരിക്കുന്നുവോ അങ്ങനെ ആത്മാവ് ജീർണ്ണിച്ച ശരീരം ഉപേക്ഷിച്ച് വേറെ പുതിയ ശരീരത്തെ പ്രാപിക്കുന്നു.

ആത്മാവിന്റെ അനശ്വരത സ്വാമിജിക്ക് വളരെ പ്രിയപ്പെട്ട ഒരു സങ്കല്പമായിരുന്നു.

ആരോ ചോദിച്ചു:

"ആത്മാവ് എന്നൊന്നുണ്ടോ? ശരീരം നഷ്ടപ്പെട്ടാലും ആത്മാവ് നിലനില്ക്കുമെന്നു പറയുന്നത് ശരിയാണോ? മതഗ്രന്ഥങ്ങളിൽ ആത്മാവിന്റെ അനശ്വരതയെക്കുറിച്ചൊക്കെ പറയുന്നുണ്ടെങ്കിലും അതിനു ശാസ്ത്രീയമായ വല്ല അടിസ്ഥാനവുമുണ്ടോ?"

ചോദിച്ചത് വേറെ ആരോ ആണ്. എങ്കിലും സ്വാമിജിയുടെ വിചാരം മോഹനനാണ് ആ ചോദ്യം ചോദിച്ചതെന്നായിരുന്നു. അങ്ങനെ അല്ലെങ്കിലും മറുപടി പറയുമ്പോൾ മോഹന്റെ മുഖത്തായിരുന്നു സ്വാമിജിയുടെ കണ്ണ്.

"ഞാൻ സയൻസ് പഠിച്ചിട്ടില്ല. സയൻസെന്നു തന്നെയല്ല, ഒന്നും പഠിച്ചിട്ടില്ല. അതുകൊണ്ട് എന്തെങ്കിലും തറപ്പിച്ചു പറയാൻ നിവൃത്തിയുമില്ല. പിന്നെ *ഗീത*യിൽ ഇങ്ങനെ വായിച്ചിട്ടുണ്ട്. ആത്മാവ് ഒരിക്കലും ജനിക്കുകയോ മരിക്കുകയോ ചെയ്യുന്നില്ല. ഈ ആത്മാവ് ഉണ്ടായിട്ടു പിന്നെ ഇല്ലാതാകുന്നുമില്ല. ജന്മമില്ലാത്തവനും നാശമില്ലാത്തവനും ഒരുപോലെ ഇരിക്കുന്നവനും പണ്ടേതന്നെ ഉള്ളവനുമായ ഇവൻ- ആത്മാവ്- ശരീരം കൊല്ലപ്പെടുമ്പോൾ കൊല്ലപ്പെടുന്നില്ല."

പിന്നെയും സ്വാമിജി അതു വ്യാഖ്യാനിച്ചു. ആർക്കും കാര്യമായി ഒന്നും പിടികിട്ടിയില്ല. അതും സ്വാമിജിക്കു മനസ്സിലായി. അതുകൊണ്ടല്ലേ സ്വാമിജി ചിരിച്ചത്?

കേട്ടാലും കണ്ടാലും പറഞ്ഞാലും ആരും ആത്മാവിനെ അറിയുന്നില്ല.

എങ്കിലും സ്വാമിജി പറഞ്ഞ ഒരാശയം ഹൃദയത്തിൽ തട്ടി.

യാദൃച്ഛികമായി കണ്ടുമുട്ടുന്നവർ ഏതെങ്കിലും പൂർവ്വജന്മത്തിൽ വച്ചു വേർപിരിഞ്ഞവരായിരിക്കും.

അന്നത് സ്വാമിജി വെറുതെ പറഞ്ഞതാണെന്നേ വിചാരിച്ചുള്ളൂ. അടിസ്ഥാനമില്ലാതെ. മതപരമായ ചിന്തയുടെ പ്രചോദനംകൊണ്ട്. ആശ്രമത്തിൽ സ്വാമിജിയോടൊത്തു ജീവിക്കുമ്പോഴും മതാത്മകമായ വിശ്വാസങ്ങളിലോ ആദ്ധ്യാത്മികമായ ദർശനങ്ങളിലോ മോഹനു താല്പര്യമുണ്ടായിരുന്നില്ല. താല്പര്യവും വിശ്വാസവുമില്ലായിരുന്നെന്നു മാത്രമല്ല അവയെ ഉള്ളുകൊണ്ട് നിഷേധിക്കുകയും ചെയ്തിരുന്നു. മനുഷ്യരെ വേർതിരിക്കുന്ന മതിൽക്കെട്ടുകളായിട്ടല്ലാതെ മതങ്ങളെ കാണാൻ കഴിഞ്ഞിരുന്നില്ല. അല്ലെങ്കിൽ ഇത്രയേറെ മതങ്ങളുണ്ടായതെങ്ങനെ? ആ മതങ്ങൾ തമ്മിൽ ശത്രുതയിലായിത്തീർന്നതെങ്ങനെ? അങ്ങനെയൊക്കെ ചിന്തിക്കുമ്പോഴും സ്വാമിജിയെ സ്നേഹിക്കുകയും ബഹുമാനിക്കുകയും ചെയ്തു. അത്രയും വലിയ ഒരു മനുഷ്യനു മുമ്പിൽ ആർക്കെങ്കിലും അടിയറവ് പറയാതിരിക്കാനൊക്കുമോ? വേനലുകൾ പിന്നിട്ടുവരുന്ന യാത്രക്കാരെ തന്റെ തണലിൽ ചേർത്തുനിർത്തുന്ന മരുഭൂമിയിലെ മരം.

അന്നു സ്വാമിജി പറഞ്ഞത് സത്യമാണെന്ന് ഇപ്പോൾ തോന്നുന്നു. ഏതു ജന്മത്തിൽ വച്ചാണ് അവളെ വേർപിരിഞ്ഞത്?

സ്വാമിജി പറഞ്ഞു:

“യാദൃച്ഛികത എന്നൊക്കെ പറയാറില്ലേ? എനിക്കു തോന്നുന്നത് അതൊരു തെറ്റിദ്ധാരണയാണെന്നാണ്? ഉദാഹരണത്തിന് നാം ഒരാളെ യാദൃച്ഛികമായി കണ്ടെത്തുമ്പോൾ അതിന്റെ പിന്നിൽ വളരെ നിഗൂഢമായ ഒരു രഹസ്യമുണ്ടെന്നു വരാൻ മേലേ, മനസ്സിൽ അറിയാതെയെങ്കിലും അങ്ങനെ ഒരാളെ കണ്ടുമുട്ടാൻ ആഗ്രഹിച്ചിട്ടുണ്ടെന്ന്! അല്ലെങ്കിൽ മനസ്സുകൊണ്ട് ധ്യാനിച്ചിട്ടുണ്ടെന്ന്. ഉത്സവപ്പറമ്പിലോ ചന്തയിലോ വച്ചു കണ്ടുമുട്ടുന്ന ഒരാളിനെക്കുറിച്ചല്ല ഞാൻ പറയുന്നത്. നമ്മുടെ ഹൃദയത്തിനരികിൽ വന്നു നില്ക്കുന്ന ഒരാൾ...”

ഈ ലോഡ്ജിൽ വന്നെത്തിയതും മതിൽക്കെട്ടിനകത്തെ കിണറ്റിൻകരയിൽ അവളെ കണ്ടുമുട്ടിയതും ഇപ്പോൾ യാദൃച്ഛികമായി തോന്നുന്നില്ല.

അവളുടെ പേരറിഞ്ഞുകൂടല്ലോ എന്നോർത്തപ്പോൾ തനിക്കും അവൾക്കും ഇടയിൽ പെട്ടെന്ന് ഒരുൾക്കടലിന്റെയോ ഭൂഖണ്ഡത്തിന്റെയോ അകലമുണ്ടായതു പോലെ മോഹനു തോന്നി. അടുത്തായിരുന്നു ഈ

നിമിഷം വരെ... കറുത്തു വിടർന്ന ആ കണ്ണുകളുടെ വിഷാദ ഭംഗി അങ്ങനെ ഒരു തോന്നലുണ്ടാക്കിയിരുന്നു.

എന്താണ് അവളുടെ പേര്?

തനിക്കിഷ്ടപ്പെട്ട പല പേരുകളും അയാൾ സങ്കല്പിച്ചു.

ഉമ, അമ്മിണിക്കുട്ടി, ശ്രീദേവി, ഇന്ദു, പാർവ്വതി, ജയ, സ്വപ്ന. ഏതു പേരും അവൾക്കു ചേരും. സ്വന്തം ഹൃദയത്തിൽ അയാൾ ആ പേരുകൾകൊണ്ട് അവളെ വിളിച്ചു.

പിന്നെ ഒരു സന്ധ്യക്ക് വഴിയിൽ വച്ച് യാദൃച്ഛികമായി അവളെ കണ്ടു. യാദൃച്ഛികമെന്നു തോന്നിയത് പെട്ടെന്നു തിരുത്തി. യാദൃച്ഛികമല്ല. മനസ്സിൽ ധ്യാനിച്ചിരുന്നു. ഇടവഴിയിലെ വിജനതയിൽ കണ്ടുമുട്ടിയപ്പോൾ അകൽച്ചയോ അന്യതയോ തോന്നിയില്ല. ഹൃദയത്തിനടുത്തു നില്ക്കുന്നു.

മോഹൻ ചോദിച്ചു:

"എന്താ പേര്?"

നിശ്ശബ്ദതയ്ക്കു തുല്യമായ ശബ്ദത്തിൽ അവൾ പറഞ്ഞു:

"ലക്ഷ്മി."

തനിക്ക് ആ പേര് സങ്കല്പിക്കാൻ സാധിച്ചില്ലല്ലോ എന്ന് അയാൾ സ്വയം ശാസിച്ചു.

"അമ്പലത്തീന്നല്ലേ! ഭക്തി കൂടുതലാണെന്നു തോന്നുന്നു. മുമ്പൊരിക്കൽ അമ്പലത്തിൽ നിന്നിറങ്ങിവരുന്നതും കണ്ടു."

"അങ്ങനെയൊന്നൂല്ല. വീട്ടിലിരുന്നു മടുക്കുമ്പോൾ... വേറെ എവിടെ പോകാനാ?"

ഇനിയെന്താ ചോദിക്കേണ്ടതെന്നറിയാതെ മോഹൻ വെറുതെ അവളുടെ കണ്ണുകളിലേക്ക് നോക്കി. എന്തൊക്കെയോ പറയണമെന്നുണ്ട്. പക്ഷേ, വാക്കുകൾ കിട്ടുന്നില്ല. അത്ര അടുപ്പമില്ലാത്ത ഒരു പെൺകുട്ടിയോട് എന്താ പറയുക!

"വാ, നടക്കാ"മെന്നു പറഞ്ഞ് മോഹൻ മുമ്പിൽ നടന്നു.

വഴിയുടെ അരികുചേർന്നു മുഖം കുനിച്ച് അവളും ഒപ്പം നടന്നു.

"അച്ഛനെക്കുറിച്ചു ഞാൻ കേട്ടിരിക്കുന്നു." നടക്കുന്നതിനിടയിൽ മോഹൻ അവളുടെ നേരെ നോക്കി "ഈ കാലത്ത് ആദർശനിഷ്ഠയുള്ളവരുടെ വിധി ഇങ്ങനെയാണ്. എവിടെയും ചെന്നു തള്ളിക്കേറുന്നവർക്കേ ഇപ്പോൾ സ്ഥാനമുള്ളൂ. അതു പക്ഷേ, എല്ലാവരെക്കൊണ്ടും കഴിഞ്ഞെന്നു വരില്ല."

പെട്ടെന്ന് അവസാനത്തെ വാക്കും ചെലവഴിച്ചു കഴിഞ്ഞതുപോലെ മോഹനു തോന്നി. ഇനിയെന്താണ് പറയേണ്ടത്? മനസ്സ് പെട്ടെന്നു ശൂന്യമായിരിക്കുന്നു.

ചെന്നെത്താനുള്ള ദൂരം ചുരുങ്ങിച്ചുരുങ്ങി വരുന്നു. പാഴായിപ്പോകുന്ന നിമിഷങ്ങളെക്കുറിച്ച് അയാൾ ഓർത്തു. നിശ്ശബ്ദതയുടെ ഒരു വലിയ കിടങ്ങിന് അപ്പുറത്തും ഇപ്പുറത്തും!

പിന്നീട് മോഹന് ഒരു ബുദ്ധി തോന്നി. സ്വയം പരിചയപ്പെടുത്തിയാലോ?

“എന്നെ അറിയില്ലല്ലോ? വീട് കുറെ ദൂരെയാണ്. ഒരു ചെറിയ ജോലി കിട്ടി ഈ നഗരത്തിൽ വന്നു, ഒരു സ്നേഹിതന്റെ സഹായംകൊണ്ട്. വീട്ടിൽ എല്ലാവരുമുണ്ട്. അച്ഛൻ, അമ്മ, ഏട്ടന്മാർ. എങ്കിലും ഞാൻ ഒറ്റപ്പെട്ട ഒരാളാണ്. എനിക്കിപ്പോൾ ഞാൻ മാത്രമേയുള്ളൂ.”

വീടിനു മുമ്പിലെത്തിയപ്പോൾ നിശ്ശബ്ദമായ ഒരു നോട്ടംകൊണ്ട് അവൾ യാത്ര ചോദിച്ചു.

മോഹൻ ലോഡ്ജിൽ ചെല്ലുമ്പോൾ കൃഷ്ണൻനായരുടെ മകൻ മുൻവശത്തുണ്ട്. സ്റ്റാന്റിന്മേൽ നിർത്തിയ മോട്ടോർ ബൈക്കിൽ കൈയൂന്നിനിന്ന് രാമൻ നായരോട് അധികാരത്തിന്റെ സ്വരത്തിൽ സംസാരിക്കുന്നു.

“കുളിമുറിയിലെ പൈപ്പ് കേടായത് നന്നാക്കണം. ലോഡ്ജിന്റെ പിറകുവശം കാട് പിടിച്ച് കിടക്കുന്നതു കണ്ടില്ലേ? അതൊന്നു വെട്ടിക്കളയാൻ... ഇതൊക്കെ ഞാൻ പറഞ്ഞിട്ടു വേണോ?”

രാമൻ നായർ ഭവ്യതയോടെ എല്ലാം മൂളിക്കേൾക്കുകയും അങ്ങനെ ചെയ്യാമെന്ന് തല കുലുക്കുകയും ചെയ്യുന്നതേയുള്ളൂ.

മോഹൻ അകത്തേക്കു ചെന്നപ്പോൾ സോമൻ ലോഹ്യം കാണിച്ചു.

“ഹലോ!”

“ഹലോ!”

“പിന്നെ, എന്തൊക്കെ വിശേഷം?”

“നല്ല വിശേഷം?”

“ഇവിടെ അസൗകര്യമൊന്നുമില്ലല്ലോ.”

“ഏയ്. ഒന്നൂല്ല.”

“അല്ല. എന്തെങ്കിലുമുണ്ടെങ്കിൽ പറയാൻ മടിക്കണ്ട. എനിക്കെപ്പോഴും വന്നന്വേഷിക്കാൻ തരപ്പെട്ടെന്നു വരില്ല. ഞാൻ രാമൻ നായരോട് പറയുകയായിരുന്നു, എല്ലാം നോക്കിക്കൊള്ളണമെന്ന്.”

മോഹൻ വെറുതെ ചിരിച്ചു.

പോക്കറ്റിൽനിന്ന് സിഗരറ്റെടുത്ത് നീട്ടിക്കൊണ്ട് സോമൻ പറഞ്ഞു.

“ഹാവ് എ സിഗരറ്റ്.”

മോഹൻ അത് നന്ദിപൂർവ്വം നിരസിച്ചു.

“നോ, താങ്ക്സ്.”

ആംഗ്യംകൊണ്ട് യാത്ര ചോദിച്ച് മോഹൻ മുറിയിലേക്കു പോയി. കോണിപ്പടി കേറിച്ചെന്ന് വാതിൽ തുറക്കുമ്പോൾ അങ്ങേ മുറിയിൽനിന്ന് സ്റ്റീരിയോ പാടുന്നതു കേട്ടു:

“കാത്തിരുന്ന് കാത്തിരുന്ന് കാലങ്ങൾ പോകുതെടീ... പൂത്തിരുന്ന് പൂത്തിരുന്ന് പൂമിഴി നോവുതെടീ..”

എന്തുറക്കെ! അടുത്തു വേറെ ആളുകളുണ്ടെന്നുള്ള വിചാരമില്ല.

സംഗീതം ഒരു കർണ്ണശല്യമായിത്തീർന്നാലോ?

പതിന്നാലിലെ ചെല്ലപ്പന് ഒരു പൊട്ട സ്റ്റീരിയോ ഉണ്ട്. പോകുന്നിടത്തുനിന്നെല്ലാം അയാൾ കാസെറ്റുകൾ വാങ്ങിക്കൊണ്ടുവരും. വന്നു കേറിയാൽ ആദ്യം ചെയ്യുന്നത് അതു പാടിക്കുകയാണ്. അതു കഴിഞ്ഞേ ബാക്കി കാര്യമുള്ളൂ. അയാളുടെ വിചാരം മറ്റുള്ളവരുടെ സന്തോഷത്തിനു വേണ്ടി അയാൾ ഒരു വലിയ കാര്യം ചെയ്യുന്നുവെന്നാണ്.

എന്നെങ്കിലും ഒരുദിവസം മുഖത്തു നോക്കി പറയണം: "സ്നേഹിതാ, പതുക്കെവെച്ച് നിങ്ങൾ മാത്രം ആസ്വദിച്ചാൽ മതി. ദയവായി മറ്റുള്ളവരെ ഉപദ്രവിക്കരുത്."

ഹോ, സന്തോഷം! പതിന്നാലിലെ പാട്ടു തീർന്നു.

തലയണകൾ പൊക്കി വച്ച് മോഹൻ മെത്തയിൽ ചാരിക്കിടന്നു. കുറെ കഴിഞ്ഞപ്പോൾ താഴെ മോട്ടോർബൈക്ക് സ്റ്റാർട്ട് ചെയ്യുന്ന ഒച്ച കേട്ടു.

നിമിഷങ്ങൾക്കുള്ളിൽ കോണിപ്പടി കേറി വാതില്ക്കൽ വന്നുനിന്ന് രാമൻനായർ അല്പം പരിഹാസം കലർന്ന സ്വരത്തിൽ പറഞ്ഞു.

"കൊച്ചുമൊതലാളി പോയി."

രാമൻ നായർ പതിഞ്ഞ കാൽവയ്പുകളോടെ അകത്തേക്കു കടന്നുവന്നു.

"മൊതലാളിയെക്കൊണ്ടു പിന്നേം പൊറുതിയുണ്ട്. കൊച്ചുമുതലാളിയാ കടുപ്പം! വരണ കണ്ടാൽ തോന്നും ദേവേന്ദ്രന്റെ അച്ഛൻ മുത്തുപ്പട്ടരുടെ എളേ മകനാണെന്ന്. എന്തു പറയാനാ?"

"അതിനു രാമൻനായർക്കെന്താ."

"എനിക്കൊന്നൂല്ല. എന്നാലും പഴേ ചരിത്രോക്കെ അറിയാവുന്നോരുടെ അടുത്തു കുമ്പാസ് കാണിക്കരുത്."

"രാമൻ നായരു തന്നെയല്ലേ മുമ്പൊരിക്കൽ പറഞ്ഞത്. ഇളം മാനിനു ചാട്ടം കൂടുമെന്ന്!"

എന്തോ ഏതോ എന്ന അർത്ഥത്തിൽ കൈ മലർത്തിക്കാട്ടിയതിനു ശേഷം ഒന്നും പറയാതെ രാമൻ നായർ പുറത്തേക്കുപോയി.

സന്ധ്യ കഴിഞ്ഞു. നിലാവ് തെളിഞ്ഞപ്പോൾ മോഹൻ പിൻവശത്തെ വരാന്തയിലിറങ്ങി നിന്നു.

ഇടതൂർന്ന മരക്കൊമ്പുകൾക്കിടയിലൂടെ നിലാവ് പെയ്യുന്നതും നോക്കി നില്ക്കുമ്പോൾ ലക്ഷ്മിയുടെ കറുത്തുവിടർന്ന കണ്ണുകളുടെ ഭംഗി അയാൾക്കോർമ്മ വന്നു.

അർദ്ധരാത്രിയിൽ പ്രപഞ്ചം നിലാവിൽ മുങ്ങിക്കിടക്കുമ്പോൾ മലഞ്ചെരിവിൽ, വക്കിടിഞ്ഞ ഒരു തടാകത്തിന്റെ കരയിൽ പൂത്ത കാടുകളുടെ നിഴലിൽ അവർ കണ്ടുമുട്ടുന്നു. അവളെ ചേർത്തുപിടിച്ച് കറുത്തുവിടർന്ന കണ്ണുകളിൽ നോക്കിനില്ക്കുമ്പോൾ ലക്ഷ്മിയുടെ പൂർവ്വജന്മസ്മൃതികൾ മനസ്സിൽ വന്നലയ്ക്കുന്നു. യക്ഷിക്കഥയിലെ രാജകുമാരനെപ്പോലെ അവളെ കൈകളിൽ താങ്ങി ആകാശത്തിലേക്കുയർന്നു

പോകുമ്പോൾ വേർപാടിന്റെ ദുഃഖങ്ങളോർക്കുന്നില്ല. ആകാശത്തിന്റെ ചുവട്ടിൽ ഒരു കാർമേഘത്തിൽ അവളെ കിടത്തി...

താഴെ വഴിയിൽ ഭാരം കയറ്റിയ ലോറി ക്ഷോഭിച്ച വന്യമൃഗത്തെപ്പോലെ മുരണ്ടപ്പോൾ അയാൾ ഞെട്ടിയുണർന്നു. ഉറക്കത്തിൽ കണ്ട സ്വപ്നം അയാൾക്ക് നഷ്ടപ്പെട്ടു.

കോളനിയിലേക്കു പോകുന്ന ഇടവഴിയിൽ നായ്ക്കൾ കൂട്ടംചേർന്ന് കുരയ്ക്കുന്നതു കേട്ടു. കോളനി രാത്രിയിൽ ഉറങ്ങുന്നില്ല.

പത്ത്

"**ആ**രോ പറഞ്ഞതുപോലെ, കളിമണ്ണിൽനിന്നു മനുഷ്യനെ വാർത്തെടുക്കുന്ന ആ മഹാത്മാവ് വിളിച്ചപ്പോൾ ഈ രാജ്യം അതിന്റെ ദീർഘനിദ്രയിൽനിന്നുണർന്നു. കൂട്ടത്തിൽ ഞാനും. മരിക്കാൻവരെ തയ്യാറായിട്ടാണ് ഓരോ ദിവസവും വീട്ടിൽനിന്നിറങ്ങിത്തിരിക്കുന്നത്. പടക്കളത്തിലേക്കു പുറപ്പെടുമ്പോൾ അങ്ങനെയല്ലേ വിചാരിക്കാനൊക്കൂ."

"പുസ്തകങ്ങളിൽ വായിച്ചിട്ടുണ്ട്."

"ഇല്ല കുഞ്ഞേ. പുസ്തകങ്ങളിൽ എഴുതിവയ്ക്കുന്നത് അനുഭവത്തിന്റെ ചാരമാണ്. കനലിന്റെ ചൂട് അനുഭവിച്ചവർക്കേ അറിയൂ. സ്വന്തം നാടിന്റെ സ്വാതന്ത്ര്യത്തിനായിരുന്നു അന്ന് സ്വന്തം ജീവനേക്കാൾ വില. അതങ്ങനെ ഒരു കാലമായിരുന്നു."

"ചരിത്രത്തിൽ അതിന്റെ ചോര വീണ പാടുകളുണ്ട്."

"നേരിടാനിരിക്കുന്ന പീഡനങ്ങളെക്കുറിച്ചൊന്നും ചിന്തയില്ല. എന്തും സഹിക്കാനായിരുന്നു മഹാത്മാവിന്റെ ഉപദേശം. അങ്ങോട്ടു കൈയോങ്ങരുത്. അന്നത്തെ ആ പരിശീലനം കൊണ്ട് ഒരു ശീലം കിട്ടി. എന്തും സഹിക്കാൻ. അല്ലെങ്കിൽ ഞാനെന്തു ചെയ്തേനെ!"

വൈകുന്നേരം ഓവർബ്രിഡ്ജിനപ്പുറത്തു വച്ചാണ് പരമേശ്വരൻപിള്ള സാറും മോഹനും കണ്ടുമുട്ടിയത്. മോഹൻ ആഫീസിൽനിന്നിറങ്ങി വഴിയിൽക്കണ്ട ഒരു പരിചയക്കാരനോടു സംസാരിച്ച് അവിടംവരെ വന്നു. അവിടെവച്ച് പരിചയക്കാരൻ വേറെ വഴിക്കുപോയി. തണൽമരങ്ങൾ നിഴൽവിരിച്ച നടപ്പാതയിലൂടെ ആൾക്കൂട്ടത്തിൽ തനിയെ നടക്കുമ്പോൾ ഒരു വിളികേട്ടു.

"മോഹൻ."

തിരിഞ്ഞു നോക്കുമ്പോൾ ഒരു ഖാദിസ്റ്റോറിൽനിന്ന് പരമേശ്വരൻ പിള്ളസാർ ഇറങ്ങിവരുന്നു.

“ലോഡ്ജിലേക്കല്ലേ?”

“അതേ.”

“വിരോധമില്ലെങ്കിൽ കൂടെ ഞാനും വരാം.”

“വിരോധമോ? എന്തിന്?”

“അല്ല തനിച്ചു നടക്കുന്നതാണിഷ്ടമെങ്കിലോ?”

“ആൾക്കൂട്ടത്തിൽ ചേരാനിഷ്ടമില്ല. എങ്കിലും ഒരാളിനെയൊക്കെ സഹിക്കാവുന്നതേയുള്ളൂ.”

അതൊരു തമാശയായിട്ടെടുത്ത് പരമേശ്വരൻപിള്ളസാർ ചിരിച്ചു.

“ഞാനാ ഖാദിസ്റ്റോറിലൊന്നു കയറി. ഉണ്ടായിരുന്ന മുണ്ടും ഉടുപ്പുമൊക്കെ കീറി. ആഡംബരങ്ങളൊഴിവാക്കാം. പക്ഷേ, വസ്ത്രങ്ങളില്ലാതെ പറ്റില്ലല്ലോ.”

അങ്ങനെ സംസാരിച്ചുകൊണ്ട് നടന്നു. ഏതോ ഒരു ഘട്ടത്തിൽ സംസാരം പരമേശ്വരൻപിള്ളസാറിന്റെ വ്യക്തിജീവിതത്തിലേക്ക് കടന്നു. സാറിനെക്കുറിച്ചു ഞാൻ കേട്ടിട്ടുണ്ടെന്നു മോഹൻ പറഞ്ഞിടത്തുനിന്നായിരുന്നു ആരംഭം. സ്വാതന്ത്ര്യസമരത്തിന്റെ പ്രക്ഷുബ്ധമായ കാലഘട്ടത്തിൽ വരുംവരായ്കകളോർക്കാതെ അതിലേക്കെടുത്തു ചാടിയതിന്റെ ഓർമ്മകളെല്ലാം അദ്ദേഹം അമൂല്യമായി സൂക്ഷിക്കുന്നുണ്ട്. അതുകൊണ്ട് സ്വന്തം ജീവിതത്തിൽ സംഭവിച്ച നഷ്ടങ്ങളെയും തോല്‌വികളെയും കുറിച്ച് അദ്ദേഹം നിരാശപ്പെടുന്നില്ല.

“എനിക്കറിയാം, മറ്റുള്ളവരുടെ ദൃഷ്ടിയിൽ എന്റെ ജീവിതം ഒരു പരാജയമാണ്. പക്ഷേ, എനിക്കങ്ങനെ തോന്നുന്നില്ല. സ്വത്തോ പദവിയോ ഒക്കെയാണ് മറ്റുള്ളവരുടെ അഭിപ്രായത്തിൽ വലുത്. അതൊന്നുമില്ലാത്ത ഒരു പാവം മനുഷ്യനു സമൂഹത്തിൽ എന്തു വില?”

“സ്വാതന്ത്ര്യസമരത്തിൽ പങ്കെടുത്തതിന്റെ പേരിൽ പിന്നീട് നേതാവാകാനും മന്ത്രിയാകാനും ഓടിനടന്നവരെക്കുറിച്ചു കേട്ടിട്ടുണ്ട്. അതിൽ നിന്നൊഴിഞ്ഞുനിന്നത്?”

“ഞാൻ നേരത്തെ പറഞ്ഞില്ലേ, അതൊക്കെ എല്ലാവർക്കും കഴിയുന്ന കാര്യമല്ല. പൊങ്ങച്ചം പറയുകയാണെന്നു വിചാരിക്കരുത്. സ്വാതന്ത്ര്യസമരത്തിൽ പങ്കെടുത്തത്, അതിന്റെ പേരിൽ പിന്നീടെപ്പോഴെങ്കിലും നേതാവോ മന്ത്രിയോ ആകാമെന്നു മോഹിച്ചിട്ടല്ല. മോഹൻ അന്വേഷിച്ചു നോക്ക്. അധികാരം പങ്കിടുന്നേടത്ത് ഞാനിതുവരെ എന്റെ ഓഹരിക്കു ചെന്നിട്ടില്ല.”

“അതൊക്കെ ആരാ അറിയുന്നത്?”

“ആരും അറിയണ്ട. പക്ഷേ, എനിക്കറിയാമല്ലോ. അതുമതി. മോഹനറിയാമോ, കാണുമ്പോൾ ആളുകൾ കുശലം ചോദിക്കുമെന്നു പേടിച്ച്

ഞാൻ പുറത്തിറങ്ങാറില്ല.”

“വഴിയിൽ ഒരാൾ ഒഴിഞ്ഞുകിട്ടിയല്ലോന്നായിരിക്കും മറ്റുള്ളവരുടെ വിചാരം.”

“എങ്ങനെ വേണമെങ്കിലും വിചാരിച്ചു കൊള്ളട്ടെ.”

പിന്നെ അവർക്കിടയിൽ മൗനത്തിന്റെ ഒരിടവേളയുണ്ടായി. ഇനിയെന്തു പറയണമെന്ന് രണ്ടുപേർക്കും അറിയില്ല.

കുറേനേരം കഴിഞ്ഞ് പരമേശ്വരൻപ്പിള്ളസാർ ചോദിച്ചു.

“മോഹനു ജോലിയെവിടെയാണെന്നാണ് പറഞ്ഞത്?”

“പുരാവസ്തുക്കളും ശില്പങ്ങളും വില്ക്കുന്ന ആർ കെ മേനോന്റെ ഓഫീസിൽ.”

“ആ കൊള്ളാം. വീട് എവിടെയാ?”

“കുറെ ദൂരെയാണ്. എന്നെക്കുറിച്ച് കൂടുതലൊന്നും പറയാനില്ല. സ്വന്തം വിധി അന്വേഷിച്ചിറങ്ങിയ ഒരാൾ.”

“അതെല്ലാവരും അങ്ങനെയല്ലേ?”

“ആവോ! അറിയില്ല. എന്നെക്കുറിച്ച് വേറൊന്നും പറയാനില്ലാത്തതുകൊണ്ട് അങ്ങനെ പറഞ്ഞു.”

“ഒരു രാത്രി എന്റെ അനന്തിരവനേയും ചുമന്നുകൊണ്ട് വന്നില്ലേ? അപ്പോൾ ആരാ എന്താ എന്നൊന്നും ചോദിക്കാനൊത്തില്ല. പിന്നെ കണ്ടപ്പോഴൊക്കെ നിങ്ങൾ തിരക്കിലായിരുന്നു. ആഫീസിലേക്കു പോകുമ്പോഴും ആഫീസിൽനിന്ന് വരുമ്പോഴും വഴിയിൽ തടഞ്ഞുനിർത്തി ഒരാളോട് ലോഹ്യം പറയുന്നത് ഒരു വകയാണ്.”

“അർദ്ധരാത്രി വരെ സാറ് വരാന്തയിലിരുന്നു വായിക്കുന്നത് കാണാറുണ്ട്.”

“ഞാൻ പിന്നെ എന്തു ചെയ്യും? എല്ലാവരും വായിക്കുന്നത് അറിവുണ്ടാകാനാണ്. ഞാനങ്ങനെയല്ല. വിഷമതകൾ മറക്കാനും സമയം ചെലവഴിക്കാനും.”

“അപ്പോൾ സാറും തമാശ പറയും.”

“ഇല്ല കുഞ്ഞേ. എന്റെ സങ്കടങ്ങൾ ഞാനാരോടും പറയാറില്ല. ഞാൻ ദൈവത്തോട് ഒരു വരം മാത്രമേ ചോദിച്ചിട്ടുള്ളൂ. ദുഃഖങ്ങൾ സഹിക്കാനുള്ള ശക്തി തരണേയെന്ന്!”

ആത്മദുഃഖങ്ങൾ ഒതുക്കിപ്പിടിച്ച പച്ച മനുഷ്യന്റെ സ്വരമായിരുന്നു അത്.

നടക്കുന്നതിനിടയിൽ മോഹൻ മുഖമുയർത്തി പരമേശ്വരൻപിള്ള സാറിന്റെ നേരെ നോക്കി.

പിടി വിട്ടുപോകുന്ന മനസ്സിന്മേൽ വീണ്ടും പിടിമുറുക്കുന്നതിന്റെ ഒരു തീവ്രഭാവമുണ്ടായിരുന്നു സാറിന്റെ മുഖത്ത്.

“മോളുടെ കാര്യമോർക്കുമ്പോൾ കുറച്ചു വിഷമമുണ്ട്.” ഇടമുറിയുന്ന

വാക്കുകളിൽ വ്യസനത്തിന്റെ കയങ്ങൾ: “എനിക്കെന്തെങ്കിലും സംഭവിച്ചാൽ.. അവൾക്ക് വേറെ ആരുമില്ല.....”

പരമേശ്വരൻപിള്ള സാറിന്റെ മനോദുഃഖം ഊഹിക്കാൻ കഴിയുന്നതേ ഉണ്ടായിരുന്നുള്ളൂ. എല്ലാം സഹിക്കാൻ മാത്രം ദൈവത്തോടു അനുഗ്രഹം ചോദിക്കുന്ന ആ മനുഷ്യന്റെയുള്ളിൽ ദുഃഖത്തിന്റെ കയങ്ങളുണ്ട്. പുറമേ ഒന്നുമില്ലെന്നു ഭാവിക്കുമ്പോഴും അകമേ ദുഃഖത്തിന്റെ ഒരു കടൽ കിടന്നിളകിമറിയുന്നു.

ഒരു ദുഃഖവുമില്ലാത്ത ആളാണ് താനെന്ന് മറ്റുള്ളവരെ ബോദ്ധ്യപ്പെടുത്താൻ അദ്ദേഹം എന്ത് സഹിക്കുന്നുണ്ടെന്ന് അദ്ദേഹത്തിനു മാത്രമേ അറിയൂ. എന്നാലെന്ത്, വേറെ ആരും അതറിയുന്നില്ലല്ലോ എന്നായിരുന്നു അദ്ദേഹത്തിന്റെ സമാധാനം. താനെന്തുവേണമെങ്കിലും സഹിക്കാം. എത്ര വേണമെങ്കിലും സഹിക്കാം. വേറാരും അതറിയരുത്. അതുമാത്രമേ അദ്ദേഹം ആഗ്രഹിച്ചിരുന്നുള്ളൂ. മറ്റുള്ളവരുടെ പൊള്ളയായ സ്നേഹവും പൊള്ളയായ വിനയവുമെല്ലാം നിറഞ്ഞു തുളുമ്പുന്ന നന്മയുടെ അടയാളമായി അദ്ദേഹം എണ്ണി. പക്ഷേ, മറ്റുള്ളവരുടെ കണ്ണിൽ അദ്ദേഹം ജീവിക്കാനറിയാത്ത ആളാണ്. ആദർശത്തിന്റെ പേരിൽ ജീവിതം ഒരു നഷ്ടക്കച്ചവടമാക്കിത്തീർത്ത മനുഷ്യൻ.

സ്നേഹവും ബഹുമാനവും കാണിക്കുന്നവരുടെ മനസ്സിൽ യഥാർത്ഥത്തിൽ ഉള്ളത് സഹതാപമാണെന്ന് അദ്ദേഹത്തിനറിയാമായിരുന്നിരിക്കണം.

തന്റെ തോല്‌വികളെ മാത്രം എണ്ണുന്ന സമൂഹത്തിന്റെ മുമ്പിൽ ജീവിക്കുമ്പോൾ വന്നുഭവിക്കുന്ന അന്യഥാത്വമായിരുന്നു അദ്ദേഹത്തിന്റെ മറ്റൊരു നീറ്റൽ.

തന്റെ തോല്‌വികളും നിരാശകളും സാരമില്ലെന്നു വയ്ക്കാം. യാത്രയുടെ അവസാനത്തിൽ സഞ്ചാരിക്ക് അനുഭവപ്പെടുന്ന വ്യർത്ഥതാബോധത്തെ ഒരു നെടുവീർപ്പിലോ ഒരു വിളറിയ ചിരിയിലോ ഒതുക്കാം. സ്വന്തം കാല്ക്കീഴിൽ ആ വഴിയും അവസാനിക്കുകയാണെന്നറിയുമ്പോൾ അക്കരപ്പച്ചയെന്ന വ്യാമോഹവുമില്ല.

പക്ഷേ, തന്റെ മകളെക്കുറിച്ചോർക്കുമ്പോൾ അദ്ദേഹത്തിന്റെ ഉള്ള് നീറുന്നു.

നാലഞ്ചു ദിവസം മുമ്പും ഒരാൾ ലക്ഷ്മിയെ പെണ്ണുകാണാൻ വന്നിരുന്നു. അകത്തുചെന്ന് അച്ഛൻ നിർബ്ബന്ധിച്ചിട്ടാണ് അവൾ വാതില്ക്കൽ അവർക്കു കാണാൻ വേണ്ടി നിന്നുകൊടുത്തത്. കാണലും ഇഷ്ടപ്പെടലുമൊക്കെ കഴിഞ്ഞ് വില പറയാൻ തുടങ്ങുമ്പോഴല്ലേ കച്ചവടം പിശകുന്നത്! ഇവർക്കും പറയാനുണ്ടാവും എന്തെങ്കിലും ഒരു ന്യായം. ജാതകപ്പൊരുത്തമില്ലെന്നോ, നക്ഷത്രങ്ങൾ എതിർധ്രുവത്തിലാണെന്നോ, നീചഗ്രഹത്തിന്റെ ദൃഷ്ടിയുണ്ടെന്നോ അങ്ങനെ എന്തെങ്കിലും..

പൊന്നിന്റെയും പണത്തിന്റെയും കാര്യത്തിൽ പിശകിക്കഴിയുമ്പോഴാണ് ജാതകദോഷവും നക്ഷത്രക്കുഴപ്പവും നീചഗ്രഹത്തിന്റെ ദൃഷ്ടിയുമൊക്കെ വരുന്നത്..

അതൊഴിവാക്കാൻവേണ്ടി ഏറ്റവും ഒടുവിൽ വന്നവരോട് പരമേശ്വരൻപിള്ളസാർ കാര്യങ്ങൾ തുറന്നു പറഞ്ഞു.

"പൊന്നും പണവും തരാൻ എന്റെ കൈയിലില്ല. ആകെയുള്ളത് ഈ ഒരു കഷണം ഭൂമിയും ഈ പഴയ വീടും മാത്രമാണ്."

ഇടവഴിയുടെ വക്കിൽ ആ ഒരു കഷണം ഭൂമിയും പഴകി ജീർണ്ണിച്ച ഒരു വീടും ആരെ ആകർഷിക്കാനാണ്?

വന്നവർ യാത്ര പറഞ്ഞു:

"ഞങ്ങൾക്കു ധൃതിയില്ല. ആലോചിച്ചു പറയാം."

അങ്ങനെ പറഞ്ഞു പോയവരെ പിന്നീട് കണ്ടില്ല.

അച്ഛന്റെ മുഖം മ്ലാനമായിരിക്കുന്നതു കണ്ടപ്പോൾ അവൾ പറഞ്ഞു.

"അച്ഛൻ വിഷമിക്കണ്ടാ."

അവൾ അവളുടെ ധർമ്മസങ്കടം അച്ഛനെ കാണിക്കുകയോ അച്ഛന് വിഷമമുണ്ടാക്കുന്ന ഒരു വാക്ക് പറയുകയോ ചെയ്തിട്ടില്ല.

റെയിൽവേ സ്റ്റേഷന്റെ മുമ്പിൽനിന്ന് ഇടത്തോട്ടു തിരിയുന്ന വഴിയുടെ ആരംഭത്തിലെ ടാക്സി ഡ്രൈവർമാരും ബസ് സ്റ്റേഷനിലെ കൂലികളും ചേർന്ന് കെട്ടിയുണ്ടാക്കിയ ഗണപതി ക്ഷേത്രത്തിന്റെ മുമ്പിലിരുന്ന് കാവിയുടുത്ത ഒരാൾ കീർത്തനം പാടുന്നുണ്ടായിരുന്നു. ക്ഷേത്രത്തിനു മുമ്പിലെത്തിയപ്പോൾ പരമേശ്വരൻപിള്ള സാർ അവിടെ ഒരു നിമിഷം കണ്ണടച്ചു നിന്നു.

"വീട്ടിൽ അടച്ചുപൂട്ടിയിരിക്കുന്ന കാര്യമോർക്കുമ്പോൾ എനിക്കതിശയം തോന്നും." കുറേ നേരത്തെ മൗനത്തിനുശേഷം പരമേശ്വരൻപിള്ള സാർ പറഞ്ഞു. "ജനങ്ങളുടെ ഇടയിൽ ജീവിച്ച ഒരാളായിരുന്നു ഞാൻ. ഇപ്പോൾ ആരും എന്നെ ഓർക്കുന്നില്ല. വല്ലപ്പോഴും പുറത്തിറങ്ങുമ്പോൾ വഴിയിൽ കണ്ടുമുട്ടുന്ന പഴയ പരിചയക്കാരും കൂടിയില്ലെങ്കിൽ ഞാനീ നഗരത്തിൽ അന്യനായിത്തീർന്നേനെ."

ശബ്ദത്തിൽ ഒറ്റപ്പെടലിന്റെ വ്യഥ. എങ്കിലും, അതു വ്യഥയാണെന്നു സമ്മതിക്കാൻ പ്രയാസം. അതുകൊണ്ട് വെറുതെ ചിരിക്കുന്നു. തനിക്കൊരു വ്യസനവുമില്ലെന്നു കാണിക്കാൻ.

"എത്ര നല്ല വേഷക്കാരനും ഒരിക്കൽ കളിയരങ്ങിൽനിന്നു പോകേണ്ടിവരുമെന്ന് എനിക്കറിയാം. അതുകൊണ്ടെനിക്കു വിഷമവുമില്ല. പറഞ്ഞില്ലേ, സ്വമനസ്സാലേ കളിയരങ്ങിൽനിന്നിറങ്ങിപ്പോന്ന വേഷക്കാരനാണ് ഞാൻ."

വഴിയരികിൽ ആരോ വലിച്ചെറിഞ്ഞ പൊട്ടിയ കുപ്പിയുടെ ചില്ലുകൾ അദ്ദേഹം പെറുക്കിക്കളഞ്ഞു.

വീണ്ടും നടക്കുന്നതിനിടയിൽ അദ്ദേഹം പറഞ്ഞു:

"ചിലപ്പോൾ മനസ്സ് വല്ലാതെ ഇരുണ്ടു മൂടും. എന്തോ ഒരു സമാധാനക്കേട്. കാടിനു തീ പിടിച്ചപോലെ. മാനുഷികമായ ഒരു ദൗർബല്യമെന്നു വിചാരിച്ചാൽ മതി. ഞാനപ്പോൾ എന്തു ചെയ്യുമെന്നറിയാമോ? അർദ്ധരാത്രിയിൽ നഗരം ഉറങ്ങിക്കിടക്കുമ്പോൾ നഗരത്തിലിറങ്ങി നടക്കും. അപ്പോൾ വേറെ ആരുമില്ല. ഞാനും ഈ നഗരവും മാത്രം."

വീടിനു മുമ്പിലെത്തിയപ്പോൾ അദ്ദേഹം നിന്നു.

"കൂട്ടിനൊരാളെക്കിട്ടിയതുകൊണ്ട് വഴി നടന്നതറിഞ്ഞില്ല. മോഹനു തിടുക്കമില്ലെങ്കിൽ വീട്ടിൽ കയറി ചായ കുടിച്ചു പോകാം."

മോഹൻ ഭവ്യതയോടെ പറഞ്ഞു:

''അത് ഇനിയൊരിക്കലാവാം."

"ശരി. ഇഷ്ടം പോലെ. എന്റെ ക്ഷണം നിലവിലുണ്ടെന്ന് ഓർത്താൽ മതി."

"അടുത്തല്ലേ. എനിക്കെപ്പോൾ വേണമെങ്കിലും വരാമല്ലോ?"

"അങ്ങനെയൊക്കെ തോന്നുന്നത് തന്നെ വലിയ കാര്യം. ഭംഗിവാക്കുകളാണെങ്കിൽ പോലും."

"ഞാൻ പറഞ്ഞത് ഭംഗിവാക്കല്ല."

"ഒറ്റപ്പെട്ട ഒരു ജീവിതമാണ് എന്റേത്. ആരും എന്നെ കാണാൻ വരാറില്ല. ആരെയെങ്കിലും കാണാൻ ഞാനും പോകാറില്ല. അടച്ചുപൂട്ടിയ ജീവിതം. ഒരുതരത്തിൽ അതും ഒരു സുഖമാണ്. ആർത്തിരമ്പുന്ന ആൾക്കൂട്ടങ്ങളിൽ ജീവിച്ച ഞാൻ. ഓർത്തുനോക്കുമ്പോൾ രണ്ട് എക്സ്ട്രീംസ്! ങ്ഹാ, സൗകര്യം കിട്ടുമ്പോൾ വരൂ."

മുഖഭാവംകൊണ്ട് യാത്ര ചോദിച്ച് അദ്ദേഹം അകത്തേക്കു കയറിപ്പോയി.

ലോഡ്ജിന്റെ മുമ്പിൽ രാമൻ നായർ നില്പുണ്ടായിരുന്നു.

"ഇന്നു പരമേശ്വരൻപിള്ള സാറായിരുന്നോ കൂട്ട്?"

"ഉം. ഓവർബ്രിഡ്ജിനടുത്തു വച്ച് സാറിനെ കണ്ടു. പിന്നെ ഒന്നിച്ചു പോന്നു."

"അതിശയം! പുള്ളിക്കാരനങ്ങനെ ആരോടും അടുക്കണതല്ല. എന്തു പറ്റിയോ ആവോ? ഞാനതല്ലേ നോക്കി നിന്നത്?" പിന്നാലെ നടക്കുന്നതിനിടയിൽ രാമൻ നായർ പറഞ്ഞു. "ആ സാറിനിങ്ങനെ കഷ്ടപ്പെടണ്ട ആവശ്യോള്ളതല്ല. അങ്ങേര് ഒരമനസ്സുവച്ചാൽ മതി, എന്തു കാര്യോം സാധിക്കാം. സാറിനറിയ്യോ, അങ്ങേരുടെ ശിങ്കിടിയായിട്ടു നടന്ന ആളാ ഇപ്പഴത്തെ മുഖ്യമന്ത്രി. അയ്യട! ഞാനോറ്റെ ആയിരിക്കണ്ടീരുന്നു."

മോഹൻ കോണിപ്പടിയുടെ ചുവട്ടിൽ തിരിഞ്ഞുനിന്നു രാമൻ നായരെ നോക്കി.

അപ്പോൾ താൻ പറഞ്ഞുവന്ന സംഗതിക്കൊരു വിശദീകരണം നല്കാനുണ്ടായിരുന്നു രാമൻ നായർക്ക്.

“ഹാ, ഈ വരുന്നത് എന്റെ ആളാണെന്നൊന്നു വിളിച്ചു പറഞ്ഞാൽ പോരേ? പക്ഷേ, ജന്മേതുകാലം പറയില്ല. ആദർശം! എന്തു പറയാനാ. അനുഭവിക്കാൻ യോഗം വേണ്ടേ?”

രാത്രി ഉറങ്ങാൻ കിടക്കുമ്പോൾ മോഹന്റെ മനസ്സിൽ ഒരു ചിത്രം തെളിഞ്ഞു വന്നു.

അർദ്ധരാത്രി. അരണ്ട നിലാവിൽ നഗരം ഉറങ്ങുമ്പോൾ, മനുഷ്യരും മരങ്ങളും ഉറങ്ങുമ്പോൾ വിജനമായ വഴികളിൽ ഏകാകിയായ ഒരാൾ നടന്നുപോകുന്നു. നഗരത്തെ മൂടിക്കിടക്കുന്ന നിശ്ശബ്ദതയിൽ തന്റെ കാലൊച്ചകൾ പോലും കേൾപ്പിക്കാതെ...

പതിനൊന്ന്

കിഴക്കേക്കോട്ടയിൽ വച്ച് ഓർക്കാപ്പുറത്ത് ലക്ഷ്മിയെ കണ്ടപ്പോൾ മോഹൻ അത്ഭുതപ്പെട്ടു.

"ലക്ഷ്മി എന്താ ഇവിടെ?"

അവൾ മുഖം കുനിച്ച് നാണത്തോടെ പറഞ്ഞു:

"ഞാനെന്റെ ഒരു സ്നേഹിതയുടെ വിവാഹത്തിനു പോയതാണ്. ഇവിടെവരെ വേറെ കൂട്ടുകാരുണ്ടായിരുന്നു."

അവളുടെ സാമീപ്യം അയാളുടെ മനസ്സിനെ ഉണർത്തി. വീട്ടിനു പുറത്തുവച്ച് ഇങ്ങനെ അവളെ കണ്ടുമുട്ടണമെന്ന് താൻ ആഗ്രഹിച്ചിരുന്നെന്നു പോലും അയാൾക്കു തോന്നിപ്പോയി.

"ലക്ഷ്മിക്കു പോകാൻ ധൃതിയുണ്ടോ? ഇല്ലെങ്കിൽ എങ്ങോട്ടെങ്കിലും മാറി നില്ക്കാം. ഈ തിരക്കിൽനിന്ന്."

മുഖമുയർത്തി നിശ്ശബ്ദമായ ഒരു നോട്ടംകൊണ്ട് അവൾ ചോദിച്ചു:

"എന്തിനാ?"

പിന്നെയെന്താണ് പറയേണ്ടതെന്നറിയാതെ മോഹൻ ഒരുനിമിഷം പരുങ്ങി. അതിനിടയിൽ അയാൾ സ്വയം വിചാരണ നടത്തുകയും ചെയ്തു. ആഗ്രഹം തോന്നുന്ന ആളിനോട് നേരെ ചെന്ന് ഇംഗിതം വെട്ടിത്തുറന്നു പറയാൻ പണ്ട് തനിക്കുണ്ടായിരുന്ന കൂസലില്ലായ്മയ്ക്കെന്തു സംഭവിച്ചു? അതെങ്ങനെ നഷ്ടപ്പെട്ടു? ഈ പെൺകുട്ടിയുടെ മുമ്പിൽ പതറുന്നതെന്തിന്? പറയാനുള്ളത് മനസ്സിലുണ്ട്.

ആദ്യം കണ്ട നിമിഷം മുതൽ മനസ്സുകൊണ്ട് എന്തോ ഒരടുപ്പം തോന്നി അവളോട്. വിശുദ്ധമെന്നു പറയാവുന്ന അനുഭൂതികളുടെ ഒരു പ്രവാഹം. എന്തു പേരിട്ടാണ് അതിനെ വിളിക്കേണ്ടതെന്നറിയില്ല. സ്നേഹമെന്നോ? അതും എനിക്കറിയില്ല. എനിക്കു സ്നേഹത്തിന്റെ സയൻസും

ഗ്രാമറും അറിയില്ല. ഞാൻ വരാന്തയിൽ നിന്നെ കാണാൻ വേണ്ടി കാത്തു നില്ക്കാറുണ്ട്. കാത്തുനിന്നിട്ട് കാണാത്തപ്പോൾ ഇച്ഛാഭംഗത്തിന്റെ ഒരു നീറ്റലുണ്ടാകാറുണ്ട്. ഇതൊക്കെയല്ലേ സ്നേഹമെന്നു പറയുന്നത്?

അവൾക്കും അങ്ങനെ ഒരടുപ്പം തോന്നിയിട്ടുണ്ടായിരുന്നു തിരിച്ചിങ്ങോട്ടും. ആദ്യം കണ്ടപ്പോൾ കൃഷ്ണൻനായരുടെ ലോഡ്ജിൽ പുതുതായി താമസിക്കാൻ വന്ന ഏതോ ഒരാൾ എന്നേ വിചാരിച്ചുള്ളൂ. പിന്നീട് ശരീരം തുളച്ച് തന്റെ ആത്മാവിനെ സ്പർശിക്കുന്ന ഒരാകർഷണശക്തി ആ കണ്ണുകളിൽ കണ്ടു. അപ്പോൾ മനസ്സിൽ ഒരു കുളിർമ്മ അനുഭവപ്പെട്ടു. ഏകാന്തതകളിൽ ദുഃഖത്തിന്റെ കാർമേഘങ്ങൾ മൂടി മഴക്കാലത്തെ ആകാശംപോലെ മനസ്സ് ഇരുളുമ്പോൾ കിഴക്കുവശത്തെ ലോഡ്ജിന്റെ രണ്ടാംനിലയിലെ ഇരുപത്തിമൂന്നാം നമ്പർ റൂമിന്റെ പിൻവാതിൽ തുറക്കുന്നതും കാത്ത് ജനലഴികൾക്കു പിന്നിൽ ഒളിച്ചു നില്ക്കാറുള്ളതെന്തിനായിരുന്നു? ഉച്ചാരണമില്ലാത്ത വാക്കായി അവളുടെ സ്നേഹം അവളുടെ മനസ്സിൽ വീർപ്പുമുട്ടി.

"വേറെ യാതൊരു ദുരുദ്ദേശ്യവുമില്ല." നഷ്ടപ്പെട്ടെന്നു ശങ്കിച്ച മനസ്സിന്റെ കൂസലില്ലായ്മ മോഹൻ പെട്ടെന്നു വീണ്ടെടുത്തു. "അല്ലെങ്കിൽ എന്തിനാണൊളിച്ചു വയ്ക്കുന്നത്? അതിന്റെ ആവശ്യമില്ല. എന്തിനാണ് വിളിച്ചതെന്നല്ലേ ചോദിച്ചത്? ഇഷ്ടം തോന്നീട്ട്. പലപ്പോഴും ഓർത്തു. എവിടെയെങ്കിലുംവച്ച് ഒറ്റയ്ക്കു കണ്ടിരുന്നെങ്കിൽ ഈ രഹസ്യമൊന്ന് പറയാമായിരുന്നെന്ന്."

വിസ്മയംകൊണ്ടു വിടർന്ന കണ്ണുകളോടെ അവൾ അയാളുടെ നേരെ നോക്കി. എന്തൊക്കെയാണ് പറഞ്ഞത്? ആ വാക്കുകൾ അവളുടെ ഹൃദയത്തിൽക്കിടന്നു മുഴങ്ങി. അതിന്റെ നിശ്ശബ്ദമായ മുഴക്കങ്ങളിൽ അവളുടെ ഹൃദയത്തുടിപ്പുകൾ ഇടകലർന്നു.

"ഒളിച്ചോടാനൊന്നുമല്ല വിളിക്കുന്നത്." മോഹൻ തമാശയുടെ മട്ടിൽ പറഞ്ഞു: "ഈ ആൾക്കൂട്ടത്തിനിടയിൽനിന്ന് എങ്ങോട്ടെങ്കിലും ഒന്നു മാറി നില്ക്കാമെന്നേ ഞാനുദ്ദേശിച്ചുള്ളൂ."

മനസ്സിന്റെ സംഭ്രമം മറച്ചുപിടിക്കാൻവേണ്ടി അവൾ പുഞ്ചിരി കൊണ്ടു.

അയാൾക്കു കൂടുതൽ ധൈര്യം നല്കി.

"ഉപദ്രവിക്കുമെന്നു പേടിക്കാൻ ഞാനൊരു വന്യമൃഗമൊന്നുമല്ല."

അവർ കിഴക്കേക്കോട്ടയുടെ ഗോപുരം കടന്ന് കോട്ടയ്ക്കുള്ളിലൂടെ നടന്നു. വാവലുകളുറങ്ങുന്ന ചൂളമരങ്ങൾക്കു കീഴെ പ്രാചീനമായ ഓർമ്മകളും കാലത്തിന്റെ കാല്പാടുകളും പതിഞ്ഞുകിടക്കുന്ന വഴി. പഴയ രാജഭരണത്തിന്റെ ഓർമ്മകളുറങ്ങുന്ന കോട്ടയ്ക്കകം. വഴിയരികിലെ ചൂളമരങ്ങൾക്കും തീർത്ഥക്കുളത്തിന്റെ കരയിൽ നില്ക്കുന്ന ആൽമരത്തിനും ജീർണ്ണിച്ച കെട്ടിടങ്ങൾക്കും മീതെ തെളിഞ്ഞ ആകാശം. ആകാശത്തിൽ ചിറകുകളനക്കാതെ പറക്കുന്ന പരുന്തുകൾ.

തെക്കെ തെരുവിനപ്പുറത്തുള്ള പാർക്ക് വിജനമായിരുന്നു. ഇരുമ്പ

ഴികളിട്ട ഗേറ്റ് തള്ളിത്തുറന്ന് പാർക്കിന്റെ ഒഴിഞ്ഞ കോണിൽ മരങ്ങളുടെ നിഴലിൽ അവർ ചെന്നിരുന്നു.

പാർക്കിന്റെ മദ്ധ്യത്തിൽ ലോഹത്തിൽ തീർത്ത രാജാവിന്റെ പ്രതിമ.

പൊയ്പ്പോയ മഹാകാലങ്ങളുടെ ഒരു സ്മാരകം.

പാർക്കിനു പാർക്കെന്നുള്ള പേരേ ഉള്ളൂ. പൂച്ചെടികളും പൂക്കളും ഉണങ്ങിപ്പോയി. കാടുപിടിച്ച മൈലാഞ്ചിച്ചെടികൾ മാത്രം ബാക്കിയുണ്ട്. കിഴക്കുഭാഗത്തെ പെരുമരങ്ങളുടെ കൊമ്പുകളിൽ തലകീഴായി തൂങ്ങിക്കിടക്കുന്ന വാവലുകൾക്ക് പകൽ രാത്രിയാണ്.

പുല്ലിന്റെ ഇളംകൂമ്പ് പൊട്ടിച്ചെടുത്ത് പല്ലുകൾക്കിടയിൽ വച്ചു കടിച്ചുകൊണ്ട് അവൾ മുഖം കുനിച്ചിരുന്നു.

അവളുടെ നേരെ അയാളുടെ കണ്ണുകൾ ഇമവെട്ടാതെ നിന്നു.

അവർക്കു മുകളിൽ മരക്കൊമ്പുകളിൽ കാറ്റനങ്ങി. ഇടതൂർന്ന മരക്കൊമ്പുകൾക്കിടയിലൂടെ നീലനിറത്തിൽ തിളങ്ങുന്ന ആകാശം കാണാം. അനുനിമിഷം അവയുടെ രൂപങ്ങൾ അഴിയുകയും പുതിയ രൂപങ്ങൾ തെളിയുകയും ചെയ്യുന്നു.

ഇടയ്ക്ക് അവൾ മുഖമുയർത്തി നോക്കി. ലജ്ജയും സങ്കോചവും കൊണ്ട് അവളുടെ മുഖം തുടുത്തിരുന്നു.

അയാൾ എന്തെങ്കിലും പറയുന്നതു കേൾക്കാൻ അവൾ കാത്തിരുന്നു.

അവർക്കു മുകളിൽ വൃക്ഷക്കൊമ്പുകളിൽനിന്ന് മദ്ധ്യാഹ്നത്തിന്റെ പൂക്കൾ കൊഴിഞ്ഞു.

പിന്നെ അവൾ ചോദിച്ചു:

“എന്തിനാ വിളിച്ചത്?”

അയാൾ അവളുടെ കണ്ണുകളിലെ ആഴങ്ങളിലേക്കു നോക്കി.

“എനിക്കിഷ്ടം തോന്നീട്ട്.”

തിരപോലെ എന്തോ ഒന്ന് അവളുടെ ഹൃദയത്തിൽ വന്നലച്ചു.

പാർക്കിനു മദ്ധ്യത്തിൽ കരിങ്കൽപ്പീഠത്തിന്മേൽ നില്ക്കുന്ന രാജാവിന്റെ ലോഹപ്രതിമയിൽ ഒരു കാക്ക വന്നിരുന്നു.

മുകളിൽ വൃക്ഷശിഖരങ്ങളിൽ കാറ്റനങ്ങി.

“ഞാനാരാണെന്നു ലക്ഷ്മിക്കറിയില്ലല്ലോ.” കുറെ നേരത്തെ മൗനത്തിനുശേഷം മോഹൻ പറഞ്ഞു: “അങ്ങനെ ആലോചിച്ചു വിഷമിക്കേണ്ട കാര്യമൊന്നുമില്ല. ഞാൻ ആരുമല്ല. എവിടന്നോ വന്ന ഒരാൾ. ഏതോ ഒരാൾ. അങ്ങനെ വിചാരിച്ചാൽ മതി. വേറെ നല്ലതൊന്നും പറയാനില്ല.”

അപ്പോൾ ഒരു കള്ളച്ചിരിയോടെ ലക്ഷ്മി പറഞ്ഞു:

“ആദ്യം ഞാനും അങ്ങനെയാ വിചാരിച്ചെ.”

“എങ്ങനെ?”

“ആ ലോഡ്ജ് ചീത്തയാ. അതറിയാതെയാണോ അവിടെ മുറിയെടുത്തത്?”

“ചീത്തയെന്നു പറഞ്ഞാൽ എനിക്കു മനസ്സിലായില്ല.”

"കള്ളുകുടിയന്മാരും കൊള്ളരുതാത്തവരുമൊക്കെയാണ് അവിടെ താമസിക്കാൻ വരുന്നതെന്ന് ആളുകൾ പറയണ കേട്ടിട്ടുണ്ട്."

"അത്രേയുള്ളോ? സാരമില്ല. അല്പസ്വല്പം കൊള്ളരുതായ്കളൊക്കെ എനിക്കുമുണ്ട്."

"എന്തിനാ നുണ പറയുന്നേ?"

"നുണയാണെന്നാരു പറഞ്ഞു?"

"ആരും പറയണ്ട. എനിക്കറിയാം."

"എങ്ങനെ? വല്ല ദിവ്യദൃഷ്ടിയുമുണ്ടോ ലക്ഷ്മിക്ക്?"

"താമസിക്കാൻ വേറെ ഒരെടോം കണ്ടില്ലേ?"

"എന്നുവച്ചാൽ മനുഷ്യന് എവിടെയെങ്കിലും ഒന്നു സ്ഥിതി ചെയ്യണ്ടേ. നോക്കുമ്പോൾ എനിക്കവിടെ ഇഷ്ടപ്പെട്ടു. നഗരത്തിന്റെ ഒരൊഴിഞ്ഞ മൂല."

മുകളിൽ മരക്കൊമ്പുകൾക്കിടയിലൂടെ വെയിൽ അവളുടെ മുഖത്തു വന്നുതട്ടി.

രാജാവിന്റെ പ്രതിമയിൽ വന്നിരുന്ന കാക്ക ദൂരേക്കു പറന്നുപോയി.

കാറ്റത്തുലയുന്ന മരക്കൊമ്പുകളിൽ വാവലുകളുടെ കലപില കേട്ടു. ഇടയ്ക്കിടയ്ക്ക് അവ തമ്മിൽ കൊത്തുകൂടും.

അവൾ ചോദിച്ചു:

"ഞാൻ പോട്ടെ?"

പറയാനോർത്തതൊന്നും പറഞ്ഞില്ലല്ലോ എന്ന മൗഢ്യത്തോടെ അയാൾ അവളുടെ നേരെ നോക്കി.

അപ്പോൾ അയാൾ അവളുടെ കറുത്തുവിടർന്ന കണ്ണുകളിലെ വിഷാദഭംഗി കണ്ടു.

അയാൾ ചോദിച്ചു:

"അപ്പോഴേക്കും ധൃതിയായോ?"

ആ ചോദ്യത്തിനു മറുപടി പറയാതെ അവൾ മുഖം കുനിച്ചിരുന്ന് ഇളം പുല്ലുകളുടെ കൂമ്പുകൾ പൊട്ടിച്ചു.

അവളുടെ മേൽ കാറ്റത്തുലയുന്ന വൃക്ഷക്കൊമ്പിന്റെ നിഴൽ അനങ്ങി.

അയാൾ പറഞ്ഞു:

"കുറേക്കൂടി നീങ്ങിയിരിക്ക്. വെയിൽ കൊള്ളാതെ."

"ഓ, സാരമില്ല." എന്ന മട്ടിൽ അവൾ അവിടെത്തന്നെ ഇരുന്നു.

എന്തൊക്കെയോ അവളോട് ഹൃദയം തുറന്നു പറയണമെന്നുണ്ടായിരുന്നു അയാൾക്ക്. ഒരു കടലോളം മനസ്സിൽ സൂക്ഷിച്ചിരുന്നു. ഇപ്പോൾ അതിൽനിന്ന് ഒരുകൈ കോരിയെടുക്കാൻ നോക്കുമ്പോൾ എവിടന്ന്?

അങ്ങനെ ആലോചിക്കുമ്പോൾ പെട്ടെന്ന് അതിൽനിന്നൊക്കെ വിട്ട്, നടക്കുമ്പോൾ വഴിയിൽ കാൽതെറ്റി വീഴുംപോലെ മോഹൻ ചോദിച്ചു:

"കഴിഞ്ഞയാഴ്ചയും ആരോ പെണ്ണുകാണാൻ വന്നിരുന്നെന്നറിഞ്ഞു. എന്നിട്ടെന്തായി? കാണാൻ വന്നോർക്കിഷ്ടായോ?"

പെട്ടെന്ന് അവളുടെ മുഖം വിളറി.

അവൾ മിണ്ടാതിരിക്കുന്നതു കണ്ടപ്പോൾ മോഹനു സംശയം തോന്നി. തന്റെ ചോദ്യം അവളെ വേദനിപ്പിച്ചോ?

അവൾ മുഖം കുനിച്ചിരിക്കുന്നതു കണ്ട് അയാൾ സ്വയം ശാസിച്ചു. ഛെ, എന്തു വിഡ്ഢിത്തമാണ് താൻ കാണിച്ചത്! ഒരു ഞൊടിക്കുള്ളിൽ എല്ലാം തകർത്തു!

"ഞാൻ വേറൊന്നും ഓർത്തല്ല." സാന്ത്വനിപ്പിക്കാൻ വേണ്ടി അയാൾ പറഞ്ഞു. "എനിക്കു കാര്യങ്ങളൊക്കെ ഏറക്കുറെ അറിയാം. ലോഡ്ജിലെ രാമൻനായരെന്നോട് പറഞ്ഞിട്ടുണ്ട് എല്ലാം. പിന്നെ അച്ഛനും. അതു കൊണ്ട് ചോദിച്ചതാ. അല്ലാതെ."

അവളുടെ പ്രതികരണമെന്തെന്നറിയാൻ അയാൾ ഒരുനിമിഷം കാത്തു.

അവൾ അപ്പോഴും ഒന്നും മിണ്ടാതെ മുഖം കുനിച്ചിരുന്നതേയുള്ളൂ.

"ഞാൻ വേദനിപ്പിച്ചു, അല്ലേ?" അയാൾ ക്ഷമാപണത്തിന്റെ സ്വരത്തിൽ പറഞ്ഞു: "മറന്നു കളയൂ. ഇത്ര തൊട്ടാവാടിയാണെന്ന് ഞാനോർത്തില്ല."

"ഞങ്ങൾ പാവങ്ങളാ." അവൾ ദുഃഖത്തിന്റെ നനവുള്ള സ്വരത്തിൽ പറഞ്ഞു: "എന്റെ അച്ഛനു പണമില്ല. പാവപ്പെട്ട ഒരച്ഛന്റെ മകള് ഒന്നും ആശിക്കാതിരിക്യാണ് നല്ലത്."

"ഉം?"

"അളന്നു കൊടുക്കാൻ പൊന്നും പണോം ഇല്ലാത്തോര് ആശിച്ചിട്ടെന്താ?"

"പൊന്നും പണോം ചോദിക്കാത്ത ആരെങ്കിലും വന്നാലോ? പെണ്ണിനെ ഇഷ്ടായിട്ട്-"

"ഇനിയോ? ഇനി എന്നെക്കൊണ്ടു വയ്യാ കാണാൻ വരുന്നോരുടെ മുമ്പിൽ ചമഞ്ഞൊരുങ്ങി നില്ക്കാൻ. മടുത്തു."

ഉള്ളിൽ അമർത്തിപ്പിടിച്ച ഉൾക്കടമായ ദുഃഖത്തിന്റെ ധ്വനിയുണ്ടായിരുന്നു അവളുടെ സ്വരത്തിന്.

അപ്പോൾ മോഹൻ ചോദിച്ചു:

"കാണാതെ ഇഷ്ടപ്പെടുന്ന ആളാണെങ്കിലോ?"

ആ ചോദ്യത്തിന് മറുപടി പറയാതെ അവൾ വിഷാദം നിറഞ്ഞു തുളുമ്പുന്ന കണ്ണുകളോടെ അയാളെ നോക്കി.

ആ നിമിഷങ്ങളിൽ അവർക്കിടയിൽ നിശ്ശബ്ദതയുടെ ഒരുൾക്കടലുണ്ടായി. അവരതിന്റെ അക്കരെയും ഇക്കരെയും അന്യോന്യം നോക്കി നിന്നു.

ഒടുവിൽ ഒരു നെടുവീർപ്പോടെ അവൾ അവളുടെ വിഷാദങ്ങളിൽ നിന്നുണർന്നു.

"പോട്ടേ? നേരം വൈകി. ഞാൻ ചെല്ലണതും നോക്കീരിക്കയാവും അച്ഛൻ."

വെട്ടിമുറിച്ചകോട്ടയിൽവച്ച് യാത്ര പറയാൻ നേരത്ത് അയാൾ പറഞ്ഞു:

"എനിക്കു വേറെ ചിലതു പറയാനുണ്ട്. ഇനിയൊരിക്കലാവട്ടെ."

"ഇനിയെന്താണ് പറയാനുള്ളത്." എന്ന അർത്ഥത്തിൽ അവൾ അയാളുടെ നരെ നോക്കി.

"സ്നേഹിക്കുന്നത് ഹൃദയം കൊണ്ടാണെന്നല്ലേ പറയാറ്?" ഒരിളം ചിരിയോടെ മോഹൻ അവളെ നോക്കി. "അങ്ങനെ ഒരു സാധനം എനിക്കുമുണ്ട്. പിന്നെ ഞാനതു പറയാത്തതെന്താണെന്നു വച്ചാൽ, എന്റെ ഇഷ്ടം മാത്രം നോക്കിയാൽ പോരല്ലോ."

പറയാൻ വന്നത് മോഹൻ പൂർത്തിയാക്കിയില്ല. എന്നിട്ടും അവൾക്കതു മനസ്സിലായി.

പിന്നെ ആ ദിവസം മുഴുവൻ അവൾക്കതായിരുന്നു ഓർമ്മ.

വൈകുന്നേരം അവൾ അപ്പുറത്തെ ലോഡ്ജിന്റെ രണ്ടാംനിലയിലെ ഇരുപത്തിമൂന്നാം നമ്പർ റൂമിന്റെ പിൻവാതിൽ തുറക്കുന്നതും കാത്ത് ജനലഴികൾക്കു പിന്നിൽ നിന്നു.

താൻ ആരെയും കാത്തുനില്ക്കുകയല്ലെന്നു സ്വയം വിശ്വസിപ്പിക്കാനുള്ള ശ്രമത്തിൽ അവൾ പിന്നെയും പരാജയപ്പെട്ടു.

മഴമേഘങ്ങൾക്കിടയിൽ നിലാവ് പോലെ ഹൃദയത്തിൽ എന്തോ നിറയുന്നു. നിറഞ്ഞു കവിയുന്നു.

ഒരാഴ്ച കഴിഞ്ഞ് ഒരൊഴിവു ദിവസം മോഹൻ കാണാൻ ചെന്നപ്പോൾ പരമേശ്വരൻപിള്ളസാറ് ഇറയത്തെ കട്ടിലിൽ മൂടിപ്പുതച്ചു കിടക്കുകയായിരുന്നു. കണ്ടപ്പോൾത്തന്നെ തോന്നി എന്തോ സുഖമില്ലാതെയാണെന്ന്.

പ്രതീക്ഷിക്കാത്ത നേരത്ത് മോഹനെ കണ്ടതിലുള്ള സന്തോഷത്തോടെ പരമേശ്വരൻപിള്ളസാർ കട്ടിലിൽ എഴുന്നേറ്റിരുന്നു.

"സാറെന്താ മൂടിപ്പുതച്ച്? സുഖമില്ലേ?"

കസേര ചൂണ്ടിക്കാട്ടി ഇരിക്കാൻ ആംഗ്യം കാണിച്ചതിനുശേഷം പരമേശ്വരൻപിള്ള സാർ പറഞ്ഞു:

"എന്താണെന്നു ചോദിച്ചാൽ, ചെറിയ ചെറിയ അസുഖങ്ങൾ. ഇന്നലെത്തൊട്ട് ആസ്മയുടെ.... ങ്ാ സാരമില്ല."

സാറിന്റെ അടുത്തേക്ക് കസേര നീക്കിയിട്ടിരിക്കുന്നതിനിടയിൽ മോഹൻ ചോദിച്ചു:

"മരുന്നു കഴിക്കുന്നില്ലേ?"

"ഉവ്വ്. മരുന്നും മന്ത്രവുമൊക്കെയുണ്ട്. പക്ഷേ, അതുകൊണ്ടു രോഗങ്ങൾ പേടിക്കുമോ? പറഞ്ഞിട്ടു കാര്യമില്ല. വയസ്സും കുറേയായി."

ഇടയ്ക്ക് മറന്നുപോയതു പെട്ടെന്നോർമ്മിച്ചതുപോലെ പരമേശ്വരൻപിള്ളസാർ ചോദിച്ചു:

"ങ്ാ. മോഹനു കുടിക്കാൻ എന്താ വേണ്ടത്? കാപ്പിയോ ചായയോ?"

മോഹൻ ചുമൽ കുലുക്കിക്കൊണ്ടു പറഞ്ഞു:

"എനിക്കിപ്പോൾ ഒന്നും വേണ്ടാ."

"അതു പറഞ്ഞാൽ പറ്റില്ല." പരമേശ്വരൻപിള്ളസാർ അകത്തേക്കു വിളിച്ചു: "മോളേ! ലക്ഷ്മീ."

എന്താച്ഛാ, എന്നു ചോദിച്ചുകൊണ്ട് മുൻവശത്തേക്കോടിവന്ന ലക്ഷ്മി അച്ഛന്റെ അരികിൽ മോഹൻ ഇരിക്കുന്നതുകണ്ട് പെട്ടെന്നുണ്ടായ സങ്കോചത്തോടെ വാതില്ക്കൽ പതുങ്ങി.

പന്ത്രണ്ട്

നഗരത്തിനു മുകളിൽ വേനൽ ജ്വലിക്കാൻ തുടങ്ങി.

നിരത്തിൽ യാത്രക്കാരുടെയും വാഹനങ്ങളുടെയും തിരക്ക് വർദ്ധിക്കുന്നു.

വഴിവക്കിലെ മരച്ചുവടുകളിൽ തണുവിന്റെ കൃപ കാത്തുവച്ച് നിഴലുകൾ...

ലക്ഷ്യസ്ഥാനത്തെത്താൻ വൈകിയതിന്റെ വെപ്രാളത്തോടെ തിരക്കിട്ടോടുന്ന മറ്റു യാത്രക്കാർക്കിടയിൽ മോഹനും ഒരു യാത്രക്കാരനായിരുന്നു.

മണി ഒൻപതര കഴിഞ്ഞു. രാവിലെ ഉണരാൻ വൈകി. പിന്നീട് കുളിയും മറ്റും കഴിഞ്ഞ് ഇറങ്ങിയപ്പോൾത്തന്നെ തോന്നി ഏതായാലും വിചാരിച്ച നേരത്ത് എത്തുകയില്ല.

റോഡ് മുറിച്ചു കടക്കാൻ ട്രാഫിക് ഐലന്റിനടുത്ത് കുറേനേരം കാത്തുനില്ക്കേണ്ടിവന്നു. ഒടുവിൽ ട്രാഫിക് ഐലന്റിലെ ചുവന്ന വെളിച്ചം കെടുകയും പച്ചവളിച്ചം തെളിയുകയും ചെയ്തു. ചിറ മുറിഞ്ഞതുപോലെയായിരുന്നു കാത്തുനിന്ന യാത്രക്കാരുടെ ഒഴുക്ക്.

കിഴക്കേക്കോട്ടയിലെ പഴയ ആൽമരത്തിന്റെ ചുവട്ടിൽ ഒരു നിമിഷം സംശയിച്ചുനിന്നു. നേരത്തു വരാത്ത വണ്ടിക്കു കാത്തുനില്ക്കണോ? അതോ നടക്കണോ?

നടക്കാം. അതാണ് നല്ലത്. അല്ലെങ്കിൽ സമയത്തിനെത്തുകയില്ല.

പിറന്നാളിനു ക്ഷണിച്ചിട്ട് വൈകിച്ചെല്ലുന്നത് മോശമാണ്.

ഇന്നലെ മോഹിനിയാട്ടത്തിന്റെ സ്ക്രിപ്റ്റ് മിനുക്കിക്കൊണ്ടിരിക്കുമ്പോൾ പ്യൂൺ വന്നു പറഞ്ഞു:

“മോഹൻസാറിനെ വിളിക്കുന്നു.”

"ആര്?"

"മേനോൻ സാറ്."

"എന്തിനാണാവോ?"

മോഹിനിയാട്ടത്തിന്റെ ചരിത്രത്തെ സംബന്ധിക്കുന്ന എന്തെങ്കിലും പുതിയ രേഖ കണ്ടുകിട്ടിയിട്ടുണ്ടോ?

മേനോൻ ധാരാളം വായിക്കുന്ന ആളാണ്. എന്തെങ്കിലും പുതിയ ആശയം എപ്പോഴുമുണ്ടാകും. അതു വിശ്വാസമുള്ളവരുമായി ചർച്ച ചെയ്യും. എത്ര തീർച്ചയുള്ള കാര്യവും അദ്ദേഹം സംശയത്തിന്റെ രൂപത്തിലേ അവതരിപ്പിക്കൂ.

പച്ചനിറത്തിലുള്ള ഹാഫ് ഡോർ തള്ളിത്തുറന്ന് അകത്തേക്കു ചെന്നു.

"എന്നെ വിളിച്ചോ?"

നോക്കിക്കൊണ്ടിരുന്ന ഫയലിൽനിന്ന് ആർ കെ മേനോൻ മുഖമുയർത്തി.

"ങ്ാ, മോഹൻ ഇരിക്കൂ."

അദ്ദേഹം ഫയൽ മടക്കി വച്ചു.

"വരാൻ പറഞ്ഞത് ഒരു രഹസ്യം പറയാനാണ്. നാളെ എന്റെ പിറന്നാളാണ്."

"അതാണോ രഹസ്യം?"

ആർ കെ മേനോൻ പിന്നിലേക്കു ചാഞ്ഞ് കസേരയിൽ മലർന്നിരുന്നു.

"ആഘോഷമൊന്നുമില്ല. എന്നാലും മോഹൻ വരണം. അതു പറയാനാണ് വിളിച്ചത്."

മോഹൻ ചിരിച്ച് നന്ദി പ്രകടിപ്പിച്ചു.

"ക്ഷണിക്കേണ്ടത് ഇങ്ങനെ അല്ലായിരിക്കും." മേനോൻ ചോദിച്ചു: "നമ്മൾക്കിടയിൽ ഉപചാരത്തിന്റെ ആവശ്യമുണ്ടോ?"

മോഹൻ പറഞ്ഞു:

"സ്നേഹവും വാത്സല്യവുമൊക്കെ മനസ്സിലാകുന്ന ഒരാളാ ഞാൻ."

മേനോന് അതിഷ്ടപ്പെട്ടു.

"ആറാട്ടു റോഡിലാണു വീട്. കണ്ടുപിടിക്കാൻ വിഷമമുണ്ടാവില്ല. പടിഞ്ഞാറേ കോട്ടവാതിൽ കടന്ന് വളവിൽ ഏഴാമത്തെ വീട്. അല്ലെങ്കിൽ മുല്ലയ്ക്കലമ്മവീടേതാണെന്നു ചോദിച്ചാൽ ആരും കാണിച്ചുതരും."

"ഞാൻ കണ്ടുപിടിച്ചോളാം."

പുറത്തു കടന്നപ്പോഴാണ് അബദ്ധമായെന്നോർത്തത്. എന്തെങ്കിലും കാരണം പറഞ്ഞ് ഒഴിഞ്ഞു മാറാമായിരുന്നു.

ഏതെങ്കിലും വീട്ടിൽ അതിഥിയായി ചെല്ലുന്നതിന്റെ വിഷമം ഇപ്പോഴാണ് ഓർക്കുന്നത്.

കിഴക്കേക്കോട്ടയുടെ കമാനഗോപുരം കടന്ന് പത്മതീർത്ഥത്തിന്റെ വക്കിലൂടെ ഒരു വഴിയുണ്ട്. അതിലേ പോയാൽ എളുപ്പം പടിഞ്ഞാറേ

കോട്ടയിലെത്താം. ഏറിയാൽ എട്ടോ ഒൻപതോ മിനിട്ടു നടന്നാൽ മതി.

പത്മതീർത്ഥത്തിൽ അതിന്റെ കരയിൽ നില്ക്കുന്ന വൃദ്ധനരയാലിന്റെ നിഴൽ വീണുകിടക്കുന്നു. അരയാലിന്റെ ചുവട്ടിൽ മഞ്ഞൾപ്പൊടിയണിഞ്ഞ നാഗദൈവങ്ങൾ.

പടിഞ്ഞാറെ കോട്ടവാതിൽ കടന്നു. ആറാട്ടുവഴിയുടെ പാർശ്വങ്ങളിൽ അമ്മവീടുകളുടെ ശില്പഭംഗിയുള്ള വളഞ്ഞ വാതിലുകൾ.

മഹാരാജാക്കന്മാരുടെ കാലം. ആറാട്ടിന് മഹാരാജാവ് കടപ്പുറത്തേക്കെഴുന്നള്ളുമ്പോൾ കാണാൻ കൊള്ളാവുന്ന നായർ സ്ത്രീകൾ അണിഞ്ഞൊരുങ്ങി നില്ക്കും, മഹാരാജാവിന്റെ കണ്ണിൽപ്പെടാൻ. രാജാവിനിഷ്ടം തോന്നിയാൽ അന്നുരാത്രി പള്ളിയറയിൽ പൊന്നുതിരുമേനിയുടെ പര്യങ്കത്തിൽ ഉറങ്ങാം. തിരുവുള്ളം പ്രസാദിച്ചാൽ ആറാട്ടുവഴിയിൽ ഒരു കൊട്ടാരം. സന്തതിപരമ്പരകൾക്കു കഴിയാൻ സ്വത്ത്. അമ്മ വീടുകളുടെ ചരിത്രം അത്രയേയുള്ളൂ.

നോക്കിയമ്പേഷിക്കാൻ ആളില്ലാതെ വന്നപ്പോൾ നാട്ടിലുണ്ടായിരുന്ന തെങ്ങിൻതോപ്പും നെല്പാടവും വിറ്റ് ആർ കെ മേനോൻ നഗരത്തിൽ ഒരു വീട് വാങ്ങി. വില കുറച്ചു കൂടിപ്പോയെന്നു സ്നേഹിതന്മാർ പറഞ്ഞു. മേനോൻ അതു ഗൗനിച്ചില്ല. അപ്പോൾ ഇഷ്ടപ്പെട്ടു.

പിന്നെ അതിന്റെ ചരിത്രം കേട്ടപ്പോൾ എന്തു വിലയായാലും മേടിക്കണമെന്നു തീരുമാനിക്കുകയും ചെയ്തു.

ആ അമ്മവീട്ടിൽ പണ്ട് ഭംഗിയായി വീണ വായിക്കുന്ന ഒരു പെൺകിടാവുണ്ടായിരുന്നു. ആരോ പറഞ്ഞ് ആ പെൺകിടാവിനെക്കുറിച്ച് കേട്ട് ഒരു സന്ധ്യക്ക് മഹാരാജാവ് ആ പടി കയറിച്ചെന്നു.

ആറാട്ടുവഴിയിൽ വളവുകഴിഞ്ഞ് ഏഴാമത്തെ വീട്. കണ്ടുപിടിക്കാൻ ബുദ്ധിമുട്ടുണ്ടായില്ല. ആരോടും ചോദിച്ചതുമില്ല. ഏഴാമത്തെ വീടിന്റെ വാതില്ക്കൽ കരിങ്കല്ലിൽ കൊത്തിയ ലിപികൾ കണ്ടു.

മുല്ലയ്ക്കൽ അമ്മവീട്.

അതിനുതാഴെ വെള്ളോടിന്റെ തകിടിൽ ഇംഗ്ലീഷിൽ ആർ കെ മേനോൻ.

തുറന്നുകിടന്ന വാതിൽ കടന്ന് അകത്തേക്ക് പ്രവേശിച്ചു. മണൽ വിരിച്ച മുറ്റം. മുറ്റത്തിന്റെ അതിരുകളിൽ പലതരം പൂച്ചെടികൾ. കിളിമരത്തിന്മേൽ പടർന്നുകിടക്കുന്ന മുല്ല. മുല്ല പൂത്തിട്ടില്ല. പൂമുഖത്ത് കുറേ നേരം കാത്തുനിന്നു. അകത്ത് ഒച്ചയും അനക്കവും കേൾക്കുന്നില്ല. മോഹൻ കോളിങ് ബെല്ലിന്റെ സ്വിച്ചിൽ വിരലമർത്തി.

അകത്ത് ആരോ വീണയിൽ മീട്ടിയതുപോലെ ഒരു സ്വരം കേട്ടു.

ഡോർ കർട്ടൻ വകഞ്ഞുമാറ്റി ഒരു പെൺകുട്ടി വാതില്ക്കൽ പ്രത്യക്ഷപ്പെട്ടു. ഒരപരിചിതനെ കണ്ടതിന്റെ വിസ്മയം അവളുടെ കണ്ണിൽ ഒരു നിമിഷത്തേക്കുണ്ടായി.

"മേനോൻ സാറിനെ കാണാനാണ്."

"അച്ഛൻ ക്ഷേത്രത്തിൽ പോയതാണ്. എപ്പോൾ വരുമെന്നറിയില്ല."

"എനിക്കു ധൃതിയില്ല."

ഒരു നിമിഷം അവൾ എന്തോ ആലോചിച്ചു നിന്നു. പിന്നെ ഒരു സംശയം തീർക്കാനെന്ന പോലെ ചോദിച്ചു:

"ആരാ?"

"പിറന്നാളിന് ക്ഷണിക്കപ്പെട്ട ഒരതിഥിയാണ്."

ആളെ മനസ്സിലായി എന്ന അർത്ഥത്തിൽ അവൾ പുഞ്ചിരികൊണ്ടു.

"അകത്തേക്കിരിക്കാം."

ആർ കെ മേനോന് സുന്ദരിയായ ഒരു മകളുണ്ടെന്ന് മുമ്പൊരിക്കൽ അനന്തകൃഷ്ണൻ പറഞ്ഞത് മോഹൻ ഓർത്തു. അവളുടെ കുലീനമായ പെരുമാറ്റം അയാളെ ആകർഷിച്ചു. ഏതോ മെഡിക്കൽ സ്റ്റുഡന്റിനെ പ്രേമിച്ചു ചീത്തപ്പേരുണ്ടാക്കിയ പെണ്ണാണെന്നൊന്നും തോന്നുകയില്ല കണ്ടാൽ.

ഭംഗിയായി അലങ്കരിച്ച സ്വീകരണ മുറിയിൽ അവളുടെ സാന്നിദ്ധ്യം ഏതാണ്ട് സ്വപ്നതുല്യമായിരുന്നു.

"മോഹൻന്നല്ലേ പേര്?"

"അതേ. എങ്ങനെ അറിഞ്ഞു?"

"ഇങ്ങനെ ഒരാളെക്കുറിച്ചു അച്ഛനിവിടെ പറയാറുണ്ട്."

"നേരോ!"

മോഹനു അത്ഭുതം തോന്നി.

ഞാനെന്റെ ഒരു ശമ്പളക്കാരനായിട്ടല്ല മോഹനെ കാണുന്നതെന്ന് ആർ കെ മേനോൻ ഒരിക്കൽ പറഞ്ഞത് മോഹൻ ഓർത്തു.

ചുമരിൽ കഴുത്തോളം മുടിയുള്ള ചുവന്ന അങ്കിയണിഞ്ഞ പുതിയ ഭഗവാന്റെ ചിത്രത്തിൽ ഇന്നലെയിട്ട മാല വാടിയിട്ടില്ല. ഭസ്മക്കുറിയിട്ട ഒരമ്മയുടെ മങ്ങിത്തുടങ്ങിയ മറ്റൊരു ചിത്രം മറ്റൊരിടത്ത്. ഒരു മൂലയിൽ മഞ്ഞപ്പട്ടുവിരിച്ച പീഠത്തിന്മേൽ ബുദ്ധന്റെ കറുത്ത പ്രതിമ.

"കുടിക്കാനെന്താ കൊണ്ടുവരണ്ടെ?"

"ഒന്നും വേണ്ടാ."

"അതു പറഞ്ഞാൽ പറ്റില്ല. എന്താ വേണ്ടേന്നു പറയൂ. ചായയോ കാപ്പിയോ?"

"ഈ ചൂടിനു പുറമേ മറ്റൊരു ചൂടും കൂടി?"

ധൃതിയിൽ അവൾ അകത്തേക്കു പോയി.

സ്വർണ്ണനിറമുള്ള ഘടികാരത്തിലൂടെ കടന്നുപോകുന്ന നിമിഷങ്ങളുടെ കാലൊച്ചകൾ ശ്രദ്ധിച്ചിരിക്കുമ്പോൾ അവൾ തിരിച്ചുവന്നു. കൈയിൽ കസവു പൂക്കളുടെ ചിത്രമുള്ള ഗ്ലാസിൽ മഞ്ഞനിറത്തിലുള്ള ശീതളപാനീയം.

"എന്താ പേര്?"

"മായ."

അപ്പോൾ പുറത്ത് കാറിന്റെ ഇരമ്പം കേട്ടു.

പുറത്തേക്കെത്തി നോക്കി അവൾ പറഞ്ഞു:

"അച്ഛനും അമ്മയും എത്തി."

ഒഴിഞ്ഞ ഗ്ലാസുമെടുത്തുകൊണ്ട് അവൾ അകത്തേക്കു പോയി. അവൾക്കു പിന്നിൽ പൂക്കളുടെയും ചിത്രശലഭങ്ങളുടെയും വർണ്ണചിത്രങ്ങളുള്ള ഡോർകർട്ടൻ ഉലഞ്ഞു.

അവൾ പോയിക്കഴിഞ്ഞിട്ടും അവളുടെ സാന്നിദ്ധ്യം ഒരുസൗരഭ്യമായി അവിടെ തങ്ങിനിന്നു.

വാതില്ക്കൽ കാൽപ്പെരുമാറ്റം കേട്ട് മോഹൻ തിരിഞ്ഞുനോക്കുമ്പോൾ ആർ കെ മേനോനും മിസിസ്സ് വിജയാമേനോനും വാതിൽ കടന്നുവന്നു. മിസിസ്സ് വിജയാമേനോൻ കൈയിൽ മിനുങ്ങുന്ന പിച്ചളത്തട്ടത്തിൽ ക്ഷേത്രത്തിലെ പൂവും പ്രസാദവും പിടിച്ചിരുന്നു.

കണ്ട ഉടൻ ചിരിച്ചുകൊണ്ട് മേനോൻ ചോദിച്ചു:

"മോഹൻ എപ്പോഴെത്തി?"

"കുറച്ചു മുൻപ്."

"ഞങ്ങൾ ക്ഷേത്രത്തിൽ പോയതായിരുന്നു. ഇവിടന്നു പുറപ്പെടുമ്പോൾ ഒരു ക്ഷേത്രത്തിൽ തൊഴുത് വഴിപാട് കഴിക്കാനേ ഉദ്ദേശ്യമുണ്ടായിരുന്നുള്ളൂ. അതു കഴിഞ്ഞപ്പോൾ തോന്നി അധികം ദൂരമില്ലല്ലോ. ഭഗവതിയെയും ശാസ്താവിനെയും കൂടി തൊഴുതിട്ടു പോരാമെന്ന്."

പെട്ടെന്നോർമ്മിച്ചതുപോലെ മേനോൻ തിരിഞ്ഞു മിസിസ്സ് വിജയാമേനോന്റെ നേരെ നോക്കി.

"വിജയം, ഇത് മോഹൻ. നിങ്ങളാദ്യം കാണുകയല്ലേ?"

കൈയിൽ പൂത്തട്ടം പിടിച്ചു നിന്നിരുന്ന മിസിസ്സ് വിജയാമേനോൻ മന്ദഹസിച്ചു.

"അതേ, ഒരിക്കൽ കൂട്ടിക്കൊണ്ടുവരാൻ ഞാൻ പറഞ്ഞിരുന്നു."

"അതിന്നാവട്ടേന്നു ഞാനും നിശ്ചയിച്ചു." ഊർന്നുവീണ കസവുനേര്യതിന്റെ തുമ്പെടുത്ത് പുതച്ചുകൊണ്ട് മേനോൻ പറഞ്ഞു. "പിന്നീടോർക്കാൻ എന്തെങ്കിലും ഒരു വിശേഷാവസരത്തിൽ കണ്ടുമുട്ടുന്നതാനല്ലത്, അല്ലേ?"

മോഹൻ തലകുലുക്കി.

അപ്പോൾ മിസിസ്സ് വിജയാമേനോൻ ചോദിച്ചു:

"അല്ലെങ്കിൽ കണ്ടുമുട്ടുന്ന നിമിഷം വിശേഷപ്പെട്ടതാണെന്നു വിചാരിച്ചാൽ പോരേ?"

വിജയാമേനോന്റെ വശീകരണശക്തിയുള്ള കണ്ണുകളിലെ അഗാധനീലിമ മോഹൻ കണ്ടു.

മേനോൻ സ്റ്റെയർകെയ്സിലേക്കു നടന്നു.

"വാ, നമുക്ക് മുകളിലേക്കു പോകാം."

രണ്ടാം നിലയിലേക്കുള്ള പടികൾ കയറുമ്പോൾ മേനോൻ തിരിഞ്ഞുനിന്നു.

"പിറന്നാളിന് വേറെ ആരെയും ക്ഷണിച്ചിട്ടില്ല. അതിനുതക്ക ആഘോഷവുമില്ല. ക്ഷേത്രത്തിൽ തൊഴുത് എന്തെങ്കിലും വഴിപാട്

കഴിക്കും. അങ്ങനെയാണ് പതിവ്. ഇപ്പോഴും അതിൽ കൂടുതലില്ല. പിന്നെ മോഹനെ വിളിച്ചത് അതിഥിയായിട്ടല്ല."

രണ്ടും നിലയിലെ ആധുനികരീതിയിൽ അലങ്കരിച്ച ഒരു മുറിയിൽ മുകൾത്തട്ടിൽ തൂങ്ങുന്ന പങ്ക കാറ്റിന്റെ ചുഴികളുണ്ടാക്കി.

"കേട്ടോ മോഹൻ, പണ്ടൊക്കെ പിറന്നാളിനു ഞാനെന്റെ സ്നേഹിതന്മാരെ വിളിക്കാറുണ്ടായിരുന്നു. വർഷത്തിലൊരിക്കൽ ഏറ്റവുമടുത്ത സ്നേഹിതന്മാരോടൊത്ത് കുറേ സമയം സന്തോഷമായിട്ട്. പിന്നെ അതു വേണ്ടെന്നു വച്ചു. വേറൊന്നുമല്ല. സ്നേഹിതന്മാരൊക്കെ വലിയ നിലയിലായപ്പോൾ അവരെ ഇത്തരം ചെറിയ കാര്യങ്ങൾക്കു ബുദ്ധിമുട്ടിക്കണ്ടെന്നോർത്തു. അവരുടെ സമയത്തിനു വിലയുണ്ടല്ലോ."

മേനോൻ അദ്ദേഹത്തിന്റെ സ്നേഹിതന്മാരെക്കുറിച്ചു പറഞ്ഞു. ഇപ്പോൾ അവരൊക്കെ വലിയ നിലയിലെത്തിയിരിക്കുന്നു. മന്ത്രിമാർ, രാഷ്ട്രീയനേതാക്കന്മാർ, വ്യവസായ പ്രമുഖർ; അവരാരും ഇപ്പോൾ ആർ കെ മേനോനെ ഓർക്കുന്നില്ല.

കോണിപ്പടികളിൽ ആരോ മുകളിലേക്കു കയറി വരുന്നതിന്റെ കാലൊച്ചകൾ കേട്ടു. നിമിഷങ്ങൾക്കകം മിസിസ്സ് വിജയാമേനോൻ വാതില്ക്കൽ വന്നു.

"വരൂ, കാപ്പി കുടിക്കാം."

കഷണ്ടിത്തലയിലെ വിയർപ്പൊപ്പിക്കൊണ്ടിരുന്ന മേനോൻ ഉത്സാഹത്തോടെ എണീറ്റു.

"വരൂ. മോഹൻ."

മോഹൻ പറഞ്ഞു:

"ഞാൻ കാപ്പികുടിച്ചിട്ടാണ് പോന്നത്."

"എന്നാലും.." മിസിസ്സ് വിജയാമേനോൻ നിർബ്ബന്ധിച്ചു: "ഞങ്ങളുടെ കൂടെയിരുന്ന്. ഊണിന് ഇനിയെത്ര സമയം കിടക്കുന്നു?"

"ഞാനല്പം മുമ്പ് ഇവിടന്നൊരു കൂൾഡ്രിങ്ക്സ് കുടിച്ചു. അതു മതി."

"ഓ, മായയുടെ സൽക്കാരം. അല്ലേ?"

"ശരി. എന്നാൽ മോഹൻ ഇവിടെ വല്ലതും വായിച്ചിരിക്ക്." മേനോൻ വാതില്ക്കലേക്ക് നടന്നു: "ഞാനിപ്പോൾ വരാം."

മേശപ്പുറത്ത് അടുക്കിവച്ചിരുന്ന പുസ്തകങ്ങൾ മോഹൻ എടുത്തു നോക്കി. *ഭഗവദ്ഗീത*യുടെ ഇംഗ്ലീഷ് തർജ്ജമ. ഒരു പഴയ നേതാവിന്റെ ജീവചരിത്രം. ഹരിനാമകീർത്തനത്തിന്റെ വ്യാഖ്യാനം. *കാളി വർഷിപ്പ് ഇൻ കേരളാ.* ഇന്ത്യയിലെ നാടൻ നൃത്തങ്ങൾ. ദക്ഷിണേന്ത്യയിലെ പുരാതന ക്ഷേത്രങ്ങളെക്കുറിച്ചുള്ള പഠനം.

*ഭഗവദ്ഗീത*യുടെ ഇംഗ്ലീഷ് തർജ്ജമ വായിച്ചുകൊണ്ടിരിക്കുമ്പോൾ മേനോൻ വന്നു.

"തനിച്ചിരുന്നു മുഷിഞ്ഞോ?"

"ഇല്ല." മോഹൻ പുസ്തകം മടക്കി: "ഞാനിതൊക്കെ മറിച്ചുനോക്കിക്കൊണ്ടിരുന്നു."

"ഇതുവരെ മാറ്റം വരാതെ ജീവിതം മുഴുവൻ കൊണ്ടുനടന്ന ഒരു ശീലം ഇതാണ്." മേനോൻ വന്ന് മുമ്പിലിരുന്നു: "യഥാർത്ഥത്തിൽ ഞാൻ മറ്റെല്ലാം മറക്കുന്നത് വായിക്കുമ്പോഴാണ്. അതിന്നതെന്നില്ല. പുസ്തകങ്ങളെന്തായാലും എനിക്കിഷ്ടമാണ്. ഡിറ്റക്ടീവ് നോവലുകൾപോലും."

"പക്ഷേ, ഈ പുസ്തകങ്ങൾ കാട്ടിത്തന്നത് ഗൗരവമുള്ള ഒരു വായനക്കാരനെയാണ്."

"അതാണ് കൂടുതലിഷ്ടം. മനസ്സിനു വെളിച്ചം കിട്ടാൻ. പക്ഷേ, വായനയുടെ ഗുണമൊന്നും എനിക്കില്ല. നീതിസാരത്തിൽ ഒരു ചോദ്യമുണ്ട്. കാഞ്ഞിരക്കുരു പാലിലിട്ടെന്നോർത്ത് അതിന്റെ കയ്പ് പോകുമോ?"

മോഹൻ പറഞ്ഞു:

"അറിവുള്ളോർക്ക് ഇങ്ങനെ ഒരുദോഷമുണ്ട്. വിനയം."

മേനോൻ പൊട്ടിച്ചിരിച്ചു:

"പിറന്നാളായിട്ട് നല്ല ഒരു കോംപ്ലിമെന്റ്!"

സൗരഭ്യം കലർന്ന ഒരു കാറ്റുപോലെ മിസിസ്സ് വിജയാമേനോൻ വീണ്ടും വന്നു. ഒഴിഞ്ഞുകിടന്ന സെറ്റിയിൽ ഇരിക്കുന്നതിനിടിയിൽ മിസിസ്സ് മേനോൻ ചോദിച്ചു:

"എന്തു തമാശയാ പൊട്ടിച്ചത് രണ്ടുപേരും കൂടി?"

"മോഹൻ എനിക്കൊരു നല്ല കോംപ്ലിമെന്റ് തന്നു." മേനോൻ പറഞ്ഞു. "ഞാൻ അറിവുള്ള ഒരാളാണെന്ന്! എനിക്കതിൽപ്പരം ഒരു പിറന്നാൾ സമ്മാനം കിട്ടാനുണ്ടോ?"

പിന്നീട് വർത്തമാനം വേറൊരു വഴിക്ക് തിരിഞ്ഞു. സ്വന്തം കാര്യങ്ങളിലേക്ക്.

"അച്ഛനുമായി പിണക്കത്തിലാണ്. അല്ലേ?"

മോഹൻ ഒരു ഞെട്ടലോടെ മേനോന്റെ മുഖത്തേക്ക് നോക്കി.

"മോഹനു ചെറുപ്പമാണ്." മേനോൻ ഒരു സിഗരറ്റ് കത്തിച്ചു: "സ്വന്തം അഭിപ്രായങ്ങളുള്ള ആളാണ്. അതൊക്കെ എനിക്കറിയാം. ഞാൻ ഉപദേശിക്കുകയാണെന്നു വിചാരിക്കരുത്. മോഹനു ഒരു വലിയ ഭാവിയുണ്ടെന്ന് വിശ്വസിക്കുന്ന ആളാണ് ഞാൻ. യാത്ര ചെയ്യാനുള്ള ദൂരം വളരെ. അതു മറക്കരുത്."

ഒന്നും മിണ്ടാതെ മോഹൻ മുഖം കുനിച്ചിരുന്നു. തന്നെ സംബന്ധിക്കുന്ന രഹസ്യങ്ങൾ ഈ മനുഷ്യൻ എങ്ങനെ അറിഞ്ഞു? അനന്തകൃഷ്ണൻ പറഞ്ഞതാകുമോ? അതോ ഈ മനുഷ്യന് അന്യരുടെ രഹസ്യങ്ങളറിയാൻ വല്ല മാന്ത്രികശക്തിയുമുണ്ടോ?

പിറന്നാൾ സദ്യ ഉണ്ണാനിരിക്കുമ്പോൾ ആർ കെ മേനോൻ പറഞ്ഞു:

"ഇതാണോ വല്യ കാര്യമായിട്ട് പിറന്നാളിനു ക്ഷണിച്ചതെന്ന് മോഹന് തോന്നരുത്. യാതൊരാഘോഷവുമില്ല. വയസ്സ് അൻപത്തൊന്നായി. ഇനിയെന്താഘോഷം? ക്ഷേത്രത്തിൽപോയി തൊഴുതു. വഴിപാടുകൾ കഴിച്ചു. കുട്ടിക്കാലം കഴിഞ്ഞാൽ പിന്നെ പിറന്നാളിന്റെ കൗതുകം

പോയി. ശരിയല്ലേ?”

മോഹൻ അതിനും ചിരിച്ചു.

അതിനിടയിൽ അയാളുടെ മനസ്സിലൂടെ ഒരു ചിന്ത കടന്നുപോയി.

എന്റെ പിറന്നാളുകൾ ഞാനോർക്കാറില്ല.

മോഹന്റെ മുൻവശത്തിരുന്ന് നിശ്ശബ്ദമായി ഊണു കഴക്കുന്ന മായയുടെ മുഖത്ത് എപ്പോഴും ഒരു മന്ദസ്മിതത്തിന്റെ നിലാവ് ഓളംവെട്ടി.

വിളമ്പുന്നതിനിടയിൽ മിസിസ്സ് വിജയാമേനോന്റെ മാറത്തുനിന്ന് സിൽക്കുസാരി ഊർന്നുവീണത് മോഹൻ ശ്രദ്ധിച്ചു.

നിന്റെ കണ്ണുകൾ എവിടെയാണെന്നു ശാസിക്കുന്ന ലജ്ജയോടെ മിസിസ്സ് മേനോൻ സാരിയെടുത്തു മാറത്തിട്ടു. മിസിസ്സ് വിജയാമേനോനെക്കുറിച്ച് മുമ്പൊരിക്കൽ അനന്തകൃഷ്ണൻ പറഞ്ഞത് മോഹൻ ഓർത്തു. തടിച്ചുകൊഴുത്ത് ചന്ദനത്തിന്റെ നിറമുള്ള മദാലസയായ ഈ സ്ത്രീ ഒരിക്കൽ നഗരത്തിലെ എല്ലാവർക്കും ലഹരിയായിരുന്നു.

ഊണുകഴിഞ്ഞ് ധൃതിയുണ്ടെന്നുനടിച്ച് മോഹൻ യാത്ര ചോദിച്ചപ്പോൾ ആർ കെ മേനോൻ പറഞ്ഞു:

“ഇടയ്ക്കൊക്കെ ഇങ്ങോട്ടുവരാം. ഇതൊരന്യവീടാണെന്നൊന്നും വിചാരിക്കണ്ടാ.”

കത്തി നില്ക്കുന്ന ഉച്ചവെയിൽ കൊള്ളാതെ തണൽ നോക്കി നടന്നു.

കോട്ടയുടെ കമാനവാതിൽ കടന്നപ്പോൾ തൊട്ടടുത്ത് ഒരു കാർ വന്നു നിന്നു. നോക്കുമ്പോൾ കാറിനുള്ളിൽ മിസിസ്സ് വിജയാമേനോൻ. സ്റ്റിയറിങ്ങിൽ സ്വർണ്ണവളകൾ തിളങ്ങുന്ന കൊഴുത്ത കൈത്തണ്ട.

മിസിസ്സ് മേനോൻ കാറിന്റെ ഡോർ തുറന്നു.

“കേറിക്കോ, ഓവർബ്രിഡ്ജിൽ ഡ്രോപ്പ് ചെയ്യാം. ഞാനാ വഴിക്കാണ്.”

കാറിൽ മിസിസ്സ് മേനോനോടൊപ്പം യാത്ര ചെയ്യുന്നത് ആരെങ്കിലും കണ്ടാൽ എന്തു വിചാരിക്കും?

മോഹൻ പറഞ്ഞു:

“ഞാൻ പിന്നിലിരുന്നോളാം.”

മിസിസ്സ് മേനോൻ ഒരു ഫലിതത്തിന്റെ മട്ടിൽ പറഞ്ഞു:

“എനിക്ക് അയിത്തമില്ല.”

മോഹൻ മുൻവശത്തു കയറി മിസിസ്സ് മേനോന്റെ ഒപ്പമിരുന്നു. കാർ സ്റ്റാർട്ടു ചെയ്യുന്നതിനിടയിൽ മിസിസ്സ് മേനോൻ പറഞ്ഞു:

“ഞങ്ങൾക്കിന്നു ക്ലബ്ബിൽ ഒരു ഡിസ്കഷനുണ്ട്. ജീവിതത്തിൽ ഇന്ത്യൻ സ്ത്രീകൾ നേരിടുന്ന മൂല്യസംഘർഷം.”

കാറിന്റെ ചില്ലിന്മേൽ വഴിവക്കുകളിലെ മരങ്ങളുടെ നിഴലുകൾ മാറി മാറി വീണു.

മിസിസ്സ് മേനോൻ ചോദിച്ചു:

“മോഹൻ എന്താ മിണ്ടാത്തത്?”

ഒന്നുമില്ലെന്നു മോഹൻ തലയനക്കി.

വളവിൽ സ്റ്റിയറിങ് തിരിക്കുന്നതിനിടയിൽ മിസിസ്സ് വിജയാമേനോന്റെ നേരെ മോഹൻ നോക്കി. ഈ കാമരൂപിണിയോട് പാലകൾ പൂക്കുന്ന രാത്രിയിൽ പാമ്പിനെ സ്വപ്നം കണ്ടു ഞെട്ടിയുണരുന്ന രാജ്ഞിയുടെ കഥ പറഞ്ഞാലോ?

ഒരിക്കൽ ഒരിടത്ത് ഒരു രാജ്ഞിയുണ്ടായിരുന്നു. വൃദ്ധനായ രാജാവ് യജ്ഞഭൂമികളിലും തീർത്ഥസ്ഥാനങ്ങളിലും പുണ്യം തേടിനടന്നപ്പോൾ കൊട്ടാരത്തിനുള്ളിൽ സകല സൗഭാഗ്യങ്ങൾക്കിടയിലും രാജ്ഞി ദുഃഖിതയായിരുന്നു. ഏകാന്തതകളിൽ രാജ്ഞി വിദൂരതകളിലേക്കു നോക്കി നെടുവീർപ്പിട്ടു. അപ്പോൾ രാജ്ഞിയുടെ കാതിൽ ചക്രവാളങ്ങളുടെ കരച്ചിലുകൾ കേട്ടു. പാലകൾ പൂക്കുന്ന രാത്രികളിൽ രാജ്ഞി പാമ്പുകളെ സ്വപ്നംകണ്ട് ഞെട്ടിയുണർന്നു. മോഹൻ ആ കഥ ഓർത്തിരിക്കുന്നതിനിടയിൽ വിജയാമേനോൻ ചോദിച്ചു.

“മോഹൻ സ്വപ്നം കാണുകയാണോ.”

മോഹൻ പറഞ്ഞു:

“അല്ല. ഒരുകഥ ഓർക്കുകയായിരുന്നു.”

“എന്തുകഥ?”

“പാല പൂക്കുന്ന രാത്രികളിൽ പാമ്പിനെ സ്വപ്നം കണ്ട് ഞെട്ടിയുണരുന്ന ഒരു രാജ്ഞിയുടെ കഥ.”

“എന്നാൽ പറ, എനിക്കു കഥ കേൾക്കാനിഷ്ടാണ്.”

“പറയാം. ഇനിയൊരിക്കൽ.”

“ഇപ്പോൾ പറഞ്ഞാലെന്താ?”

“എനിക്കിറങ്ങേണ്ട സ്ഥലമായി.”

മിസിസ്സ് വിജയാമേനോൻ വഴിയുടെ അരികുചേർത്ത് കാർ നിർത്തി.

“ഇനിയെന്നാ കാണുന്നെ?”

“കാണാം.”

“അങ്ങനെ പറഞ്ഞാൽ പോരാ. കാണണം. എനിക്കാ രാഞ്ജിയുടെ കഥ കേൾക്കണം.”

മിസിസ്സ് വിജയാമേനോന്റെ വിടർന്ന കണ്ണുകളിൽ വശീകരണശക്തിയുടെ മാന്ത്രികജ്വാല തിളങ്ങുന്നതു മോഹൻ കണ്ടു.

പതിമൂന്ന്

തുടർച്ചയായി രണ്ടുദിവസം പരമേശ്വരൻപിള്ളസാറിന്റെ വീട് പൂട്ടിക്കിടക്കുന്നതു കണ്ടപ്പോൾ അതൊന്നന്വേഷിക്കണമെന്നു മോഹനു തോന്നി. ഇവരെവിടെപ്പോയി? ആരോടാണ് ചോദിക്കുക?

ഒടുവിൽ രാമൻ നായരോടുതന്നെ ചോദിച്ചു:

"രാമൻ നായർക്കറിയാമോ അങ്ങേ വീട്ടിലെ പരമേസ്വരൻപിള്ള സാറ് എവിടെപ്പോയെന്ന്? അവിടെ ആരെയും കാണുന്നില്ല. നോക്കുമ്പോൾ വീട് പൂട്ടിക്കിടക്കുന്നു."

രാമൻ നായർ സഹതാപത്തോടെ പറഞ്ഞു:

"അയ്യോ അതറിഞ്ഞില്ലേ? ആ സാറ് സുഖമില്ലാതെ ആശുപത്രീലാ. ആസ്മാ. ഇടയ്ക്കിടയ്ക്കു അതിന്റെ ശല്യമുണ്ടാവാറുള്ളതാ. ഇപ്രാവശ്യം ഇമ്മിണി കലശലാന്നാ കേട്ടത്."

"ഞാനറിഞ്ഞില്ല. പരമേശ്വരൻപിള്ളസാറ് എന്നോട് വായിക്കാനൊരു പുസ്തകം ചോദിച്ചിരുന്നു. അതുകൊടുക്കാൻ ചെന്നപ്പോൾ വീട് പൂട്ടിയിട്ടിരിക്കുന്നു. ഏതാശുപത്രിയിലാണെന്നറിയാമോ?"

"ജനറലാശുപത്രീലാന്നാ തോന്നണെ. അവിടെയാ പോവാറ് പതിവ്, അതെ, അവിടെത്തന്ന്യേ ആവോള്ളൂ."

പിറ്റേന്നു രാവിലെ മോഹൻ ജനറൽ ഹോസ്പിറ്റലിൽ ചെന്നു. വാർഡുകൾ നീളെ അരിച്ചു നടന്നിട്ടും അവരെ കണ്ടില്ല. ആരെ അന്വേഷിച്ചാണെന്നു ചോദിക്കുന്ന കണ്ണുകൾക്കു മുമ്പിലൂടെ കടന്നുപോകുമ്പോൾ സംശയിച്ചു. ഇനി ഇവിടെ അല്ലെന്നു വരുമോ? തൊട്ടപ്പുറത്താണ് പേവാർഡ്. ഒടുവിൽ അവിടെക്കൂടി നോക്കിയേക്കാമെന്നു വച്ചു.

പേവാർഡിന്റെ മുറ്റത്ത് ഗുൽമോഹർ മരങ്ങളിൽനിന്ന് രാത്രി കൊഴി

ഞ്ഞുവീണ പൂക്കൾ ചിതറിക്കിടക്കുന്നു. നിശ്ശബ്ദമായ ഇടനാഴിയിലൂടെ കടന്നുപോകുമ്പോൾ ഓരോ മുറിയിലേക്കും എത്തിനോക്കി. ഒടുവിൽ ഇടനാഴിയുടെ അങ്ങേ അറ്റത്തുള്ള മുറിയുടെ പാതി ചാരിയ വാതിലിനു ള്ളിലൂടെ കറുത്ത കമ്പിളികൊണ്ടു കഴുത്തോളം മൂടിക്കിടക്കുന്ന പരമേ ശ്വരൻപിള്ള സാറിനെയും കട്ടിലിൽ തല കുനിച്ചുറങ്ങുന്ന ലക്ഷ്മിയെയും കണ്ടു. ഉറങ്ങുന്നവരെ ഉണർത്താൻ മടിച്ച് മോഹൻ വാതിലിനോടു ചേർന്നു നിന്നു.

ഇടനാഴിയിലെ നിശ്ശബ്ദതയ്ക്കു പോറലുകളുണ്ടാക്കാതെ പതിഞ്ഞ കാൽവയ്പുകളോടെ നടന്നു. പുറത്തേക്കുപോകുന്ന തല നരച്ച വല്യമ്മ അടുത്തുവന്ന് മുഖത്ത് സ്വതേയുള്ള നിർവ്വികാരതയോടെ മോഹനെ നോക്കി. പിന്നെ മുഖം താഴ്ത്തി യാത്ര തുടർന്നു.

ഏതോ മുറിയിൽ നിലത്തുവീണ സ്റ്റീൽ പാത്രം പേവാർഡിനെ പൊതിഞ്ഞിരുന്ന നിശ്ശബ്ദത തകർത്തു.

ആ ഒച്ച കേട്ട് ലക്ഷ്മി ഞെട്ടിയുണർന്നു പുറത്തേക്കു നോക്കി. വാതി ലിനോടു ചേർന്ന് ഇടനാഴിയിൽ നില്ക്കുന്ന മോഹനെ കണ്ട് അവൾ അത്ഭുതത്തോടെ എഴുന്നേറ്റു ചെന്നു.

"കുറേ നേരായോ വന്നിട്ട്?"

"ഇല്ല. കഷ്ടിച്ച് ഒരെട്ടോ പത്തോ മിനിറ്റായിക്കാണും."

"എന്നിട്ടെന്താ വിളിക്കാഞ്ഞെ?"

"ഉറങ്ങുകയാണെന്നു തോന്നി. അതുകൊണ്ട്."

"ഇന്നലെ രാത്രിയിൽ വലിയ വിമ്മിട്ടമായിരുന്നു അച്ഛന്. വെളുപ്പാൻ കാലത്താണ് ഉറങ്ങീത്."

"ഞാനിന്നലെ സന്ധ്യക്കു രാമൻനായരോടു ചോദിച്ചാണറിഞ്ഞത്."

"ആണ്ടിൽ ഒന്നു രണ്ടു തവണ അച്ഛന് ഇങ്ങനെ പതിവാ. പക്ഷേ, ഒരിക്കലും ഇത്ര കടുപ്പാവാറില്ല."

'ഫ്ളാസ്കിൽ ചായയും കൈയിൽ മടക്കിപ്പിടിച്ച പത്രവുമായി ഒരു ചെറുപ്പക്കാരൻ ഇടനാഴിയിലൂടെ അവരെ ശ്രദ്ധിക്കാതെ കടന്നുപോയി.

"അകത്തേക്കു വരൂ. എന്തിനാ പുറത്തു നില്ക്കുന്നെ?"

"സാറ് ഉറങ്ങുകയല്ലേ? ഉണർത്തണ്ടെന്നു വിചാരിച്ചാ. എനിക്കു ധൃതി യില്ല."

ലക്ഷ്മി ഒരു നിമിഷം എന്തോ ഓർത്തുനിന്നതിനുശേഷം പറഞ്ഞു:

"ഞാനൊന്നു മുഖം കഴുകി വരാം. എന്നിട്ടു വേണം പുറത്തു പോയി ചായ വാങ്ങാൻ. ഉണർന്നാലുടനെ ഒരു ചായ അച്ഛനു നിർബ്ബന്ധമാണ്."

ലക്ഷ്മി ബാത്ത്റൂമിൽനിന്നു മുഖം കഴുകി വരുന്നതിനുമുമ്പ് പരമേ ശ്വരൻപിള്ളസാർ ഉണർന്നു.

മോഹൻ അകത്തേക്കു കയറിച്ചെന്ന് കിടക്കയ്ക്കരികിൽ നിന്നു.

"മോഹനെങ്ങനെ അറിഞ്ഞു? ഞാൻ പ്രതീക്ഷിച്ചില്ല."

"വീട് പൂട്ടിക്കിടക്കുന്നതു കണ്ടപ്പോൾ അന്വേഷിച്ചു. രാമൻ നായരാണ് പറഞ്ഞത്."

"കിണ്ണത്തിന്റെ വക്കത്തെ കടുകുമണിയായിട്ട് രണ്ടുദിവസം, അങ്ങോട്ടോ ഇങ്ങോട്ടോ എന്നറിയാതെ. ദൈവം ഒരവധി കൂടെ അനുവദിച്ചെന്നു തോന്നുന്നു."

"അങ്ങനെ സമാധാനിക്ക്. ദൈവമറിയാതെ ഒന്നും വരില്ല."

"എന്നാണ് എന്റെയും വിശ്വാസം. അല്ലെങ്കിൽ ഇന്നലെ രാത്രി എന്തെങ്കിലും സംഭവിച്ചേനെ. ആ സ്ഥിതിവരെയും എത്തി."

"സംസാരിക്കണ്ടാ. ക്ഷീണമുണ്ടെന്നു തോന്നുന്നു."

"ഓ, ഇനി അങ്ങനെയൊന്നും ഓർക്കാനില്ല. എനിക്കൊരൊറ്റ സങ്കടമേയുള്ളൂ. എന്റെ മകളുടെ കാര്യമോർക്കുമ്പോൾ... അവളെ ആരെയേല്പിച്ചിട്ടു പോകും ഞാൻ?"

സങ്കടംകൊണ്ട് പരമേശ്വരൻപിള്ളസാറിന്റെ തൊണ്ട അടഞ്ഞു.

മോഹൻ സമാധാനിപ്പിച്ചു.

"സങ്കടപ്പെടാതെ. ദൈവം എന്തെങ്കിലും ഒരു വഴി കണ്ടിട്ടുണ്ടെന്നു വിചാരിക്ക്."

ഒരുനിമിഷത്തെ നിശ്ശബ്ദതയ്ക്കുശേഷം കണ്ണീരൊപ്പിക്കൊണ്ട് പരമേശ്വരൻപിള്ളസാർ പറഞ്ഞു:

"ഓർക്കുമ്പോൾ സഹിക്കാൻ കഴിയുന്നില്ല. എന്റെ മോളനുഭവിക്കുന്ന സങ്കടം! ആരാ ഒന്നു സമാധാനിപ്പിക്കാനുള്ളത്? ഇതൊക്കെ താങ്ങാനുള്ള ശക്തിയുണ്ടോ അവൾക്ക്?"

എന്തു മറുപടി പറയുമെന്നറിയാതെ മോഹൻ അന്ധാളിച്ചു.

പരമേശ്വരൻപിള്ള സാറിന്റെ ഉള്ളിൽ പിന്നെയും വ്യസനങ്ങൾ വിങ്ങിപ്പൊട്ടി.

"രണ്ടു ദിവസമായി എന്റെ മോള് ഊണും ഉറക്കവുമില്ലാതെ. എന്റെ അടുക്കൽ നിന്നു മാറാതെ."

അപ്പോഴേക്കും ലക്ഷ്മി മുഖം കഴുകി വന്നു. ഫ്ളാസ്കുമെടുത്തുകൊണ്ട് അവൾ പുറത്തേക്കുപോകാൻ തുടങ്ങുമ്പോൾ മോഹൻ പറഞ്ഞു:

"ലക്ഷ്മി ഫ്ളാസ്ക്കിങ്ങു താ... ഞാൻ ചായ വാങ്ങി വരാം."

"വേണ്ടാ. അവിടെ ഇരിക്കൂ." അവൾ പറഞ്ഞു. "അച്ഛനതു ഒരാശ്വാസമാകും. ഞാൻ വേഗം വരാം."

ഫ്ളാസ്ക്കും കൊണ്ട് അവൾ പുറത്തേക്കു പോയി.

അപ്പോൾ പരമേശ്വരൻപിള്ളസാറ് മറ്റ് വിഷമതകളെക്കുറിച്ചു പറഞ്ഞു. ടാക്സി പിടിച്ചു ആശുപത്രിയിലെത്തിയപ്പോൾ ഒരു പ്രശ്നം. പുരുഷന്മാരുടെ വാർഡിൽ രാത്രി സ്ത്രീകളെ ഇരുത്തുകയില്ല. അതുകൊണ്ടാണ് പേവാർഡിൽ മുറിയെടുക്കേണ്ടിവന്നത്. മുറിയുടെ വാടകയും

മരുന്നിന്റെ വിലയും ഒക്കെ കൂടിയാവുമ്പോൾ പണത്തിനും ഞെരുങ്ങും. അതുസാരമില്ലെന്നു വയ്ക്കാം. വേറെ ആരാ ഉള്ളത് ഒരു സഹായത്തിന്? കഴിഞ്ഞ രണ്ടു രാത്രികളിൽ ലക്ഷ്മി ഒരു മണിക്കൂർ തികച്ച് ഉറങ്ങിയി ട്ടില്ല.

ചായയും കൊണ്ട് ലക്ഷ്മി വേഗം വന്നു.

ക്ലേശിച്ചുണ്ടാക്കിയ ഒരു മന്ദസ്മിതത്തിനു മറയ്ക്കാൻ കഴിയാത്തത്ര വിഷാദമുണ്ടായിരുന്നു അവളുടെ കണ്ണുകളിൽ.

അവരുടെ നിസ്സഹായാവസ്ഥയിൽ സമാധാനിപ്പിക്കുന്ന എന്തെങ്കിലും പറയാൻ അയാൾ നിർബ്ബന്ധിതനായിത്തീർന്നു. മറ്റൊന്നും ഓർത്തല്ല. മനസ്സിന്റെ അലിവുകൊണ്ട്. മനുഷ്യസ്നേഹം കൊണ്ട്.

"തനിച്ചേ ഉള്ളല്ലോ എന്നോർത്ത് ലക്ഷ്മി വിഷമിക്കണ്ടാ. എന്തു സഹായം വേണമെങ്കിലും എന്നോട് പറയാം. മടിക്കണ്ട."

സ്നേഹവും സഹാനുഭൂതിയും നിറഞ്ഞ ആ വാഗ്ദാനം അവരെ അതിശയിപ്പിച്ചു. അതിന് എങ്ങനെ നന്ദി പറയണമെന്ന് ലക്ഷ്മിക്കറിയി ല്ലായിരുന്നു. വാക്കുകളുടെ അർത്ഥമറിയാതെ മനസ്സിൽ തട്ടിയ സാന്ത്വ നത്തിന്റെ കുളിർമ്മയോടെ അവൾ പറഞ്ഞു:

"ഒന്നും വേണ്ട. അങ്ങനെ പറയാൻ തോന്നീല്ലോ. അതു മതി."

അപ്പോൾ മോഹൻ കുറെക്കൂടി സ്വാതന്ത്ര്യം കാണിച്ചു:

"പറയുന്നതു കേൾക്കൂ. ലക്ഷ്മി പോയി കുളിച്ചു ഭക്ഷണം കഴിച്ച് കുറച്ചുനേരം ഉറങ്ങൂ. ഞാനിവിടെ നില്ക്കാം."

നാലഞ്ചു ദിവസംകൂടി പരമേശ്വരൻപിള്ളസാറിനു ആശുപത്രിയിൽ കിടക്കേണ്ടി വന്നു. ആ ദിവസങ്ങളിൽ മിക്കപ്പോഴും മോഹൻ അവിടെ ഉണ്ടായിരുന്നു. രാത്രി ലക്ഷ്മി ഉറങ്ങുമ്പോൾ മോഹൻ വായിച്ചുകൊണ്ട് പരമേശ്വരൻപിള്ളസാറിനു കാവലിരുന്നു. ആശുപത്രിയിൽ ബില്ല് തീർക്കാൻ നേരത്ത് തികയാതെവന്ന പണവും മോഹൻ കൊടുത്തു. അല്ലെങ്കിൽ ലക്ഷ്മിക്കു കടം വാങ്ങേണ്ടിവന്നേനെ.

ആ ദിവസങ്ങളിൽ മോഹനും ലക്ഷ്മിയും തമ്മിൽ നിശ്ശബ്ദമായി, നിഗൂഢമായി ഒരു സ്നേഹബന്ധം വളർന്നുവന്നു. ആദ്യം അതാരംഭി ച്ചത് സ്നേഹമായിട്ടാണോ അതോ സഹതാപമായിട്ടാണോ എന്നു മോഹൻപോലും തിരിച്ചറിഞ്ഞില്ല. നേരത്തെ പരമേശ്വരൻപിള്ളസാറി നോടു തോന്നിയ ബഹുമാനം അയാൾ ഹൃദയത്തിൽ സൂക്ഷിച്ചിരുന്നു. പിന്നീട് ആ അച്ഛന്റെയും മകളുടെയും ദൈന്യം കണ്ടപ്പോൾ സഹതാ പവും തോന്നി. പിന്നീടതു രണ്ടാത്മാവുകൾ തമ്മിലുള്ള അടുപ്പമായി ത്തീർന്നു.

ഏകാന്തതകളിൽ മോഹൻ ഓർക്കാറുണ്ടായിരുന്നു. പണ്ട് തന്റെ ജീവിതം എന്ന ആശയത്തിന്മേൽ വികാരംകൊണ്ടിരുന്ന നാളുകളിൽ എന്തൊക്കെയോ മോഹങ്ങളുണ്ടായിരുന്നു. സങ്കല്പങ്ങളുണ്ടായിരുന്നു.

ഇപ്പോൾ പരുക്കൻ യാഥാർത്ഥ്യങ്ങളെ അഭിമുഖീകരിക്കേണ്ടിവരുന്ന നിമിഷങ്ങളിൽ അന്തഃകരണം പുതിയ ചോദ്യങ്ങളുയർത്തുന്നു.

താൻ ജീവിക്കുന്നതു ജീവിതത്തെ സംബന്ധിക്കുന്ന എന്തു തത്ത്വം കൊണ്ടാണ്? പണ്ട് തന്റെ ജീവിതം എന്ന ആശയത്തിന്മേൽ വികാരം കൊണ്ടിരുന്ന നിമിഷങ്ങളിൽ മനസ്സിലുണ്ടായിരുന്ന സ്വപ്നങ്ങളെ ആര് വ്യാഖ്യാനിക്കും?

കനത്ത മറവിയുടെ അടിയിൽ പ്രജ്ഞ ചിറകൊടിഞ്ഞ പ്രാണിയെപ്പോലെ കിടന്നു പിടഞ്ഞു.

നഷ്ടപ്പെട്ട ഓർമ്മ എന്തിനെക്കുറിച്ചായിരുന്നു?

അമ്മയുടെ ഗർഭപാത്രത്തിനുള്ളിൽ കിടക്കുമ്പോൾ ഒൻപതാം മാസത്തിൽ പൂർവ്വജന്മങ്ങളെക്കുറിച്ചുള്ള ഓർമ്മകൾ പോലുമുണ്ടായിരുന്നു.

വഴിതെറ്റിയ യാത്രക്കാരനെപ്പോലെ ഏകാകിയായി ജന്മത്തിന്റെ ദശാസന്ധികൾ കടക്കുമ്പോൾ ഓർക്കേണ്ടതെന്തോ മറന്ന ദുഃഖത്തിൽ വീണ്ടും ചെന്നുവീഴുന്നു.

കടൽത്തീരത്തെ പാറക്കെട്ടിൽ കടൽക്കാറ്റിൽ ഉലയുന്ന ചൂളമരത്തിന്റെ ചുവട്ടിൽ ഇരുന്ന് മോഹൻ പറഞ്ഞു:

“കേൾക്കാൻ സുഖമുള്ള കഥയല്ല എന്റേത്. മുഴുവൻ കേട്ടുകഴിയുമ്പോൾ ചിലപ്പോൾ എന്നെ വെറുക്കുകയും ചെയ്യും.”

എവിടെയാണ് വീട്? വീട്ടിൽ ആരൊക്കെയുണ്ട്? അതൊക്കെ അറിയാനായിരുന്നു അവൾക്കു താല്പര്യം.

“സമ്പന്നനായ ഒരച്ഛന്റെ മകനാണ്.” മോഹൻ പറഞ്ഞു: “കൊട്ടാരം പോലുള്ള വീട്ടിൽ ഒരു രാജകുമാരനെപ്പോലെയാണ് ഞാൻ ജീവിച്ചത്. ഞാൻ ഒരാളല്ല. ഞങ്ങൾ നാലു മക്കൾ. കൊച്ചുന്നാളിൽ അമ്മ ഞങ്ങൾക്കു പാലിൽ പൊന്നരച്ചു തന്നു.”

“ഈ പറയുന്നതൊക്കെ നേരാണോ?”

“നുണയോ പൊങ്ങച്ചമോ ആണെന്നു വിചാരിക്കരുത്. ഞാൻ പറയുന്നത് സത്യമാണ്. ഐതിഹ്യങ്ങളിലെ വീരന്മാരെപ്പോലെ അച്ഛൻ ഭാഗ്യങ്ങളെ വെട്ടിപ്പിടിച്ചു. വീട്ടിൽ വല്ലപ്പോഴും വന്നുപോകുന്ന അച്ഛനെ ഞങ്ങൾക്കു പേടിയായിരുന്നു.”

“അമ്മയോ?”

“അമ്മ ലക്ഷണമൊത്ത ഒരു ദുഃഖകഥാപാത്രമാണ്. ഇപ്പോഴുമുണ്ട്. തന്റെ ദുഃഖങ്ങളുമായി അമ്മ പൊരുത്തപ്പെട്ടുകഴിഞ്ഞു.”

“അതെന്താ അങ്ങനെ പറഞ്ഞത്?”

“ഭർത്താവ് വെപ്പാട്ടികളെ തേടിപ്പോകുമ്പോൾ ഭാര്യ പിന്നെ എന്തു ചെയ്യും?”

“നേരാണോ ഈ പറയുന്നതൊക്കെ?”

“ഞാനെന്തിനാ നുണ പറയുന്നത്? അന്യ ഒരാളെക്കുറിച്ചല്ല. സ്വന്തം അച്ഛനെക്കുറിച്ചാണ് ഞാൻ പറയുന്നത്.”

വിശ്വസിക്കാൻ പ്രയാസപ്പെടുന്നതിന്റെ ഒരത്ഭുതഭാവമുണ്ടായിരുന്നു അവളുടെ കണ്ണിൽ.

മോഹൻ തുടർന്നു:

“രാജകൊട്ടാരം പോലുള്ള വീട്ടിൽ ഞങ്ങൾ നാലു മക്കൾ അച്ഛനെ പേടിച്ചുവളർന്നു. അച്ഛൻ വീട്ടിലുള്ളപ്പോൾ അവിടെ കാറ്റനങ്ങുകയില്ല. ഞങ്ങൾ മക്കൾ വളർന്നപ്പോൾ മനസ്സുകൊണ്ട് അച്ഛന്റെ ശത്രുക്കളായി. ഒരു വീട്ടിനുള്ളിൽ ഞങ്ങൾ ശത്രുക്കളെപ്പോലെ കഴിഞ്ഞു. നേരെ നോക്കാതെ. മിണ്ടാതെ.”

അവൾ വായ്പൊത്തി എന്റെ ഈശ്വരാ എന്നുവിളിച്ച് അത്ഭുതം പ്രകടിപ്പിച്ചു.

മോഹൻ പറഞ്ഞു:

“പിന്നെ നാലഞ്ചുവർഷത്തിനുശേഷം ഞാനൊന്നു മിണ്ടി എന്റെ അച്ഛനോട്.”

അവൾ പറഞ്ഞു:

“നന്നായി. ഒരാൾക്കെങ്കിലും നല്ല ബുദ്ധി തോന്നീല്ലോ.”

“മിണ്ടിയതെന്താണെന്നറിഞ്ഞിട്ടുപോരേ നല്ലതോ ചീത്തയോ എന്നു തീരുമാനിക്കാൻ.” മോഹൻ ചിരിച്ചു! “വാക്കത്തി ഓങ്ങിക്കൊണ്ട് ഒറ്റ അലർച്ച! കാച്ചിക്കളയും നിന്നെ എന്ന്! അമ്മ തടുത്തില്ലെങ്കിൽ അന്ന്...”

ഞെട്ടിപ്പോയി.

“ആരെ? ആരെക്കൊന്നേനേയെന്ന്?”

“അച്ഛനെ!” മോഹൻ പറഞ്ഞു: “വളരെ നാൾ മനസ്സിൽ ഒതുക്കിപ്പിടിച്ചുകൊണ്ടു നടന്ന കലി ഒരുനിമിഷം പൊട്ടിത്തെറിച്ചു. ഞങ്ങൾ മക്കൾക്കു നാണിച്ചിട്ടു പുറത്തിറങ്ങാൻ വയ്യാ. അച്ഛന് നാടുനീളെ വെപ്പാട്ടികൾ. അമ്മയുടെ സങ്കടോം കണ്ണീരും കണ്ട് എത്രനാൾ സഹിക്കും?”

മോഹൻ ദൂരേക്കു നോക്കി.

കടൽത്തിരകൾക്കു മുകളിൽ തവിട്ടുനിറത്തിലുള്ള ഒരു കടൽപ്പക്ഷി ഉയർന്നും താഴ്ന്നും പറക്കുന്നു.

ലക്ഷ്മി പറഞ്ഞു:

“നേരം വൈകി. അമ്പലത്തീന്നു ചെല്ലണ നേരം തെറ്റിയാ അച്ഛൻ പരിഭ്രമിക്കും.”

മോഹൻ പറഞ്ഞു:

“പോകാം. എന്നെ ആരും കാത്തിരിക്കുന്നില്ല.”

അവർ പാറക്കെട്ടിൽ നിന്നെഴുന്നേറ്റു.

മോഹൻ പറഞ്ഞു:

“എനിക്കു സംശയമുണ്ടായിരുന്നു. ഞാൻ വിളിച്ചാൽ ലക്ഷ്മി

വരുമോ എന്ന്. പിന്നെ ഒരു ധൈര്യത്തിനങ്ങു വിളിച്ചു. എന്തധികാരത്തിന്റെ പേരിൽ എന്നൊന്നും അപ്പോൾ ഓർത്തില്ല."

ലക്ഷ്മി മിണ്ടാതെ ഒപ്പം നടന്നു.

കൽമണ്ഡപത്തിനരികിൽ സിറ്റി ബസിനു കാത്തുനില്ക്കുമ്പോൾ മോഹൻ പറഞ്ഞു:

"പറയണമെന്നു വിചാരിച്ചതൊന്നും ഞാൻ പറഞ്ഞില്ല."

അവൾ മുഖമുയർത്തി മോഹന്റെ നേരെ നോക്കി.

"എന്തോ പറയാനുണ്ടെന്നു പറഞ്ഞത് ഇതായിരുന്നല്ലേ? വല്ലാത്ത ഒരാളാണെന്നു മനസ്സിലായി."

മോഹൻ അവളുടെ കണ്ണുകളിലേക്കു നോക്കി.

"പറയാൻ മനസ്സിൽ കരുതിയിരുന്നത് അവിടെത്തന്നെ ഒളിച്ചുവച്ചു. സ്നേഹിക്കുന്ന ആളോടു സ്നേഹത്തെക്കുറിച്ചു പറയുന്നത് ബോറാണെന്നു തോന്നി."

വിഷാദത്തിന്റെ ഭംഗിയുള്ള ലക്ഷ്മിയുടെ കണ്ണുകളിൽ വേറെന്തോ തിളങ്ങുന്നു.

യാത്രക്കാരെ കുത്തിനിറച്ച ഒരു സിറ്റി ബസ് അവരുടെ മുമ്പിൽ വന്നുനിന്നു.

കിഴക്കേക്കോട്ടയിൽ ബസിറങ്ങി നടക്കുമ്പോൾ ഓവർബ്രിഡ്ജിനടുത്തു ഒരു ഞെട്ടലോടെ ലക്ഷ്മി നിന്നു.

മോഹൻ നോക്കുമ്പോൾ തൊട്ടുമുമ്പിൽ വല്ലാത്ത ഒരു ഭാവത്തോടെ ചന്ദ്രൻ നായർ നില്ക്കുന്നു.

ഓവർബ്രിഡ്ജിനു കീഴെക്കൂടി ഭൂതത്തെപ്പോലെ അലറിക്കൊണ്ട് ഒരു ട്രെയിൻ കടന്നുപോയി.

മദ്യത്തിന്റെ ലഹരിയിൽ അടഞ്ഞുപോകുന്ന കൺപോളകൾ ഉയർത്തി ചോദിക്കാൻ അധികാരമുള്ള ഒരാളുടെ ഗൗരവത്തോടെ ചന്ദ്രൻ നായർ ചോദിച്ചു:

"എവിടെ പോയതാടീ നീ?"

ലക്ഷ്മിയുടെ മുഖം വിളറി.

"ചോദിച്ചതു കേട്ടില്ലേടീ?" ചന്ദ്രൻനായർ വീണ്ടും ശബ്ദമുയർത്തി. "എവിടെപ്പോയെന്ന്?"

എന്തു പറയണമെന്നറിയാതെ അവൾ മുഖം താഴ്ത്തി. നിരത്തുവക്കിലാണ്. മറ്റാളുകൾ കേൾക്കും. നാണക്കേടായി.

ചന്ദ്രൻനായർ പിന്നെയും ക്ഷോഭിച്ചു:

"അമ്പലത്തീപ്പോവ്വാ പള്ളീപ്പോവ്വാന്നൊക്കെ പറഞ്ഞ് എറങ്ങും അങ്ങോട്ട്. ചോദിക്കാനും പറയാനും ആരൂല്ലെന്നാണോടീ വിചാരം?"

ആ സന്ദർഭത്തെ എങ്ങനെ നേരിടുമെന്നായിരുന്നു മോഹന്റെ പരിഭ്രമം. ഈനവും മാനവുമില്ലാത്ത ഈ മനുഷ്യൻ തൊള്ളതുറക്കുന്നത്

വഴിയേ പോകുന്നവർ കേൾക്കുകയില്ലേ!

അപ്പോഴേക്കും ചന്ദ്രൻനായർ മോഹന്റെ നേരെ തിരിഞ്ഞു:

''അല്ല, സാറെന്തുപണിയാ ഈ കാണിച്ചെ? സാറിനിതു കൊള്ളാമോ? ഞാൻ സാറിനെ ഇങ്ങനെയല്ല വിചാരിച്ചത്?"

"ചന്ദ്രൻനായരെന്തോ തെറ്റിദ്ധരിച്ചതാണ്."

"എനിക്കൊരു തെറ്റിദ്ധാരണേം ഇല്ല." ചന്ദ്രൻനായർ കർക്കശമായി പറഞ്ഞു. "സാറേ, സാറെന്നെ ഒരുമാതിരി മണ്ടനാക്കരുത്. ഇവളെന്റെ മുറപ്പെണ്ണാ."

"അതിന്?"

"എനിക്കീമാതിരി ചോദ്യം കേൾക്കുമ്പോ ചൊറിച്ചില് വരും. അതിനെന്താന്ന്! ആട്ടെ, സാറിവളുടെ ആരാ?"

"നിങ്ങളൊരു കാര്യം ചെയ്യൂ. ഞാനും ലക്ഷ്മിയും ഒന്നിച്ചു നടക്കുന്നത് കണ്ടെന്ന് ലക്ഷ്മിയുടെ അച്ഛനോടു ചെന്നു പറ. അതുകൊണ്ട് ലക്ഷ്മിയുടെ അച്ഛനുണ്ടാകുന്ന മാനക്കേടിൽ കവിഞ്ഞ് ചന്ദ്രൻനായർക്കില്ലല്ലോ. ഉവ്വോ?'

അങ്ങനെയൊരു പ്രത്യാക്രമണം ചന്ദ്രൻനായർ പ്രതീക്ഷിച്ചിരുന്നില്ല.

ഒരു നിമിഷം നിശ്ശബ്ദമായി നോക്കിനിന്നതിനുശേഷം ചൂടാറിയ മട്ടിൽ ചന്ദ്രൻനായർ പറഞ്ഞു.

"സാറ് തെറ്റിദ്ധരിക്കരുത്. ഞാൻ വേറൊന്നുംകൊണ്ടു പറഞ്ഞതല്ല. നമുക്കൊക്കെ എന്താ വലുത്, അഭിമാനമല്ലേ?"

ചന്ദ്രൻനായരുടെ ചോദ്യത്തിന് മറുപടി പറയാൻ നില്ക്കാതെ മോഹൻ ഓവർബ്രിഡ്ജിന്റെ പടിക്കെട്ടുകൾ കയറി.

പെട്ടെന്ന് പുറകെ ഓടിയെത്തി ചന്ദ്രൻനായർ നയത്തിൽ പറഞ്ഞു.

"സാറെ, ഒന്നു നിന്നേ!"

അവജ്ഞയോടെ മോഹൻ തിരിഞ്ഞുനിന്നു.

"എന്താ?"

"സാറിന്റെ കൈയിൽ കാശുണ്ടോ? ഒരു ടെൻ മണീസ് എടുക്കാൻ. കടമായിട്ടു മതി."

നാശം എന്നു മനസ്സിലോർത്തുകൊണ്ട് മോഹൻ ഒരു പത്തുരൂപാ നോട്ടെടുത്ത് അയാൾക്കു കൊടുത്തു.

അങ്ങേവശത്തെ പടിക്കെട്ടുകൾ ഇറങ്ങുമ്പോൾ ലക്ഷ്മി ചോദിച്ചു:

"നാണമില്ലാതെ ചോദിക്കും. എന്തിനാ കൊടുത്തെ?"

"പോട്ടെ. ഒന്നുമല്ലെങ്കിൽ ലക്ഷ്മിയുടെ മുറച്ചെറുക്കനല്ലേ?"

അവൾ മുഖം കോട്ടി പറഞ്ഞു:

"എനിക്കിഷ്ടാല്ല അതിനെ."

പതിന്നാല്

ഓർക്കുമ്പോൾ അത്ഭുതം തോന്നുന്നു. അങ്ങനെ ഒരു ചുമതല ഏറ്റെടുക്കാൻ തയ്യാറായത് എന്തു ധൈര്യം കൊണ്ടാണ്? ഒന്നും ആലോചിക്കാതെ.

മോഹിനിയാട്ടത്തെക്കുറിച്ചുള്ള ചിത്രമെടുക്കാൻ സകല ഏർപ്പാടുകളും പൂർത്തിയാക്കി കഴിഞ്ഞപ്പോൾ ഡയറക്ടർ ഒഴിഞ്ഞുമാറി. അയാൾക്ക് ഒരു കഥാചിത്രം കിട്ടിയതാണ് കാരണം. അയാളെ കുറ്റപ്പെടുത്താനൊക്കുമോ? ദീർഘനാൾ കാത്തിരുന്നിട്ട് യാദൃച്ഛികമായി കിട്ടിയ അവസരം ആരെങ്കിലും നഷ്ടപ്പെടുത്തുമോ?

ഇനി എന്തു ചെയ്യും? ആർ കെ മേനോൻ വിഷമത്തിലായി. ഷൂട്ടിങ് മുടങ്ങിയാലുണ്ടാകുന്ന കഷ്ടനഷ്ടങ്ങളല്ല പ്രധാനം, ഇച്ഛാഭംഗമാണ്.

മേനോൻ പെട്ടെന്നൊരു തീരുമാനമെടുത്തു:

"ഒരു നല്ലകാര്യത്തിനിറങ്ങിത്തിരിച്ചിട്ട് അതു മുടങ്ങിപ്പോവുക എന്നുവച്ചാൽ സങ്കടമുള്ള കാര്യമാണ്. അതുകൊണ്ട് ഞാനൊരു വഴി പറയാം. മോഹിനിയാട്ടം മോഹൻ സംവിധാനം ചെയ്യ്. സംശയിക്കണ്ട. നന്നാകും."

മോഹൻ അന്തിച്ചുപോയി. അങ്ങനെ ഒരു നിയോഗം തന്റെ ശിരസ്സിൽ വന്നുവീഴുമെന്ന് ഒരിക്കലും ഓർത്തിരുന്നില്ല. ഇതിനുമുമ്പ് അങ്ങനെ ആലോചിക്കുകപോലുമുണ്ടായിട്ടില്ല.

"തടസ്സമൊന്നും പറയണ്ട." മേനോൻ പറഞ്ഞു: "മോഹന്റെ സ്ക്രിപ്റ്റല്ലേ? അതു മറ്റാരേയുംകാൾ ഭംഗിയായി ഡയറക്ട് ചെയ്യാൻ കഴിയുന്നത് മോഹനു തന്നെയാണ്."

"യാതൊരു മുൻപരിചയവുമില്ലാതെ."

"എല്ലാം പഠിച്ചുകൊണ്ടാണോ ഭൂമിയിലേക്കു വരുന്നത്? മോഹൻ

ഒട്ടും സംശയിക്കണ്ടാ. മികച്ച ക്യാമറാമാനെയും എക്സ്പീരിയൻസുള്ള ഒരസിസ്റ്റന്റിനെയും ഞാൻ തരാം. ധൈര്യമായി ചെയ്യ്. ഇനി അഥവാ നന്നായില്ലെന്നിരിക്കട്ടെ, ഞാൻ സഹിച്ചു. പോരേ?"

മേനോന്റെ സ്നേഹപൂർവ്വമായ നിർബ്ബന്ധത്തിനു വഴങ്ങിയാണ് ഒടുവിൽ ആ ലഘുചിത്രം ഡയറക്ടു ചെയ്യാൻ മോഹൻ ഒരുമ്പെട്ടത്. ആദ്യം തോന്നിയ വികല്പം പെട്ടെന്നു മാറി. എങ്ങനെയോ ഒരാത്മധൈര്യം ഉണ്ടാവുകയും ചെയ്തു. വിചാരിച്ചതിനേക്കാൾ വേഗത്തിൽ ഷൂട്ടിങ് തീർത്തു. ചിത്രം കണ്ടപ്പോൾ തെല്ലൊരഭിമാനവും തോന്നി. പ്രതീക്ഷച്ചതിനേക്കാൾ നന്നായി.

"ഭംഗിയായിട്ടുണ്ട്." ആർ കെ മേനോൻ അഭിനന്ദിച്ചു: "എനിക്കു സന്തോഷമായി. നമുക്കിത് നമ്മുടെ സ്നേഹിതന്മാരെ ഒന്നു കാണിക്കണം."

ഒരുദിവസം സ്നേഹിതന്മാർക്കും വിശിഷ്ടാതിഥികൾക്കുംവേണ്ടി ചിത്രം പ്രദർശിപ്പിച്ചു.

അനന്തതയുടെ നീലവിസ്തൃതിയിൽ ചലിക്കുന്ന ഗ്രഹതാരകങ്ങൾ. പ്രണവമന്ത്രത്തിന്റെ സ്മൃതി ഉണർത്തുന്ന വീണാനാദം.

അതിനിടയിൽ അനൗൺസറുടെ മുഴങ്ങുന്ന ശബ്ദം.

ഏതൊരു ശക്തിയിൽനിന്നാണോ ഈ പ്രപഞ്ചം ഉത്ഭവിച്ചത്, അതേ ശക്തിയിൽ നിന്നുതന്നെ സർവ്വ ചരാചരങ്ങൾക്കും നൃത്തഗീതാദികളിൽ വാസനയും ലഭിച്ചു. ശബ്ദത്തിൽനിന്ന് ഗീതവും ചലനത്തിൽനിന്ന് നൃത്തവും രൂപം കൊണ്ടു. അന്വേഷിച്ചു ചെല്ലുമ്പോൾ നമ്മൾ ഒരു ബലി പീഠത്തിനു മുമ്പിലെത്തുന്നു. ആളിക്കത്തുന്ന പന്തങ്ങളുടെ വെട്ടത്തിൽ ഒരു പെൺകിടാവ് ചെത്തിപ്പൂമാലയണിഞ്ഞ് ബലിപീഠത്തിൽ ഇരിക്കുന്നു. അവളുടെ ചുറ്റും നിന്ന് മറ്റുള്ളവർ നൃത്തം ചെയ്യുന്നു. കാട്ടിൽ പാട്ടും തുടിയും മുഴങ്ങുന്നു. വെളിച്ചപ്പാടിന്റെ കൈയിൽ വാൾ ഉയർന്നുതാഴുമ്പോൾ ബലിപീഠത്തിൽ തല കുനിച്ചിരുന്ന കന്യക അപ്രത്യക്ഷയായിരിക്കുന്നു.

കന്യകയിരുന്ന കല്ലിൽ അവൾ അണിഞ്ഞിരുന്ന ചെത്തിപ്പൂമാല മാത്രം കിടന്നു. നേരം വെളുത്തു നോക്കുമ്പോൾ ശൂന്യമായിരുന്ന ആ പാഴ്നിലത്ത് ഒരു പൂങ്കാവനം കണ്ട് അവർ അമ്പരക്കുകയും അതു ദൈവത്തിന്റെ മായയാണെന്ന് വിശ്വസിക്കുകയും ചെയ്തു. അവർ അവിടെ അമ്പലം പണിയുകയും തേവരുടെ പ്രീതിക്കായി ഗോത്രത്തിലെ ഏറ്റവും സുന്ദരിയായ പെൺകിടാവിനെ അമ്പലത്തിൽ നേർച്ചയിരുത്തുകയും ചെയ്തു. അങ്ങനെ ആദ്യത്തെ ദേവദാസിയുണ്ടായി.

മോഹിനിയാട്ടത്തിന്റെ ഉത്ഭവം അന്വേഷിച്ചു പോകുന്ന ആൾ ക്ഷേത്രാങ്കണത്തിൽ നൃത്തം ചെയ്യുന്ന ദേവദാസിയുടെ മുമ്പിൽ ചെന്നെത്തുന്നു.

കുംഭഗോപുരങ്ങളും ചിത്രത്തൂണുകളും ശിലാതളിമങ്ങളും ഇടനാഴികളുമുള്ള പുരാതനമായ ക്ഷേത്രത്തിന്റെ മുമ്പിൽ നിറഞ്ഞു കത്തുന്ന കൽവിളക്കുകളുടെ വെട്ടത്തിൽ ഒരു ദേവദാസിയുടെ നൃത്തം.

ദേവദാസിയുടെ നൃത്തം ശാഖാഭേദങ്ങളോടെ നാനാദിക്കുകളിലേക്കു പടർന്നു. തമിഴ്നാട്ടിൽ ഭരതനാട്യം, ആന്ധ്രയിൽ കുച്ചിപ്പുടി, ഒറീസയിൽ ഒഡീസി, കേരളത്തിൽ മോഹിനിയാട്ടം.

പതിനെട്ടുമുഴം നീളമുള്ള പുത്തൻ കസവുമുണ്ട് ഞൊറിവച്ചുടുത്ത്, മുടികെട്ടി മുല്ലപ്പൂമാലയണിഞ്ഞ് കാതിൽ സ്വർണ്ണത്തോടയിട്ട് സീമന്ത തിലകവും നെറ്റിയലുക്കും ചാർത്തി മൂക്കുത്തിയും ഞാത്തുമിട്ട് കഴുത്തിൽ അഡ്ഢിലും പതക്കവും നാഗപടമാലയും പാലയ്ക്കാമോതിരവുമണിഞ്ഞ് അരയിൽ കടിബന്ധവും കാലിൽ ചിലങ്കയും കെട്ടി ദേവകന്യകയെപ്പോലെ തേജസ്വിനിയായ നർത്തകി അരങ്ങിൽ കത്തിച്ചുവച്ച നിലവിളക്കിനരികിൽ നില്ക്കുമ്പോൾ ആനന്ദഭൈരവിയിലുണരുന്ന ശ്ലോകം. പിന്നെ പക്കമേളത്തിന്റെ അകമ്പടിയോടെ ആട്ടം തുടങ്ങുന്നു.

ഭഗവതി കല്യാണി
ദേഹി മേ മംഗളം
വേദാന്ത രൂപേ ശിവേ
വിമലേ ഭവ മോചിനീ..

ചിത്രം കണ്ട് ആദ്യം അഭിനന്ദിച്ചത് മുഖ്യമന്ത്രിയാണ്.

"നമ്മുടെ വിശിഷ്ടമായ ഒരു കലാരൂപത്തിന്റെ മഹിമയും മനോഹാരിതയും എടുത്തുകാണിക്കുന്ന ഒന്നാണ് ഈ ലഘുചിത്രമെന്നു പറയാൻ എനിക്കു സന്തോഷമുണ്ട്. പുരാതനമായ ഈ കലാരൂപത്തിന്റെ മൂല്യം മറ്റുള്ളവരെ ബോദ്ധ്യപ്പെടുത്താൻ ഈ ചിത്രത്തിന് കഴിയുമെന്നാണ് എന്റെ വിശ്വാസം. ഒരു വലിയ സേവനമെന്ന നിലയ്ക്കാണ് ഞാനിതിനെ കണക്കാക്കുന്നത്. കലയുടെയും സംസ്കാരത്തിന്റെയും കാര്യത്തിൽ താല്പര്യമുള്ള ആർക്കും അങ്ങനെയേ തോന്നുകയുള്ളൂ എന്നും ഞാൻ വിചാരിക്കുന്നു. കലാസ്നേഹിയായ ശ്രീ. ആർ കെ മേനോനെയും ഈ ലഘുചിത്രത്തിന്റെ സ്രഷ്ടാവായ ശ്രീ. മോഹനെയും ഞാൻ ഹാർദ്ദമായി അഭിനന്ദിക്കുന്നു."

മന്ത്രിമാരും വിശിഷ്ടാതിഥികളും പോയിക്കഴിഞ്ഞപ്പോൾ അടുത്തു ചെന്ന് ചുമലിൽ കൈയിട്ടുകൊണ്ട് അനന്തകൃഷ്ണൻ പറഞ്ഞു:

"സത്യത്തിൽ ഞാൻ ഓർത്തിരുന്നില്ല നീ ഇത്രയൊക്കെ ചെയ്യുമെന്ന്. ഇറ്റീസ് റിയലി ബ്യൂട്ടിഫുൾ. ഇനി നീ ഒരു ഫീച്ചർ ഫിലിം ചെയ്യണം."

"എന്റെ പൊന്നു ചങ്ങാതീ, ഇതുതന്നെ ഞാനൊരബദ്ധത്തിൽ വീണതാണ്." മോഹൻ പറഞ്ഞു: "എന്റെ ആഗ്രഹം ഇതൊന്നുമല്ല. നിനക്കറിയാമോ. എന്തെങ്കിലും എഴുതാൻ കഴിയാത്തതിന്റെ ദുഃഖമാണെനിക്ക്."

“എഴുതാൻ ഇനിയും സമയമുണ്ട്.” അനന്തകൃഷ്ണൻ പറഞ്ഞു: “ഇതുപക്ഷേ, അങ്ങനെയല്ല. ചാൻസാണ്. ഈ മൂച്ചിന് അല്പം പിരി കേറ്റിയാൽ ആർ കെ മേനോൻ വീഴും. എന്താ വേണ്ടത്? ഒന്നുമുട്ടി നോക്കിയാലോ?”

“നിനക്കു വേറെ തൊഴിലില്ലേ? ആ മനുഷ്യൻ പാവം..”

അവർ നടന്നു തിയേറ്ററിനു മുമ്പിൽ ഗാർഡനോടു ചേർന്ന് ഒരു മരത്തിന്റെ ചുവട്ടിൽ വച്ചിരുന്ന മോട്ടോർ ബൈക്കിനടുത്തെത്തി.

“കഴിഞ്ഞ ആഴ്ചയിൽ ഞാൻ നിന്നെ അന്വേഷിച്ചു ലോഡ്ജിൽ വന്നിരുന്നു. കണ്ടില്ല. ആ രാമൻ നായര് പറഞ്ഞു നീ ഹോസ്പിറ്റലിൽ പോയെന്ന്. ആരാ അവിടെ?”

“ഒരു പരിചയക്കാരൻ. നീ കേട്ടിട്ടുണ്ടാവും. പരമേശ്വരൻപിള്ള. ഒരു പഴയ വിപ്ലവകാരിയാണ്.”

“പഴയ വിപ്ലവകാരിയോ?”

“അതെ. ഒരു സ്വാതന്ത്ര്യസമരയോദ്ധാവ്.”

“ആ, അങ്ങനെ ഒരാളെ ഞാനോർക്കുന്നില്ല.”

“ആരും ഓർക്കുന്നില്ല. സിംഹാസനത്തിൽ അള്ളിപ്പിടിച്ചിരിക്കുന്നവരെയും സിംഹാസനത്തിൽ കയറിപ്പറ്റാൻ മരണവെപ്രാളം കാണിക്കുന്നവരെയും മാത്രമേ നമ്മൾ കാണുന്നുള്ളൂ. ത്യാഗങ്ങളും പീഡനങ്ങളും സഹിച്ച ആദർശധീരന്മാരുടെ ഒരു തലമുറയുണ്ടായിരുന്നു. നമ്മളവരെ മറന്നു.”

“എന്റെ ചങ്ങാതീ, നീ ഇമോഷണലായിട്ടൊന്നും കാര്യമില്ല. കാലം അങ്ങനത്തെയാണ്. ഇപ്പോൾ ത്യാഗത്തിനും ആദർശധീരതയ്ക്കും പണ്ടത്തെ വിലയില്ല.”

അനന്തകൃഷ്ണൻ ബൈക്ക് സ്റ്റാർട്ട് ചെയ്തു.

മോഹൻ പിറ്റേദിവസം പരമേശ്വരൻപിള്ളസാറിനെ കാണാൻ ചെന്നപ്പോൾ ഇറയത്തു കസേരയിൽ കമ്പിളികൊണ്ടു മൂടിപ്പുതച്ചിരിക്കുകയായിരുന്നു അദ്ദേഹം. ക്ഷീണം നിശ്ശേഷം മാറിയിട്ടില്ല. ടീപ്പോയിൽ മടക്കിയിട്ട പത്രം ചൂണ്ടിക്കാട്ടി അദ്ദേഹം പറഞ്ഞു:

“നമ്മുടെ രാജ്യത്തിനെന്തു സംഭവിക്കാൻ പോവുകയാണെന്നാണ് ഞാൻ ആലോചിക്കുന്നത്. സ്വാതന്ത്ര്യസമരത്തിന്റെ അഗ്നിപരീക്ഷകളിലേർപ്പെടുമ്പോൾ സ്വപ്നം കണ്ടത് ഇതൊന്നുമല്ല.”

“രാവിലെതന്നെ രാജ്യത്തെക്കുറിച്ച് വ്യസനിക്കാൻ എന്താ ഉണ്ടായത്?” മോഹൻ ചോദിച്ചു: “നമ്മുടെ രാഷ്ട്രീയപ്പാർട്ടികൾ മുഴുവൻ സന്ന്യസിക്കാൻ പോയോ?”

“രാഷ്ട്രീയപ്പാർട്ടികളോ?” പരമേശ്വരൻപിള്ളസാർ പരിഹാസത്തോടെ ചിരിച്ചു: “രാഷ്ട്രീയപ്പാർട്ടിയെന്നു വിളിക്കാൻ യോഗ്യതയുള്ള ഏതെങ്കിലും ഒരു പാർട്ടിയുണ്ടോ ഇവിടെ? മതത്തിന്റെയും ജാതിയുടെയും പേരിൽ

ഉണ്ടാക്കിയ വർഗ്ഗീയപാർട്ടികളല്ലേ ഇവിടെ കൂടുതലും? അവരല്ലേ രാജ്യം ഭരിക്കുന്നത്? ഭരിക്കുകയല്ല, കൊള്ളയടിക്കുകയാണ്. രാഷ്ട്രീയക്കാരെന്നും പറഞ്ഞു നടക്കുന്നവർ അവർക്കു ദാസ്യവേല ചെയ്യുകയും! അതല്ലേ ഇവിടെ നടക്കുന്നത്?"

"മോഹൻ കൈ മലർത്തി.

"ഇതാണ് കുഴപ്പം!" പരമേശ്വരൻപിള്ളസാർ പറഞ്ഞു: "കുറേ കോമാളികൾക്കു തുള്ളാൻ കളം ഒഴിഞ്ഞു കൊടുത്തിട്ട് മറ്റുള്ളവർ കാഴ്ച ക്കാരായി മാറി നില്ക്കുന്നു."

ഒരുനിമിഷം മോഹന്റെ നേരെ ഇമയനക്കാതെ നോക്കിയിരുന്നതിനു ശേഷം പരമേശ്വരൻപിള്ള സാർ നെടുവീർപ്പിട്ടു.

"മുസ്ലീങ്ങൾക്കൊരു പാർട്ടി. ക്രിസ്ത്യാനികൾക്കൊരു പാർട്ടി. നായ ന്മാർക്കൊരു പാർട്ടി. ഈഴവർക്കൊരു പാർട്ടി. അങ്ങനെ ഓരോ മത ത്തിനും ഓരോ ജാതിക്കും ഓരോ പാർട്ടി! അവരുമായി ഐക്യമുന്നണി യുണ്ടാക്കാൻ രാഷ്ട്രീയപ്പാർട്ടികൾ തമ്മിൽ മത്സരം! ഓർക്കുമ്പോൾ ലജ്ജ തോന്നുന്നു."

അപ്പോൾ അകത്തുനിന്ന് ചായയുമായി ലക്ഷ്മി വന്നു.

"ചായയുടെ കൂടെ പലഹാരമൊന്നും തരുന്നില്ല." ലക്ഷ്മി പറഞ്ഞു. "ഈ സമയത്ത് ഒരു വെറും ചായയാണ് ഉത്തമം."

"മനസ്സിലായി." മോഹൻ പറഞ്ഞു. "സൽക്കരിക്കാൻ ഇനി ഇതിൽക്ക വിഞ്ഞൊരാളില്ല."

പിന്നെ ഒരുദിവസം മോഹൻ പബ്ലിക് ലൈബ്രറിയിൽനിന്നു വരു മ്പോൾ വഴിയിൽ വച്ചു ലക്ഷ്മിയെ കണ്ടു. അവൾ ഡോക്ടറെ കാണാൻ പോയതായിരുന്നു.

"അച്ഛനെങ്ങനെയുണ്ട്?"

"ആശ്വാസമുണ്ട്. ഇന്ന് ഒരു മരുന്നിനു ചെല്ലാൻ ഡോക്ടർ പറഞ്ഞി രുന്നു."

"എന്നിട്ട്."

"ഡോക്ടറെ കണ്ടില്ല. എവിടെയോ പോയെന്ന്."

ഒന്നിച്ചു നടക്കുന്നതിനിടയിൽ മോഹൻ ചോദിച്ചു:

"ലക്ഷ്മിക്കു വീട്ടിലെത്താൻ ധൃതിയുണ്ടോ?"

എന്താ ചോദിച്ചത് എന്ന അർത്ഥത്തിൽ അവൾ മുഖം തിരിച്ചു നോക്കി.

"ധൃതിയില്ലെങ്കിൽ കുറച്ചുനേരം മ്യൂസിയം പാർക്കിലിരിക്കാം. എനിക്ക് ചിലതു പറയാനുണ്ട്."

മ്യൂസിയം പാർക്കിലെ മരക്കൊമ്പുകൾക്കിടയിൽ തൂങ്ങിനില്ക്കുന്ന സായാഹ്നം.

ഒഴിഞ്ഞ കോണിൽ ശിഖരങ്ങൾ വീശിപ്പടർന്ന തണൽമരത്തിന്റെ ചുവട്ടിൽ അവരിരുന്നു. അവിടെ ഇരുന്നാൽ പെട്ടെന്നാരും കാണുകയില്ല. പൂച്ചെടിക്കാടുകളുടെ മറയുണ്ട്.

"അച്ഛന്റെ കാര്യമോർത്തിട്ട് ഒരു സമാധാനവുമില്ല." ലക്ഷ്മി പറഞ്ഞു: "എനിക്കറിയാം, അച്ഛനും വിഷമിക്കുന്നുണ്ട്. അതൊന്നും പുറമെ കാണിക്കുന്നില്ലെങ്കിലും."

"മനുഷ്യന് അസുഖം വരുന്നതൊക്കെ സാധാരണയാണ്." മോഹൻ പറഞ്ഞു: "അതിൽ വിഷമിക്കാനൊന്നുമില്ല. ഇപ്പോൾ ആശ്വാസമുണ്ടെന്നല്ലേ പറഞ്ഞത്."

"എന്തെങ്കിലും ആലോചിച്ചു വിഷമിച്ചുകൊണ്ടിരിക്കും എപ്പോഴും. അതാണ് അച്ഛന്റെ പ്രകൃതം. ഇപ്പോഴാണ് അച്ഛനു തോന്നുന്നത് താനൊരിടത്തും എത്തിയില്ലെന്ന്."

"അങ്ങനെ വ്യസനിക്കുന്ന ആളാണോ അദ്ദേഹം? ഞാൻ കരുതുന്നത് മറിച്ചാണ്."

"ഞാൻ പറഞ്ഞത് അതല്ല. അച്ഛനു വയസ്സായി. ആരാ ഉള്ളത് ഒരു സഹായത്തിന്?"

ആ ചോദ്യത്തിനുള്ളിൽ അടക്കിപ്പിടിച്ച വ്യസനത്തിന്റെ മുഴക്കമുണ്ടായിരുന്നു.

എന്താണ് പറയേണ്ടതെന്നു മോഹനു നിശ്ചയമുണ്ടായില്ല.

പിന്നീട് മോഹൻ ചോദിച്ചു:

"ചന്ദ്രൻനായർ വരാറില്ലേ?"

അവളുടെ ഉള്ളൊന്നു പിടഞ്ഞു.

ആ നിമിഷങ്ങളിൽ അങ്ങനെ ഒരുചോദ്യം അവൾ പ്രതീക്ഷിച്ചിരുന്നില്ല.

അവൾ മുഖം താഴ്ത്തി.

"ഇടയ്ക്കിടയ്ക്ക് വരും. കള്ളുകുടിച്ചു ലക്കില്ലാതെ. എന്നിട്ട് എന്നോടു സത്യം ചെയ്യും. ഇനി ഈ ജന്മത്തു കുടിക്കില്ലെന്ന്. എനിക്കാ മനുഷ്യനെ കാണണതേ വെറുപ്പാ."

"അതെന്താ?"

"അങ്ങനെ ഒരാളെ ആർക്കാ ഇഷ്ടമാകുന്നത്? അച്ഛനില്ലാത്ത നേരം നോക്കിയേ വരൂ. കണ്ടമാനം നടക്കുന്നതിന് അച്ഛൻ ശകാരിക്കും. ഇന്നാളൊരിക്കൽ അച്ഛൻ പറഞ്ഞു ഇനി എന്റെ കണ്ണിൻവെട്ടത്തു കണ്ടുപോകരുതെന്ന്."

"എന്നിട്ട്?"

"ഒരാഴ്ച കഴിഞ്ഞു പിന്നേം വന്നു. കുടിച്ചു ലക്കില്ലാതെ. അന്നേരം അച്ഛൻ വീട്ടിലില്ല. ഞാൻ അകത്തൂന്ന് കതകടച്ചു. കുറെ നേരം വാതില്ക്കൽ നിന്നു വിളിച്ചു. ഞാൻ മിണ്ടീം കൂടിയില്ല. കുറേ കഴിഞ്ഞു പോക്ക

റ്റിലുണ്ടായിരുന്ന കാശെടുത്തു നിലത്തു വലിച്ചെറിഞ്ഞിട്ട് ഇറങ്ങിപ്പോയി.''

ഒരു നിഴൽ.

മോഹൻ മുഖമുയർത്തി നോക്കിയപ്പോൾ തൊട്ടടുത്ത് കറുത്തു കുറുകിയ ഒരു കിഴവൻ. അയഞ്ഞു തൂങ്ങിയ മുഷിഞ്ഞ കുപ്പായത്തിനുള്ളിൽ അയാൾ ഒരു പ്രേതത്തെപ്പോലെ തോന്നിപ്പിച്ചു. കുഴിയിൽ താണുകിടക്കുന്ന കണ്ണുകൾ. നെറ്റിയിൽ ചന്ദനക്കുറി. ചന്ദനക്കുറിക്കുള്ളിൽ സിന്ദൂരപ്പൊട്ട്. മെലിഞ്ഞ ഞരമ്പുകൾ പൊങ്ങിയ കഴുത്തിൽ പാച്ചോറ്റിക്കുരു കൊണ്ടു കോർത്ത മാല. മാലയിൽ ഏതോ ദേവന്റെ വെള്ളിയിൽ തീർത്ത രൂപം. ഇടതുകൈയിൽ കാക്കിത്തുണികൊണ്ടുള്ള ഒരു സഞ്ചി. കക്ഷത്തിൽ നരച്ച കുട. മുഖത്തു ദൈന്യതയും ക്ഷമാപണവും.

അയാൾ കുനിഞ്ഞുനിന്നു ചോദിച്ചു.

"സാർ, മുഖലക്ഷണം ഒന്നു പറയട്ടെ."

ഉള്ളിൽ തോന്നിയ അരിശം പെട്ടെന്നു മാറി. മോഹനു ചിരി വന്നു. ആദ്യം വിചാരിച്ചത് ഭിക്ഷ ചോദിക്കാനായിരിക്കുമെന്നാണ്.

അയാൾ വീണ്ടും പറഞ്ഞു:

"കൈരേഖ നോക്കി കഴിഞ്ഞതും വരാനിരിക്കുന്നതുമായ ഫലങ്ങൾ പറയാം. ഇഷ്ടമുള്ളതു തന്നാൽ മതി. എന്താ ഒന്നു പറയട്ടേ?"

"വേണ്ടാ." മോഹൻ പറഞ്ഞു. "കഴിഞ്ഞതൊക്കെ കഴിഞ്ഞു. വരാനിരിക്കുന്നതു മുൻകൂട്ടി അറിയുന്നതു നല്ലതുമല്ല."

"അങ്ങനെയല്ല സാർ." കിഴവൻ അടുത്തു കുന്തക്കാലിന്മേൽ ഇരുന്നു. "ഭാഗ്യങ്ങൾ കൈയിൽ എഴുതപ്പെട്ടിരിക്കുന്നു. സാറ് ആ കൈയൊന്നിങ്ങു കാണിച്ചേ?"

വൃദ്ധൻ നരച്ച കുടയും കാക്കിത്തുണികൊണ്ടുള്ള സഞ്ചിയും നിലത്തുവച്ചു. കിഴവന്റെ ചെവിക്കിടയിൽ കെടുത്തിവച്ച മുറിബീഡി. അയാളെ വിയർപ്പ് നാറി.

"മൂപ്പിലേ എനിക്കിതിലൊന്നും വിശ്വാസമില്ല." മോഹൻ ഒഴിഞ്ഞു മാറാൻ നോക്കി: "നേരം കളയാതെ വേറെ ആരെയെങ്കിലും കണ്ടുപിടിക്കാൻ നോക്ക്."

പൊടുന്നനെ കിഴവന്റെ മുഖം മങ്ങി. എങ്കിലും അയാൾ അങ്ങനെ ഒഴിഞ്ഞുമാറാൻ ഭാവമില്ലായിരുന്നു.

"വിശ്വാസമില്ലെന്നു പറഞ്ഞാലൊക്കുമോ സാർ? ഇതൊരു ശാസ്ത്രമല്ലേ?''

"എന്തു ശാസ്ത്രം? വയറ്റിപ്പിഴപ്പിന്റെ ശാസ്ത്രം! അല്ലേ? മനുഷ്യനെ ബോറടിപ്പിക്കാതെ പോ."

കിഴവൻ ഇനിയെന്തു ചെയ്യുമെന്ന് പരുങ്ങി. ഉപാസനാമൂർത്തിയുടെ കല്പന കാത്തിരിക്കുന്ന ദുർമ്മന്ത്രവാദിയെപ്പോലെ കിഴവൻ കണ്ണുകൾ

പാതി അടച്ചു മൗനം പൂണ്ടു. പിന്നെ ഒരു ഭൂതോദയമുണ്ടായതുപോലെ കണ്ണുകൾ തുറന്നു.

"സാറിനിഷ്ടമില്ലെങ്കിൽ വേണ്ടാ." കിഴവൻ ഒരിളിഭ്യച്ചിരിയോടെ ലക്ഷ്മിയുടെ നേരെ നോക്കി: "ഞാനീ കുഞ്ഞിന്റെ മുഖലക്ഷണമൊന്നു പറയട്ടെ?"

വേണ്ടെന്ന് നാണത്തോടെ ലക്ഷ്മി തലകുലുക്കി.

അപ്പോൾ കിഴവൻ പറഞ്ഞു:

"നല്ല ലക്ഷണമൊത്ത മുഖമാണ്. ഈ മുഖത്തുനോക്കി നിങ്ങൾ രണ്ടുപേരുടെയും ജീവിതത്തെ സംബന്ധിച്ച ചില ഫലങ്ങൾ ഞാൻ പറയാം എന്താ?"

മോഹന് സ്വല്പം തമാശ തോന്നി.

"ശരി പറ കാർന്നോരെ."

കിഴവൻ നിലത്തു ചമ്രം പടിഞ്ഞിരുന്നു. പിന്നീട് കുറേ നേരം അയാൾ ലക്ഷ്മിയുടെ മുഖത്തു തന്നെ നോക്കി.

"ഭാഗ്യം അനുഭവിക്കാൻ പിറന്ന ആളാണ്. സംശയമില്ല. ജനിച്ച വീട്ടിൽ അനുഭവിച്ചതിനേക്കാൾ ഭാഗ്യങ്ങൾ ചെന്നു കേറിയ വീട്ടിൽ അനുഭവിക്കും. സമ്പത്തും സന്താനസൗഭാഗ്യവും ഈശ്വരാനുഗ്രഹവും നിറഞ്ഞ ജീവിതം എന്നാണ് മുഖലക്ഷണം പറയുന്നത്."

കിഴവൻ തിരിഞ്ഞ് മോഹനോടു ചോദിച്ചു:

"വിവാഹം കഴിഞ്ഞിട്ട് അധികമായില്ലല്ലോ, അല്ലേ?"

മോഹനും ലക്ഷ്മിയും പരസ്പരം മിഴിച്ചുനോക്കി. ഈ കിഴവൻ എന്താണ് പറയുന്നത്!

കിഴവൻ വീണ്ടും മോഹനോടു ചോദിച്ചു:

"സാറിന്റെ നക്ഷത്രമേതാ?"

"എന്തിനാ എന്റെ നക്ഷത്രമറിയുന്നത്?"

''അതു സാറിനറിയാൻ വയ്യാഞ്ഞിട്ടാ. ഭാര്യയുടെ ഭാവി പറയുമ്പോൾ, കാര്യങ്ങൾ കൃത്യമായി ഗ്രഹിക്കാനും പറയാനും ഭർത്താവിന്റെ നക്ഷത്രം കൂടി അറിയണം."

മോഹൻ പുരികമുയർത്തി കിഴവന്റെ നേരെ നോക്കി.

"കാർന്നോരുടെ ശാസ്ത്രം അപാരം തന്നെ!"

അതൊരു നിസ്സഹകരണമായിട്ടേ കിഴവൻ വിചാരിച്ചുള്ളൂ. അയാൾ ലക്ഷ്മിയോടു പറഞ്ഞു:

"അല്ലെങ്കിൽ വേണ്ട. കുഞ്ഞൊരു പൂവിന്റെ പേര് പറ."

മോഹൻ പോക്കറ്റിൽത്തപ്പി ഒരു രണ്ടുരൂപാ നോട്ടെടുത്ത് കിഴവനു കൊടുത്തു.

"മതി പറഞ്ഞത്. എന്തിനാ അധികം? ആട്ടെ, എവിടെയാ കാർന്നോരുടെ വീട്."

"കുറച്ചു ദൂരെയാ." കിഴവൻ പറഞ്ഞു: "ഇങ്ങനെ നടന്നു കിട്ടീട്ടു വേണം സാറേ കുടുംബം കഴിയാൻ."

ഭഗവാനെ, എന്നു ജപിച്ച് എഴുന്നേല്ക്കുന്നതിനിടയിൽ കിഴവൻ വാത്സല്യത്തോടെ ലക്ഷ്മിയെ നോക്കി പറഞ്ഞു:

"മുഖസ്തുതിയാണെന്ന് വിചാരിക്കരുത്. ഈ ആളിരിക്കണേടത്തു ഐശ്വര്യം വിളങ്ങും. മഹാലക്ഷ്മി തന്നെ!"

കിഴവൻ പോയി.

മരത്തിന്റെ ചില്ലകൾ കാറ്റത്തിളകി. മരച്ചില്ലകൾക്കിടയിലൂടെ സായാഹ്നത്തിന്റെ രശ്മികൾ അവരുടെ മേൽ പതിച്ചു.

മ്യൂസിയം പാർക്കിൽനിന്ന് പുറത്തേക്കിറങ്ങുമ്പോൾ അവൾ ചോദിച്ചു:

"മുമ്പൊരിക്കൽ അച്ഛനോടു പറയുന്നതു കേട്ടു, നോവലെഴുതുന്നുണ്ടെന്ന്. അത് പൂർത്തിയായോ?"

"ഇല്ല. അതെഴുതാൻ തുടങ്ങേണ്ടിയിരുന്നില്ലെന്ന് ഇപ്പോൾ തോന്നുന്നു."

"അതെന്താ?"

"എഴുത്ത് വല്ലാത്ത ഒരു വേദനയാണ്. സ്വയം ബലി കൊടുക്കുന്നതുപോലെയാണത്."

അവൾക്കതു മനസ്സിലായില്ല.

തണൽമരങ്ങളുടെ നിഴലുകൾ വീണുകിടക്കുന്ന നിരത്തിലൂടെ അവൾ നടന്നു.

പതിനഞ്ച്

മഴ

തുള്ളി തോരാത്ത മഴ. ഒരു തുള്ളിക്കൊരു കുടം.

മോഹൻ മഴ പെയ്യുന്നതും നോക്കി ഇരുന്നു. മഴ തുടങ്ങിയിട്ട് രണ്ടു മൂന്നു ദിവസമായി. നഗരത്തിന്റെ താഴ്ന്ന പ്രദേശങ്ങൾ വെള്ളത്തിനടിയിലാണെന്നു പത്രവാർത്തയുണ്ടായിരുന്നു.

കാലവർഷത്തിന്റെ കലി. എന്തൊരിരമ്പമാണ് മഴയ്ക്ക്! മതിൽക്കെട്ടിനപ്പുറത്ത് കാറ്റത്ത് വന്യമൃഗങ്ങളെപ്പോലെ ഇണചേരുന്ന മരക്കൊമ്പുകൾ. മരക്കൊമ്പുകളിൽ കാറ്റിന്റെ ചിന്നംവിളി.

വഴിവക്കിലെ വലിയ കെട്ടിടത്തിന്റെ തകരപ്പാത്തിയിൽനിന്ന് കുത്തനെ വീഴുന്ന വെള്ളം താഴെ സിമന്റുതറയിൽ വീണ് ഒരു ജലപുഷ്പത്തിന്റെ ആകൃതിയുണ്ടാക്കുന്നു.

മടുപ്പോടെ മോഹൻ കടലാസുകൾ അടുക്കിവച്ചു. തനിക്ക് ഈ നോവൽ എന്നെങ്കിലും പൂർത്തിയാക്കാൻ കഴിയുമോ? ഉള്ളിന്റെ ഉള്ളിൽ അമൂർത്തമായിക്കിടക്കുന്ന അനുഭൂതികളെ വാങ്മയത്തിൽ സ്വരൂപിക്കുകയെന്നത് ഒരാഗ്രഹമായിരുന്നു. ഒരു ദിവ്യദുഃഖം പോലെ അത് ഹൃദയത്തിൽ കൊണ്ടുനടന്നു. ഒരാവേശത്തിന് കുറെ എഴുതി. തൃപ്തി വരാഞ്ഞ് അത് കീറിക്കളഞ്ഞു. വീണ്ടുമെഴുതി. എന്നിട്ടും പോരെന്നു തോന്നുന്നു. അനുഭൂതികളെ അതിന്റെ മുഴുവൻ തീക്ഷ്ണതയോടും കൂടി പുനഃസൃഷ്ടിക്കാൻ കഴിയുന്നില്ല. താൻ ശപിക്കപ്പെട്ട ഒരാത്മാവാണ്. ചിലപ്പോൾ തോന്നും ആത്മഹത്യയുടെ വക്കിൽ നില്ക്കുകയാണെന്ന്. അതിശക്തമായ ഒഴുക്കുള്ള ഒരു നദിയുടെ ഏതു നിമിഷവും ഇടിയാവുന്ന കരയിൽ നില്ക്കുകയാണെന്ന്. ഹൃദയത്തിന്റെ മുഴക്കങ്ങൾ കേൾപ്പിക്കാൻ കഴിയുന്നില്ല. ചിലപ്പോൾ വല്ലാത്ത ഒരു നിരാശതയിൽ ആണ്ടു പോകുന്നു.

ആത്മാവിൽ അനക്കമറ്റു കിടക്കുന്ന ചാവുകടലിന്റെ ഹിമാവരണം വെട്ടിപ്പൊളിക്കാൻ തനിക്കെന്നെങ്കിലും കഴിയുമോ?

മോഹൻ സ്വന്തം ഹൃദയത്തിൽ പറഞ്ഞു:

'എന്റെ ഉള്ളിലെ എന്നെ ഞാനിതുവരെ കണ്ടെത്തിയിട്ടില്ല. അസ്ഥികൾകൊണ്ട് അഴിയിട്ട ഒരു കൂട്ടിൽക്കിടന്ന് ഞാൻ ചിറകിട്ടടിക്കുന്നു. എന്റെ ആകാശം എവിടെയാണ്?'

ഒരുദിവസം മോഹൻ ലക്ഷ്മിയോട് പറഞ്ഞു:

"ഞാനും ഒറ്റപ്പെട്ട ഒരാളാണ് ലക്ഷ്മീ. അതിന്റെ സങ്കടം എന്റെ ഉള്ളിലുമുണ്ട്. ഞാനിതുവരെ അത് ആരെയും കാണിച്ചിട്ടില്ല."

കണ്ണുകളുയർത്തി അവൾ നിശ്ശബ്ദമായി മോഹനെ നോക്കി.

അയാളുടെ ഉള്ളിലെ മൗനത്തിന്റെ മുഴക്കം അയാൾ കേട്ടു:

"ഏകാകികൾ അവരുടെ യാത്രയ്ക്കിടയിൽ എവിടെയെങ്കിലും വച്ച് യാദൃച്ഛികമായി കണ്ടുമുട്ടുന്നു. ഏതോ പൂർവ്വജന്മത്തിൽ എവിടെയോ വച്ചു വേർപിരിഞ്ഞതിന്റെ അവ്യക്തമായ ഓർമ്മകൾ ഹൃദയത്തിൽ വന്നലയ്ക്കുന്നു. എനിക്കങ്ങനെയാണ് തോന്നുന്നത്."

മോഹൻ സ്വയം മന്ദഹസിച്ചു.

പുനർജ്ജന്മം! കൊള്ളാവുന്ന ഒരു സങ്കല്പമാണത്. ജന്മപരമ്പരകളുടെ ഗോപുരവാതിലുകൾ കടന്നുപോകുന്ന മനുഷ്യാത്മാവുകൾ. വേർപാടുകൾ. കണ്ടുമുട്ടലുകൾ. ഒന്നിച്ചുള്ള യാത്ര. വീണ്ടും ഒറ്റപ്പെടൽ. അതിന്റെയൊക്കെ ആവർത്തനങ്ങൾ. സ്വാമിജിയും അങ്ങനെ എന്തൊക്കെയോ പറഞ്ഞിരുന്നു. ഓർമ്മകൾ അതിന്റെ പ്രതിദ്ധ്വനികളുണ്ടാക്കുന്നു.

അയാൾ കണ്ണിമയ്ക്കാതെ അവളെ നോക്കിയിരുന്നു. അയാളുടെ മനസ്സിന്റെ വിഭ്രാന്തി അയാളുടെ കൃഷ്ണമണികളുടെ കാഴ്ചശക്തി കലക്കിക്കളഞ്ഞു. അപ്പോൾ അയാളുടെ കണ്ണുകളിൽ ആകാശത്തിന്റെ നിറം പടർന്നു. അപ്പോൾ അവൾ പ്രഭാപടലത്തിനുള്ളിൽ നില്ക്കുന്ന ഒരു ദേവിയെപ്പോലെ തോന്നിപ്പിച്ചു. പിന്നെ അയാളുടെ കണ്ണിൽ അഗ്നികൊണ്ട് വരച്ച ഒരു മന്ത്രചക്രം തെളിഞ്ഞു. അയാൾ ഒരു സാധകനെപ്പോലെ അതിൽ മനസ്സൂന്നി നിന്നു. അധോമുഖമായ ശിവചക്രങ്ങളുടെയും ഊർദ്ധ്വമുഖമായ ശക്തിചക്രങ്ങളുടെയും സംയോഗത്തിൽനിന്ന് ഉത്ഭവിക്കുന്ന നക്ഷത്രങ്ങൾ അയാൾ കണ്ടു.

മോഹൻ പറഞ്ഞു:

"എന്റെ മോഹങ്ങൾ പറയാൻ സമയമായിരിക്കുന്നു."

ലക്ഷ്മി മോഹന്റെ നേരെ മുഖമുയർത്തി.

"മോഹങ്ങളോ?"

"അതെങ്ങനെ പറയണമെന്ന് എനിക്കറിയില്ല. ഒരു പെൺകുട്ടിയുടെ മുഖത്തു നോക്കി സ്നേഹിക്കുന്നു എന്നു പറയുന്നത് ഒരു പഴഞ്ചൻ ഏർപ്പാടാണ്. പറയാതെ തന്നെ അവളതു മനസ്സിലാക്കുന്നതാണ് ഭംഗി."

അവളുടെ കണ്ണിൽ ഒരു ക്ഷണികവിഭ്രാന്തിയുടെ തിളക്കം കണ്ടു.

മോഹൻ ചോദിച്ചു:

"ലക്ഷ്മിയെന്താ മിഴിച്ചു നോക്കുന്നെ?"

അവൾ മിണ്ടാൻ കഴിയാത്ത അവസ്ഥയിലായിരുന്നു.

നിശ്ശബ്ദതയുടെ ഒരിടവേള.

അതുകഴിഞ്ഞു മോഹൻ പറഞ്ഞു:

"ഉച്ചാരണമില്ലാത്ത വാക്കുപോലെയാണ് സ്നേഹം. അതു വ്യാഖ്യാനിക്കുകയെന്നു വച്ചാൽ മഹാ ബോറാണ്."

പിന്നെ ആ സ്വപ്നാവസ്ഥയിൽനിന്ന് ലക്ഷ്മി ഉണർന്നു.

വിഷാദത്തിന്റെ ഭംഗിയുള്ള അവളുടെ കണ്ണുകൾ നനഞ്ഞു. അവൾക്ക് കരച്ചിൽ വന്നു. അവൾക്ക് വാക്കുകൾ നഷ്ടപ്പെട്ടു. സ്നേഹം നിശ്ശബ്ദമാണെന്ന് അവൾക്കു ബോദ്ധ്യമായി.

ആ നിമിഷങ്ങളുടെ പിരിമുറുക്കം അഴയ്ക്കാൻവേണ്ടി മോഹൻ അവളോട് മിസ്രയീം പുരാണത്തിലെ ഒരുകഥ പറഞ്ഞു.

മിസ്രയീമിലെ ചക്രവർത്തിയായിരുന്ന ഷെഫ്രേൻ ഒരു രാത്രി പൂക്കളുടെയും വിളവിന്റെയും നിത്യയൗവനത്തിന്റെയും ദേവിയായ കോറിയെ സ്വപ്നത്തിൽ കണ്ടു മോഹിച്ചു. പിന്നെ ചക്രവർത്തിക്ക് ഏതുനേരവും അതുതന്നെയായിരുന്നു ഓർമ്മ. രാജ കാര്യങ്ങൾപോലും വിസ്മരിച്ച് ചക്രവർത്തി പൂക്കളുടെയും വിളവിന്റെയും നിത്യയൗവനത്തിന്റെയും ദേവിയെ ധ്യാനിച്ചു. പക്ഷേ, കോറി പ്രസാദിച്ചില്ല. നിരാശനായ ഷെഫ്രേൻ പ്രഭുകുടുംബങ്ങളിലെ കന്യകമാരെ വിളിച്ചുവരുത്തി അവരിൽ നിന്ന് കോറിയുടെ രൂപസാദൃശ്യമുള്ള ഒരു പെൺകിടാവിനെ തെരഞ്ഞുപിടിച്ച് തന്റെ പ്രിയതമയാക്കി. എന്നാൽ അത്രയുംകൊണ്ട് ഷെപ്രോൻ തൃപ്തനായില്ല. ജീവിതകാലം മുഴുവൻ തന്റെ പ്രിയതമയെ ജ്വലിക്കുന്ന യൗവനഭംഗിയോടെ കാണണമെന്ന് അദ്ദേഹം ആഗ്രഹിച്ചു. തന്റെ പ്രിയതമയുടെ നിത്യയൗവനത്തിനു വേണ്ടി ഷെഫ്രേൻ പ്രാർത്ഥനാമുറിയിൽ കോറിയെ ധ്യാനിച്ചു. കോറിയെ പ്രസാദിപ്പിക്കാൻ വേണ്ടി ഷെഫ്രേൻ മിസ്രയീം മരുഭൂമിയിൽ പതിനായിരത്തിമൂന്നു യാഗപീഠങ്ങളൊരുക്കി. യാഗപീഠങ്ങളിൽ പുരുഷസ്പർശമേല്ക്കാത്ത കന്യകമാരെ നിർത്തി. പുഷ്പങ്ങൾ വാറ്റിയുണ്ടാക്കിയ സുഗന്ധതൈലം പതിനായിരത്തി മൂന്നു കൽഭരണികളിൽ നിറച്ച് യാഗപീഠങ്ങളിൽ ഒഴുക്കി. കൽഭരണികൾ ഒഴിയുകയും പൂക്കൾ വാടുകയും ചെയ്തു. എന്നിട്ടും കോറി പ്രത്യക്ഷപ്പെട്ടില്ല. മൂന്നാം നാളിൽ വീണ്ടും പതിനായിരത്തി മൂന്നു യാഗപീഠങ്ങൾ നിർമ്മിച്ചു. പൂക്കൾ കൊണ്ടു നാണം മറച്ച പതിനായിരത്തി മൂന്നു കന്യകകൾ യാഗപീഠങ്ങളെ അലങ്കരിച്ചു. എന്നിട്ടും കോറി പ്രസാദിച്ചില്ല. എന്നിട്ടും ഷെഫ്രേൻ നിരാശനായില്ല. നാലാം ദിവസവും യാഗം ആവർത്തിച്ചു. അഞ്ചാം ദിവസം മുപ്പത്തിനായിരത്തൊൻപതു കന്യകകൾ പൂക്കൾ കൊണ്ടു നാണം മറച്ച് യാഗപീഠങ്ങളിൽ തലകുനിച്ചു നിന്നു. അവരുടെ മുടിയിൽനിന്ന് സുഗന്ധതൈലം ഇറ്റിറ്റുവീണു. ഷെഫ്രേൻ സകല രാജകീയ ചിഹ്നങ്ങളോടും അലങ്കാരങ്ങളോടും കൂടി പ്രത്യക്ഷപ്പെട്ടു. ഷെഫ്രേ

ന്റെയൊപ്പം അദ്ദേഹത്തിന്റെ പ്രിയതമയും ഉണ്ടായിരുന്നു. ഷെഫ്രേൻ ഉറയിൽനിന്നു വാൾ ഊരിയെടുത്ത് താൻ ജീവനുതുല്യം സ്നേഹിക്കുന്ന പ്രിയതമയുടെ തലമുടി അരിഞ്ഞു യാഗപീഠത്തിലിട്ടു. ഷെഫ്രേന്റെ പ്രിയതമയുടെ തലമുടി യാഗാഗ്നിയിൽ കത്തി. ഷെഫ്രേൻ ആ യാഗപീഠങ്ങൾക്കു മുമ്പിൽനിന്ന് കോറിയെ അലറി വിളിച്ചു. മുപ്പതിനായിരത്തി ഒൻപതു കന്യകമാരുടെയും തലമുടി യാഗാഗ്നിയിൽ കത്തി. ഷെഫ്രേന്റെ ദുഃഖവും അമർഷവും കണ്ട് മനസ്സലിഞ്ഞ കോറി സകല തേജസ്സോടും കൂടി യാഗപീഠങ്ങൾക്കുമുമ്പിൽ പ്രത്യക്ഷപ്പെട്ടു. ഷെഫ്രോനെയും കണ്ണീരണിഞ്ഞ പെൺകിടാങ്ങളെയും കണ്ട് പ്രസാദിച്ച കോറി ഷെഫ്രേന്റെ പ്രിയതമയ്ക്കു നിത്യയൗവനം നല്കി അനുഗ്രഹിച്ചു."

സ്വപ്നത്തിലോ വിസ്മൃതിയിലോ നഷ്ടപ്പെട്ടപോലെ നിർന്നിമേഷയായിരുന്ന ലക്ഷ്മിയുടെ കണ്ണുകളിലേക്കു നോക്കി ഒരു കള്ളച്ചിരിയോടെ മോഹൻ തുടർന്നു:

"ഞാനും ഒരുയാഗം നടത്തും. എന്റെ പ്രിയതമയുടെ നിത്യയൗവനത്തിന്."

അവളുടെ നാണം അവളുടെ അഴക് വർദ്ധിപ്പിച്ചു.

പുറത്ത് വീശിയടിക്കുന്ന കാറ്റിൽ മരക്കൊമ്പുകൾ ഉലയുന്ന ഒച്ച കേട്ട് മോഹൻ ഓർമ്മകളിൽനിന്നുണർന്നു.

ഇന്നു മഴ തോരുന്ന ലക്ഷണമില്ല.

അപൂർണ്ണമായ നോവൽ മേശയ്ക്കുള്ളിൽ വച്ചടച്ചതിനുശേഷം മോഹൻ ജനാലയ്ക്കരികിൽ ചെന്നു നഗരത്തിനു മീതെ മഴ പെയ്യുന്നതു നോക്കി നിന്നു.

ലക്ഷ്മിയെക്കുറിച്ചുള്ള ഓർമ്മ വീണ്ടും ഹൃദയത്തിൽ വന്നലച്ചപ്പോൾ അയാളുടെ കാഴ്ചയിൽനിന്നു മഴ മാഞ്ഞുപോയി.

പൂർവ്വജന്മങ്ങളുടെ ഗോപുരങ്ങൾ കടക്കുന്നതിനിടയിൽ നഷ്ടപ്പെട്ടുപോയ സ്വപ്നത്തിന്റെ പുനർദർശനംപോലെ ഒരനുഭവം.

പൊടുന്നനെ ഒരു വെളിപാട് പോലെ മനസ്സിന്റെ ഏകാന്തതയും ശൂന്യതയും നിറയ്ക്കാൻ ഒരു പെണ്ണിന്റെ സ്നേഹത്തിനേ കഴിയൂ എന്നയാൾ അറിഞ്ഞു.

പുറത്ത് ഇടി വെട്ടി.

അയാളുടെ മനസ്സ് ഒരു നടുക്കത്തോടെ വ്യതിചലിച്ചു.

താൻ ചവിട്ടിക്കടന്നുപോയ ഒരു ഹൃദയത്തിന്റെ ഓർമ്മ.

മഴയും കാറ്റും ഇടിമിന്നലുമുള്ള ഒരു പകൽ. നഗരത്തിന്റെ കിഴക്കേ ഭാഗത്തു കുന്നുകൾക്കു ചുവട്ടിലുള്ള അമ്പലത്തിന്റെ പിന്നിൽ ആൾപ്പാർപ്പില്ലാത്ത ഒരു വീടിന്റെ സ്വകാര്യതയിൽ..

അതൊരു വേർപിരിയലായിരുന്നു.

ഉഷ പറഞ്ഞു:

"മോഹൻ ഒരു വാക്ക് പറ, എത്രകാലം വേണമെങ്കിലും ഞാൻ കാത്തിരിക്കാം."

അവളെ ഒഴിവാക്കാൻ മയമുള്ള വാക്കുകൾക്കുവേണ്ടി തപ്പിയ നിമിഷങ്ങൾ മറന്നിട്ടില്ല.

"എന്റെ വീട്ടിലെ കാര്യങ്ങൾ ഉഷയ്ക്കറിയില്ലേ? ഇപ്പോൾ ഞാനെന്താഗ്രഹിച്ചിട്ടും ഫലമില്ല. സ്വന്തം കാലിൽ നില്ക്കാറാകുമ്പോൾ ഞാൻ വരും. നിനക്കെന്നെ വിശ്വാസമില്ലേ?"

"ഇങ്ങനെ ചോദിക്കാൻ തോന്നുന്നുണ്ടല്ലോ മോഹന്."

"ഉഷയെന്തിനാ സങ്കടപ്പെടുന്നെ? അല്പം ക്ഷമിക്കാനല്ലേ ഞാൻ പറഞ്ഞുള്ളൂ? ഒക്കെ നേരെയാവും..."

അവൾ അതു വിശ്വസിച്ചു.

അതു മഴക്കാലമായിരുന്നു. മിക്ക ദിവസവും ആകാശം ഇരുണ്ടുമൂടിക്കിടന്നു. ഇടയ്ക്ക് മഴ ആർത്തലച്ചുപെയ്തു.

അങ്ങനെ മഴ പെയ്യുന്ന മറ്റൊരു പകൽ.

മോഹൻ എന്തോ വായിച്ചുകൊണ്ടിരിക്കുമ്പോൾ അമ്മ അടുത്തു ചെന്നു. കാല്പ്പെരുമാറ്റം കേട്ട് പുസ്തകത്തിൽനിന്നു മുഖമുയർത്തി നോക്കുമ്പോൾ അമ്മയുണ്ട് അടുത്തു നില്ക്കുന്നു. കൈയിൽ ഒളിച്ചുപിടിച്ചിരുന്ന ഫോട്ടോ മുമ്പിലേക്കു നീട്ടിപ്പിടിച്ച് യാതൊരു ഗൗരവവും കൂടാതെ അമ്മ ചോദിച്ചു:

"ഏതാ ഈ പെൺകുട്ടി?"

മോഹൻ ഞെട്ടിപ്പോയി.

മേശവലിപ്പിൽ ഒളിച്ചുവച്ചിരുന്ന ഫോട്ടോ എങ്ങനെ അമ്മയുടെ കൈയിലെത്തി. ഏട്ടന്മാരാരോ പറ്റിച്ച പണിയാണെന്നു തീർച്ച.

വേണമെങ്കിൽ ഈശ്വരനോടു നുണ പറയാം. പക്ഷേ, അമ്മയോടു വയ്യ.

"അത്.."

"അമ്മയെ ഒളിക്കണ്ട."

"അത്, ഉഷ.."

അമ്മയ്ക്ക് യാതൊരു ഭാവവ്യത്യാസവും ഉണ്ടായില്ല.

"നല്ല പെൺകുട്ടി. അതിന്റെ ശാപം മേടിച്ചുവയ്ക്കരുത്."

അമ്മ അത്രയേ പറഞ്ഞുള്ളൂ. ഒരു നിമിഷം മോഹൻ സ്തംഭിച്ചു നിന്നു. അമ്മ വഴക്കു പറയുമെന്നാണ് വിചാരിച്ചത്.

ഫോട്ടോയിൽ ഒന്നുകൂടി സൂക്ഷിച്ചുനോക്കിയതിനു ശേഷം അമ്മ അതു മോഹൻ കാൺകെ മേശപ്പുറത്തു വച്ചു.

അതിന്റെ ശാപം മേടിച്ചുവയ്ക്കരുതെന്ന് അമ്മ പറഞ്ഞു. എന്താണതിന്റെ അർത്ഥം? അമ്മ പേടിക്കുന്നുണ്ടാവും, അച്ഛന്റെ പാപത്തിന്റെ കറ മക്കളിൽ കലരാതിരിക്കുമോ എന്ന്.

അമ്മയുടെ പ്രാർത്ഥനകൾക്കു നീളം കൂടി.

ഒരു ദിവസം ഉഷയെയും വിളിച്ചുകൊണ്ട് വീട്ടിലേക്കു കയറിച്ചെന്നാൽ അമ്മ വിളക്കും താലവുമായി എതിരേല്ക്കുമായിരുന്നു എന്നുപോലും തോന്നി.

ഉഷ ഇപ്പോൾ എവിടെയാണ്? ആവോ, അറിയില്ല. അതിൽപ്പിന്നെ കണ്ടിട്ടില്ല.

അമ്മ മേശപ്പുറത്തുവച്ചിട്ടുപോയ ഫോട്ടോ നുള്ളിക്കീറി പുറത്തേക്കെറിഞ്ഞു. മഴവെള്ളത്തിൽ അതിന്റെ കഷണങ്ങൾ ഒഴുകിപ്പോകുന്നതു നോക്കി നിന്നു.

ഉഷ ഇപ്പോൾ ഒരു പഴയ ഓർമ്മയാണ്.

അന്നു സ്നേഹബന്ധങ്ങൾക്ക് വില കല്പിച്ചിരുന്നില്ല. വെറും ഒരു ത്രിൽ. അതിൽക്കവിഞ്ഞ് ആ ബന്ധങ്ങളിൽ ഒന്നും കണ്ടില്ല.

ഇപ്പോൾ സ്നേഹമെന്താണെന്നറിയുന്നു. ഹൃദയത്തിന്റെ ഏകാന്തതയും ശൂന്യതയും നിറയ്ക്കാൻ ഒരു പെണ്ണിന്റെ സ്നേഹത്തിനേ കഴിയൂ എന്നു മനസ്സിലാക്കുന്നു.

പിന്നെ അമ്മയുടെ രൂപം അയാളുടെ ഓർമ്മയിൽ തെളിഞ്ഞുവന്നു. അമ്മയ്ക്ക് ഒരു കത്തയക്കാമായിരുന്നു. തന്നെ കാണാഞ്ഞ് അമ്മയ്ക്കു സങ്കടം കാണും. അമ്മയ്ക്കെന്നും കൂടുതൽ സ്നേഹം തന്നോടായിരുന്നുവല്ലോ.

വീട് അയാൾ വെറുത്തു കഴിഞ്ഞിരുന്നു. അച്ഛന്റെ നിഴലിലേക്ക് തിരിച്ചുചെല്ലുന്നതിനെക്കുറിച്ച് ഓർക്കാൻ കൂടി അയാൾ ഇഷ്ടപ്പെട്ടില്ല. എന്നിട്ടും അയാൾക്ക് തോന്നി അമ്മ വിളിച്ചാൽ താൻ തിരിച്ചുചെല്ലുമെന്ന്.

ലക്ഷ്മിയെയും കൂട്ടി അമ്മയുടെ അടുത്തേക്കു ചെല്ലുന്നത് അയാൾ വെറുതെ സങ്കല്പിച്ചു. അമ്മ അകത്തെങ്ങോ ആണ്. അച്ഛൻ വീട്ടിലില്ല. ഏട്ടന്മാരുമില്ല. വീട്ടിൽ ഒച്ചയും അനക്കവുമില്ല. കാടിനുള്ളിലെപ്പോലെ ഭയാനകമായ നിശ്ശബ്ദത. മോഹൻ ആ നിശ്ശബ്ദത നെടുകെ പിളർക്കുന്നു.

"അമ്മേ!"

മകന്റെ ഒച്ച തിരിച്ചറിഞ്ഞ് അമ്മ അകത്തുനിന്ന് ധൃതിയിൽ ഇറങ്ങി വരുന്നു. അമ്മയുടെ കണ്ണിൽ ഓർക്കാപ്പുറത്ത് മകനെ കണ്ടതിന്റെ സന്തോഷം കണ്ണീരായി നിറയുന്നു. ദുഃഖത്തിന്റെ പാട. അമ്മയുടെ മൗനം ശാസിക്കുന്നു. നീ എവിടായിരുന്നു? നിനക്കമ്മയെന്നുള്ള ഓർമ്മയുണ്ടോ? ഏതെങ്കിലും രാത്രിയിൽ നീ വന്ന് വിളിക്കുമെന്നോർത്ത് ഞാൻ ഉറങ്ങാതെ കിടന്നു.

അതൊക്കെ കഴിഞ്ഞാണ് അമ്മ തന്റെ പിന്നിൽ പതറി നില്ക്കുന്ന ലക്ഷ്മിയെ കാണുന്നത്.

അമ്മ ഒരുനിമിഷം ഇമയനക്കാതെ ലക്ഷ്മിയെ നോക്കിനിന്നതിനു ശേഷം മോഹന്റെ നേരെ മുഖം തിരിക്കുന്നു.

"ആരാ ഇത്?"

ലക്ഷ്മി. ഞാൻ സ്നേഹിക്കുന്ന പെൺകുട്ടി എന്നു പറയാൻ എങ്ങനെ ധൈര്യമുണ്ടാകും? മറ്റൊരു പെൺകുട്ടിയുടെ മുഖവും പേരും അമ്മയ്ക്കോർമ്മയുണ്ടാവും. അച്ഛന്റെ വഴിക്കാണോ നിന്റെയും പോക്ക്, എന്നു ചോദിക്കുന്ന നിശ്ശബ്ദമായ നോട്ടത്തിനു മുമ്പിൽ ഉരുകിപ്പോകും. അമ്മ അങ്ങനെ ചോദിക്കുകയില്ല. ഒരു നെടുവീർപ്പിൽ അമ്മ എല്ലാം

ഒതുക്കും.

അമ്മയെ പറഞ്ഞു സമാധാനിപ്പിക്കാം.

"ഞാനമ്മയോടു നുണ പറയുകയല്ല. എന്നെ വിശ്വസിക്ക്. സത്യമായും ഞാൻ സ്നേഹിക്കുന്ന പെണ്ണാണിത്. എന്റെ ജീവിതത്തിന് അർത്ഥമുണ്ടായത് ഇപ്പോഴാണ്. ഇനിയാണ് ഞാൻ ജീവിക്കാൻ തുടങ്ങുന്നത്. അമ്മ ഞങ്ങളെ അനുഗ്രഹിക്ക്!"

അപ്പോൾ അച്ഛൻ വന്നാലോ?

ദേവദാസിയെ സ്നേഹിച്ച കുറ്റത്തിന് കൊട്ടാരത്തിൽനിന്നു പുറത്താക്കപ്പെട്ട രാജകുമാരന്റെ കഥ ഓർമ്മ വരുന്നു.

ആരൊക്കെ എതിർത്താലും ശരി ഞാനീപ്പെണ്ണിനെ ഉപേക്ഷിക്കുകയില്ല.

എന്റെ ജീവിതം എന്ന സ്വപ്നത്തിന്മേൽ വികാരം കൊണ്ടിരുന്നപ്പോൾ ഈ മുഖം വ്യക്തമായിരുന്നില്ല.

പക്ഷേ, ഒരു നിമിഷം. പെട്ടെന്ന് ഹൃദയം മന്ത്രിക്കുന്നു.

ആ ജന്മാന്തരസ്വപ്നം ഇതാണ്.

സ്മൃതിയുടെയും വിസ്മൃതിയുടെയും ഇടയിൽ എവിടെയോ മറഞ്ഞുകിടന്ന മുഖം ഇതാണ്.

എന്റെ നേർപകുതി.

അടച്ചിട്ട വാതിലിൽ ആരോ മുട്ടുന്ന ഒച്ച. രാമൻ നായരായിരിക്കും. അല്ലെങ്കിൽ ലോഡ്ജിലെ അന്തേവാസികളിൽ ആരെങ്കിലും.

"ഒന്നു തുറക്കെടാ വേഗം. നട്ടുച്ചയ്ക്ക് വാതിലടച്ചിട്ടു കിടന്നുറങ്ങുന്നു! വെറുതെയാണോ പതിനേഴാമത്തെ വയസ്സിൽ നരയ്ക്കുന്നത്."

ഒച്ച കേട്ടപ്പോൾ മനസ്സിലായി. അനന്തകൃഷ്ണനാണ്. ഇവൻ ഈ നേരത്തു എവിടെനിന്നു വരുന്നു?

മോഹൻ വാതിൽ തുറന്നു.

"ഇതിലേ പോയപ്പോൾ നിന്നെ ഒന്നു കണ്ടേച്ചു പോകാമെന്നു വച്ചു. ഒരു വിശേഷം പറയാനുണ്ട്."

"എന്താ?"

"നീ ഡയറക്ട് ചെയ്ത ഡോക്യുമെന്ററി ചിത്രമില്ലേ, മോഹിനിയാട്ടം? അതിനൊരവാർഡുണ്ട്. ആർ കെ മേനോൻ വളരെ ഹാപ്പിയായിരിക്കുന്നു. നീ വേഗം വാ...."

"എങ്ങോട്ട്? ഈ മഴയത്ത്.."

"മഴയോ? മഴയൊക്കെ പമ്പേം കുര്യാപ്പിള്ളീം കടന്നിട്ട് കാലമെത്രയായി!"

പുറത്ത് വെയിൽ തെളിഞ്ഞിരിക്കുന്നു. എപ്പോഴാണ് മഴ തോർന്നത്?

മോഹൻ മുറി പൂട്ടി അനന്തകൃഷ്ണന്റെ കൂടെ ഇറങ്ങി.

അനന്തകൃഷ്ണൻ നേരെ ഹോട്ടൽ സരോവരത്തിലേക്ക് ബൈക്കോടിച്ചു.

ബാറിനു മുമ്പിൽ ബൈക്ക് നിർത്തി ഇറങ്ങുമ്പോൾ അനന്തകൃ

ഷ്ണൻ പറഞ്ഞു:

"നിന്നെ ഇന്നൊന്നു സൽക്കരിച്ചിട്ടേ ഒള്ളൂ. വലതുകാൽവച്ച് അകത്തേക്ക് പ്രവേശിക്ക്."

ബാറിനുള്ളിൽ ഇരിപ്പിടങ്ങൾ മിക്കതും ഒഴിഞ്ഞു കിടന്നു.

ഒരാൾ ഒരുകോണിൽ കുടിച്ചു പൂസാരി കൂടെ വേറെ ആരുമില്ലാത്തതുകൊണ്ട് തന്നോടുതന്നെ സംസാരിക്കുന്നു.

മോഹൻ മേശമേൽ കൈമുട്ടുകളൂന്നി വേറെന്തോ ആലോചിക്കുന്ന മട്ടിലിരുന്നു.

അനന്തകൃഷ്ണൻ ചോദിച്ചു:

"നീയെന്താ ഒരുഷാറില്ലാതെ?"

ഒന്നുമില്ലെന്നു മോഹൻ ചുമൽ കുലുക്കി.

ബാറിലെ ജോലിക്കാരൻ വിസ്കിയും സോഡയും നട്സും കൊണ്ടുവച്ചു. അനന്തകൃഷ്ണൻ വിസ്കിയുടെ കുപ്പിതുറന്ന് ഗ്ലാസിൽ പകർന്നു. ദ്രാവകം ഗ്ലാസിൽ നുരഞ്ഞു.

ഒഴിഞ്ഞ ഗ്ലാസ് വീണ്ടും നിറയ്ക്കാൻ തുടങ്ങിയപ്പോൾ മോഹൻ വിലക്കി.

"മതി."

അനന്തകൃഷ്ണൻ കണ്ണുകളുയർത്തി.

"ഉം. എന്തുപറ്റി നിനക്ക്? നിന്നെ ഒന്നു സൽക്കരിക്കണമെന്നോർത്താണ് ഞാനീ തണുപ്പത്തു ഓടിപ്പെടച്ചുവന്നതു തന്നെ!"

അനന്തകൃഷ്ണൻ നിർബ്ബന്ധിച്ചിട്ട് മോഹൻ ഒരു ലാർജ് വിസ്കി കൂടി അകത്താക്കി.

"പെരുമ്പാമ്പിന്റെ അമൃതേത്തുപോലെയാണ് എന്റെ കുടി." അനന്തകൃഷ്ണൻ പറഞ്ഞു: "ഇനി ചിലപ്പോൾ ഒരു പതിനഞ്ചുദിവസത്തേക്കു ഞാൻ മദ്യം തൊട്ടില്ലെന്നുവരും."

അനന്തകൃഷ്ണൻ വീണ്ടും മദ്യം ഓർഡർ ചെയ്തപ്പോൾ മോഹൻ ശാസിച്ചു:

"പോരേ? ബൈക്കോടിച്ചു പോകാനുള്ളതാണെന്നോർക്കണം."

"നീയൊന്നു ചുമ്മാതിരി അളിയാ." അനന്തകൃഷ്ണൻ പറഞ്ഞു: "ഇനി ഈ ഇരുന്ന ഇരുപ്പിൽ ഒരു കുപ്പി കൂടി അകത്താക്കിയേച്ച് മിസ്റ്റർ ഐ, അതായത് അനന്തകൃഷ്ണൻ വിമാനം പറപ്പിക്കും. പിന്നെയാ ബൈക്ക്."

ബാറിലെ സപ്ലയർ ഒരുലാർജ് വിസ്കി കൂടി കൊണ്ടുവച്ചു. അതെടുത്തു കൈയിൽ പിടിച്ചുകൊണ്ട് അനന്തകൃഷ്ണൻ മദ്യപാനത്തെ സംബന്ധിച്ച് ഒരു തത്ത്വം പറഞ്ഞു:

"കുടിക്കുന്നത് നല്ലതല്ല. അതു വേറെ കാര്യം. പക്ഷേ, പത്തു രൂപയ്ക്കു കുടിച്ചിട്ട് ലഹരി കിട്ടിയില്ലെങ്കിൽ അഞ്ചു രൂപയ്ക്കു കൂടി കുടിക്കണം. അല്ലെങ്കിൽ ആദ്യത്തെ മുതൽമുടക്കു നഷ്ടം!"

മോഹൻ സിഗററ്റ് കത്തിച്ചു.

"നിനക്കിന്നെന്തോ ഒരു മൂഡില്ല." അനന്തകൃഷ്ണൻ പറഞ്ഞു: "നീ ഗ്ലൂമിയായിരിക്കുന്നു. എന്താ സംഗതി? എന്നോടു പറ."

പറയണമെന്നു വിചാരിച്ചതല്ല. എങ്കിലും മോഹന് അപ്പോൾ തോന്നി ആ രഹസ്യം അനന്തകൃഷ്ണനോടു പറയണമെന്ന്.

അപ്പോൾ അനന്തകൃഷ്ണൻ ചോദിച്ചു:

"നീയെന്താ സ്വപ്നം കാണുകയാണോ?"

"സ്വപ്നം കാണാൻ എനിക്കു നിരോധനമൊന്നുമില്ലല്ലോ. ഉണ്ടോ?"

"നിന്റെ മുഖപ്രസാദം കണ്ടു ചോദിച്ചതാ."

"എനിക്കൊരു രഹസ്യം പറയാനുണ്ട്."

"രഹസ്യമോ?"

"അതെ. ഞാനൊരു പെണ്ണിനെ സ്നേഹിക്കുന്നുണ്ട്."

അനന്തകൃഷ്ണൻ മോഹന്റെ നേരെ മിഴിച്ചു നോക്കി.

"നേരോ? ഏതാ പെണ്ണ്?"

"ഒരു പെണ്ണ്? ഇപ്പോൾ അത്രയും അറിഞ്ഞാൽ മതി."

"നീ ഈ സസ്പെൻസ് കള."

"ഒരു മഹാലക്ഷ്മി. ഇപ്പോൾ അത്രയും അറിഞ്ഞാൽ മതി."

പതിനാറ്

ലക്ഷ്മിയോടുള്ള സ്നേഹം ഒരു രഹസ്യമായിത്തന്നെ മോഹൻ ഹൃദയത്തിൽ സൂക്ഷിച്ചു.

മുമ്പൊക്കെ ജീവിതംകൊണ്ട് എന്തുചെയ്യണമെന്ന് അയാൾക്കറിഞ്ഞുകൂടായിരുന്നു. ദുഃഖങ്ങളും ഇച്ഛാഭംഗങ്ങളും നിരാശകളും കലങ്ങിക്കിടന്ന ഒരു മനസ്സ്. നനഞ്ഞ വിറകുവച്ച അടുപ്പ് പുകയുംപോലെ അത് എപ്പോഴും നീറിപ്പുകഞ്ഞു. വേറെ ഒന്നും തിരിച്ചറിയാൻ കഴിഞ്ഞിരുന്നില്ല. നീറിപ്പിടിക്കുന്ന മനസ്സുമായി നടക്കുമ്പോൾ ജീവിതം അസഹ്യമായി തോന്നി. ഇഷ്ടപ്പെടാനും സ്നേഹിക്കാനും ഒന്നുമില്ലാതെ, പകയും ശത്രുതയും മനസ്സിൽ ചുമന്നുകൊണ്ട് ഏകാകിയായി, നിസ്സഹായനായി ജീവിക്കേണ്ടിവരുന്നതിന്റെ വേദന അനുഭവിച്ചവർക്കേ അറിയൂ. ജീവിതം അത്ര ദുഃസഹമായി തോന്നിയ നിമിഷങ്ങളിൽ ആത്മഹത്യയെക്കുറിച്ചുവരെ ചിന്തിച്ചു.

ആശ്രമത്തിൽനിന്നുള്ള യാത്ര വാസ്തവത്തിൽ ഒരൊളിച്ചോട്ടമായിരുന്നു.

എവിടെയെങ്കിലും അന്യദേശത്ത് അപരിചിതർക്കിടയിൽ ഊരില്ലാതെ, പേരില്ലാതെ ഏകാകിയായി അന്യനായി ജീവിക്കുന്നതിനെക്കുറിച്ച് അയാൾ ഓർക്കാറുണ്ടായിരുന്നു.

ഒരിക്കൽ സ്വാമിജി സാന്ത്വനിപ്പിച്ചു:

"സ്വയം ഏകാകിയായിത്തീർന്ന ഒരാൾ മുറിഞ്ഞുപോയ ബന്ധങ്ങളെക്കുറിച്ചോർക്കുമ്പോൾ കൂടുതൽ ദുഃഖിക്കും. അത് ബന്ധങ്ങൾക്കൊക്കെ അമിതമായ അർത്ഥം കല്പിച്ചിരുന്ന ഒരാൾക്കാകുമ്പോൾ പറയാനുമില്ല. അനേകം അനുഭവങ്ങളിലൂടെ കടന്നുപോയി മനസ്സിനു പതം വരുമ്പോൾ നിനക്കിതു മനസ്സിലാവും."

സ്വാമിജിയുടെ വാക്കുകൾ അയാളുടെ മനസ്സിനെ സ്പർശിച്ചില്ല.

ജീവിതം ഒരു ശാപംപോലെ ചുമന്നുകൊണ്ടു നടന്നിരുന്നപ്പോൾ അനുഭവിച്ച ആത്മീയമായ പീഡകളുടെ രാപ്പലുകൾ കഴിഞ്ഞു. മോഹന് അങ്ങനെ തോന്നി. ജീവിതത്തിനു പുതിയ മോഹങ്ങളുണ്ടായിരിക്കുന്നു.

ആർ കെ മേനോന്റെ വിജയാ ആർട്ട്സിൽ മോഹന്റെ ദിവസങ്ങൾക്കു തിരക്കേറി. മോഹിനിയാട്ടത്തെക്കുറിച്ചുള്ള ലഘുചിത്രത്തിനു പ്രതീക്ഷിച്ചതിലേറെ പ്രശസ്തിയും അംഗീകാരവും കിട്ടി. അത് നല്ല വിലയ്ക്കു വിദേശമാർക്കറ്റിൽ വില്ക്കുകയും ചെയ്തു.

"ഞാൻ ചിലതൊക്കെ മനസ്സിൽ കണ്ടിട്ടുണ്ട്." ആർ കെ മേനോൻ പറഞ്ഞു: "ഈ അഡ്ഫിലിംസിന്റെ വർക്ക് കഴിഞ്ഞ് ഒരു ഡോക്യുമെന്ററി. കാളി വർഷിപ്പ് ഇൻ കേരളാ. ഭഗവതിയെ സംബന്ധിച്ച് വിശ്വാസപരവും ചരിത്രപരവുമായ ഒരന്വേഷണം. മോഹനറിയാമല്ലോ, ഇന്ത്യൻ മനസ്സിനെ ആഴത്തിൽ സ്വാധീനിച്ചിട്ടുള്ള ഒരു സങ്കല്പമാണ് ദേവി."

മോഹിനിയാട്ടവും കൈകൊട്ടിക്കളിയുമൊക്കെ കഴിഞ്ഞ് ആർ കെ മേനോൻ ദൈവങ്ങളിലേക്കു കടന്നിരിക്കുന്നു. മോഹൻ ഓർത്തു. ഇനി ദൈവങ്ങളുടെ ഗോത്ര സ്മരണകളന്വേഷിച്ച് പോവുകയായിരിക്കും തന്റെ ജോലി.

"അതുകഴിഞ്ഞ് ഒരു കഥാചിത്രം." ആർ കെ മേനോൻ പറഞ്ഞു: "അത് മോഹന്റെ ഇഷ്ടത്തിനു വിടുന്നു. എന്റെ ആഗ്രഹം ഏതെങ്കിലും ഒരു പുരാണകഥയാണ്. പുരാണങ്ങളിലെ അത്ഭുതങ്ങളും അന്ധവിശ്വാസങ്ങളും ഒഴിവാക്കിക്കൊണ്ട് ചരിത്രപരമായ വീക്ഷണത്തോടെ നമ്മുടെ കലയുടെയും സംസ്കാരത്തിന്റെയും അപൂർവ്വ ഭംഗികളില്ലേ? അതെടുത്തുകാണിക്കാൻ പറ്റിയ ഒരു കഥ. ഞാനെന്റെ ആഗ്രഹം പറഞ്ഞെന്നേയുള്ളൂ."

എന്താണ് പറയേണ്ടതെന്ന് മോഹനു നിശ്ചയമുണ്ടായില്ല. അതുകൊണ്ടു മിണ്ടാതെ നിന്നു. സിനിമയ്ക്കു കഥയെഴുതുന്നതോ സിനിമ സംവിധാനം ചെയ്യുന്നതോ ഒന്നുമല്ല തന്റെ ആഗ്രഹം. ഇങ്ങനെ ഒരു തൊഴിലിൽ യാദൃച്ഛികമായി വന്നുപെട്ടതാണ്. പിടിച്ചു നില്ക്കാൻ ഒരു തൊഴിൽ ആവശ്യമായിരുന്നു. അനന്തകൃഷ്ണൻ ഒടുവിൽ ആർ കെ മേനോന്റെ അടുത്താണ് കൊണ്ടെത്തിച്ചത്. വേറെ ഏതെങ്കിലും തൊഴിലായിരുന്നെങ്കിലും താനത് സ്വീകരിക്കുകയില്ലായിരുന്നോ? പലചരക്കുകടയിലെ കണക്കെഴുത്തോ അളന്നുതൂക്കലോ എന്തായിരുന്നാലും.

ഇഷ്ടപ്പെട്ട ജോലി കിട്ടുക അത്ര എളുപ്പമല്ല. എംപ്ലോയ്മെന്റ് എക്സ്ചേഞ്ചുകളുടെ മുമ്പിൽ നിരക്കുന്ന ബിരുദധാരികളുടെ നിര അനന്തമായി നീണ്ടുകൊണ്ടിരുന്നു.

വേണമെങ്കിൽ ഒരു ട്യൂട്ടോറിയൽ കോളേജിൽ ജോലി ഒപ്പിക്കാമെന്ന് അനന്തകൃഷ്ണൻ പറഞ്ഞു. അനന്തകൃഷ്ണനു പരിചയമുള്ള ഒരാളിന്റെയാണത്. തുടക്കത്തിൽ വലിയ ശമ്പളമൊന്നും പ്രതീക്ഷിക്കണ്ടാ. കൂടുതൽ അദ്ധ്വാനിക്കുകയും വേണം. ഇഷ്ടപ്പെട്ട പണിയാണ്. എങ്കിലും അതു

വേണ്ടെന്നു വച്ചു. ആർ കെ മേനോൻ തന്നോടു കാണിക്കുന്ന സ്നേഹവും വാത്സല്യവും അവിടെനിന്ന് വിട്ടുപോകാൻ സമ്മതിക്കുന്നില്ല. ആ മനുഷ്യൻ ശുദ്ധനാണ്. മനുഷ്യമനസ്സിന്റെ വക്രതകൾ ആ മനുഷ്യന് മനസ്സിലാവില്ല. നല്ലതു ചിന്തിക്കുന്നു. നല്ലതു ചെയ്യാൻ ശ്രമിക്കുന്നു. ലാഭ നഷ്ടങ്ങളുടെ ചിന്തയൊന്നും ആ മനുഷ്യനെ അലട്ടുന്നില്ല. ധാരാളം നഷ്ട ങ്ങൾ സഹിച്ച ആളാണ്. എന്നിട്ട് അതിന്റെ ദുഃഖമൊന്നും അദ്ദേഹത്തി നില്ല. അതൊക്കെ അങ്ങനെ കിടക്കും എന്നൊരു മട്ടാണദ്ദേഹത്തിന്.

ഒരു സിനിമാ സംവിധായകനായിത്തീരുകയല്ല തന്റെ സ്വപ്നമെന്നു പറയാൻ മോഹൻ പലപ്പോഴും ഓർത്തു. അങ്ങനെ ഒരാൾ തന്റെയുള്ളി ലുണ്ടോ എന്ന് തനിക്കുപോലും തീർച്ചയില്ല. ഒരു പ്രത്യേക സാഹചര ഹ്യത്തിൽ നാലഞ്ചു ലഘുചിത്രങ്ങളെടുത്തു. അവ ശ്രദ്ധിക്കപ്പെട്ടതും അവാർഡുകൾ കിട്ടിയതുമൊക്കെ യാദൃച്ഛികമാണ്. ആഗ്രഹിക്കാതെ കിട്ടിയ പ്രശസ്തിയും അംഗീകാരവുമൊന്നും തന്നെ സ്വാധീനിച്ചിട്ടില്ല. തന്റെ സ്വപ്നങ്ങൾ വേറെയാണ്. പെട്ടിക്കടയിൽ പൂട്ടിവച്ച അപൂർണ്ണമായ നോവൽ. ഇനിയും എഴുതാനിരിക്കുന്ന നോവലുകൾ. ഒരെഴുത്തുകാര നുമായി തീരാനൊത്തെങ്കിലെന്നാണ് ആഗ്രഹം. ജീവിതത്തിൽ മറ്റൊന്നും അതിനേക്കാൾ മൂല്യമുള്ളതായി തോന്നുന്നില്ല.

കോളേജ് മാഗസിനിൽ എഴുതിയ ഒരു കഥ വായിച്ചതിനുശേഷം സ്വാമിജി അഭിനന്ദിച്ചത് ഓർക്കുന്നു

"മോഹന് വാസനയുണ്ട്. നിന്റെ കഥയിൽ ചിന്തയുടെയും അന്വേ ഷത്തിന്റെയും ഭംഗിയുണ്ട്. ഇതൊരനുഗ്രഹമാണെന്ന് മനസ്സിലാക്കൂ."

വാത്സല്യം കൊണ്ടു വെറുതെ പുകഴ്ത്തിയതാണോ എന്നു സംശ യിച്ചു. ഇല്ല. സ്വാമിജി അങ്ങനെ പറയില്ല.

പിന്നീടെഴുതണമെന്നു തോന്നിയിട്ടും എഴുതിയില്ല. ഓർക്കാപ്പുറത്ത് മനസ്സിൽ രൂപംകൊണ്ട കഥകൾ മനസ്സിൽതന്നെ ഉപേക്ഷിച്ചു. ഉറക്കത്തിൽ കണ്ട സ്വപ്നങ്ങളുണ്ടാക്കിയ വിഭ്രാന്തികളായിരുന്നു കഥയുടെ വാരിയെ ല്ലുകൾ.

പിന്നെയൊരിക്കൽ അപ്രതിരോദ്ധ്യമായ ഒരുൾപ്രേരണയ്ക്കു കീഴ ടങ്ങി ആ നോവൽ എഴുതാനാരംഭിച്ചു. മാമൂലനുസരിച്ചുള്ള ഒരു കഥ യല്ല. ഒരു വെളിപാട്പോലെ മനസ്സിൽ ആവിർഭവിച്ച ആശയങ്ങളായി രുന്നു അതിന്റെ ആധാരം. ജീവിതത്തിലെ വ്യഥകളുടെയും മോഹങ്ങളു ടെയും ശാപങ്ങളുടെയും സ്വപ്നങ്ങളുടെയും അർത്ഥം അന്വേഷിച്ച് അനു ഭവങ്ങളുടെ ഇടനാഴികളിലൂടെയും തുരങ്കങ്ങളിലൂടെയും ശൂന്യതയിലൂ ടെയും കടന്നുപോകുന്ന ഒരാത്മാവിന്റെ ഏകാന്തയാത്ര.

അത് അപൂർണ്ണമായി പെട്ടിക്കടിയിൽ കിടന്നു.

വൈകിട്ട് ലോഡ്ജിലെത്തുമ്പോൾ രാമൻ നായരുണ്ട് സങ്കടപ്പെട്ടിരി ക്കുന്നു. ആ മനുഷ്യനെ ഒരിക്കലും അങ്ങനെ കണ്ടിട്ടില്ല. കാണുമ്പോൾ സ്നേഹവും വാത്സല്യവും നിറഞ്ഞ ഒരു ചിരിയോടെ അടുത്തേക്കു വരാ റുള്ളതാണ്. ഇന്ന് കണ്ട ഭാവമില്ല. എന്തങ്കിലും മനഃപ്രയാസമുണ്ടായി

ക്കാണും. അതെന്താണെന്നു അന്വേഷിക്കാതിരിക്കുകയാണ് നല്ലത്. ചില പ്പോൾ ഒറ്റയ്ക്കിരുന്നു സങ്കടപ്പെടുന്നതും ഒരു സുഖമാണ് മനുഷ്യന്.

കുറെക്കഴിഞ്ഞ് രാമൻ നായർ കോണിപ്പടി കേറി വാതില്ക്കൽ വന്നു നിന്നു.

"എന്താ രാമൻ നായരേ മുഖം വാടിയിരിക്കുന്നെ?"

രാമൻനായർ അകത്തേക്ക് കയറിവന്ന് ജനലരികിൽ ചുമരും ചാരി നിന്നു.

"നമ്മളെന്താത്മാർത്ഥത കാണിച്ചിട്ടും വിശേഷമില്ല. സാറെ? ഒടുക്കം കിട്ടുന്നത് ചീത്തയാ."

"ഉം, എന്താ ഉണ്ടായത്?"

"സാറ് കാണുന്നതല്ലേ ഞാനിവിടെക്കിടന്നു രാപ്പകൽ കഷ്ടപ്പെടു ന്നത്? പണി തീർന്നിട്ടൊരു നേരമുണ്ടോ എനിക്ക്? അർദ്ധരാത്രിക്കാ ഒന്നു നടു നീർക്കുന്നത്."

"എന്നിട്ടിപ്പഴെന്താ കുഴപ്പം?'

"കുറച്ചു മുമ്പ് കൊച്ചുമുതലാളി വന്നു. എനിക്കു പൂരം ചീത്ത."

"എന്താ കാരണം?"

"കൂലിക്കാരനെ ചീത്തപറയാൻ വല്ല കാരണവും വേണോ മുതലാ ളിക്ക്? അവിടെ ഒരു ടാപ്പ് ലീക്കായി. അതെന്റെ കുറ്റാണോ?"

"അത് രാമൻ നായരുടെ കുറ്റമാണെന്നാരു പറഞ്ഞു?"

"കൊച്ചുമുതലാളി കേറിവന്നപ്പോൾ കണ്ടത് അതാ. തുടങ്ങീല്ലേ എന്നോട്! ഞാനിനി കേൾക്കാനൊന്നുമില്ല."

"ടാപ്പ് കേടായതിന് രാമൻ നായരെന്തു പിഴച്ചു?"

"അതു പറഞ്ഞാൽ അങ്ങോട്ടു കേൾക്കുമോ? കുടിച്ചു പൂക്കുറ്റിയാ യിട്ടല്ലേ വന്നത്? ആ നിമിഷം ഇവിടന്നിറങ്ങണോന്നോർത്തതാ. ഇമ്മിണി പാവമാണെന്നോർത്ത് ഇങ്ങനെയൊക്കെ പറയാമോ ഒരാളോട്?"

"പോട്ടെ രാമൻ നായരേ! അവന്റെ അറിവില്ലായ്മ കൊണ്ടാ. മറ ന്നുകള."

ഒരുനിമിഷം രാമൻനായർ എന്തോ ഓർത്തു നിന്നു. പിന്നീട് അരി ശവും സങ്കടവും കലർത്തി പറഞ്ഞു:

"അവന്റെ അച്ഛനേക്കാൾ പ്രായമുണ്ടെനിക്ക്. അതുപോലും അവൻ ഓർത്തില്ല. എരപ്പാളി. അയോഗ്യൻ!"

പെട്ടെന്ന് രാമൻനായർക്കങ്ങനെ ഒരു ഭാവവ്യത്യാസമുണ്ടാകുമെന്ന് മോഹൻ തീരെ പ്രതീക്ഷിച്ചില്ല. അതിന്റെ വിസ്മയത്തോടെ മിഴിച്ചുനോ ക്കുമ്പോൾ വീണ്ടും ക്രോധത്തോടെ രാമൻനായരുടെ മുഖം വലിഞ്ഞു മുറുകുന്നു.

"ഇവന്റെയൊക്കെ ചരിത്രം കേട്ടാൽ അറയ്ക്കും. അന്യരെ ചതിച്ചും വഞ്ചിച്ചും ഉണ്ടാക്കിയ മൊതലാ. അമ്പലത്തുംമുക്കിൽ ഒരു പീറ ചായ ക്കടയും കൊണ്ടിരുന്ന ശങ്കരൻനായരുടെ മകൻ ലക്ഷപ്രഭുവാകണോങ്കീ എന്താ അതിന്റെ വഴി! ഇതൊക്കെ ശാശ്വതമാണെന്നോർക്കണ്ടാ. അന്യരെ

കണ്ണീരു കുടിപ്പിച്ചുണ്ടാക്കിയതൊന്നും നിലനില്ക്കൂല്ല. ഇതെല്ലാം കണ്ടോണ്ട് മുകളിലിരിപ്പില്ലേ ഒരാള്?"

രാത്രി ഭക്ഷണം കഴിച്ചുവന്ന് വായിക്കാൻ തുടങ്ങുമ്പോൾ കോളനിയിൽനിന്ന് ഒരു ബഹളം കേട്ടു. കോളനിയിൽ അതെന്നും പതിവാണ്. അതുകൊണ്ട് ആദ്യം അതു ഗൗനിച്ചില്ല. പിന്നെ ലോഡ്ജിൽ എല്ലാവരും ഇറങ്ങി നോക്കുന്നതുകണ്ടപ്പോൾ മോഹനും എഴുന്നേറ്റു ചെന്നു. സിറ്റി കോർപ്പറേഷനിൽ ചവറുവണ്ടി ഓടിക്കുന്ന സുബ്ബയ്യന്റെ വീട്ടിൽ നിന്നാണ്. സുബ്ബയ്യൻ കള്ളുംകുടിച്ചുവന്നപ്പോൾ ഭാര്യ ഇടഞ്ഞുകാണും. അതാണ് വഴക്കിന്റെ കാരണം. ചിലപ്പോൾ തോന്നും രണ്ടും കൂടി തമ്മിൽത്തല്ലി ചാകുമെന്ന്. കള്ളിന്റെ പിച്ചിറങ്ങുന്നതുവരെ അതങ്ങനെ പെയ്തും തോർന്നും നില്ക്കും. നേരം വെളുക്കുമ്പോൾ ഒന്നുമില്ല. വലിയ സ്നേഹം.

വിചാരിച്ചപോലെയല്ല, ഇപ്പോൾ ഏറ്റുമുട്ടിയിരിക്കുന്നത് സുബ്ബയ്യനും മകനും തമ്മിലാണ്.

നഗരത്തിൽ എവിടെയോ കറങ്ങിത്തിരിഞ്ഞു മകൻ വീട്ടിൽ വന്നു കയറിയപ്പോൾ അച്ഛൻ വീട്ടിലുണ്ടെന്ന് അവൻ ഓർത്തില്ല. അമ്മ എന്തോ ചോദിച്ചു. മകൻ എടുത്തവായ്ക്ക് തറുതല പറഞ്ഞു. അവന്റെ സ്വഭാവം അങ്ങനെയാണ്. സുബ്ബയ്യൻ അവന്റെ നേരെ ചെന്നു, ''എന്താടാ പറഞ്ഞെ" എന്നുചോദിച്ചുകൊണ്ട്. അവൻ മിണ്ടാതെ യാതൊരു കൂസലും കൂടാതെ നില്ക്കുന്നതു കണ്ടപ്പോൾ സുബ്ബയ്യനു കലി കേറി. കൊടുത്തു അവന്റെ കരണക്കുറ്റിക്കൊന്ന്. പിന്നെ അടിക്കാൻ കൈയോങ്ങിയപ്പോൾ അവൻ പറഞ്ഞു, "ഇനി എന്നെ തൊട്ടാൽ കളി മാറുമെന്ന്!" മകൻ അങ്ങനെ പറയുമെന്ന് സുബ്ബയ്യൻ വിചാരിച്ചില്ല. "അത്രയ്ക്കായോടാ നീ, എന്നു ചോദിച്ചുകൊണ്ട് വീണ്ടും കൊടുത്തു പൊതിരെ. സുബ്ബയ്യന്റെ ഭാര്യ ഇടയിൽ ചാടിവീണു. സംഭവം അത്രയേ ഉള്ളൂ. കുറേനേരത്തേക്ക് കോളനി കുലുങ്ങി.

അരിശവും സങ്കടവും സഹിക്കാതെ അവന്റെ അമ്മ ചോദിച്ചു:

"നീയെന്തിനാടാ ഇപ്പോ ഇങ്ങോട്ട് എഴുന്നള്ളേ്യ?"

അവൻ അമ്മയുടെ നേരെ തിരിഞ്ഞു നിന്നു.

"നിങ്ങടെ പിണ്ണം വയ്ക്കാൻ!"

പാവം, അമ്മ അന്തിച്ചു പോയി! അവന് എന്തും പറയാമെന്നായിരിക്കുന്നു. മുലപ്പാലിന്റെ മണം മാറിയോ അവന്?

അവൻ ഇരുട്ടിലേക്കിറങ്ങി. ഇരുട്ട് അവനെ പൊതിഞ്ഞു. കോളനി വീണ്ടും നിശ്ശബ്ദമായി.

ആ രാത്രി എഴെട്ടു നാഴികയ്ക്കു ഇരുട്ടുണ്ടായിരുന്നു. നിലാവ് തെളിഞ്ഞപ്പോൾ മോഹൻ വരാന്തയിൽ ഇറങ്ങി നിന്നു. ലോഡ്ജിനു പിന്നിലെ മരങ്ങളുടെ ശിഖരങ്ങൾക്കിടയിലൂടെ കാണാവുന്ന ചന്ദ്രോദയത്തിന് അത്ര ഭംഗിയുള്ളതായി അയാൾക്കു തോന്നിയിട്ടില്ല. നഗരത്തിന്റെ മുകൾത്തട്ടിലൂടെ ഒരു കുളിർകാറ്റ് കടന്നുവന്നു. അകലെ എവിടെയെങ്കിലും പാല പൂത്തിട്ടുണ്ടോ? അതോ നിലാവിന്റെ സുഗന്ധമോ?

ആ നിമിഷങ്ങളിൽ ലക്ഷ്മിയെ കാണാനുള്ള ഒരുമോഹം അയാൾക്കുണ്ടായി. നോക്കുമ്പോൾ അവിടെ വെളിച്ചമില്ല. അരണ്ട നിലാവിൽ ആ വീട് ഒരു നിഴൽച്ചിത്രം പോലെ തോന്നിപ്പിച്ചു.

മുറിക്കുള്ളിലെ നരച്ച ഇരുട്ടിൽ മോഹൻ അവളെ ഓർത്തുകൊണ്ട് കിടന്നു.

ഭൂതകാലത്തിന്റെ അജ്ഞാതമായ താഴ്വരകളിൽനിന്ന് ഒരു കാറ്റ് വന്നു. ആ കാറ്റിൽ ഓർമ്മകളുടെ സുഗന്ധമുണ്ടായിരുന്നു.

നെടുവീർപ്പോടെ മോഹൻ ഓർത്തു. സ്നേഹിക്കാൻ ഒരാളുണ്ടാകുമ്പോഴാണ് ജീവിതത്തിന് അർത്ഥമുണ്ടാകുന്നത്. അപ്പോഴാണ് ജീവിതം ജീവിതമായി തോന്നുന്നത്. അപ്പോൾ മാത്രമാണ് ജീവിതം ജീവിതത്തേക്കാൾ മഹത്ത്വമുള്ളതായി തോന്നുന്നത്.

ഉച്ചയ്ക്ക് ഊണും കഴിഞ്ഞ് ഹോട്ടലിൽനിന്ന് പുറത്തിറങ്ങി നടക്കുമ്പോൾ നാല്ക്കൂട്ടപ്പെരുവഴിയിൽ യോഹന്നാൻ ഉപദേശി ആകാശത്തേക്ക് നോക്കി നില്ക്കുന്നു. മുമ്പു കണ്ടതിനേക്കാൾ മുടിയും താടിയും നീണ്ടു. ഉടുപ്പ് കുറേക്കൂടി കീറി. കണ്ണുകളിലെ പ്രകാശം മാത്രം മങ്ങിയിട്ടില്ല. യോഹന്നാൻ ഉപദേശി നഗരത്തിൽ വിളിച്ചുപറഞ്ഞു നടക്കും. ആരും ശ്രദ്ധിക്കാറില്ല. മറ്റുള്ളവരുടെ കണ്ണിൽ അയാൾ ഭ്രാന്തനാണ്. രാവെന്നില്ല പകലെന്നില്ലാതെ നഗരത്തിൽ ചുറ്റിത്തിരിയും.

നീലിച്ച ആകാശം.

നീലിച്ച ശൂന്യത.

നീലിച്ച ആകാശത്തിൽ നീലിച്ച ശൂന്യതയിൽ യോഹന്നാന്റെ കണ്ണുകൾ നീലയായ ഒരു പ്രകാശം കണ്ടെത്തി. ആ തേജസ്സിൽ അയാൾ അയാളെ ബന്ധിച്ചു നിർത്തി. അപ്പോൾ ആകാശവിതാനത്തിനു കീഴിൽ അരൂപിയായ ഒരു പ്രാവിന്റെ ചിറകടി ശബ്ദം അയാൾ കേട്ടു.

"ഹാ, മായ! മായ! സകലതും മായ! സൂര്യനു കീഴിൽ പ്രയത്നിക്കുന്ന സകല പ്രയത്നത്താലും മനുഷ്യന് എന്തുലാഭം?"

ആകാശത്തിന്റെ നേരെ മുഖമുയർത്തി നില്ക്കുന്ന യോഹന്നാൻ ഉപദേശിയെ കടന്നുപോകുമ്പോൾ മോഹന് അനുതാപം തോന്നി. പ്രജ്ഞയുടെ കെട്ടുകൾ അഴിഞ്ഞുപോയ ഒരു പാവം മനുഷ്യൻ. മനുഷ്യനെന്നല്ല ആത്മാവെന്നാണ് പറയേണ്ടത്. വിശപ്പറിയാതെ ഉദയാസ്തമയങ്ങളിറിയാതെ ആ ശുദ്ധാത്മാവ് ഭൂമിയിലെ പാപവും അന്ധകാരവും നിറഞ്ഞ ആത്മാവുകളോട് സംസാരിക്കുന്നു.

"അതു സഭാപ്രസംഗിയുടെ വചനങ്ങളാകുന്നു. അവൻ യെരുശലേമിൽ ഇസ്രയേലിനു രാജാവായിരുന്നു. അവൻ യെരുശലേമിൽ പണ്ടുണ്ടായിരുന്ന എല്ലാവരേക്കാളും ജ്ഞാനിയായിരുന്നു. അതുകൊണ്ടു അവൻ വ്യസനിയായിരുന്നു."

പിന്നെയും യോഹന്നാൻ ആകാശത്തിന്റെ നേരെ കണ്ണുകളുയർത്തി. ആകാശം യോഹന്നാന്റെ കണ്ണുകളിലേക്കിറങ്ങിവന്നു. അപ്പോൾ ആകാശനീലിമയിൽ പുകനിറമുള്ള കണ്ണുകൾ കണ്ടെത്തിയ നീലയായ

പ്രകാശം നീങ്ങിപ്പോയി: അപ്പോൾ ആകാശവിതാനത്തിനു കീഴിൽ കേട്ട അരൂപിയായ പ്രാവിന്റെ ചിറകടിശബ്ദവും നഷ്ടപ്പെട്ടു. യോഹന്നാൻ കണ്ണുകളടച്ചു.

ആഫീസിൽ അന്നു മോഹനു കാര്യമായ ജോലിയൊന്നുമില്ല. ഒരു അഡ്ഫിലിമിനുവേണ്ടി എത്ര ആലോചിച്ചിട്ടും ഒരാശയം കിട്ടുന്നില്ല. ചിലപ്പോൾ അങ്ങനെയാണ്. മനസ്സ് തരിശായി കിടക്കും. കുത്തിക്കുറിച്ച് കടലാസ് വലിച്ചുകീറി. ചവറ്റുകൊട്ടയിലിട്ട ശേഷം ആഫീസിൽ നിന്നിറങ്ങി.

വെയിൽ ചാഞ്ഞ ഒരു വൈകുന്നേരം മോഹൻ കെട്ടിടങ്ങളുടെ നിഴലിൽ നടന്നു. ലൈബ്രറിയിൽനിന്നു പുസ്തകമെടുക്കണം. കത്തോലിക്കാപ്പള്ളിയിലേക്കു തിരിയുന്ന ഇടവഴിയിലൂടെ മുമ്പിലെത്തിയപ്പോൾ തൊട്ടരുകിൽ ഒരു കാറ് ബ്രേക്കിട്ടു. ഞെട്ടി മുഖം തിരിച്ചു നോക്കുമ്പോൾ മിസിസ്സ് വിജയാമേനോനാണ്. കാറിന്റെ പിൻസീറ്റിൽ ഒരു വീണ ചാരിവച്ചിരിക്കുന്നു.

"ഹലോ, മോഹൻ!"

"ഹലോ-"

"മോഹനെ പിന്നീട് കണ്ടില്ലല്ലോ അങ്ങോട്ടെങ്ങും. അതെന്താ?"

"വരാം."

"എന്നു പറഞ്ഞാൽ പോരാ. ഇപ്പോഴെങ്ങോട്ടാ?"

"ലൈബ്രറിയിലേക്ക്."

"അത് നാളെയായാലും പോരേ? വിരോധമില്ലെങ്കിൽ എന്റെ കൂടെ."

"ഞാൻ പിന്നെ വരാം."

"അത് മോഹന്റെ ഇഷ്ടം."

"ഇന്നു വീണയുമായിട്ടാണല്ലോ. എന്താ വിശേഷം?

"ഏയ് ഒന്നുമില്ല. അതിന്റെ കമ്പി പൊട്ടിയത് നന്നാക്കാൻ കൊടുത്തിരുന്നു. എങ്ങനെ, മോഹന് വീണ ഇഷ്ടമാണോ?"

"പിന്നെ സംഗീതം ആർക്കാ ഇഷ്ടാവാത്തെ?"

"എന്നാൽ നാളെ വാ. ഞാൻ കേൾപ്പിക്കാം. പൊങ്ങച്ചം പറയുകയാണെന്നു വിചാരിക്കരുത്. എനിക്കിതിൽ സ്വല്പം വാസനയുണ്ട്."

"നല്ലത്. അതൊരനുഗ്രഹമാണ്."

ലൈബ്രറിയിൽനിന്നെടുത്ത പുസ്തകവുമായി മോഹൻ ഗേറ്റു കടന്നു ചെന്നപ്പോൾ പരമേശ്വരൻപിള്ളസാറ് മുറ്റത്തു നില്പുണ്ടായിരുന്നു.

"വരൂ മോഹൻ" പരമേശ്വരൻപിള്ളസാർ പൂമുഖത്തേക്കു ക്ഷണിച്ചു. "ഞാൻ യഥാർത്ഥത്തിൽ മോഹനെ പ്രതീക്ഷിച്ചിരിക്കുകയായിരുന്നു."

"സാറാവശ്യപ്പെട്ട പുസ്തകം അവിടെയില്ല. ആരോ കൊണ്ടുപോയി." കൈയിലിരുന്ന പുസ്തകം സാറിന്റെ മുമ്പിലേക്കു നീക്കിവച്ചുകൊണ്ട് മോഹൻ പറഞ്ഞു: "ഇത് ഇന്ത്യൻ ഫിലോസഫിയെക്കുറിച്ചുള്ള ഒരു പുസ്തകത്തിന്റെ തർജ്ജമയാണ്. സാറിനിഷ്ടപ്പെടുമെന്നാണ് തോന്നു

ന്നത്.”

പുസ്തകമെടുത്ത് അതിന്റെ താളുകൾ മറിച്ചു നോക്കിക്കൊണ്ട് പരമേശ്വരൻ പിള്ള സാർ പറഞ്ഞു.

“ധാരാളം സമയം. വേറെ ഒന്നും ചെയ്യാനില്ല. ആ നിലയ്ക്ക് വായന തന്നെ ശരണം. വായനയുടെ കാര്യത്തിൽ എനിക്ക് ഇഷ്ടാനിഷ്ടങ്ങളൊന്നുമില്ല. പിന്നെ, പഴയ ഒരു വിപ്ലവകാരിയാണെന്നാണല്ലോ വയ്പ്. അതുകൊണ്ട് ഇനി വായന തത്ത്വചിന്തയും ആത്മീയവുമൊക്കെയാവാം. അതിൽ ഒരു തമാശയുണ്ട്. പല്ലും നഖവും കൊഴിയുമ്പോൾ പഴയ വിപ്ലവകാരികൾ ഭക്തിയിലേക്കും സന്ന്യാസത്തിലേക്കും തിരിയുമെന്നല്ലേ? അങ്ങനെയും കേട്ടിട്ടുണ്ടല്ലോ.”

മോഹൻ കുറെനേരം പരമേശ്വരൻപിള്ളസാറിനോട് വർത്തമാനം പറഞ്ഞിരുന്നു. അതുകഴിഞ്ഞ് സന്ധ്യക്ക് യാത്ര പറഞ്ഞിറങ്ങുമ്പോൾ അകത്ത് വാതിൽപ്പൊളിയുടെ മറവിൽ ലക്ഷ്മി നില്ക്കുന്നതു കണ്ടു.

പുറത്ത് സന്ധ്യ. സന്ധ്യക്കിപ്പോൾ ദിവ്യമായ ഒരു ഭംഗിയുണ്ട്. അഭൗമമായ ഒരു സംഗീതം ആകാശവും ഭൂമിയും നിറഞ്ഞു നില്ക്കുന്നു. സന്ധ്യയുടെ രാഗമെന്താണ്?

ലോഡ്ജിന്റെ ഗേറ്റുകടന്നുചെന്നത് സോമന്റെ മുമ്പിലേക്കാണ്. മേൽനോട്ടമൊക്കെ കഴിഞ്ഞ് അയാൾ വീട്ടിലേക്കു മടങ്ങിപ്പോകാൻ തുടങ്ങുകയായിരുന്നു. സ്റ്റാർട്ട് ചെയ്യാൻ തുടങ്ങിയ മോട്ടോർ ബൈക്കിൽ അവൻ ഒരു കാൽ നിലത്തൂന്നി നിന്നു.

“ആശാനെന്താ ഇവിടെ കിടന്നു കറങ്ങുന്നെ?”

“ഏയ്, ഒന്നൂല്ലാ.”

“കണ്ടിട്ടങ്ങനെയല്ലല്ലോ തോന്നുന്നെ. സംഗതി തുറന്നു പറ. പ്രേമം വല്ലതുമാണോ? അതോ..”

“സോമൻ ആരുടെ കാര്യമാ പറയുന്നത്?”

“ഹാ, കള എന്റിഷ്ടാ! നിങ്ങളവിടെ കേറിയെറങ്ങി നടക്കുന്നതു കണ്ടപ്പോഴേ ഞാൻ ഊഹിച്ചു. ഭജനം തുടങ്ങിയെന്ന്! പക്ഷേ, ഒരുകാര്യം. ലക്ഷ്മിയങ്ങനെ എളുപ്പം പ്രസാദിക്കുന്ന ദേവിയല്ല. ഞാൻ തന്നെ ഒരിക്കലൊന്നു പ്രസാദിപ്പിച്ചത് എന്തു പാടുപെട്ടിട്ടാണെന്ന് എനിക്കേ അറിയൂ.”

അവന്റെ വഷളൻ വർത്തമാനവും പരിഹാസച്ചിരിയും അസഹ്യമായിരുന്നു. ശരീരത്തിന്റെ ഓരോ അണുവിലും ത്രസിക്കുന്ന അസ്സഹിഷ്ണുതയോടെ മോഹൻ അവനെ തുറിച്ചു നോക്കി.

“അരുത്.” മോഹൻ പറഞ്ഞു: “ഒരു പെൺകുട്ടിയെക്കുറിച്ച് അത്ര നിസ്സാരമാക്കി, പറയരുത്. നിങ്ങൾക്കറിയുമോ, ഒരു പെൺകുട്ടിയെക്കുറിച്ച് അനാവശ്യം പറയുമ്പോൾ അവളുടെ പരിശുദ്ധിയെയാണ് ആക്രമിക്കുന്നത്.”

“പരിശുദ്ധി! മണ്ണാങ്കട്ട!” സോമൻ പുച്ഛത്തോടെ പറഞ്ഞു: “ആശാനറിയാമോ, അവളെ ആദ്യം തൊട്ടതു ഞാനാ.”

വികൃതമായ ഒരു ചിരിയോടെ അത്രയും പറഞ്ഞിട്ട് സോമൻ മിന്നൽവേഗത്തിൽ ബൈക്കോടിച്ചു പോയി. അവന്റെ മോട്ടോർ ബൈക്കിന്റെ ഭീകരമായ ശബ്ദം മോഹന്റെ കാതിൽ പ്രതിദ്ധ്വനികളുണ്ടാക്കി. സന്ധ്യയുടെ ഭംഗി മുഴുവൻ നഷ്ടപ്പെട്ട് അത് ഒരിരുൾപ്രളയമായിത്തീർന്നു.

പ്രപഞ്ചം മുഴുവൻ തന്റെ മേൽ ഇടിഞ്ഞു പൊളിഞ്ഞു വീഴുന്നതുപോലെ മോഹനു തോന്നി. ഇടിഞ്ഞു പൊളിഞ്ഞുവീണ പ്രപഞ്ചത്തിനടിയിൽ മോഹൻ ചിറകുകൾ നഷ്ടപ്പെട്ട പറവയായി.

ഇരുട്ടിൽ ഒരു മോട്ടോർബൈക്കിന്റെ ശബ്ദംമാത്രം അയാൾ കേട്ടു.

പതിനേഴ്

യാതൊരു സ്വസ്ഥതയും കിട്ടുന്നില്ല മോഹന്റെ മനസ്സിന്.

താനാണ് അവളെ ആദ്യം തൊട്ടതെന്ന് സോമൻ പറഞ്ഞതിന്റെ അർത്ഥമെന്താണ്? അവന്റെ അന്നേരത്തെ വഷളൻ ചിരിയിൽ ഒരു വന്യ മൃഗത്തിന്റെ ദംഷ്ട്രകൾ നീണ്ടുനിന്നിരുന്നു.

ഹൃദയത്തിനു തീപിടിക്കുംപോലെ മോഹനു തോന്നി.

പുതിയ ഒരു ലഘുചിത്രം നിർമ്മിക്കുന്നതിനെക്കുറിച്ച് ചർച്ചചെയ്യാൻ മോനോൻ വിളിച്ചിട്ടു മോഹൻചെന്നു. അദ്ദേഹം പറയുന്നത് കേട്ടിരുന്നത ല്ലാതെ ഒന്നും അങ്ങോട്ടു പറഞ്ഞില്ല. മനസ്സ് ശൂന്യമായിരുന്നു. അതിനി ടയ്ക്ക് 'മോഹിനിയാട്ട'ത്തെക്കുറിച്ച് ഏതോ വിദേശപത്രത്തിൽ വന്ന അഭി നന്ദനക്കുറിപ്പ് മേനോൻ എടുത്തുകാണിച്ചു. ആരുടെയെങ്കിലും അഭിന ന്ദനത്തിൽ സന്തോഷിക്കാനുള്ള മനസ്സാന്നിദ്ധ്യം അപ്പോൾ മോഹനുണ്ടാ യിരുന്നില്ല.

നാലരയ്ക്ക് അനന്തകൃഷ്ണനു ഫോൺ ചെയ്തു. അവൻ അവി ടെയില്ല. ഭരണമണ്ഡലത്തിൽ ഉരുണ്ടുകൂടുന്ന ഏതോ കുഴപ്പത്തിന്റെ രഹ സ്യങ്ങൾ മണത്തറിയാൻ പോയതാണ് അവൻ. ഇനിയെന്തു ചെയ്യും? അവനുണ്ടായിരുന്നെങ്കിൽ കുറേ നേരം അവിടെ ചെന്നിരിക്കാമായിരുന്നു. ലോഡ്ജിലേക്കു പോകാൻ മനസ്സു വന്നില്ല.

ഒടുവിൽ മോഹൻ തീരുമാനിച്ചു. വെറുതെ നഗരത്തിൽ അലയാം.

നഗരത്തിന്റെ വേരുകൾപോലെ നാനാദിക്കിലേക്കും നീണ്ടുപോകുന്ന വഴികൾ. വഴികളിൽ യാത്രക്കാരും വാഹനങ്ങളും ഇരമ്പുന്നു.

വഴിയരികു ചേർന്ന് സാവധാനം നടന്നു. വഴിവക്കിൽ ശിരസ്സിൽ മര ക്കുരിശുമായി നിതാന്തധ്യാനത്തിൽ മുഴുകിനില്ക്കുന്ന കത്തോലിക്കാ

പള്ളി. പള്ളിവാതില്ക്കൽ റോഡിലേക്ക് അലക്ഷ്യമായി നോക്കിയിരുന്നു യാചിക്കുന്ന കിഴവിത്തള്ള. അവരുടെ മുമ്പിൽ പഴന്തുണിയിൽ ദയയുള്ളവർ എറിഞ്ഞു കൊടുത്ത നാണയങ്ങൾ.

നേരെ മ്യൂസിയം പാർക്കിൽ ചെന്നു കയറി. ഒഴിഞ്ഞ കോണിലെ മരത്തണലിലിരുന്ന് ചുറ്റും നോക്കി. അല്പം ദൂരെ, വേറൊരു മരത്തണലിൽ ഏതോ യുവാവും യുവതിയും അവരുടെ സ്വപ്നങ്ങൾ പങ്കുവയ്ക്കുന്നു.

പാർക്കിൽ വച്ചുപിടിപ്പിച്ച വസന്തം. നാനാതരം ചെടികളും പൂക്കളും. അപ്പോൾ അയാളുടെ മനസ്സിൽ വസന്തം എന്ന ആശയമുണ്ടായി. വസന്തം! ഒരു നിമിഷത്തേക്ക് അയാൾ കവിയായി. മരച്ചില്ലകൾക്കപ്പുറത്തെ ചാരനിറം പൂണ്ട ആകാശവിതാനത്തിൽ അയാൾ എഴുതി.

കാലത്തിന്റെ കാമം ഭൂമിയിൽ വസന്തമുണ്ടാക്കുന്നു.

ദൂരെ തണലിൽ കാറ്റുംകൊണ്ടിരുന്ന യുവാവും യുവതിയും എഴുന്നേറ്റുപോയി. ഇപ്പോൾ അടുത്തെങ്ങും ആരുമില്ല. അയാൾ അയാളിലേക്ക് തിരിച്ചുവന്നു.

പണ്ട് തന്റെ ജീവിതം എന്ന ആശയത്തിന്മേൽ വികാരംകൊണ്ടിരുന്ന നിമിഷങ്ങളിൽ തന്റെ മനസ്സിൽ ഉണ്ടായിരുന്ന സ്വപ്നമെവിടെ?

ഈ നഗരത്തിൽ ഒരു വീടും ആ വീട്ടിൽ തന്റെ വധുവായി ലക്ഷ്മിയും!

ആ സ്വപ്നം നഷ്ടപ്പെട്ടിരിക്കുന്നു.

ജന്മാന്തരങ്ങൾക്കപ്പുറത്ത് എങ്ങോ നിന്ന് നിഴൽപോലെ, പാപം പോലെ, തന്നെ പിന്തുടരുന്ന ഏതോ മഹാശാപത്തിന്റെ ദുർഗ്ഗന്ധം അയാളെ പൊതിഞ്ഞു.

സന്ധ്യയുടെ ഇരുട്ട് വീഴാൻ തുടങ്ങി. മോഹൻ എഴുന്നേറ്റ് പാർക്കിനു പുറത്തിറങ്ങി. നഗരത്തിൽ വിളക്കുകൾ തെളിഞ്ഞു. നടന്നുനടന്ന് ബസ് സ്റ്റാന്റിലെത്തി. അവിടെ വല്ലാത്ത ആൾത്തിരക്ക് എവിടെയൊക്കെയോ ചെന്നെത്താൻ ബസ് കാത്തുനില്ക്കുന്നവർ. ടിക്കറ്റ് കൗണ്ടറിനു മുമ്പിൽ ഒരു പൂരത്തിനുള്ള ആളുണ്ട്. ആൾക്കൂട്ടത്തിനിടയിൽ കുറെ ദൂരെ യാത്രയുടെ ആരംഭത്തിൽ ട്രെയിനിൽ ഉണ്ടായിരുന്ന കറുത്തവേഷം ധരിച്ച കിഴവനെ കണ്ടു. അത് അയാൾത്തന്നെയല്ലേ? ആൾക്കൂട്ടത്തിനിടയിലൂടെ കടന്നുചെന്നപ്പോഴേക്കും കിഴവനെ കാണുന്നില്ല. മോഹൻ അതിശയത്തോടെ ചുറ്റും നോക്കി. ഒരുനിമിഷത്തിനുള്ളിൽ കിഴവൻ എങ്ങോട്ടു പോയി? വല്ല അമാനുഷികതയുമുണ്ടോ കറുത്തവേഷം ധരിച്ച ആ കിഴവന്?

തിരക്കിൽനിന്ന് പുറത്ത് കടക്കാൻ ശ്രമിക്കുമ്പോൾ തെക്കോട്ടു പോകുന്ന മറ്റൊരു വണ്ടിയുടെ അരികിൽ കറുത്തവേഷം ധരിച്ച കിഴവൻ ഇരിക്കുന്നതു കണ്ടു. തിരക്കിനിടയിൽ ഈ കിഴവൻ എങ്ങനെ ആ വണ്ടിക്കുള്ളിൽ കടന്നുകൂടി?

ബസ് സ്റ്റാന്റിലെ തിരക്കിൽനിന്ന് പുറത്തു കടന്നു. ഇനിയെങ്ങോട്ട്? സന്ധ്യ കഴിഞ്ഞിട്ടേ ഉള്ളൂ. ഇത്ര നേരത്തെ ലോഡ്ജിലേക്കു പോകാൻ മനസ്സു വരുന്നില്ല. ഇത്ര നേരത്തെയെന്നല്ല. ഇനിയൊരിക്കലും അങ്ങോട്ടുപോകാൻ ഇഷ്ടപ്പെടുന്നില്ല. വേറെ എവിടെയെങ്കിലും ഒരു സ്ഥലം കണ്ടുപിടിക്കണമെന്ന് മോഹൻ മനസ്സിലുറപ്പിച്ചിട്ട് ദിവസങ്ങളായി. നഗരത്തിൽ വാടകയ്ക്ക് ഒരു വീടു കിട്ടുക അത്ര എളുപ്പമല്ല. എങ്കിലും ഒരാൾ പകുതി സമ്മതിച്ചിട്ടുണ്ട്.

ലക്ഷ്യമില്ലാതെ നടന്ന് ഹോട്ടൽ കനിഷ്കയുടെ മുമ്പിലെത്തി. എന്നോ ഒരിക്കൽ അനന്തകൃഷ്ണന്റെ കൂടെ അവിടെ പോയിട്ടുണ്ട്. അകത്തേക്ക് കടന്നുചെല്ലുമ്പോൾ കാക്കിയുടുപ്പിട്ട ഗൂർഖ സലാം വച്ചു. ഹോട്ടലിന്റെ ലോണിൽ മങ്ങിയ വെളിച്ചത്തിൽ മദ്യത്തിന്റെ ചവർപ്പു നുണയാനെത്തിയവരുടെ ശബ്ദങ്ങൾ കൂടിക്കലരുന്നു. മോഹൻ നടന്ന് ഒരൊഴിഞ്ഞ കോണിൽ ചെന്നിരുന്നു. പടർന്നുകിടക്കുന്ന ക്രീപ്പേഴ്സിന്റെ അരികിൽ ആകാശത്തിനുനേർക്ക് കൊക്കു പിളർത്തി നില്ക്കുന്ന ഒരു പക്ഷിയുടെ പ്രതിമ.

വിസ്കിയുടെ മൂന്നു ലാർജുകൾ അകത്താക്കി ഹോട്ടലിൽനിന്നിറങ്ങുമ്പോൾ പ്രപഞ്ചത്തെ നോക്കി ഒന്നു ചിരിക്കാൻ തോന്നി.

ലോഡ്ജിന്റെ അടഞ്ഞു കിടന്ന ഗേറ്റ് തള്ളിത്തുറന്ന് അകത്തേക്കു ചെന്നപ്പോൾ രാമൻനായർ ഒരു കള്ളച്ചിരിയോടെ അടുത്തുവന്നു.

"ഇന്നു സ്വല്പം മിനുങ്ങീട്ടൊണ്ടല്ലോ?"

അങ്ങനെ മിനുങ്ങിയ മറ്റൊരു സന്ധ്യക്ക് മോഹൻ അടഞ്ഞുകിടന്ന ഗേറ്റ് തള്ളിത്തുറന്ന് പരമേശ്വരൻപിള്ളസാറിന്റെ വീട്ടിലക്ക് കയറിച്ചെന്നു. എന്തൊക്കെയോ പറയാൻ വിങ്ങുന്ന മനസ്സോടെ.

തന്റെ വ്യത്യസ്തമായ ഭാവം കണ്ട് പരമേശ്വരൻപിള്ള സാർ അമ്പരക്കണം. എങ്കിലേ മോഹനെന്തു പറ്റിയെന്നു ചോദിക്കുമ്പോൾ പൊട്ടിത്തെറിക്കാൻ കഴിയൂ.

മുൻവശത്ത് ആരുമില്ല. അകത്ത് ഒച്ചയനക്കവും കേൾക്കുന്നില്ല. കസേരയുടെ ചുവട്ടിൽ കിടന്നിരുന്ന പൂച്ച കാലൊച്ച കേട്ട് കണ്ണുതുറന്ന് നോക്കി മ്യാവൂ എന്നു കരഞ്ഞുകൊണ്ട് അകത്തേക്കു പോയി.

ടീപ്പോയിന്മേൽ വിടർത്തി വച്ച പുസ്തകം പരമേശ്വരൻ പിള്ള സാർ അകത്തുണ്ടാവണം. പൂമുഖത്തെ തൂണിന്മേൽ പിടിച്ചുകൊണ്ട് മോഹൻ കാത്തുനിന്നു.

സന്ധ്യക്കു മുൻവശത്ത് ലൈറ്റിടാൻ വൈകിയതിന്റെ വെപ്രാളത്തോടെ ലക്ഷ്മി അകത്തുനിന്നിറങ്ങിച്ചെന്നപ്പോൾ സന്ധ്യയുടെ ഇരുട്ടിൽ നില്ക്കുന്ന മോഹനെ കണ്ട് അവൾ അമ്പരന്നു.

"അതുകൊള്ളാം! കുറേ നേരമായോ വന്നിട്ട്? എന്താ വിളിക്കാഞ്ഞെ?"

ലൈറ്റിട്ടതിനുശേഷം അവൾ അടുത്തേക്കു ചെന്നു. മോഹന്റെ

വല്ലാത്ത മുഖഭാവം കണ്ട് അവൾ പകച്ചു.

"എന്താ മോഹൻ? എന്തുപറ്റി?"

മോഹൻ നിന്ദയും പരിഹാസവും നിറഞ്ഞ ഒരു ചിരിയോടെ അവളുടെ നേരെ നോക്കി.

"എന്താ പറ്റിയതെന്നോ? ഒരു മനുഷ്യനു പറ്റാവുന്നതിൽവച്ച് ഏറ്റവും വലിയ പറ്റ്. ചതി."

അഴൽ അന്ധാളിച്ചു.

"ആര് ചതിച്ചെന്നാ?"

മോഹൻ അവളുടെ നേരെ കൈ ചൂണ്ടി.

"നീ."

"ഞാനോ!"

"അതേ. നീ."

"എന്താണെന്നു തെളിച്ചു പറയൂ. എനിക്കൊന്നും മനസ്സിലാകുന്നില്ല."

"നിന്റെ അച്ഛനെവിടെ? വിളിക്ക്, ഞാനാ മനുഷ്യനോടു സംസാരിക്കാം."

"അച്ഛനിവിടെ ഇല്ല. പുറത്തെങ്ങോ പോയതാണ്. ഇപ്പോൾ വരും."

"എനിക്കങ്ങനെ കാത്തിരിക്കാനൊന്നും വയ്യാ. അതിന്റെ ആവശ്യവുമില്ല. നീ ചോദിച്ചില്ലേ, എനിക്കെന്തു പറ്റിയെന്ന്? ഒരു മനുഷ്യന് അവൻ സ്നേഹിക്കുന്ന പെണ്ണ് ചീത്തയാണെന്നറിയുന്നതിനേക്കാൾ വലിയ ഒരടി കിട്ടാനുണ്ടോ?"

ആ ചോദ്യത്തിനുമുമ്പിൽ അവൾ പതറി. തന്റെയുള്ളിൽ എന്തൊക്കെയോ ഇടിഞ്ഞുപൊളിഞ്ഞുവീഴുന്നതുപോലെ അവൾക്കു തോന്നി.

പരുക്കൻ സ്വരത്തിൽ വീണ്ടും മോഹൻ ചോദിച്ചു:

"എന്താ മിണ്ടാത്തെ? ഒന്നും മനസ്സിലായില്ലെന്നു ഭാവിക്കാനാണോ ഉദ്ദേശ്യം? എന്നാൽ തെളിച്ചു പറയാം."

ഹൃദയത്തിൽ ഒരു ശൂലം തറഞ്ഞുകയറിയതു പോലെ അവൾ പുളഞ്ഞു. അപ്രതീക്ഷിതമായ ഒരു നിമിഷത്തിൽ താൻ വിധിക്കപ്പെട്ടിരിക്കുന്നുവെന്ന് അവൾ വേദനയോടെ അറിഞ്ഞു. അവളുടെ നാവിന്മേൽ വാക്കുകൾ മൃതിയടഞ്ഞു.

"എന്താ മിഴിച്ചു നോക്കുന്നെ? മിണ്ടാൻ നാക്കില്ലേ?"

വാക്കുകൾ അസ്ത്രങ്ങളായി അവളുടെ ഹൃദയത്തിൽ ചെന്നുകൊണ്ടു.

മോഹൻ ഉല്ക്കടമായ ഹൃദയഭാവങ്ങളോടെ പറഞ്ഞു:

"നിന്റെ പരിശുദ്ധിയിന്മേൽ ആദ്യം തൊട്ടത് താനാണെന്ന് മറ്റൊരാൾ എന്റെ മുഖത്തുനോക്കി ഗർവ്വോടെ പറഞ്ഞപ്പോൾ എനിക്കു നഷ്ടപ്പെട്ടതെന്താണെന്ന് നിനക്കറിയില്ല. ആ നിമിഷം മുതൽ ഈ നിമിഷംവരെ ഞാനെന്തനുഭവിച്ചെന്നു നിനക്കറിയാമോ?"

മോഹന്റെ ചുവന്നു കലങ്ങിയ കണ്ണുകൾ ലക്ഷ്മിയുടെ മേൽ ഇമ

വെട്ടാതെ നിന്നു.

പിന്നെ സ്വയം നിയന്ത്രിച്ച് മോഹൻ പറഞ്ഞു:

“നിന്നെ കണ്ടുമുട്ടിയപ്പോൾ ജീവിതത്തിലെ ഏറ്റവും മനോഹരമായ സങ്കല്പങ്ങൾകൊണ്ട് ഞാനെന്റെ എല്ലാ തെറ്റുകളും തിരുത്താമെന്നു മോഹിച്ചു. ആരോടൊക്കെയോ ഉള്ള പകയുമായി നടന്നിരുന്ന ഞാൻ എന്റെ സ്നേഹത്തിലേക്കു മടങ്ങിവരികയായിരുന്നു. മനുഷ്യനു നന്മയിലേക്കും സ്നേഹത്തിലേക്കും തിരിച്ചുവരാനൊക്കുമെന്നു ഞാൻ വിശ്വസിച്ചു. എനിക്കു തെറ്റിപ്പോയി. ഞാൻ നിന്നെ കുറ്റപ്പെടുത്തുന്നില്ല. എല്ലാം മറന്നേര്. നമ്മൾ യാത്ര പറയുകയാണ്.”

ഒരു നിമിഷം അവളുടെ നേരെ നോക്കി നിന്നതിനു ശേഷം മോഹൻ തിരിഞ്ഞു നടന്നു.

ഗേറ്റ് കടന്ന് തെരുവിലെ മങ്ങിയ ഇരുട്ടിലേക്കിറങ്ങുന്ന മോഹനെ കണ്ണെടുക്കാതെ ഹൃദയം പൊട്ടുന്ന വേദനയോടെ ലക്ഷ്മി നോക്കി നിന്നു. അവളുടെ കണ്ണിൽ ഇരുട്ടുകയറി. ശരീരം തളർന്ന് അവൾ ചുമരിലേക്കു ചാരി. കണ്ണീരിന്റെ പാടകൊണ്ട് അവളുടെ കണ്ണുകൾ മൂടി.

ഇരുണ്ടുമൂടിയ ഒരു വർഷകാലസന്ധ്യയുടെ ഓർമ്മയിൽ അവളുടെ പ്രജ്ഞ നഷ്ടപ്പെട്ടു.

നഗരത്തിലെ ടൈപ്പ്റൈറ്റിങ് ഇൻസ്റ്റിറ്റ്യൂട്ടിൽനിന്ന് വീട്ടിലേക്ക് മടങ്ങുമ്പോൾ വഴിക്കുവച്ച് മഴ തുടങ്ങി. പെട്ടെന്നാണ് ആകാശം ഇരുണ്ടു മൂടിയതും മഴ പെയ്യാൻ തുടങ്ങിയതും. എന്തു ചെയ്യുമെന്നറിയാതെ അവൾ അന്ധാളിച്ചു. മഴ നനഞ്ഞുകൊണ്ട് ഇടവഴിയിലൂടെ കുറേ ദൂരം ഓടി. അപ്പോഴേക്കും മഴ ഉറച്ചു പെയ്യാൻ തുടങ്ങി. കാറ്റും ഇടിമിന്നലും മഴയും കാരണം നഗരവീഥികൾ പെട്ടെന്ന് വിജനമായിത്തീർന്നു. അടച്ചിട്ട പീടികയുടെ തിണ്ണയിൽ അവൾ കയറി നിന്നു. പടർന്നു പന്തലിച്ച് ആകാശം മറച്ചുനില്ക്കുന്ന മരങ്ങളുടെ നിഴലിൽ പരിസരം ഇരുണ്ടുകിടന്നു. നഗരത്തിനു മീതെ സന്ധ്യയുടെ ഇരുട്ടു വീഴാൻ തുടങ്ങുന്ന നിമിഷങ്ങളിൽ എങ്ങനെ വീട്ടിലെത്തുമെന്ന് അവൾ അന്ധാളിച്ചു. അപ്പോൾ വഴിയിലൂടെ സോമൻ കാറോടിച്ചു വന്നു. അതിവേഗം പോയ കാറ് തിരിച്ചുവരുന്നതു കണ്ടപ്പോഴാണ് കാറോടിക്കുന്ന ആളെ അവൾ ശ്രദ്ധിച്ചത്. പീടികയ്ക്കു മുമ്പിൽ കാറ് നിർത്തി അയാൾ ‘വരൂ വീട്ടിൽ കൊണ്ടുവിടാമെന്നു’ പറഞ്ഞപ്പോൾ വേണ്ടെന്നു തലയനക്കി അവൾ പീടികത്തിണ്ണയിൽ കൂടുതൽ ഒതുങ്ങിനിന്നു. “നോക്കൂ, സന്ധ്യയായി ഇരുട്ടും വീണു. ഈ മഴ ഇപ്പോഴെങ്ങും തോരുന്ന ലക്ഷണവുമില്ല. ഈ മഴയത്ത് ലക്ഷ്മി ഇവിടെ ഒറ്റയ്ക്കു നില്ക്കുന്നതെന്തിനാ?” എന്നൊക്കെ പറഞ്ഞ് അവൻ നിർബ്ബന്ധിച്ചപ്പോൾ മനസ്സില്ലാമനസ്സോടെ അവൾ കാറിനുള്ളിൽ കയറി. അതു തന്റെ ജീവിതത്തിലെ അഭിശപ്തമായ നിമിഷങ്ങളാണെന്ന് അവൾ അറിഞ്ഞിരുന്നില്ല. കാറ്റും മഴയും ഇരുട്ടും ഇടിമിന്നലുംകൊണ്ട് പ്രകമ്പനം കൊള്ളുന്ന ആ സന്ധ്യയിൽ

കാറ് കടന്നുപോകുന്ന വഴി അവൾക്ക് നിശ്ചയമുണ്ടായില്ല. കാറ്റിലൂടെയും മഴയിലൂടെയും ഇരുട്ടിലൂടെയും അതു അതിവേഗം കടന്നുപോകുന്നു. കാറിന്റെ മുഴക്കം. മഴയുടെ മുഴക്കം. ഇരുട്ടിന്റെ മുഴക്കം. ഇടിമിന്നലിന്റെ മുഴക്കം. ഇടിഞ്ഞുപൊളിഞ്ഞ ഒരു വീടിന്റെ മുമ്പിൽ കാറ് ബ്രേക്കിട്ടപ്പോൾ ഇടിമിന്നലിന്റെ നൈമിഷികപ്രഭയിൽ അവൾ അയാളുടെ മുഖം കണ്ടു.

തന്നെ വരിഞ്ഞുമുറുക്കുന്ന അയാളുടെ ബലിഷ്ഠമായ കൈകളിൽ നിന്ന് കുതറിമാറാൻ അവൾ നടത്തിയ ശ്രമം ദയനീയമായി പരാജയപ്പെട്ടു. ഇടിഞ്ഞുപൊളിഞ്ഞ വീടിന്റെ അടഞ്ഞവാതിലുകൾക്കും ചുമരുകൾക്കും ഇടയിൽ അവളുടെ വിലാപം അവൾ മാത്രം കേട്ടു.

ശപിക്കപ്പെട്ട ആ നിമിഷങ്ങളുടെ ഓർമ്മകളോടെ ചുമരും ചാരിയിരുന്നു നിശ്ശബ്ദമായി കണ്ണീരൊഴുക്കുന്ന ലക്ഷ്മിയെ കണ്ട് പുറത്തു നിന്നു കയറിവന്ന പരമേശ്വരൻപിള്ളസാറിന്റെ ഉള്ളൂ പിടഞ്ഞു.

"മോളെന്തിനാ കരയുന്നെ?"

കണ്ണീരൊപ്പിക്കൊണ്ട് ഒന്നുമില്ലെന്ന് അവൾ തലയനക്കി.

മകൾ അവളുടെ ദൗർഭാഗ്യങ്ങളോർത്തു സങ്കടപ്പെടുകയായിരിക്കുമെന്ന് അച്ഛൻ വിചാരിച്ചു. അവളെ സമാധാനിപ്പിക്കാൻ അദ്ദേഹത്തിന് വാക്കുകൾ കിട്ടിയില്ല.

പിന്നെയൊരു ദിവസം ഇടവഴിയിൽവെച്ച് യാദൃച്ഛികമായി അവൾ മോഹനെ കണ്ടു. ആറേഴു ദിവസമായി ആഗ്രഹിക്കുന്നതായിരുന്നു ഒന്നു കാണണമെന്ന്.

കണ്ടിട്ടും കാണാത്ത മട്ടിൽ പോകുന്ന മോഹനോട് അവൾ പറഞ്ഞു.

"എനിക്കൊരു കാര്യം പറയാനുണ്ട്."

നേരെ നോക്കാതെ അയാൾ വഴിയരികിൽ നിന്നു.

അവൾ അടുത്തു ചെന്നു.

"എന്നോടു യാത്ര പറഞ്ഞുപോയ ഒരാളെയാ ഞാൻ കാത്തുനിന്നത്. വേറെ ഒന്നിനുമല്ല. ഒരു സംശയം ചോദിക്കാനാ. എന്റെ പരിശുദ്ധിയെക്കുറിച്ച് എന്നോടു ചോദിച്ചില്ലേ? ഒറ്റയ്ക്കു പോകുന്ന ഒരു പാവം പെൺകുട്ടിയുടെ മേൽ ഒരു വന്യമൃഗം ചാടിവീഴുന്നു. നിങ്ങളൊക്കെ ആരെ കുറ്റപ്പെടുത്തും? പെൺകുട്ടിയെയോ വന്യമൃഗത്തെയോ?"

മോഹൻ തിരിഞ്ഞുനോക്കുമ്പോൾ അവളുടെ കണ്ണിൽ സങ്കടം ഉരുകുന്നു. അയാൾ എന്തു പറയണമെന്നറിയാതെ അവളുടെ കണ്ണിൽ തന്നെ നോക്കിനിന്നു.

ഒടുവിൽ അയാൾ പറഞ്ഞു:

"അതു നുണയാണെന്നു നീ പറഞ്ഞാൽ മതിയായിരുന്നു എനിക്ക്. ഞാൻ വിശ്വസിച്ചേനെ."

ഇടറുന്ന സ്വരത്തിൽ അവൾ ചോദിച്ചു:

"എന്നെ സ്നേഹിക്കുന്ന ഒരാളോട് ഞാനെങ്ങനെ നുണ പറയും?

ആദ്യമൊക്കെ ഞാനൊന്നും ആശിക്കുന്നില്ലെന്നു പറഞ്ഞ് അകന്നു മാറിയതോർക്കുന്നുണ്ടോ? എന്നെ വിശ്വസിക്ക്. എപ്പോഴെങ്കിലും ഞാനീ രഹസ്യം പറഞ്ഞേനെ. കാണാൻ വരുന്നവരുടെ മുമ്പിൽ അച്ഛന്റെ നിർബ്ബന്ധത്തിനു വഴങ്ങി ചെന്നു നില്ക്കുമ്പോഴും ഈശ്വരാ ഈ ആളിനു എന്നോടിഷ്ടം തോന്നരുതേയെന്ന് പ്രാർത്ഥിക്കുന്ന പെണ്ണിന് എന്താണ് ഒളിക്കാനുള്ളത്."

രാത്രി ലോഡ്ജിലെ മുറിക്കുള്ളിൽ ഇരുട്ടിൽ കണ്ണും തുറന്നു കിടക്കുമ്പോൾ ആ ചോദ്യം മോഹന്റെ ഉള്ളിൽ പ്രതിദ്ധ്വനിയുണ്ടായി. ഇരുട്ടിൽ ഇല്ലാത്ത ഒരു കുരിശിൽ കിടന്നു മരണപ്പിടച്ചിൽ പിടയുന്ന തന്നെ അയാൾ കണ്ടു. അയാളുടെ ഹൃദയം നിശ്ശബ്ദമായി കേണു.

I am dying a thousand deaths.

ഇടവഴികളിൽ എവിടെയോ നിന്ന് യോഹന്നാൻ ഉപദേശിയുടെ ചിലമ്പിയ ഒച്ച കേട്ടു.

"ഞാൻ വീണ്ടും തലപൊക്കി നോക്കിയപ്പോൾ ആകാശത്തിനു കീഴിൽ പാറിപ്പോകുന്ന ഒരു ചുരുൾ കണ്ടു. ഇരുപതു മുഴം നീളവും പത്തു മുഴം വീതിയുമുള്ള ഒരു ചുരുൾ. അവൻ എന്നോടു പറഞ്ഞത് അത് സർവ്വദേശത്തേക്കും പാറിപ്പോകുന്ന ശാപമാകുന്നു."

മോഹന്റെ പിന്നെയുള്ള ദിവസങ്ങൾ ആത്മസംഘർഷങ്ങൾ നിറഞ്ഞതായിരുന്നു. വിളക്കിൽ കരി പിടിക്കുംപോലെ അയാളുടെ മനസ്സിൽ വിഷാദം പടർന്നു. അപ്പോൾ സ്വാമിജിയുടെ വാക്കുകൾ ഓർത്തു.

"ചിലപ്പോൾ കപ്പൽച്ചേതത്തിൽ അകപ്പെട്ടതുപോലെ തോന്നും. ഏതോ കരകാണാക്കടലിൽ അകപ്പെട്ടിരിക്കുന്നു. അപ്പോഴും ആത്മവിശ്വാസവും പ്രതീക്ഷയും കൈവെടിയരുത്. അകലെ എവിടെയെങ്കിലും ഉണ്ടാവും ഒരു തീരം. ഇരുട്ടിൽ എവിടെയെങ്കിലും ഒരേകാന്ത നക്ഷത്രത്തിന്റെ വെളിച്ചം."

അത്രയ്ക്കു വിഷമം തോന്നുമ്പോൾ തിരിച്ചുചെല്ലാൻ സ്വാമിജി പറഞ്ഞിട്ടുണ്ട്. എപ്പോൾ വേണമെങ്കിലും കയറിച്ചെല്ലാം. ആശ്രമത്തിന്റെ വാതിലുകളും സ്വാമിജിയുടെ ഹൃദയവും തുറന്നുകിടക്കും. സ്വാമിജിയുടെ അടുത്തേക്കു തിരിച്ചുപോയാലോ എന്ന് മോഹൻ ആലോചിച്ചു.

സ്വാമിജിയുടെ അടുത്തുനിന്ന് പോരേണ്ടിയിരുന്നില്ലെന്നു ഇപ്പോൾ തോന്നുന്നു. അവിടെ ആശ്രമം വക കോളേജിൽ കൂടാമായിരുന്നു. താല്ക്കാലികമായ ഒരൊഴിവും ഉണ്ടായിരുന്നു. സ്വാമിജി എല്ലാം തന്റെ ഇഷ്ടത്തിനു വിട്ടു. "നീ പോകണ്ടെന്ന്" അന്ന് സ്വാമിജി വിലക്കിയിരുന്നെങ്കിൽ...

യാദൃച്ഛികമായി ലക്ഷ്മിയെ കണ്ടുമുട്ടിയ നിമിഷത്തെക്കുറിച്ച് മോഹൻ ഓർത്തു. വിഷാദത്തിന്റെ ഭംഗിയുള്ള അവളുടെ കണ്ണുകളാണ് തന്നെ ആകർഷിച്ചത്. അവളെ ഇഷ്ടപ്പെടുകയും സ്നേഹിക്കുകയും ചെയ്യുമ്പോൾ സ്വന്തം ആത്മാവിൽ ഇത്രയും നാൾ കൊണ്ടുനടന്ന ഒരു

ജന്മാന്തരസ്വപ്നത്തിന്റെ ഓർമ്മ തിരിച്ചറിഞ്ഞു.

ഇടുങ്ങിയ വഴിയിൽ സന്ധ്യയുടെ മങ്ങിയ വെട്ടത്തിൽ തനിയെ നടക്കുമ്പോൾ ജനിമൃതിയുടെ ആവർത്തനങ്ങളെക്കുറിച്ച് മോഹൻ ഓർത്തു. ഏകാകിയായ മനുഷ്യൻ ജന്മപരമ്പരകളുടെ ഏതോ ദശാസന്ധിയിൽവച്ച്, ഏതോ നിമിഷക്ഷേത്രത്തിൽവച്ച്, വേർപിരിഞ്ഞ ഇണയെ അന്വേഷിക്കുന്നു. അമ്മയുടെ ഗർഭപാത്രത്തിലെ യോഗനിദ്രയിൽ കിടക്കുമ്പോൾ എല്ലാം ഓർമ്മയുണ്ടായിരുന്നു. ഭൂമിയുടെ സ്പർശം കൊണ്ട് അത് മങ്ങിപ്പോയി. നഷ്ടപ്പെട്ടു. പിന്നെ ജന്മം മുഴുവൻ സ്വന്തം ഇണയെ തേടിയുള്ള അലച്ചിലാണ്. കണ്ടതും കൂടെ വന്നതും ഒന്നും ഇണയായിരുന്നില്ല. യാത്രയുടെ അവസാനത്തിൽ ഒരിക്കലും ഇണയെ കണ്ടെത്താനുള്ള യോഗമില്ലെന്നറിയുമ്പോൾ നിരാശയോടെ മണ്ണിൽ തളർന്നു വീഴുന്നു. യാത്ര വ്യർത്ഥം. അന്വേഷണം വ്യർത്ഥം. മനുഷ്യന്റെ വിധി ഏകാകിതയാണെന്നു പറഞ്ഞതാരാണ്?

മോഹൻ എല്ലാം അടുക്കിപ്പെറുക്കുന്നതു കണ്ടപ്പോൾ വാതില്ക്കൽ നിന്ന് രാമൻ നായർ ചോദിച്ചു:

"ഏതോ യാത്രയ്ക്കുള്ള ഒരുക്കമാണെന്നു തോന്നുന്നല്ലോ."

മോഹൻ പെട്ടി അടച്ചുപൂട്ടി നിവർന്നു.

"വേറൊരു വാടക വീട്ടിലേക്ക്."

അതിശയംകൊണ്ട് രാമൻനായരുടെ കണ്ണുകൾ മിഴിഞ്ഞു.

"സാറെന്താ ഈ പറയുന്നെ? ഇത്ര പെട്ടെന്ന്-"

"പെട്ടെന്നൊന്നുമല്ല രാമൻനായരേ. ഞാനിതു കുറെ നാളായി ആലോചിക്കുന്നതാണ്."

എന്തോ ഓർത്തുനിന്നതിനു ശേഷം രാമൻ നായർ നെടുവീർപ്പിട്ടു.

"അല്ലെങ്കീ ഞാനെന്തിനാ വിഷമിക്കുന്നെ? എല്ലാരും ഇങ്ങനെയാ. പരിചയപ്പെട്ടു സ്നേഹമാകുമ്പോഴേക്കും ഇവിടന്നു പോകും."

"അതിനു ഞാൻ ദൂരേക്കെങ്ങുമല്ല. പുഴക്കരെ ശിവന്റെ അമ്പലത്തിനടുത്ത്. ഒഴിവു കിട്ടുമ്പോൾ രാമൻനായർക്കങ്ങോട്ടു വരാം."

"വേറെ എവിടെയ്യങ്കിലും ജീവിക്കാനൊരു വഴി കണ്ടെങ്കീ ഞാനും പോയേനെ ഇവിടന്ന്."

മോഹൻ മുറിക്കകം മുഴുവൻ ഒന്നുകൂടി നോക്കിയതിനുശേഷം പുറത്തിറങ്ങി വാതിൽ ചാരി.

"എനിക്കു വേറെ ആരോടും യാത്ര പറയാനില്ല രാമൻനായരോടല്ലാതെ." താക്കോൽ ഏല്പിക്കുമ്പോൾ മോഹൻ പറഞ്ഞു: "എന്നാൽ രാമൻനായരോടു ഞാൻ യാത്ര പറയുന്നുമില്ല."

മോഹൻ കയറിയ ടാക്സി അകലെ മറയുന്നതുവരെ രാമൻ നായർ നോക്കി നിന്നു. പിന്നെ കൈ വിടർത്തി നോക്കിയപ്പോൾ താക്കോലിനോടൊപ്പമുള്ള നോട്ടുകളും അയാൾ കണ്ടു. രാമൻ നായരുടെ കണ്ണു നിറഞ്ഞു.

പതിനെട്ട്

വാടകവീട്ടിൽ ഒറ്റയ്ക്കായപ്പോൾ മോഹൻ വീണ്ടും തന്റെ ധർമ്മ സങ്കടങ്ങളുടെ ശരകൂടത്തിൽ വീണു. അസ്വസ്ഥമായ തന്റെ ആത്മാവ് ഒരിക്കലും കണ്ടെത്താൻ വിധിയില്ലാത്ത ഒരഭയത്തിനുവേണ്ടി ഉഴറുന്നു.

ഒറ്റയ്ക്കാവുമ്പോഴാണ് ആ ആത്മപീഡ മോഹനെ വേട്ടയാടുന്നത്. ചേക്കേറാനൊരു മരക്കൊമ്പില്ലാത്ത പക്ഷി പറന്ന് പറന്ന് ചിറകുകൾ തളർന്ന് ഒടുവിൽ തന്നിൽത്തന്നെ തിരിച്ചെത്തുന്നു.

രക്തവും കണ്ണീരുമൊഴുകുന്ന ഒരു മുറിവായി അയാളുടെ ഹൃദയ ത്തിൽ ലക്ഷ്മിയെക്കുറിച്ചുള്ള ഓർമ്മ നീറി.

തലേന്നു രാത്രിയിൽ കണ്ട ദുഃസ്വപ്നത്തെക്കുറിച്ച് അയാൾ ഓർത്തു. പുകമറകളുടെ ഒരു തുരങ്കം. ആദ്യം തവിട്ടുനിറത്തിലുള്ള പുക. പിന്നെ കറുത്ത പുക. പിന്നെ നീലനിറത്തിലുള്ള പുക. ഒടുവിൽ എല്ലാം കൂടി കുഴഞ്ഞ്, നിറങ്ങൾ വേർതിരിച്ചറിയാൻ കഴിയാതെ. ആ പുകയുടെ മിശ്രി തത്തിൽ ഒരു അസ്ഥികൂടം പ്രത്യക്ഷപ്പെട്ടു. ഒരു എതിർകക്ഷിയുടെ വക്കീ ലിനെപ്പോലെ ആ അസ്ഥികൂടം അയാളെ വിസ്തരിച്ചു. അസ്ഥികൂട ത്തിന്റെ ചോദ്യങ്ങൾക്കു മറുപടി പറയാൻ കഴിയാതെ അയാൾ പരുങ്ങി.

എന്തുകൊണ്ടാണ് ഇത്തരം ദുഃസ്വപ്നങ്ങൾ കാണുന്നത്?

ദുഃസ്വപ്നങ്ങളിൽനിന്നു ഞെട്ടിയുണരുമ്പോൾ ഭീതിയും വിഷാദവും കൊണ്ടുള്ള ഒരു മരവിപ്പാണ്. നാശത്തിന്റെ ഇരുണ്ടതും അഗാധവുമായ ഗർത്തങ്ങളിലേക്കു താണുതാണു പോകുംപോലെ.

കനത്ത ഏകാന്തതയിൽ സ്വപ്നത്തിൽ കണ്ട അസ്ഥികൂടം വീണ്ടും തന്റെ മുമ്പിൽ ഒരു ഭൂതംപോലെ വളർന്ന് ആകാശംമുട്ടി നില്ക്കുന്നതായി തോന്നി. അസ്ഥികൂടം ആകാശത്തിൽ കൈകളുയർത്തി അട്ടഹസിച്ചു. അത് ആകാശത്തിന്റെ വാക്കുകളിൽ തട്ടി പ്രതിദ്ധ്വനിച്ചു. അപ്പോൾ മേഘ

ങ്ങൾ ചിതറിപ്പോയി. നെബുലകൾ ഇളകിമറിഞ്ഞു. ക്ഷീരപഥങ്ങൾ കലങ്ങി.

കാറ്റടിച്ചു ജനാല അടഞ്ഞതിന്റെ ഒച്ചകേട്ട് മോഹൻ ഞെട്ടി. ബോധ മണ്ഡലത്തെ മൂടിനിന്ന ഇരുട്ടിന്റെ കുമിള പൊട്ടിയപ്പോൾ അയാൾ അത്ഭു തപ്പെട്ടു. തന്റെയുള്ളിൽ ഇത്തരം വികലമായ ഭാവനങ്ങൾ രൂപം കൊള്ളു ന്നതെന്തുകൊണ്ടാണ്?

മുത്തുച്ചിപ്പി അതിന്റെയുള്ളിൽ മുത്തു സൂക്ഷിക്കുംപോലെ തന്റെ യുള്ളിൽ താൻ സൂക്ഷിച്ചിരുന്ന സ്വപ്നം? അയാൾ വേദനയോടെ ഓർത്തു: സ്നേഹവും വിശ്വാസവും നിറഞ്ഞ കുടുംബം.

എല്ലാം മനസ്സിൽ കണ്ടിരുന്നു.

ഒരിക്കൽ അച്ഛനെവിളിച്ചു കാണിക്കണമെന്നാഗ്രഹിച്ചിരുന്നു.

നോക്ക്, എന്റെ കുടുംബം. ഒരാൾക്കു വേണ്ടി മറ്റൊരാൾ ദുഃഖിക്കുന്ന കുടുംബം. ഒരാളുടെ മനസ്സിനേല്ക്കുന്ന മുറിവ് മറ്റൊരാളുടെ മനസ്സിലും വേദനയുണ്ടാക്കുന്ന കുടുംബം. ഒരാളുടെ സന്തോഷം സൗരഭ്യംപോലെ എല്ലാവരിലും നിറയുന്ന കുടുംബം. ഒരു മനസ്സായ കുടുംബം.

തെറ്റുകളിലേക്കു വഴുതിപ്പോയപ്പോൾ സ്നേഹവും വാത്സല്യവും കൊണ്ട് നന്മയുടെ മാർഗ്ഗത്തിലേക്ക് തിരിച്ചുകൊണ്ടുവന്നത് സ്വാമിജി യാണ്.

സ്വാമിജി പറഞ്ഞു:

"ഒരു തെറ്റിനെ തോല്പിക്കേണ്ടത് മറ്റൊരു തെറ്റുകൊണ്ടല്ല. സ്നേഹ മാണ് കുട്ടീ അമൂല്യമായ മനുഷ്യഗുണം. സഹിക്കാനും ക്ഷമിക്കാനും ശീലിക്ക്."

പാപത്തിന്റെ വാസനകൾക്കു കീഴടങ്ങി തെറ്റായ വഴികളിൽ അല ഞ്ഞതിനെക്കുറിച്ച് ഒരു വൈദികന്റെ മുമ്പിലെന്നപോലെ കുമ്പസാരിച്ച പ്പോൾ സ്വാമിജി ആശ്വസിപ്പിച്ചു:

"നിനക്കു കുറ്റബോധവും പശ്ചാത്താപവുമുണ്ടല്ലോ. അതുതന്നെ വലിയ കാര്യം. ദുർവ്വാസനകളിൽ ആകർഷിക്കപ്പെടുക മനുഷ്യന്റെ ഒരു ദൗർബല്യമാണ്. സാരമില്ല. നീ ആ വഴികളിൽനിന്നു തിരിച്ചുവന്നുവല്ലോ."

കുറ്റബോധത്തോടും പശ്ചാത്താപത്തോടും കൂടി തിരിച്ചു വന്നു.

എന്നിട്ടോ?

സ്വാമിജിയുടെ മുമ്പിലെന്ന പോലെ അയാൾ ശിരസ്സു കുനിച്ചു.

"എന്നോടു ക്ഷമിക്കൂ സ്വാമിജീ. ഞാൻ ശപിക്കപ്പെട്ട ഒരാത്മാവാണ്. ദുർവ്വാസനകളിലും ശാപങ്ങളിലും നിന്നോടിയകന്ന് ഞാൻ ഒടുവിൽ ചെന്നെത്തുന്നത് അവിടെത്തന്നെയാണ്. കയ്പേറിയ അനുഭവങ്ങൾ കൊണ്ട് എന്റെയുള്ളിൽ എന്തെങ്കിലും നന്മയുണ്ടായിരുന്നെങ്കിൽ അതും നഷ്ടപ്പെടുന്നു."

ഒരിക്കൽ സ്വാമിജി പറഞ്ഞു:

"ജന്മനാ ഭാഗ്യദോഷികളായ ചില മനുഷ്യരുണ്ട്. എത്ര ആഗ്രഹി ച്ചാലും നന്നാവാനുള്ള അവസരങ്ങൾ കിട്ടാതെ അവർ തിന്മകളിൽ വീണു

പോകുന്നു.”

അങ്ങനെ വീണുപോകുന്ന ഒരാത്മാവാണോ താൻ?

അച്ഛനോടു പകരം വീട്ടണമെന്നായിരുന്നു എന്നുമുള്ള വിചാരം. അതിന് ഒരവസരത്തിനുവേണ്ടി കാത്തിരുന്നു.

അന്നും സ്വാമിജി ഉപദേശിച്ചു:

“ഒരാളോടു പകരം ചോദിക്കുന്നത് മറ്റൊരാളല്ല. ഞാൻ ലളിതമായ ഒരു സത്യം പറയാം. മനുഷ്യനെ അവസാനം ശിക്ഷിക്കുന്നത് അവൻ തന്നെയാണ്. ആരും തെളിച്ചുകൊണ്ടു പോകണ്ടാ. എന്നെങ്കിലും അവൻ അവന്റെ കുഴിയിൽ ചെന്നു വീഴും!”

ഒരു പ്രാർത്ഥനയായിട്ടാണ് സ്വാമിജി ജീവിതത്തെ കാണുന്നത്. എല്ലാ കെട്ടുകളും അഴിച്ചുകളഞ്ഞ ഒരാത്മാവ്. മോഹങ്ങൾ ജീവിതത്തിന്റെ ചങ്ങലകളാണെന്ന് അദ്ദേഹം അറിയുന്നു.

പക്ഷേ, അതെല്ലാവർക്കും കഴിയുമോ?

മോഹൻ നെടുവീർപ്പിടുകയും കൈവിരലുകൽ ചേർത്തു മുറുക്കുകയും ചെയ്തു.

ഇനി ഒന്നും ഓർക്കണ്ട. എല്ലാം മറക്കണം. എന്താണ് മറവിക്കുള്ള മരുന്ന്? കറുകപ്പുല്ലിന്റെ വേരുകൾ പോലെ. എത്ര മാന്തിപ്പറിച്ചാലും തീരാത്ത ഓർമ്മയുടെ വേരുകൾ എങ്ങനെ പിഴുതുകളയും?”

“എനിക്കിനി എന്തു പാപവും ചെയ്യാം!” അയാൾ ഹൃദയത്തിൽ പറഞ്ഞു: “എനിക്കിനി പാപവും പുണ്യവുമില്ല. ഞാനിനി ആർക്കുവേണ്ടിയാണ് നല്ലവനാകുന്നത്?”

അങ്ങനെ ഒരു മനോഭാവം അയാളിൽ വളർന്നു. അത് അയാളിൽ ബാക്കിയുണ്ടായിരുന്ന നന്മയെക്കൂടി തോല്പിച്ചു കളഞ്ഞു.

സ്റ്റിയറിങ് തിരിക്കുന്നതിനിടയിൽ മിസിസ്സ് വിജയാമേനോൻ ചോദിച്ചു:

“മോഹൻ എന്താണാലോചിക്കുന്നത്?”

ഓർമ്മകളിൽ നിന്നുണർന്ന് മോഹൻ പറഞ്ഞു:

“ഏയ്, ഒന്നുമില്ല.”

“സുഖമില്ലെന്നും പറഞ്ഞ് അവധിയെടുത്ത് വെറുതെ ഇരിക്കുക!” മിസിസ്സ് മേനോൻ ഒരു കള്ളച്ചിരിയോടെ മോഹന്റെ നേരെ നോക്കി. “ഇതൊരു വല്ലാത്ത സ്വഭാവം തന്നെയാണ്.”

അകലെ കറുത്ത റോഡിൽ തിളയ്ക്കുന്ന മൃഗതൃഷ്ണയിൽ നോക്കിയിരുന്ന മോഹൻ പറഞ്ഞു:

“ചിലപ്പോൾ ഞാനോർക്കും ഉദ്യോഗം വേണ്ടെന്നുവച്ച് എങ്ങോട്ടെങ്കിലും പോയാലോ എന്ന്!”

“എങ്ങോട്ട്?”

“എങ്ങോട്ടെങ്കിലും.”

“ഉദ്യോഗം വേണ്ടന്നു വയ്ക്കുന്നതെന്തിന്?”

"എന്തിനെന്ന് എനിക്കും അറിഞ്ഞുകൂടാ. ഒരുദ്ദേശവുമില്ലാതെ ഏകനായി ആരോരുമില്ലാത്തവനായി യാതൊരു ലക്ഷ്യവുമില്ലാതെ ജീവിക്കണം."

"എന്തു ഭ്രാന്താണീ പറയുന്നത്? ചെറുപ്പക്കാരുടെ തല തിരിഞ്ഞു പോയെന്നു പറയുന്നതു വെറുതെയല്ല."

"ഭ്രാന്ത് ഒരു നല്ല അവസ്ഥയാണെന്നാണ് എനിക്കു തോന്നുന്നത്. അർത്ഥശൂന്യമായ ഈ ജീവിതത്തെ ഭ്രാന്തുകൊണ്ടുവേണം പരിഹസിക്കാൻ. ജീവിതത്തെക്കുറിച്ചുള്ള ഉൽക്കണ്ഠയും സ്വപ്നങ്ങളുമില്ലാതെ പൊങ്ങച്ചവും ഗർവ്വുമില്ലാതെ അപ്പപ്പോഴുണ്ടാകുന്ന വികാരങ്ങൾക്കനുസരിച്ച് ഭ്രാന്തമായി ജീവിക്കുക! ഓർക്കുമ്പോൾ അതൊരു നല്ല ആശയമായി തോന്നുന്നു."

"കൊള്ളാം, നല്ല ഐഡിയ!"

"ശുദ്ധാത്മാക്കളെന്ന് ഈ ഭൂമിയിൽ ആരെയെങ്കിലും വിളിക്കാമെങ്കിൽ അതു ഭ്രാന്തന്മാരെയാണ്. അവർ ഒന്നും ഒളിക്കുന്നില്ല. പൊങ്ങച്ചം കാണിക്കുന്നില്ല. ചിന്തകളും വികാരങ്ങളും അവയുടെ നഗ്നരൂപത്തിൽ പ്രദർശിപ്പിക്കുന്നു. അവർക്ക് അകം പുറങ്ങളില്ല."

എനിക്കൊന്നും കേൾക്കണ്ട, എന്ന അർത്ഥത്തിൽ മിസിസ്സ് വിജയാമേനോൻ മുഖം തിരിച്ചു.

കാറിലിരുന്ന് മോഹൻ മരുത്വാമല കണ്ടു. ഉണങ്ങി വരണ്ടു കിടക്കുന്ന മല. വിടവുകൾ വീണ് ജരാനരകൾ തെളിഞ്ഞ പാറകൾ. വെയിൽ കൊണ്ടു പൊള്ളിക്കിടക്കുന്ന മലഞ്ചരിവുകൾ.

"നല്ല കാറ്റ്." മിസിസ്സ് മേനോൻ പറഞ്ഞു: "ഈ കാറ്റുള്ളതുകൊണ്ട് വെയിലിന്റെ ചൂടറിയുന്നില്ല."

മോഹൻ മനസ്സിലോർത്തു:

"നിന്നെ തൊട്ടിരിക്കുമ്പോൾ എന്റെ ഞരമ്പുകളിൽ വേനലുകൾ കത്തുന്നു."

കന്യാകുമാരി എന്ന മുനമ്പ്

നിത്യകന്യകയായ, നിത്യകാമുകിയായ ദേവിയുടെ തട്ടകം.

കടലിന്നഭിമുഖമായുള്ള ഹോട്ടലിന്റെ മൂന്നാമത്തെ നിലയിലെ ബാൽക്കണിയിൽനിന്ന് മോഹൻ ദൂരേക്കു നോക്കി.

അനന്തമായ കടൽ

കണ്ണെത്താത്ത അപാരത

ദൂരെ ചക്രവാളത്തിന്റെ വെളുത്ത ചുമരുകൾ. കടലലകൾക്കു മീതെ കുതിച്ചു കുതിച്ചു വരുന്ന കടൽക്കാറ്റ്. അകലെ കടലിൽ കട്ടമരത്തിൽ തുഴഞ്ഞു പോകുന്ന മീൻപിടുത്തക്കാർ.

മുഖം കഴുകി മുടി ചീകി കണ്ണാടിയിൽ നോക്കി ഭംഗി ഉറപ്പു വരുത്തി മിസിസ്സ് മേനോൻ പുറത്തിറങ്ങി.

"വരൂ, കുറേനേരം നമുക്ക് കടൽക്കരയിൽ നടക്കാം."

"ഈ വെയിലത്തോ?"

"ഓ. അതൊന്നും സാരമില്ല. മോഹൻ വരൂ. കന്യാകുമാരിയിലെ വെയില് വെയിലല്ല, നിലാവാ."

അവരൊന്നിച്ച് ഹോട്ടലിന്റെ സ്റ്റെയർകെയ്സിറങ്ങി. കാക്കിയുടുപ്പിട്ട ഹോട്ടൽ ജോലിക്കാർ അവരെ കണ്ട് വഴിയൊതുങ്ങി.

കടൽക്കരയിൽ ധാരാളം ആളുകളുണ്ടായിരുന്നു. ദൂരദേശങ്ങളിൽ നിന്ന് മൂന്നു കടലുകളിൽ സംഗമം കാണാൻ വന്നവർ.

കുളിക്കടവിന്റെ പടിക്കെട്ടുകളിറങ്ങി താഴെ തിരകൾ വന്നലയ്ക്കുന്ന തീരത്തു അവർ നിന്നു.

"എന്ത് ഭംഗി!" തിരകളിളകിമറിയുന്ന കടലിലേക്കു നോക്കി മിസിസ്സ് മേനോൻ പറഞ്ഞു: "എനിക്കിതെത്ര കണ്ടാലും മതിയാവില്ല."

"സുന്ദരമായി തോന്നുന്നതിനെക്കുറിച്ച് ഇങ്ങനെ ഒച്ച വയ്ക്കരുത്." മോഹൻ പറഞ്ഞു: "കടൽ സുന്ദരമാണെങ്കിൽ കടലിലേക്കും നോക്കിയിരിക്കണം, നിശ്ശബ്ദമായിട്ട്. ആസ്വാദനത്തിന്റെ യഥാർത്ഥ ഭാഷയാണ് മൗനം. അല്ലെങ്കിൽ കടലിൽ ചാടി മരിക്കണം."

"കടലിൽ ചാടി ചാകാനോ!"

"ഉം. കടൽ സുന്ദരമാണെന്നു തോന്നുന്ന ആൾ കടലിൽ ചാടി മരിക്കണം. അപ്പോഴേ കടലിന്റെ സൗന്ദര്യം അനുഭവമാകൂ."

"എന്റെ പൊന്നേ, അത്രയ്ക്കുള്ള സൗന്ദര്യബോധമൊന്നുമില്ല എനിക്ക്."

സന്ദർശകർക്ക് കുളിക്കാൻ കെട്ടിയിട്ട കുളിക്കടവിൽ ആളുകളുടെ തിരക്ക്.

മോഹൻ ചോദിച്ചു:

"നമുക്കും ഇറങ്ങി കുളിച്ചാലോ?"

മിസിസ്സ് മേനോൻ ചോദിച്ചു:

"ഈ ആൾക്കൂട്ടത്തിനിടയിലോ?"

"പിന്നെ നമുക്കുവേണ്ടി ഇവരൊക്കെ ഒഴിഞ്ഞുമാറിത്തരുമോ?"

മോഹനും മിസിസ്സ് വിജയമേനോനും കടലിൽ മുങ്ങി. ഒരു കള്ളച്ചിരിയോടെ മോഹൻ മിസിസ്സ് വിജയമേനോന്റെ നേരെ നോക്കി. നനഞ്ഞ വസ്ത്രങ്ങൾക്കടിയിൽ മിസിസ്സ് വിജയാമേനോന്റെ കൊഴുത്ത ശരീരത്തിന്റെ നഗ്നഭംഗി അയാൾ കണ്ടു.

മോഹൻ മനസ്സിലോർത്തു.

ഇന്നു രാത്രി എന്റെ വിരൽത്തുമ്പുകൊണ്ട് നിന്റെ മാറത്ത് നാഗഫണം വരച്ച് ആ നാഗഫണത്തിന്മേൽ ഞാൻ ചുംബിക്കും.

"നമുക്ക് വേഗം തോർത്തിക്കേറാം." മിസിസ്സ് മേനോൻ പറഞ്ഞു: "കടൽക്കരയിൽനിന്ന് അസ്തമയം കാണാണം."

കടലിലേക്കുന്തി നില്ക്കുന്ന പാറക്കെട്ടിൽ അസ്തമയം കാണാൻ കാത്തിരിക്കുന്ന പുരുഷാരത്തിന്റെ ആരവം.

ആൾക്കൂട്ടത്തിനിടയിൽ അവരും അസ്തമയം കാണാൻ ചെന്നു നിന്നു. പകൽപ്പൂവിന്റെ ഇതളുകൾ കൊഴിയുന്ന ദിനാന്തം. അവർ നോക്കി

നില്ക്കെ പടിഞ്ഞാറേ ആകാശം ചുവന്നുതുടുത്തു.

ദൂരെ കടലിന്റെ ഇരുളിമയിൽ ഒരു സ്വർണ്ണഗോളം പോലെ സൂര്യൻ താഴുന്നു.

പിന്നെ സന്ധ്യയായി.

കിഴക്കേ ചക്രവാളത്തിന്റെ ചുവട്ടിൽ, മങ്ങിയ ഇരുട്ടിൽ ചന്ദ്രോദയത്തിന്റെ തുടിപ്പ് തെളിയുന്നു.

അരണ്ട വെളിച്ചത്തിൽ കടൽക്കരയിൽ മോഹൻ മിസിസ്സ് വിജയാമേനോനെ നോക്കിയിരുന്നു.

പുരുഷനുവേണ്ടി ദാഹിക്കുന്ന ഈ സ്ത്രീ ഒരു പാപം പോലെ തന്നെ കൂടിയിരിക്കുന്നു എന്ന് തമാശയോടെ മോഹൻ ഓർത്തു.

ബിസിനസ് സംബന്ധമായ കാര്യങ്ങൾക്കുവേണ്ടി ആർ കെ മേനോൻ സർക്കീട്ടിലാണ്. മടങ്ങിവരാൻ ആറേഴു ദിവസം കഴിയും.

മിസിസ്സ് വിജയാമേനോൻ ഇന്നലെ മോഹനെ അന്വേഷിച്ചു ചെന്നു.

“മോഹൻ വരുന്നോ എന്റെ കൂടെ കന്യാകുമാരിക്ക്? വെറുതെ ഒരു രസത്തിന്. എന്തിനാ ഇവിടെ ഇങ്ങനെ വെറുതെ കിടന്നു തുരുമ്പെടുക്കുന്നെ?”

മോഹൻ ചോദിച്ചു: “അവിടെയെന്താ വിശേഷം?”

“എന്തെങ്കിലും വിശേഷമുണ്ടായിട്ടാണോ എല്ലാവരും കന്യാകുമാരിക്കു പോകുന്നത്? ഒരു രസത്തിന്. മടുപ്പിൽ നിന്ന് രക്ഷപ്പെടാൻ.”

മിസിസ്സ് വിജയാമേനോൻ വീണ്ടും നിർബ്ബന്ധിച്ചപ്പോൾ ഒഴിഞ്ഞു മാറാൻ കഴിഞ്ഞില്ല.

മോഹൻ ഇരുണ്ട കടലിന്റെ അപാരതയിലേക്കു നോക്കി. കടലിപ്പോൾ ഒരു ഇരുണ്ട അപാരതയാണ്.

ക്ഷേത്രത്തിന്റെ വടക്കേ ഗോപുരത്തിനു കീഴെ കാവിയുടുത്ത ഒരു ഭിക്ഷാംദേഹി ഇരുന്ന് ഒറ്റക്കമ്പിയുള്ള തംബുരു മീട്ടുന്നു, അയാൾക്കു മാത്രം കേൾക്കാൻ.

ഹോട്ടലിന്റെ ബാൽക്കണിയിൽ ഇറങ്ങിനിന്ന് നോക്കുമ്പോൾ നേർത്ത നിലാവിൽ കിടന്നലയ്ക്കുന്ന കടൽ കാണാം.

മോഹനോടു ചേർന്നുനിന്ന് മിസിസ്സ് വിജയാമേനോൻ ചോദിച്ചു:

“മോഹൻ എന്താണ് ചിന്തിക്കുന്നത്?”

മോഹൻ മുഖം തിരിച്ച് മിസിസ്സ് മേനോന്റെ നേരെ നോക്കി. പിന്നെ മുപ്പത്തേഴു വർഷത്തെ മൂപ്പുള്ള അവളുടെ ഇളം ചുവപ്പാർന്ന ശരീരം ഒരു ഗാഢാലിംഗനത്തിൽ ഒതുക്കിക്കൊണ്ട് മോഹൻ അവളുടെ മുടിക്കെട്ടിൽ മുഖം ചേർത്തു. പാപത്തിന്റെ കാറ്റടിക്കുന്ന ആ നിമിഷങ്ങളിൽ അവർക്കുമേൽ ലജ്ജയുടെ അത്തിയിലകൾ വാടിവീണു.

പിറ്റേന്ന് സൂര്യോദയവും കണ്ട് കന്യാകുമാരിയിൽനിന്നു പുറപ്പെടുമ്പോൾ മിസിസ്സ് വിജയാമേനോൻ ചോദിച്ചു:

“നമുക്ക് ശുചീന്ദ്രം ക്ഷേത്രം കൂടി സന്ദർശിച്ചാലോ? മോഹൻ അവിടത്തെ പാടുന്ന കല്ലുകൾ കണ്ടിട്ടുണ്ടോ?”

തനിക്കു ചെല്ലാൻ പറ്റിയ സ്ഥലമാണതെന്ന് മോഹൻ മനസ്സിൽ പറഞ്ഞു. ശാപമോക്ഷത്തിന്റെ പവിത്രഭൂമി.

പെട്ടെന്ന് മോഹന്റെ മനസ്സിൽ ഒരു ചോദ്യമുയർന്നു.

"അച്ഛന്റെ വഴിക്കാണോ തന്റെയും പോക്ക്?"

അറിയാതെ ഹൃദയം നടുങ്ങുന്നു.

അമ്മേ!

എനിക്ക് എന്റെ കടിഞ്ഞാൺ നഷ്ടപ്പെട്ടിരിക്കുന്നു. നന്മതിന്മകൾ തിരിച്ചറിയാനുള്ള എന്റെ മൂന്നാംകണ്ണ് പൊട്ടിപ്പോയി.

കണ്ണുകളടച്ച് അയാൾ നെടുവീർപ്പിട്ടു.

"എന്നോടു ക്ഷമിക്കമ്മേ!"

പത്തൊൻപത്

ചിറകുകളുണ്ടായിരുന്നെങ്കിലെന്ന് ആഗ്രഹിച്ചു പോയി. എങ്കിൽ നിമിഷങ്ങൾക്കുള്ളിൽ പറന്നെത്താമായിരുന്നു വീട്ടിൽ.

ഓടുന്ന വണ്ടിയിലിരുന്ന് മോഹൻ ഓർത്തു. താൻ പാപിയാണ്. മരണസമയത്തുപോലും അമ്മയെ ഒരു നോക്ക് കാണാനൊത്തില്ല.

കണ്ണിലെ വെളിച്ചം കെടുന്ന അവസാന നിമിഷംവരെ അമ്മ പ്രതീക്ഷിച്ചു കാണും തന്റെ ഇളയമകൻ വരുമെന്ന്. ഒന്നു കാണാൻ.

മോഹൻ നിശ്ശബ്ദമായി കരഞ്ഞു.

എന്റെ അമ്മേ!

സഹയാത്രികർ കാണാതെ പുറത്തേക്കു മുഖം തിരിച്ചിരുന്ന് കണ്ണീരൊപ്പി.

വണ്ടിക്കു വേഗം പോരാ. കാണുന്ന മുക്കിലും മൂലയിലുമൊക്കെ നിർത്തിനിർത്തി മറ്റു വണ്ടികൾക്കു കടന്നുപോകാൻ വഴിയിൽ കാത്തുകിടന്ന് വളരെ പതുക്കെയാണ് വണ്ടിയുടെ യാത്ര. ഒച്ച് ഇതിനേക്കാൾ വേഗത്തിൽ ഇഴയും.

അടുത്തിരുന്ന യാത്രക്കാരൻ സീറ്റിൽ മടക്കിയിട്ട പത്രത്തിൽ ഒരു വണ്ടിയപകടത്തിന്റെ റിപ്പോർട്ടുണ്ട്. മഹാനഗരത്തിൽനിന്ന് തെക്കോട്ടു പോയ വണ്ടി ബ്രേക്ക് പൊട്ടി നിയന്ത്രണം വിട്ട് നദിയിലേക്കു മറിഞ്ഞ് യാത്രക്കാർ കൊല്ലപ്പെട്ടു. രക്ഷപ്പെട്ട യാത്രക്കാരെ പരിക്കുകളോടെ ആശുപത്രിയിൽ പ്രവേശിപ്പിച്ചിരിക്കുന്നു. കൂട്ടത്തിൽ യാതൊരു പരിക്കും പറ്റാതെ ഒരാൾ മാത്രം അതിശയകരമായി രക്ഷപ്പെട്ടു. കറുത്തവേഷം ധരിച്ച ഒരു കിഴവൻ.

ഏതു കിഴവൻ?

ആശ്രമത്തിൽനിന്നു മഹാനഗരത്തിലേക്കു പോകുമ്പോൾ തന്നോടൊപ്പം വണ്ടിയിൽ ഉണ്ടായിരുന്ന കറുത്തവേഷം ധരിച്ച കിഴവനെ

മോഹൻ പെട്ടെന്നോർത്തു. ആ കിഴവനാണോ അത്? മുമ്പൊരു ദിവസം അയാൾ തെക്കോട്ടുള്ള വണ്ടിയിൽ കയറിപ്പോകുന്നതും കണ്ടു. കറുത്ത വേഷം ധരിച്ചു നടക്കുന്ന ആ കിഴവൻ ആരാണ്? വെറും യാത്രക്കാരനോ, ഗൂഢവിദ്യക്കാരനോ? വേഷം മാറി നടക്കുന്ന രഹസ്യവകുപ്പുദ്യോഗസ്ഥനോ, അതോ...

മോഹൻ ഞെട്ടി.

കറുത്ത കുപ്പായമിട്ട ഒരാൾ തന്റെ നേരെ കൈ നീട്ടുന്നു.

"ടിക്കറ്റ്."

മോഹൻ പോക്കറ്റിൽനിന്ന് ടിക്കറ്റെടുത്ത് അയാളുടെ നേരെ നീട്ടി. അയാൾ ആ ടിക്കറ്റ് പരിശോധിച്ച് അതിൽ അയാളുടെ ഒപ്പുവച്ച് തിരിച്ചു നല്കി.

വീടിനടുത്തുള്ള സ്റ്റേഷനിൽ വണ്ടിയിറങ്ങുമ്പോൾ മണി മൂന്നര കഴിഞ്ഞു.

കുറെ ദൂരമുണ്ട് അവിടന്ന് വീട്ടിലേക്ക്. നോക്കിയിട്ട് ടാക്സികളൊന്നും കാണുന്നില്ല. സ്റ്റേഷനിൽനിന്ന് കിഴക്കോട്ടു പോകുന്ന വഴിയേ മോഹൻ നടന്നു. എത്രനേരമെന്നുവച്ചാണ് കാത്തുനില്ക്കുന്നത്? കാത്തുനിന്നാൽ ടാക്സി കിട്ടുമെന്നുള്ളതിന് എന്താണുറപ്പ്?

കുറെദൂരം നടന്നപ്പോഴേക്കും എതിരെ ഒരു ടാക്സി വരുന്നതു കണ്ടു. അതു കൈകാണിച്ചുനിർത്തി. ടാക്സിക്കാരൻ ആദ്യം വിസമ്മതം പറഞ്ഞു. അയാൾക്കു വേറെ എവിടെയോ എത്താനുണ്ട്, കൃത്യസമയത്ത്.

ടാക്സിക്കാരന്റെ അനുവാദത്തിനു കാത്തു നില്ക്കാതെ മോഹൻ ഡോർ തുറന്നു അകത്തു കയറി.

"വേഗം വണ്ടി തിരിക്ക്. ഒരു പതിനഞ്ചു മിനിറ്റിന്റെ ദൂരം. അതിനിടയ്ക്ക് ആകാശം ഇടിഞ്ഞുവീഴാനൊന്നും പോകുന്നില്ല."

ടാക്സി ഡ്രൈവർ പിന്നെ എതിർപ്പൊന്നും കാണിച്ചില്ല. മോഹന്റെ പരിഭ്രമം കണ്ടപ്പോൾ അയാൾക്ക് മനസ്സിലായിക്കാണും അത്ര ഗൗരവമുള്ള എന്തോ പ്രശ്നമായിരിക്കുമെന്ന്. അയാൾ ടാക്സി തിരിച്ചെടുത്തു. വളവും പുളവും ഉള്ള വഴിയിൽ ടാക്സി പറന്നു.

കന്യാമറിയത്തിന്റെ നാമത്തിലുള്ള കരിശുപള്ളിക്കു മുമ്പിലെത്തിയപ്പോൾ മോഹൻ ഇടത്തോട്ടു കൈ കാണിച്ചു.

"ഇതിലേ."

ടാക്സി ഡ്രൈവർ എന്തോ പിറുപിറുത്തു. മോഹൻ അതു ഗൗനിച്ചില്ല. അയാളുടെ മനസ്സ് അമ്മയെക്കുറിച്ചുള്ള ഓർമ്മകളിലായിരുന്നു.

ചാരിയിട്ട ഗേറ്റിനു മുമ്പിലെത്തിയപ്പോൾ മോഹൻ മുന്നോട്ടാഞ്ഞിരുന്ന് ടാക്സി ഡ്രൈവറുടെ തോളിൽ തൊട്ടു.

"നിർത്ത്."

ഡ്രൈവർ ബ്രേക്കിൽ കാലമർത്തി.

ഡോർ തുറന്ന് ടാക്സിയിൽനിന്ന് പുറത്തിറങ്ങി. മോഹൻ ഒരു നൂറിന്റെ നോട്ടെടുത്തു ഡ്രൈവറുടെ നേരെ നീട്ടി.

അയാൾ കൈമലർത്തി.

"സാർ, ബാക്കി തരാൻ എന്റെ കൈയിൽ ചില്ലറയില്ല."

മോഹൻ ബാക്കി പ്രതീക്ഷിച്ചില്ല. ഈ നേരത്ത് അയാൾ ചെയ്ത ഉപകാരത്തിന് എങ്ങനെ നന്ദി പറയും?

അകത്തുനിന്ന് ആരൊക്കെയോ എത്തിനോക്കുന്നു. മോഹൻ ആരെയും തിരിച്ചറിഞ്ഞില്ല. അച്ഛനെ വെട്ടാനോങ്ങിയ വാക്കത്തി വലിച്ചെറിഞ്ഞ് ഇറങ്ങിപ്പോയതിനു ശേഷം തിരിച്ചുവരുന്നത് ഇന്നാണ്. അമ്മയുടെ മരണത്തിന്.

നിശ്ശബ്ദതയുടെ ഒരു ദ്വീപിലേക്കു കയറിച്ചെല്ലുന്നതുപോലെ മോഹനു തോന്നി. ആരും മിണ്ടുന്നില്ല. ഒച്ചയനക്കങ്ങളില്ല.

മോഹൻ അവിടെ ഘനീഭവിച്ചു കിടക്കുന്ന നിശ്ശബ്ദതയ്ക്കു പോറലേല്ക്കാതെ പൂമുഖത്തേക്കു കയറിച്ചെന്നു.

പാതി ചാരിയിട്ട കോൺമുറിയിൽ വല്യേട്ടൻ കിടക്കുന്നതു കണ്ടു. മോഹൻ പതിഞ്ഞ കാൽവയ്പുകളോടെ വാതില്ക്കൽ ചെന്നുനിന്നു. കണ്ണടച്ച് എന്തോ ഓർത്തു കിടന്നിരുന്ന വല്യേട്ടൻ ഞെട്ടിയുണർന്നു മിഴിച്ചു നോക്കി.

"മോഹൻ!"

കനത്ത നിശ്ശബ്ദതയിൽ വല്യേട്ടന്റെ വിളി ഒരു മുഴക്കമായിത്തീർന്നു.

ദുഃഖത്താൽ ഇരുണ്ട മുഖവുമായി ഏട്ടന്മാരോരോരുത്തരും അകത്തുനിന്നിറങ്ങി വന്നു.

ആരും മിണ്ടുന്നില്ല.

ഒടുക്കം അകന്ന ബന്ധത്തിൽപ്പെട്ട ഒരാൾ ചോദിച്ചു:

"എന്താ ഇന്നലെ വരാഞ്ഞെ?"

നെടുവീർപ്പിട്ട് മനസ്സിന്റെ വിങ്ങൽ ഒതുക്കിക്കൊണ്ട് മോഹൻ പറഞ്ഞു:

"കമ്പി കിട്ടുമ്പോൾ ഞാനവിടെ ഇല്ലായിരുന്നു."

വല്യേട്ടൻ നിർവ്വികാരമായ മുഖഭാവത്തോടെ വാതില്പടി ചാരി നിന്നു. രാജേട്ടൻ അരമതിലിന്മേൽ താടിക്കു കൈയും കൊടുത്തിരുന്നു.

ചന്ദ്രേട്ടന്റെ കണ്ണിൽ നനവുണ്ട്. ചന്ദ്രേട്ടൻ ഉള്ളിൽ കരയുന്നുണ്ട്. ചന്ദ്രേട്ടൻ പണ്ടും അങ്ങനെയാണ്. നിസ്സാരകാര്യത്തിനുപോലും സങ്കടപ്പെടും. അമ്മയുടെ മരണം ഇവിടെ ചന്ദ്രേട്ടനെ മാത്രമേ ദുഃഖിപ്പിക്കുന്നുള്ളോ?

ആരും മിണ്ടുന്നില്ല. മോഹൻ എല്ലാവരുടെ മുഖത്തും മാറി മാറി നോക്കി. എല്ലാവരും മുഖം താഴ്ത്തുന്നു. ഏതോ കനത്ത ശൂന്യതയിൽ നില്ക്കുന്നതുപോലെ തോന്നി മോഹന്. അമ്മയ്ക്കെന്തായിരുന്നു രോഗം? എത്ര ദിവസം സുഖമില്ലാതെ കിടന്നു? പെട്ടെന്നായിരുന്നോ അന്ത്യം?

ചോദ്യങ്ങൾ അയാളുടെ ഹൃദയത്തിൽ കിടന്നു നീറി.

അച്ഛനെവിടെ? കണ്ടില്ലല്ലോ മഹാപുരുഷനെ! ഇവിടെ ഇല്ലേ? നോക്കുമ്പോൾ അച്ഛന്റെ മുറി അടഞ്ഞു കിടക്കുന്നു.

ഇവർക്കൊക്കെ എന്തു സംഭവിച്ചു? ആർക്കെങ്കിലും ഒന്നു മിണ്ടിയാ

ലെന്താണ്? അമ്മയുടെ മരണം കേട്ടറിഞ്ഞ് ഓടിയെത്തി ദുഃഖം കടിച്ചമർത്തിക്കൊണ്ടു നില്ക്കുന്ന ഇളയ മകനെ ആശ്വസിപ്പിക്കാൻ ഒരു വാക്ക്.

മിണ്ടാതെ സങ്കടം ഒതുക്കിക്കൊണ്ട് മുറ്റത്തിറങ്ങി. തെക്കുവശത്തേക്കു നടന്നു. അവിടെ പോടുപിടിച്ച പ്ലാവിന്റെ അപ്പുറത്ത് അമ്മയുടെ ചിത കണ്ടു. കത്തുന്ന വിറകിന്റെ കിടക്കയിൽ മോഹൻ അമ്മയെ സങ്കല്പിച്ചു.

അമ്മേ!...

എന്റെ അമ്മേ!...

എത്രനേരം അവിടെ നിന്നെന്നോർമ്മയില്ല.

പണ്ടെന്നോ കണ്ടുമറന്ന മുഖച്ഛായയുള്ള ഒരു വൃദ്ധൻ അടുക്കൽ വന്നു വിളിച്ചു.

"ഇനി ഓർക്കുവേം വ്യസനിക്കുവേം ചെയ്തിട്ടെന്താ? ഇത്രയൊക്കെയേ വിധിച്ചിട്ടുള്ളൂന്നു വിചാരിച്ച് സമാധാനിക്ക്. ഇനി അമ്മയുടെ ആത്മാവിനുവേണ്ടി പ്രാർത്ഥിക്ക്യാ!"

അമ്മയുടെ ആത്മാവിനു വേണ്ടി ആരും പ്രാർത്ഥിക്കണ്ടാ. അല്ലാതെ തന്നെ അമ്മയുടെ ആത്മാവിനു ശാന്തി കിട്ടും. ജീവിച്ചിരുന്നപ്പോൾ അത്രയേറെ വ്യസനിക്കുകയും കണ്ണീര് കുടിക്കുകയും ചെയ്തിട്ടുള്ളതാണ്.

വൃദ്ധന്റെ പിന്നാലെ ഒരു നിഴൽപോലെ മോഹൻ നടന്നു.

ചന്ദ്രേട്ടൻ അനങ്ങാതെ നിറഞ്ഞ കണ്ണുകളോടെ അരമതിലിൽ ഇരിപ്പുണ്ട് അപ്പോഴും.

വല്യേട്ടൻ അകത്തു കട്ടിലിൽ ചമ്പ്രം പടിഞ്ഞിരുന്ന് ഗൗരവമായി എന്തോ ആലോചിക്കുന്നു.

മോഹൻ ആരെയും നോക്കാതെ, അമ്മ കിടന്നിരുന്ന മുറിയുടെ വാതില്ക്കലെത്തി അവിടെ ഒരു നിമിഷം നിന്നു. പിന്നെ അകത്തേക്കു കടന്നു. അമ്മ കിടന്ന മുറിയിൽ ചന്ദനത്തിരിയുടെ ഗന്ധം. മരണം അങ്ങനെ ഒരു ഗന്ധമാണോ അവശേഷിപ്പിക്കുന്നത്?

ഇതായിരുന്നു അമ്മയുടെ മുറി. അമ്മയുടെ ലോകം. ഈ നാലു ചുമരുകൾക്കുള്ളിൽ ഉറക്കെ കരയാനുള്ള സ്വാതന്ത്ര്യംപോലുമില്ലാതെ ദുഃഖങ്ങൾ കടിച്ചൊതുക്കി വളരെക്കാലം അമ്മ ഈ തടവറയിൽ കിടന്നു.

അമ്മയുടെ കട്ടിലിൽ നോക്കി നിന്നപ്പോൾ അമ്മ പണ്ടത്തെപ്പോലെ ദുഃഖം കടിച്ചമർത്തി അവിടെ കിടപ്പുണ്ടെന്നു മോഹനു തോന്നി.

കനത്ത നിശ്ശബ്ദതയുടെ അദൃശ്യമായ തിരസ്കരണിക്കപ്പുറത്തുനിന്ന് അമ്മയുടെ സ്വരം അയാൾ കേട്ടു.

"മോനേ! നീ വന്നോ?"

അയാളുടെ ഹൃദയം വിങ്ങി.

അമ്മേ!

എന്റെ അമ്മേ!...

ദുഃഖം കടിച്ചമർത്തിക്കൊണ്ട് അയാൾ അമ്മയുടെ കിടക്കയിൽ മുഖം ചേർത്തു കുനിഞ്ഞിരുന്നു. ഒരു കൊച്ചുകുട്ടിയെപ്പോലെ കണ്ണീർ വാർത്തു.

കുറേക്കഴിഞ്ഞ് വാതില്ക്കൽ കാൽപ്പെരുമാറ്റം കേട്ടു. മോഹൻ മുഖ

മുയർത്തി.

പുറത്തു വല്യേട്ടൻ.

ശിരസ്സ് മുണ്ഡനം ചെയ്ത വല്യേട്ടൻ ഇപ്പോൾ വേറൊരാളാണെന്നേ തോന്നൂ.

"നീ വരുമെന്നോർത്തു സന്ധ്യവരെ കാത്തു. അപ്പോഴേക്കും ആളുകൾ ധൃതി കൂട്ടി. എത്ര നേരമെന്നുവച്ചാ ശവശരീരവും വച്ച് കാത്തിരിക്കുന്നത്? എപ്പോൾ വരുമെന്ന് വല്ല ഉറപ്പുമുണ്ടോ? അമ്മയെ ദഹിപ്പിക്കാനെടുക്കുമ്പോൾ സന്ധ്യ മയങ്ങി."

മോഹൻ എഴുന്നേറ്റു കണ്ണീരൊപ്പി. ദുഃഖം അമർത്തി. വല്യേട്ടന്റെ മുഖത്തുനോക്കാതെ കുനിഞ്ഞ ശിരസ്സുമായി പുറത്തുകടന്നു.

വല്യേട്ടൻ പിറകേ വന്നു.

"അച്ഛൻ രാവിലെ പോയി."

പിന്നെ അദ്ദേഹത്തിന് ഭാര്യ മരിച്ചതിന്റെ ദുഃഖവുംകൊണ്ട് ഇവിടെ ഇരിക്കാനൊക്കുമോ? അദ്ദേഹം ഓരോ കാര്യത്തിന് ഓടിനടന്നില്ലെങ്കിൽ ഭൂമി അതിന്റെ അച്ചുതണ്ടിൽനിന്ന് തെറിച്ചുപോവുകയില്ലേ!

മുൻവശത്ത് ചന്ദ്രേട്ടൻ അപ്പോഴും അരമതിലിൽ ഇരിക്കുകയായിരുന്നു.

ചുമരിന്മേൽ വച്ചിട്ടുള്ള അമ്മയുടെ ചിത്രത്തിലേക്കും നോക്കി മോഹൻ നിന്നു.

പണ്ടെന്നോ അമ്മ സുന്ദരിയായിരുന്ന കാലത്തെടുത്ത ചിത്രം.

അമ്മേ!

എന്റെ അമ്മേ!

തിരിഞ്ഞുനോക്കുമ്പോൾ വല്യേട്ടനെ കണ്ടില്ല.

കിഴക്കേ മുറ്റത്ത് പച്ചയോലകൊണ്ട് കെട്ടിയുണ്ടാക്കിയ ബലിപ്പുര.

മോഹൻ നടക്കല്ലിറങ്ങി ബലിപ്പുരയുടെ വാതില്ക്കൽ ചെന്നുനിന്നു.

അകത്ത് പീഠവും നിലവിളക്കും പീഠത്തിന്മേൽ വാരിവിതറിയ അരിയും പൂവും. തൊട്ടടുത്ത് വെള്ളം നിറച്ച വാൽക്കിണ്ടി. അരിപ്പൊടിയും മഞ്ഞപ്പൊടിയുംകൊണ്ട് കർമ്മി വരച്ച കളം.

മോഹന്റെ കണ്ണുകൾ നിറഞ്ഞു. അയാൾ തിരിയെ നടന്ന് വീണ്ടും അമ്മയുടെ കട്ടിലിൽ ചെന്നിരുന്നു. അവിടെ നിറഞ്ഞുനില്ക്കുന്ന നിശ്ശബ്ദതയിൽ അമ്മയുടെ വിളി കേൾക്കാൻ അയാൾ കാതോർത്തു.

വാതില്ക്കൽ വീണ്ടും ആരോ വന്നു. കാൽപ്പെരുമാറ്റം കേട്ട് തല ഉയർത്തി നോക്കുമ്പോൾ ചന്ദ്രേട്ടൻ അകത്തേക്ക് കടന്നുവരുന്നു. ഇപ്പോൾ ചന്ദ്രേട്ടന്റെ ഇമ ചിമ്മാത്ത കണ്ണിൽ കണ്ണീരില്ല.

"അമ്മ മരിച്ചതല്ല. അമ്മയെ കൊന്നതാന്നാ തോന്നണെ."

മോഹൻ ഞെട്ടിപ്പോയി.

ചന്ദ്രേട്ടൻ എന്താണീ പറയുന്നത്?

"ആര്?"

ചന്ദ്രേട്ടന്റെ ഒച്ച പതറുന്നു.

"അച്ഛൻ! അല്ലാതാര്? അകത്തുനിന്ന് അമ്മയുടെ ഒരു നിലവിളി

കേട്ടു. വല്യേട്ടൻ ചെന്നുനോക്കുമ്പോൾ അമ്മ നിലത്ത് കമഴ്ന്നു കിടക്കുന്നു, അനക്കമില്ല."

മോഹന്റെ കണ്ണിൽ ഇരുട്ടു കയറി. ആകാശം ഇടിഞ്ഞുപൊളിഞ്ഞ് തന്റെ മേൽ വീഴുന്നതുപോലെ തോന്നി.

അച്ഛൻ ഒടുവിൽ അതും ചെയ്തോ? അതുവരെ ചെയ്തതൊന്നും പോരാഞ്ഞിട്ട്-

"ചത്തെങ്കിൽ വലിച്ചു കുഴിച്ചിടാൻ പറഞ്ഞിട്ട് ഒരാൾ ഇറങ്ങിപ്പോകണമെങ്കിൽ എന്തു ക്രൂരനായിട്ടാ! എനിക്കു തോന്നണത് അച്ഛൻ അമ്മയെ തൊഴിച്ചു കൊന്നതാന്നാ."

മോഹൻ ഇമയനക്കാതെ ചന്ദ്രേട്ടന്റെ നേരെ നോക്കി. ചന്ദ്രേട്ടൻ പറഞ്ഞത് സത്യമാവാൻ ന്യായമുണ്ട്. അച്ഛൻ അതും അതിലപ്പുറവും ചെയ്യും.

"വല്യേട്ടനും സംശയമുണ്ട്. മിണ്ടാത്തതാ. അല്ലെങ്കിൽ ഇത്ര പെട്ടെന്ന് മരിക്കാൻ അമ്മയ്ക്കൊരു രോഗവും ഉണ്ടായിരുന്നില്ല."

"എന്നിട്ടെവിടെ പോയി നമ്മുടെ സൽഗുണസമ്പന്നനായ അച്ഛൻ?"

"നീ ബഹളമൊന്നും ഉണ്ടാക്കണ്ടാ. ഇനി അഥവാ ബഹളമുണ്ടാക്കിയെന്നുവച്ച് എന്താണ് വിശേഷം? നീ അറിഞ്ഞിരിക്കാൻ വേണ്ടി പറഞ്ഞെന്നേയുള്ളൂ. അമ്മയെ അച്ഛൻ തൊഴിച്ചുകൊന്നതാണെന്ന് പുറത്തറിയുന്നതു നാണക്കേടാ."

ചന്ദ്രേട്ടൻ പുറത്തേക്കിറങ്ങി.

അപ്പോൾതൊട്ട് മോഹന്റെ മനസ്സ് കൊടുമ്പിരിക്കൊള്ളാൻ തുടങ്ങി.

ചന്ദ്രേട്ടൻ പറഞ്ഞത് വാസ്തവമാണോ?

ആളൊഴിഞ്ഞു കിട്ടിയപ്പോൾ വല്യേട്ടന്റെ അടുത്തുചെന്ന് ഒരു മഹാരഹസ്യത്തിന്റെ മറ വലിച്ചുകീറുന്ന മട്ടിൽ മോഹൻ ചോദിച്ചു:

"പെട്ടെന്നു മരിക്കാൻ അമ്മയ്ക്കെന്തായിരുന്നു രോഗം?"

വല്യേട്ടൻ ഭീതിയും സംശയവും നിറഞ്ഞ ഭാവത്തോടെ മോഹന്റെ നേരെ നോക്കി.

"ഉം, ആരെങ്കിലും എന്തെങ്കിലും പറഞ്ഞോ നിന്നോട്? കേൾക്കുന്നതൊക്കെ യഥാർത്ഥമാകണമെന്നില്ല. എത്രയൊക്കെയായാലും അച്ഛനങ്ങനെ ചെയ്യുമോ? എനിക്കു തോന്നണില്യാ..."

വല്യേട്ടൻ പറയുന്നതിൽ വല്യേട്ടനു തന്നെ സംശയമുണ്ടെന്ന് വ്യക്തമായിരുന്നു. എങ്കിലും അതിനെച്ചൊല്ലി ഒരു കശപിശ ഉണ്ടാകുവാൻ വല്യേട്ടൻ ആഗ്രഹിക്കുന്നില്ല. അങ്ങനെയും കൂടി സംഭവിക്കാനേ ബാക്കിയുള്ളൂ എന്നൊരു മനോഭാവമായിരുന്നു വല്യേട്ടന്. വളരെയേറെ സഹിച്ച അമ്മ ഇനി അതും കൂടി സഹിക്കണോ എന്നു വല്യേട്ടന്റെ മൗനം ചോദിക്കുന്നു.

മോഹന്റെ തോളിൽ കൈവച്ച് വല്യേട്ടൻ ആശ്വസിപ്പിച്ചു:

"ഇനി അതുമിതും ഓർത്തു നീ മനസ്സ് വിഷമിപ്പിക്കണ്ടാ. നമുക്കു പോകാനുള്ളതു പോയി."

മോഹൻ നിറഞ്ഞ കണ്ണുകളോടെ വല്യേട്ടന്റെ നേരെ നോക്കി.

ഇരുപത്

തന്റെ അപൂർണ്ണമായ നോവൽ പെട്ടിക്കടിയിൽനിന്നു മോഹൻ പുറത്തെടുത്തു. വെട്ടിത്തിരുത്തിയ വാക്കുകളിൽ കീറിമുറിഞ്ഞ ആശയങ്ങളും വികാരങ്ങളും. വാക്കുകളുടെ ഉള്ളറകളിൽ കിടക്കുന്ന മനുഷ്യദുഃഖങ്ങൾ. വിധിശാപങ്ങളുടെ ദുരന്തങ്ങളിൽപ്പെട്ടുഴലുന്ന മനുഷ്യാത്മാവുകൾ. മോഹൻ കണ്ണുകളടച്ചു നെടുവീർപ്പിട്ടു. തനിക്കീ നോവൽ എന്നെങ്കിലും പൂർത്തിയാക്കാനൊക്കുമോ?

എഴുതിയിട്ട ഓരോ വാക്കിന്റെയും മുമ്പിൽ വീണ്ടും ചെന്ന് ഓരോ വാക്കിലും മുട്ടി നോക്കി. തന്റെ ആത്മാവിന്റെ നാദം മുഴങ്ങുന്നുണ്ടോ?

വാടകവീടിന്റെ പടിഞ്ഞാറുഭാഗത്തു നിറയെ പൂത്തുനില്ക്കുന്ന മരത്തിന്മേൽ മോഹൻ കണ്ണിമയ്ക്കാതെ നോക്കി. ആണ്ടോടാണ്ടു ഈ മരം ഇറുങ്ങനെ പൂക്കുന്നു. പൂക്കൾ മരത്തിന്റെ സ്വപ്നങ്ങളാണെന്നു പറഞ്ഞതാരാണ്?

അത് യഥാർത്ഥമല്ല.

പൂക്കൾ മരത്തിന്റെ ദുഃഖങ്ങളാണ്. പൂക്കളുടെ സുഗന്ധമെന്നു പറയുന്നത് പൂക്കളുടെ ദുഃഖത്തിന്റെ സുഗന്ധമാണ്. പൂക്കൾ മരത്തിന്റെ ദുഃഖങ്ങളും പൂക്കളുടെ സുഗന്ധം ദുഃഖങ്ങളുടെ സുഗന്ധവുമായതുകൊണ്ടാണ് സുഗന്ധം ഇത്രമേൽ ഹൃദ്യമാകുന്നത്.

താനെന്തൊക്കെയാണ് ചിന്തിക്കുന്നതെന്നോർത്ത് മോഹൻ സ്വയം ചിരിച്ചു.

ഈ അനേകായിരം പൂവുകളൊന്നും പൂവുകളല്ല. അനേകായിരം പൂവുകൾക്കിടയിൽ ഒരു പൂവിനുവേണ്ടിയാണ് ആ മരം തപസ്സു ചെയ്യുന്നത്. ജന്മസാഫല്യത്തിന്റെ അടയാളമായ ഒരു പൂവിനു വേണ്ടി.

ഏതോ കവിയുടെ ആത്മാവ് ജന്മപരമ്പരകളുടെ ഏതെങ്കിലുമൊരു

ദശാസന്ധിയിൽ ഭൂമിയിൽ ഒരു മരമായി ജനിക്കുന്നു.

ഉള്ളിന്റെ ഉള്ളിലെ, അന്തരാത്മാവിലെ ദിവ്യമായ സംഗീതത്തെ ഒരു പൂവായി വിടർത്തുവാൻ ജന്മം മുഴുവൻ തപസ്സു ചെയ്യുന്ന മരം.

അയാൾ ആ മരത്തെ നോക്കിയിരുന്നു. അപ്പോൾ പ്രപഞ്ചത്തിൽ അയാളും ആ മരവും മാത്രമായി തീർന്നു.

പുഴവക്കത്തെ വാടകവീടിനുള്ളിൽ അയാൾ സ്വയം ബന്ധിച്ചിട്ടു. ചിലപ്പോൾ പുഴവക്കത്തു ചെന്നിരിക്കും. പുഴയെന്നു വിളിക്കാൻ മാത്രമൊന്നുമില്ല. ഒരു വലിയ തോടിന്റെയത്രയേ ഉള്ളൂ. എങ്കിലും പുഴയെന്നാണ് പേര്. പുഴവക്കുകളിൽ നീളെ നായ്ങ്കണക്കാടുകളാണ്. താഴെ പുഴയ്ക്കു ഒരു വളവുണ്ട്. അവിടെ ശിവന്റെ ഒരു പഴയ ക്ഷേത്രം. ക്ഷേത്രത്തിൽനിന്ന് പുഴയിലേക്ക് കെട്ടിയിറക്കിയ കുളിക്കടവ്.

ആറേഴു ദിവസത്തെ ഏകാന്തവാസംകൊണ്ട് അമ്മയുടെ മരണത്തിലുള്ള ദുഃഖം അയാൾ ഹൃദയത്തിലൊതുക്കിയെടുത്തു. അവ്യാഖ്യേയമായ ഒരു അസ്വാസ്ഥ്യം അയാളുടെ ഉള്ളിൽ അപ്പോഴും അരണ്ട പക്ഷിയെപ്പോലെ ചിറകിട്ടടിച്ചു. ഇടയ്ക്കിടെ അതു അയാളുടെ അസ്ഥിപഞ്ജരത്തിന്റെ അഴികളിൽ കൊത്തി.

ചുമലിലെ കലണ്ടർ ചിത്രത്തിൽ അയാളുടെ കണ്ണുകൾ ഒരു നിമിഷം തങ്ങി.

ഏതോ കലാകാരന്റെ സങ്കല്പത്തിൽ രൂപംകൊണ്ട നടരാജൻ. ഒരു കൈയിൽ സൃഷ്ടിസംഗീതത്തിന്റെ താളം സ്ഥിതി ചെയ്യുന്ന കടുന്തുടി. മറുകൈയിൽ സംഹാരത്തിന്റെ അഗ്നി. ജഡികതയുടെ പുറത്തുള്ള ഭഗവാന്റെ ഉന്മത്ത നൃത്തം.

ഭഗവാന്റെ നിമിഷം. ഭഗവാന്റെ ആത്മവിസ്തൃതിയുടെ നിമിഷം.

മോഹൻ ഇടയ്ക്കോർത്തു.

ഞാൻ അന്വേഷിച്ചിറങ്ങിയ എന്റെ ജന്മസാഫല്യത്തിന്റെ നിമിഷം എവിടെ?

ജീവിതത്തിൽ താനെന്താണ് കണ്ടെത്താനാശിച്ചതെന്നുപോലും മറന്നുപോകുന്നു. അനേകം സ്വപ്നങ്ങളിൽനിന്ന് ജീവിതത്തിൽ സാക്ഷാൽക്കരിച്ചെടുക്കണമെന്നാഗ്രഹിച്ച സ്വപ്നങ്ങളുടെ സ്വപ്നമായ സ്വപ്നം, അതെന്തായിരുന്നു?

കോണിപ്പടികളിൽ ആരോ കയറിവരുന്ന ഒച്ച. ആരാണാവോ?

ഡോർകർട്ടൻ വകഞ്ഞുമാറ്റി മിസിസ്സ് വിജയാമേനോൻ അകത്തേക്കു കടന്നുവന്നു. വാസനസോപ്പിന്റെയും പൗഡറിന്റെയും പിച്ചിപ്പൂവിന്റെയും സുഗന്ധം. മോഹൻ ഓർത്തു. ഇവളൊരു വസന്തംപോലെയാണ്.

“മടങ്ങിയെത്തിയോ എന്ന് സംശയമുണ്ടായിരുന്നു. എങ്കിലും ഒന്ന് നോക്കിയിട്ടു പോകാമെന്നു വച്ചു.” മിസിസ്സ് വിജയാമേനോൻ ചോദിച്ചു.

“മോഹൻ എന്നു വന്നു?”

“ഒരാഴ്ച കഴിഞ്ഞു.” മോഹൻ പറഞ്ഞു: “ഞാൻ വീട്ടിൽ അധിക ദിവസം നിന്നില്ല.”

“ഉം?”

“കാരണമൊന്നുമില്ല. എന്തോ അവിടെ നില്ക്കാൻ തോന്നിയില്ല.”

“അമ്മയ്ക്കെന്തായിരുന്നു അസുഖം?”

“പറയത്തക്ക രോഗമൊന്നുമുണ്ടായിരുന്നില്ല. പെട്ടെന്നായിരുന്നു അമ്മയുടെ മരണം.”

“ഞങ്ങളുടെ കണ്ടോളൻസ് അറിയിക്കാൻ പോലും ഒത്തില്ല.”

“ഓ, അതിന്റെയൊന്നും ആവശ്യമില്ല. ഫോർമാലിറ്റീസിൽ വിശ്വാസമില്ലാത്ത ഒരാളാണു ഞാൻ.”

‘മരണാനന്തര ചടങ്ങുകളൊക്കെ?”

“ഞാനതിനൊന്നും നിന്നില്ല.”

“ഉം?”

“ഞാൻ നേരത്തേ പോന്നു. എനിക്കീ ചടങ്ങുകളിലൊന്നും വലിയ വിശ്വാസമില്ല.”

“അല്ലെങ്കിൽ പിന്നെ നമുക്കെന്തിലാ വിശ്വാസമുള്ളത്? മരിച്ചത് സ്വന്തം അമ്മയല്ലേ?”

“അതേ.”

“അമ്മയോട് യാതൊരു കടപ്പാടുമില്ലെന്നാണോ?”

“എന്നൊന്നും ഞാൻ പറഞ്ഞില്ല. പക്ഷേ, അമ്മയോടുള്ള കടപ്പാട് ഒരു കീറ്റിലയിൽ എള്ളും പൂവും ഒരുരുളച്ചോറും വച്ചു വീട്ടാമെന്ന് എനിക്കുതോന്നീട്ടില്ല.”

“വിശ്വാസമില്ലാത്തവരോട് എന്തു പറഞ്ഞിട്ടെന്താ?”

മിസിസ്സ് വിജയാമേനോൻ കട്ടിലിൽ വെറുതെ മുഖം കനപ്പിച്ചിരുന്നു.

കുറേ കഴിഞ്ഞ് മോഹൻ അല്പം തമാശ കലർത്തി ചോദിച്ചു:

“ഒരു കപ്പ് കാപ്പി കുടിക്കുന്നതിനിൽ വിരോധമുണ്ടോ? എന്റെ ഒരു ചെറിയ സല്ക്കാരം.”

“വേണ്ടാ.” മിസിസ്സ് വിജയാമേനോൻ പറഞ്ഞു: “എനിക്കുവേണ്ടി ബുദ്ധിമുട്ടണ്ടാ.”

“ബുദ്ധിമുട്ടെന്താ? ഫ്ളാസ്ക്കിൽ കാപ്പിയുണ്ടാക്കി വച്ചിട്ടുണ്ട്.”

മോഹൻ രണ്ട് കപ്പിൽ കാപ്പി പകർന്നു. അതിൽ ഒരു കപ്പ് മിസിസ്സ് വിജയാമേനോന് നീട്ടിക്കൊണ്ടു മോഹൻ പറഞ്ഞു.

“കാപ്പിക്കു രുചിയില്ലെങ്കിൽ അതെന്റെ കൈപ്പുണ്യമാണെന്നു വിചാരിക്കുക.”

കാപ്പി മൊത്തിയതിനുശേഷം മിസിസ്സ് വിജയാമേനോൻ പറഞ്ഞു

“അത്ര മോശമെന്നൊന്നും പറഞ്ഞുകൂടാ..”

മിസിസ്സ് വിജയാമേനോൻ ജനാലയ്ക്കൽ ചെന്നു പുറത്തേക്കു നോക്കി. പടിഞ്ഞാറുഭാഗത്ത് നിറയെ പൂക്കളുമായി നില്ക്കുന്ന മരം കണ്ട്

അവൾ അതിശയിച്ചു.

"ആ മരം നോക്കൂ! എന്തോരം പൂക്കൾ! എന്തൊരു ഭംഗി! അതിന്റെ പൂക്കൾക്കു മണമുണ്ടോ?"

മോഹൻ പറഞ്ഞു:

"പൂക്കൾക്കു പിന്നെ മണം ഉണ്ടാവാതിരിക്കുമോ? പൂക്കൾക്ക് മരത്തിന്റെ സങ്കടങ്ങളുടെ മണം കാണും."

"മരത്തിനു സങ്കടമോ?"

"മനുഷ്യനു സങ്കടങ്ങളുണ്ടാവാമെങ്കിൽ മരത്തിനും സങ്കടങ്ങളുണ്ടായിക്കൂടേ?"

"ആവോ, എനിക്കറിയില്ല."

"മരത്തിനും ഒരാത്മാവുണ്ടെന്ന് സങ്കല്പിച്ചു നോക്ക്."

"എന്റീശ്വരാ!"

"എനിക്കു തോന്നുന്നത്. ആ മരം സ്വപ്നം കാണുകയും പാട്ടുപാടുകയും സങ്കടപ്പെടുകയും നെടുവീർപ്പിടുകയുമൊക്കെ ചെയ്യുന്നുണ്ടെന്നാണ്. ചിലപ്പോൾ ആ മരവും ഞാനും കൂടി സംസാരിക്കും."

"മരം സംസാരിക്കുമെന്നാണോ? അല്ല. മരത്തിനാത്മാവുണ്ടെന്നു വിശ്വസിക്കുന്ന ആളിന് അതും അതിലപ്പുറവും തോന്നും."

"ആട്ടെ മിസിസ്സ് വിജയാമേനോൻ ഏഞ്ചൽ ട്രീയെക്കുറിച്ച് കേട്ടിട്ടുണ്ടോ?"

"ഏഞ്ചൽ ട്രീയോ? എന്തു ട്രീയാണത്?"

"ങ്ാ, പറയാം. സ്പെയിനിലെ ഒരു ഗ്രാമത്തിൽ ഒരു കുന്നിൻപുറത്ത് വിശുദ്ധ കന്യാമറിയത്തിന്റെ ഒരു പള്ളിയുണ്ട്. ആ പള്ളിക്കടുത്തൊരു മരമുണ്ട്. ഏഞ്ചൽ ട്രീ. ആ മരം പന്ത്രണ്ടുവർഷം കൂടുമ്പോൾ പൂക്കും. അങ്ങനത്തെ മരം വേറെ എങ്ങുമില്ല. ആ മരത്തിനു മുകളിൽ പെട്ടെന്നൊരു ദിവസം ആകാശം തെളിയും. പനിനീരു പോലെ മഞ്ഞു പെയ്യും. രാത്രിയിൽ വിശുദ്ധ കന്യാമറിയത്തിന്റെ പള്ളിക്കകത്ത് മെഴുകുതിരികൾ താനേ കത്തും. ആകാശങ്ങളിൽനിന്ന് മാലാഖമാർ ഇറങ്ങിവന്ന് സങ്കീർത്തനങ്ങൾ പാടും. പെട്ടെന്ന് എഞ്ചൽ ട്രീ പൂക്കും. കുന്നിൻപുറത്ത് ഒൻപത് ദിവസം മാലാഖമാർ ആടിപ്പാടി നടക്കും. മാലാഖമാർ അപ്രത്യക്ഷരാകുമ്പോൾ ഏഞ്ചൽ ട്രീയിലെ പൂക്കൾ കൊഴിയും."

മിസിസ്സ് വിജയാമേനോന് വിശ്വാസം വരുന്നില്ല.

"നേരാണോ? യഥാർത്ഥത്തിൽ അങ്ങനെ ഒരു മരമുണ്ടോ?"

മോഹൻ പറഞ്ഞു:

"ഞാൻ കണ്ടിട്ടില്ല. എവിടെയോ വായിച്ചതാണ്. ചിലപ്പോൾ സങ്കല്പമായിരിക്കും. എന്നാലും സ്പെയിനിലെ ഒരു ഗ്രാമത്തിൽ കുന്നിൻപുറത്ത് വിശുദ്ധകന്യാമറിയത്തിന്റെ പള്ളിക്കടുത്ത് അങ്ങനെ ഒരു മരമുണ്ടെന്ന് വിശ്വസിക്കാൻ തോന്നിപ്പോകുന്നു."

"അതിന്റെ ഒരു വിത്തു കിട്ടിയാൽ കൊള്ളാമായിരുന്നു."

"ഏഞ്ചൽട്രീയുടെ പഴത്തിനു വിത്തില്ല. കമ്പൊടിച്ചു കുത്തിയാൽ

മുളയ്ക്കുകയില്ല. അതിന്റെ തൈ താനേ കിളിർക്കുന്നതാണ്. പറിച്ചു നട്ടാൽ കരിഞ്ഞു പോകും. വേറെ എവിടെ നട്ടാലും അതു തളിർക്കില്ല."

ജനലഴികളിൽ പിടിച്ചുകൊണ്ട് മിസിസ്സ് വിജയാമേനോൻ ദൂരേക്കു നോക്കിനിന്നു. ദൂരെ പുഴ. പുഴവക്കത്തെ നായ്ങ്കണക്കാടുകൾ. താഴെ പുഴയുടെ വളവ്. അവിടെ പുഴക്കരയിൽ ശിവന്റെ ജീർണ്ണിച്ച ക്ഷേത്രം.

"എങ്ങനെ ഈ സ്ഥലം കണ്ടുപിടിച്ചു;" മിസിസ്സ് വിജയാമേനോൻ ചോദിച്ചു: "മോഹനെപ്പോലെ ഒരാൾക്ക് യോജിച്ച സ്ഥലം."

"ഓരോരുത്തരും അവസാനം ചെന്നെത്തുന്നത് അവരവർക്കു വിധിക്കപ്പെട്ട സ്ഥലത്തായിരിക്കും." മോഹൻ പറഞ്ഞു: "എന്റെ അവസാനം ഇവിടെയാണോ? ആ ആർക്കറിയാം!"

"ഇവിടെയെന്താ കുഴപ്പം?"

"എന്തെങ്കിലും കുഴപ്പമുണ്ടെന്നു ഞാൻ പറഞ്ഞോ? ഈ നഗരത്തിൽ വാടകയ്ക്കൊരു വീടു കിട്ടാനുള്ള വിഷമമോർക്കുമ്പോൾ ഇതു സ്വർഗ്ഗമാണ്. പുഴക്കരെ പഴകി ജീർണ്ണിച്ച ഒരു വീട്. ഈ വീട്ടിൽ എത്രയോ തലമുറകൾ കഴിഞ്ഞു പോയിട്ടുണ്ടാവും! ചിലപ്പോൾ എനിക്കു തോന്നാറുണ്ട്, ഞാനിവിടെ കഴിയുന്നത് പരേതാത്മാക്കളോടൊപ്പമാണെന്ന്."

"പേടിയാവില്ലേ?"

"എന്തിന്?"

"മിസിസ്സ് വിജയാമേനോൻ ബാൽക്കണിയിൽ ഇറങ്ങി നിന്ന് വിദൂരതയിലേക്കു നോക്കി.

"ഇവിടെനിന്നു നോക്കുമ്പോൾ നഗരത്തിന്റെ ലക്ഷണങ്ങളൊന്നുമില്ല. ഈ പുഴേം പുഴവക്കത്തെ അമ്പലോം പച്ചപ്പും! ഒരു ഗ്രാമത്തിന്റെ ഭംഗിയുണ്ടല്ലോ?"

പെട്ടെന്ന് എന്തോ ഓർത്ത് മിസിസ്സ് വിജയാമേനോൻ വാച്ചിൽ സമയം നോക്കി.

"അയ്യോ! നേരം പോയതറിഞ്ഞില്ല. മോഹൻ വരുന്നോ എന്റെ കൂടെ?"

"എങ്ങോട്ട്?"

"വീട്ടിലേക്ക്."

"ഇല്ല."

"അതെന്താ? വരൂന്നേ. മോഹൻ കുറെ നാളായല്ലോ വീട്ടിലേക്കു വന്നിട്ട്."

"കുറച്ചു ജോലിയുണ്ട്. എഴുതിക്കൊണ്ടിരുന്ന സ്ക്രിപ്റ്റ് തീർന്നില്ല."

"അതുകൊള്ളാം! ഷൂട്ടിങ്ങിന്റെ സകല ഏർപ്പാടുകളും ചെയ്തു കഴിഞ്ഞെന്നു വീട്ടിൽ പറയുന്നതു കേട്ടു. എന്നിട്ടും സ്ക്രിപ്റ്റ് റെഡിയായില്ല!"

"അതത്ര വലിയ കാര്യമൊന്നുമല്ല. ഒരു അഡ് ഫിലിമിന്റെ സ്ക്രിപ്റ്റെന്നു പറഞ്ഞാൽ അതിനകത്തു കലയല്ല പ്രധാനം, കച്ചവടമാണ്. മനുഷ്യനെ ചുമ്മാ പ്രലോഭിപ്പിക്കുക. പെണ്ണിന്റെ നനഞ്ഞ നഗ്നത കാണിച്ചു പീറ സോപ്പിനു കുറേ സ്തുതി വചനങ്ങൾ. ഒരു തരം കബളി

പ്പിക്കൽ തന്നെ."

"അയ്യോടാ, ഒരു പരിശുദ്ധാത്മാവ്!" മിസിസ്സ് വിജയാമേനോൻ എളിയിൽ കൈകുത്തി മുഖം വക്രിപ്പിച്ച് മോഹന്റെ നേരെ നോക്കി: "പൊന്നുകുട്ടാ, എന്റെ അടുത്തു വേണോ ഈ മൈലാഞ്ചി?"

യഥാർത്ഥത്തിൽ മോഹന് ആ തൊഴിലിൽ മടുപ്പു തോന്നിത്തുടങ്ങിയിരുന്നു. തന്റെ വാസനകളുമായി പൊരുത്തമില്ലാത്ത ഒരു തൊഴിൽ എത്രകാലം തുടർന്നുകൊണ്ടുപോകും? ഡോക്യുമെന്ററി ചിത്രങ്ങളും പരസ്യ ചിത്രങ്ങളും ചെയ്യുമ്പോൾ കലാമൂല്യം അപ്രധാനമായ ഒരു കാര്യമാകുന്നു. ഉല്പന്നത്തിന്റെ വില്പനയ്ക്ക് എളുപ്പമുള്ള വഴികളാണ് അവിടെ ചിന്താവിഷയം. ആകർഷിക്കുക, പ്രലോഭിപ്പിക്കുക! ഒരുതരം കബളിപ്പിക്കൽ.

മോഹൻ ഒരു ദിവസം ആർ കെ മേനോനോടു തുറന്നു പറഞ്ഞു:

"സർ, എനിക്കിതിൽ യാതൊരു താല്പര്യവുമില്ല. ഞാൻ മടുത്തു. ഞാനിവിടന്നു പിരിയാനാഗ്രഹിക്കുന്നു."

"എന്തിന്?" മേനോൻ വാത്സല്യത്തോടെ ചോദിച്ചു: "പരസ്യചിത്രങ്ങളിൽ താല്പര്യമില്ലെങ്കിൽ ഒരു കഥാ ചിത്രം നിർമ്മിക്കാമെന്ന് ഞാൻ പറഞ്ഞില്ലേ? നമുക്കതിന്റെ പണി ഉടനെ തുടങ്ങാം. അല്പം ഫൈനാൻസിന്റെ കുറവുണ്ട്. സാരമില്ല. അതൊക്കെ അഡ്ജസ്റ്റ് ചെയ്യാവുന്നതേ ഉള്ളൂ."

"അതല്ല." മോഹൻ പറഞ്ഞു: "ഒരു ഫിലിം ഡയറക്ടറാവുകയല്ല എന്റെ ആഗ്രഹം."

"എനിക്കറിയാം. പക്ഷേ, മോഹൻ, നിങ്ങളുടെ ലഘുചിത്രങ്ങൾ കണ്ട ക്രിട്ടിക്കുകളുടെ അഭിപ്രായമെന്താണ്? ഞാൻ നിർബ്ബന്ധിക്കുന്നില്ല. ഏതായാലും മോഹൻ ഒന്നുകൂടി ആലോചിക്ക്."

ആഫീസിൽനിന്നു പുറത്തിറങ്ങി ഒരു ടാക്സി പിടിച്ച് അനന്തകൃഷ്ണന്റെ വീട്ടിൽ ചെന്നു. അടഞ്ഞു കിടന്ന മുൻവാതിലിനു മുമ്പിൽനിന്ന് കോളിങ് ബെല്ലിൽ വിരലമർത്തുമ്പോൾ അയാൾക്കറിയാമായിരുന്നു, അനന്തകൃഷ്ണൻ അവിടെ ഇല്ലെന്ന്. അവൻ അവിടെ ഉണ്ടെങ്കിൽ മുൻവശത്തെ വാതിൽ അടഞ്ഞു കിടക്കില്ല. അവന്റെ മോട്ടോർ ബൈക്ക് മുൻവശത്തുണ്ടാവും.

കൃഷ്ണൻകുട്ടി അകത്തുനിന്നു വാതിൽ തുറന്നു. പുറത്തു കാത്തു നില്ക്കുന്ന മോഹനെ കണ്ട് അവൻ അതിശയിച്ചു. കുറേ നാളായി അവൻ മോഹനെ കണ്ടിട്ട്. അവൻ അതിന്റെ പരിഭവം കാണിച്ചു.

"ഈ വഴിയൊക്കെ സാറിന് ഓർമ്മയുണ്ടോ? അത്ര ദൂരോന്നൂല്ലല്ലോ. ഒന്നു വരാൻ മേലേ ഇടയ്ക്കിടയ്ക്ക്?"

"നേരം കിട്ടണ്ടേ കൃഷ്ണൻകുട്ടീ?"

"പിന്നെ പിന്നേ! നേരം കിട്ടാഞ്ഞിട്ട്! രാപകൽ ജോലിയാണോ അവിടെ?"

"നീ ഈ ശകാരമൊക്കെ നിർത്തി സമാധാനപ്പെട് കൃഷ്ണൻകുട്ടീ,

നിന്റെ സാറെവിടെ?"

"സാറ് ആഫീസിൽ പോയതാ. ഉച്ചയ്ക്കു വരാമെന്നു പറഞ്ഞിട്ടു കണ്ടില്ല."

"അതല്ലേ കുഴപ്പം! ഞാൻ കഷ്ടപ്പെട്ടു വരുമ്പോൾ നിന്റെ സാറിവിടെ ഉണ്ടാവില്ല. എന്റെ യാത്ര വെറുതെയായില്ലേ?"

"അതെങ്ങനെയാ? സാറില്ലെങ്കിലും ഞാനിവിടെ ഇല്ലേ?"

"ഓ, ഞാൻ മണ്ടൻ! അത്രയും ചിന്തിച്ചില്ല. ആട്ടെ കൃഷ്ണൻകുട്ടീ, എന്താ കുടിക്കാനുള്ളത്?"

"എന്താ വേണ്ടതെന്നു പറഞ്ഞാൽ മതി. കാപ്പിയോ ചായയോ കൂൾഡ്രിങ്ക്സോ? അല്ലെങ്കിൽ വേറെ ഒരുസാധനം ഇവിടെ ഇരിപ്പുണ്ട്. സാറിന്റെ ഒരു സ്നേഹിതൻ വിദേശത്തൂന്നു വന്നപ്പോൾ കൊണ്ടുവന്നത്. അതിന്റെ പേരൊന്നും എനിക്കറിയാൻ മേലാ.."

"അതൊന്നും വേണ്ട കൃഷ്ണൻകുട്ടീ. കൃഷ്ണൻകുട്ടി എനിക്കൊരു ചായ ഉണ്ടാക്കി താ."

"അതു ഞാൻ തരും. എന്നാലും മറ്റേത് വല്യ വെലയുള്ളതാന്നാ പറേണ കേട്ടെ."

"എന്റെ പൊന്നു കൃഷ്ണൻകുട്ടീ, തനിച്ചിരുന്നു കള്ളുകുടിക്കുന്നതു മഹാ ബോറാ."

"എന്നാൽ സാറിന്റെ ഇഷ്ടം." എന്ന അർത്ഥത്തിൽ കൃഷ്ണൻകുട്ടി അകത്തേക്കുപോയി.

മോഹൻ ഒരു സിഗരറ്റു കത്തിച്ചുകൊണ്ട് സെറ്റിയിൽ ചാരിക്കിടന്ന് അനന്തകൃഷ്ണൻ ഷോക്കേസിൽ വാങ്ങിവച്ച പുതിയ ഒരു ശില്പത്തിന്റെ ഭംഗി നോക്കി.

നിമിഷങ്ങൾക്കുള്ളിൽ കൃഷ്ണൻകുട്ടി ചായയുണ്ടാക്കിക്കൊണ്ടു വന്നു. അത് രുചി ആസ്വദിച്ചു കുടിച്ചുകൊണ്ടിരിക്കുമ്പോൾ പുറത്ത് മോട്ടോർ ബൈക്കിന്റെ ഒച്ച കേട്ടു. "സാറ് വരുന്നുണ്ടെന്നു തോന്നുന്നു." എന്നു പറഞ്ഞ് കൃഷ്ണൻകുട്ടി വാതില്ക്കൽ ചെന്നു നോക്കി.

"അതെ, സാറാ!"

മോട്ടോർ ബൈക്ക് സ്റ്റാന്റിന്മേൽ ചാരി വച്ചതിനുശേഷം അനന്തകൃഷ്ണൻ ചവിട്ടിക്കുതിച്ചു അകത്തേക്കു വന്നു.

ഓർക്കാപ്പുറത്തു മോഹനെ കണ്ടതിന്റെ സന്തോഷത്തോടെ അനന്തകൃഷ്ണൻ അടുത്തുചെന്നിരുന്നു.

"നീയെപ്പോൾ വന്നു?"

"കുറച്ചു നേരമായി..."

"ഇവിടെ വന്നതിന്റെ കാര്യമല്ല ചോദിച്ചത്. നീ വീട്ടിൽ നിന്ന് എന്നു വന്നു?"

"എട്ടൊൻപതു ദിവസമായി."

"നിന്നെപ്പോലെ ഒരു നിർഗ്ഗുണനെ ഞാൻ നടന്ന രാജ്യത്തു കണ്ടിട്ടില്ല. എടാ, അമ്മ മരിച്ചതിന്റെ കമ്പി കിട്ടി പോകുമ്പോൾ നീയെന്താ

എന്നോടു പറയാഞ്ഞെ?"

"വെപ്രാളത്തിനിടയ്ക്ക് ഞാനതോർത്തില്ല."

"അതാ പറഞ്ഞെ, നല്ല കാര്യമൊന്നും നിനക്കോർമ്മയുണ്ടാവില്ല. പോകാൻ നേരത്ത് പറയാനൊത്തില്ല. സമ്മതിച്ചു. നീ വന്നിട്ട് എട്ടൊൻപത് ദിവസമായെന്നല്ലേ പറഞ്ഞത്? ഒന്നു ഫോൺ ചെയ്യാമായിരുന്നില്ലേ നിനക്ക്?"

മോഹന്റെ മൗനം അനന്തകൃഷ്ണനു ശുണ്ഠിയുണ്ടാക്കി.

"എന്താടാ മിണ്ടാത്തെ?"

"ഞാനെന്തു മിണ്ടാനാ! നീ ഫയർ ചെയ്തോണ്ടിരിക്കുവല്ലേ? എന്റെ കുറ്റം ഞാൻ സമ്മതിച്ചു."

കൃഷ്ണൻകുട്ടി അപ്പോഴേക്കും അനന്തകൃഷ്ണനും ചായ കൊണ്ടു വന്നു.

ധൃതിയിൽ ചായ കുടിച്ചു തീർത്തതിനുശേഷം അനന്തകൃഷ്ണൻ എഴുന്നേറ്റു.

"നീ ഇവിടെ ഇരിക്ക്. പോകരുത്. ഞാൻ സെക്രട്ടേറിയറ്റ്വരെ പോയിട്ട് വേഗം വരാം. അവിടെ ഗുരുതരാവസ്ഥയിൽ ഒരു മന്ത്രിസഭാ യോഗം നട ക്കുന്നു. ചിലപ്പോൾ മന്ത്രിസഭ ഇന്നു വീഴും!"

"ഉം?"

"എന്താന്നു ചോദിച്ചാൽ എന്തു പറയാനാ? ഐക്യമുന്നണിയല്ലേ? ഘടകകക്ഷികൾ തമ്മിലുള്ള മത്സരം അതിന്റെ അങ്ങേയറ്റം എത്തിയി രിക്കുന്നു. ഇനി ഒരിഞ്ചു മുമ്പോട്ടു നീങ്ങാൻ വയ്യെന്നുള്ള അവസ്ഥയാണ്. ഒന്നുകിൽ മന്ത്രിസഭാ പുനഃസംഘടന. അല്ലെങ്കിൽ മന്ത്രിസഭയുടെ രാജി. അതാ മുഖ്യമന്ത്രിയുടെ നിലപാട്."

"ഓഹോ!"

"എന്നുവച്ച് അത്ര പെട്ടെന്നൊന്നും മന്ത്രിസഭ തല്ലിപ്പിരിയുമെ ന്നോർത്തു സന്തോഷിക്കണ്ടാ. അവരിതുപോലെ എത്ര പ്രതിസന്ധികൾ തരണം ചെയ്തതാ! ഒടുവിൽ എന്തെങ്കിലും ഒരു വരട്ടുതത്ത്വത്തിന്മേൽ കടിച്ചുതൂങ്ങും. അധികാരം വിട്ടൊഴിയുന്നത് പ്രാണസങ്കടമാണ്, ഏതു പാർട്ടിക്കായാലും. എന്നാലും പത്രക്കാർക്ക് കാത്തു നിന്നല്ലേ ഒക്കൂ."

"നീ എപ്പോൾ വരുമെന്നുള്ളതിന് വല്ല തീർച്ചയുമുണ്ടോ?"

"ഞാൻ വേഗം വരും. നിനക്കിന്നു സന്ധ്യക്കു വേറെ പരിപാടിയൊ ന്നുമില്ലല്ലോ. ഉണ്ടോ?"

"ഇല്ല."

അനന്തകൃഷ്ണൻ പോയി.

ഏഴരവരെ മോഹൻ കാത്തു. എന്നിട്ടും അനന്തകൃഷ്ണനെ കാണാ ഞ്ഞപ്പോൾ മോഹനു ക്ഷമകെട്ടു.

"കൃഷ്ണൻകുട്ടീ, നിന്റെ സാറ് എപ്പോൾ വരുമെന്ന് യാതൊരു നിശ്ച യവുമില്ല. വരുമ്പോൾ പറഞ്ഞേര് ഞാൻ പോയെന്ന്..."

സാറ് വന്നിട്ടു പോയാൽ മതിയെന്ന് കൃഷ്ണൻകുട്ടി നിർബ്ബ

ന്ധിച്ചുവെങ്കിലും പിന്നെ വരാമെന്നു പറഞ്ഞ് മോഹൻ പുറത്തിറങ്ങി.

ഇരുണ്ടുമൂടിയ മനസ്സ്. എന്തുകൊണ്ടോ വാടകവീട്ടിലേക്കു പോകാൻ തോന്നിയില്ല. നേരെ ബാറിൽ ചെന്നു കയറി. താനീയിടെ ഒരു മദ്യപാനിയായിത്തീരുന്നുവെന്ന് അയാൾ സ്വയം കുറ്റപ്പെടുത്തി. പക്ഷേ, വിഷാദം കൊണ്ട് മനസ്സു മടുക്കുമ്പോൾ എല്ലാം മറക്കാൻ വേറെന്താണ് വഴി?

അമിതമായി മദ്യപിച്ച് വേയ്ക്കുന്ന കാലുകളോടെ ബാറിൽനിന്നു പുറത്തിറങ്ങിയപ്പോൾ രാത്രിയുടെ ആകാശം നഗരത്തിനുമീതെ നക്ഷത്രങ്ങളില്ലാതെ ശൂന്യതയുടെ ചാരനിറമണിഞ്ഞു കിടന്നു. മോഹൻ മെയിൽ റോഡിൽനിന്ന് ഇടവഴിയിലേക്കു പ്രവേശിച്ചു. വഴിവക്കിലെ മരങ്ങളുടെയും കെട്ടിടങ്ങളുടെയും നിഴലുകൾ വഴിയിൽ വീണുകിടന്നു. പുരാതനമായ കത്തോലിക്കാ പള്ളിയുടെ മുമ്പിലെത്തിയപ്പോൾ മോഹൻ നിന്നു. പള്ളിമുറ്റത്ത് പള്ളിയുടെ പാപംപോലെ പള്ളിയുടെ നിഴൽ.

അയാൾ പിന്നെയും നടന്നു. നിഴലുകൾ. കെട്ടിടങ്ങളുടെ നിഴലുകൾ. മരങ്ങളുടെ നിഴലുകൾ. അയാളും ഒരു നിഴലായി.

അയാൾ പിന്നെയും നടന്നു. വിജനമായ ഇടവഴിയിൽ രാത്രിയുടെ നിശ്ശബ്ദതയിൽ അയാൾ ഏകാകിയായിരുന്നു. ആകാശമുറങ്ങി. ഭൂമിയുറങ്ങി. നഗരമുറങ്ങി. മനുഷ്യരുറങ്ങി. മരങ്ങളുറങ്ങി. അയാൾ മാത്രം ഉറങ്ങാതെ.

ഇടവഴികൾ നീന്തി വളവുകൾ പിന്നിട്ട് അയാൾ വാടക വീട്ടിൽ ചെന്നുകയറി.

ഇരുപത്തൊന്ന്

ഏതോ ജന്മശാപത്തിന്റെ നിഴൽ തന്റെ മേൽ വീണിരിക്കുന്നുവെന്ന് മോഹനു തോന്നി. തന്റെ ആഗ്രഹങ്ങളെല്ലാം തകർന്നുപോവുകയാണ്. ശൂന്യതയുടെ ചാരനിറം പൂണ്ടുകിടക്കുന്ന ആകാശത്തിനുകീഴെ ചക്രവാളത്തിന്റെ ചുമരുകൾക്കിടയിൽ ലോകം ഒരു മുറിക്കകമായി തോന്നുകയും താൻ അതിൽ ഒറ്റപ്പെടുകയും ചെയ്യുന്നു. ചക്രവാളത്തിന്റെ ചുമരുകൾ താൻ നില്ക്കുന്ന മദ്ധ്യബിന്ദുവിലേക്കു നീങ്ങി നീങ്ങി വരുന്നു

ഭൂഗോളം ചുമലിലേറ്റി നില്ക്കുന്ന നഗ്നനായ ഗ്രീക്കുദേവന്റെ പ്രതിമയ്ക്കു പെട്ടെന്നു ജീവൻ വച്ച്, ആകാശത്തോളം ഉയരം വച്ച് മേഘങ്ങളുടെ ഇടയിൽ തലയുയർത്തിനിന്ന് ഭൂഗോളം കൈയിലെടുത്ത് ഒരു പന്തുപോലെ ശൂന്യാകാശത്തിൽ എറിഞ്ഞു കളിക്കുന്നത് സ്വപ്നം കണ്ടു ഞെട്ടിയുണർന്നപ്പോൾ...

ആ സ്വപ്നത്തിനു പിന്നാലെ,

അനേകം മുഖങ്ങളും അനേകം കൈകളുമുള്ള ഒരു ഭീകരസത്വത്തിന്റെ അലർച്ച കേട്ടു ഞെട്ടിയുണർന്ന് നരകവാതിലുകൾ കടന്ന്, മലകൾ കയറിയിറങ്ങി, നദികൾ നീന്തിക്കടന്ന്, നാടുകളും നഗരങ്ങളും പിന്നിട്ട് വളരെ പ്രാചീനമായ ഒരു ശവക്കോട്ടയുടെ ഇടിഞ്ഞുപൊളിഞ്ഞ ഗോപുരവാതില്ക്കൽ ചെന്നു തളർന്നുവീണു കിതയ്ക്കുമ്പോൾ...

ആരോ എറിഞ്ഞ ഒരു കയർക്കുടുക്കിൽ ബന്ധിതനായി കിടന്നു താൻ ശ്വാസം മുട്ടി പിടഞ്ഞു പിടഞ്ഞു മരിക്കുംപോലെ മോഹനു തോന്നി.

താനെന്തിനാണ് ഈ അയഥാർത്ഥമായ മരണങ്ങളിൽ മരിക്കുന്നത്?

സ്വാമിജി ഒരിക്കൽ ചോദിച്ചു:

"മനുഷ്യൻ എന്താണ്?"

സ്വാമിജി തന്നെ ഉത്തരവും പറഞ്ഞു:

"വിധിശാപങ്ങളുടെ ഇര. എനിക്കങ്ങനെയാണ് തോന്നുന്നത്."

തകർച്ചകളുടെയും ദുരന്തങ്ങളുടെയും തരിശുഭൂമിയിൽ നില്ക്കുമ്പോൾ മോഹൻ ഓർക്കുന്നു.

എന്റെ സ്വപ്നങ്ങൾ എനിക്കു നഷ്ടപ്പെട്ടു. ഞാൻ തോല്പിക്കപ്പെട്ടിരിക്കുന്നു.

അതിന്റെയൊക്കെ വിഷമം മറക്കുവാൻ വേണ്ടിയാണ് ഒരു യാത്രയ്ക്കു വിളിച്ചപ്പോൾ കൂടെ വരാൻ തയ്യാറായ ഒരു പെണ്ണിനെയും കൂട്ടി ഇവിടെ എത്തിയത്. ഈ ക്ഷേത്രനഗരത്തിൽ.

ക്ഷേത്രം വക സത്രത്തിൽ ഒരു രാത്രി. കൂടെയുള്ളത് പരസ്യചിത്രത്തിൽ അഭിനയിക്കാൻ വന്ന മോഡൽ ഗേളാണ്. എന്നെങ്കിലുമൊരിക്കൽ ഒരു താരമായിത്തീരുന്നതിന്റെ മോഹങ്ങൾ ഉള്ളിൽ സൂക്ഷിക്കുന്ന പെൺകുട്ടി. അവളെ സത്രത്തിലാക്കി പുറത്തിറങ്ങിയപ്പോൾ അമ്പലക്കുളത്തിൽനിന്ന് ഈറനോടെ ഉഷ പടിക്കെട്ടുകൾ കയറിവരുന്നതു നടുക്കത്തോടെ കണ്ടു. ആദ്യത്തെ പ്രേമഭാജനം! വീണ്ടും കണ്ടുമുട്ടുമെന്നു പ്രതീക്ഷിച്ചില്ല. പക്ഷേ, ഓർക്കാപ്പുറത്ത്..

ഈറൻമുടി വേർപെടുത്തിക്കൊണ്ട് സന്ധ്യയുടെ മഞ്ഞവെയിലിൽ അവൾ നില്ക്കുന്നു.

മോഹൻ അവളുടെ അടുത്തേക്കു ചെന്നു.

ഉറങ്ങുന്ന പൂവിന്റേതുപോലെ അവളുടെ മുഖം..

"ഉഷ ഇവിടെ?"

അവൾ മിണ്ടാതെ വിസ്മയത്തോടെ നോക്കി നില്ക്കുക മാത്രം ചെയ്തു.

അയാൾ വീണ്ടും ചോദിച്ചു:

"തൊഴാൻ വന്നതായിരിക്കും? ആരാ കൂടെയുള്ളത്?"

അവൾ ഒരുവിധം പറഞ്ഞൊപ്പിച്ചു.

"നാളെ എന്റെ വിവാഹമാണ്. ഇവിടെ വച്ച്."

മോഹന്റെ ഹൃദയം നടുങ്ങി.

ഉഷ നാളെ അവളുടെ ജീവിതത്തിലേക്കു പ്രവേശിക്കുന്നു.

ഇനി എന്താണ് പറയേണ്ടതെന്നാലോചിച്ചു നില്ക്കുമ്പോൾ അവൾ ചോദിച്ചു:

"മോഹൻ ഇവിടെ..?"

എന്താണ് മറുപടി പറയുക? അമ്പലത്തിൽ തൊഴാൻ വന്നതാണെന്നു പറഞ്ഞാൽ അവൾ വിശ്വസിക്കില്ല. ഒരിക്കൽ അമ്പലങ്ങൾ ഇടിച്ചു നിരത്തണമെന്നും പ്രതിഷ്ഠകൾ ഇളക്കി കാഴ്ചബംഗ്ലാവിൽ കൊണ്ടു വയ്ക്കണമെന്നും വാദിച്ചു നടന്ന ആളല്ലേ!

"ഒരു സ്നേഹിതന്റെ വിവാഹത്തിന്."

ഏത് സ്നേഹിതന്റെ എന്ന് അവൾ ചോദിച്ചില്ല. ഭാഗ്യം. അല്ലെങ്കിൽ വീണ്ടും നുണ പറയേണ്ടിവന്നേനെ.

അമ്പലക്കുളത്തിന്റെ കരയിൽ പടർന്നുപന്തലിച്ചു നില്ക്കുന്ന വൃദ്ധ

നരയാലിന്റെ ചുവട്ടിൽ നില്ക്കുമ്പോൾ വർഷങ്ങൾക്കുമുമ്പുള്ള ഓർമ്മകളിൽ തിരിച്ചെത്തുന്നു.

ഇടിഞ്ഞുവീണ വർഷങ്ങളുടെയും ഇരുണ്ട മറവികളുടെയും കനത്ത അട്ടികൾ വെട്ടിക്കീറി പഴയ നിമിഷങ്ങളുടെ ഓർമ്മ പുറത്തെടുക്കുന്നു.

കുന്നിന്റെ ചരിവിൽ ഇടിഞ്ഞുപൊളിഞ്ഞ അർദ്ധനാരീശ്വര ക്ഷേത്രത്തിന്റെ പിന്നിൽ വെളുത്ത പൂക്കളുണ്ടാകുന്ന മരത്തിന്റെ ചുവട്ടിൽ ഭൂതകാലത്തിന്റെ വിദൂരത താണ്ടി വീണ്ടും ചെന്നെത്തുന്നു.

എന്നെ ഓർമ്മയുണ്ടോ എന്ന് ഉഷയുടെ കണ്ണുകൾ ചോദിക്കുന്നു.

അയാൾ ഹൃദയത്തിൽ പറഞ്ഞു:

ഒന്നും മറന്നിട്ടില്ല, എല്ലാം ഓർക്കുന്നു.

ഇടിഞ്ഞു പൊളിഞ്ഞ അർദ്ധനാരീശ്വരക്ഷേത്രം അതിന്റെ പഴയ ചുമരുകളിന്മേൽ ഇപ്പോഴും ബാക്കിനില്ക്കുന്നുണ്ടാവും.

കുന്നിൻചരിവിലെ ഇടിഞ്ഞുപൊളിഞ്ഞ ക്ഷേത്രവും വെളുത്ത പൂക്കളുണ്ടാകുന്ന മരവും ആ മരത്തിന്റെ ചുവട്ടിലെ സായാഹ്നങ്ങളും ഓർമ്മയിലുണ്ട്. കൊച്ചേച്ചീ എന്നു വിളിച്ചുകൊണ്ട് കുളത്തിന്റെ കല്പടവുകൾ കയറി വരുന്ന അനിയത്തിയെ കണ്ടപ്പോൾ ഉഷ യാത്ര പറഞ്ഞു:

"പോട്ടെ."

അനിയത്തിയുമൊന്നിച്ചു നടന്നുനീങ്ങിയ ഉഷ ചുറ്റമ്പലത്തിനപ്പുറത്തു മറയുന്നതുവരെ മോഹൻ നോക്കിനിന്നു.

അവൾക്കു സങ്കടം കാണുമെന്ന് അയാൾ വിചാരിച്ചു. ഒരുപക്ഷേ, അവൾ കുറ്റപ്പെടുത്തുന്നുമുണ്ടാവും.

സ്നേഹിതന്റെ വിവാഹത്തിനുവന്നതാണെന്നു അവളോടു നുണ പറഞ്ഞു. അതിനു പകരം വേണമെങ്കിൽ എന്റെയും വിവാഹമാണ് നാളെ എന്നു പറയാമായിരുന്നു.

സ്വന്തം ഭാര്യയെന്നു പറഞ്ഞ് അമ്പലം വക സത്രത്തിൽ കൊണ്ടു താമസിപ്പിച്ചിരിക്കുന്നത് ഒരു ക്രിസ്ത്യാനിപ്പെണ്ണിനെയാണ്. സത്രത്തിന്റെ പതിനേഴാം നമ്പർ മുറിയിൽ ഗ്രേസി കാത്തിരുന്നു. അമ്പലത്തിനകത്തു അവളെ വിളിക്കാൻ വേറെ പേരുണ്ട്. പാർവ്വതി.

നേരത്തെ അവളോടു പറഞ്ഞു:

"മതിൽക്കെട്ടിനകത്ത് നീ ഗ്രേസിയല്ല. പാർവ്വതിയാണ്. ഓർമ്മ വേണം."

നഗരത്തിൽ ചുറ്റിനടന്നു തിരിച്ചെത്തിയപ്പോൾ ക്ഷേത്രത്തിൽ ദീപാരാധനയ്ക്കുള്ള സമയമാകുന്നു.

സത്രത്തിന്റെ രണ്ടാം നിലയിലേക്കു കയറുമ്പോൾ അയാൾ കണ്ണെത്തുന്നിടത്തൊക്കെ നോക്കി. ആ ഭാഗത്തെങ്ങാനും ഉഷയുണ്ടോ?

ഇല്ല.

ഉഷയെ ഓർത്തുകൊണ്ട് അയാൾ സത്രത്തിന്റെ പതിനേഴാം നമ്പർ മുറിയിലേക്കു നടന്നു.

ഗ്രേസി എന്ന പാർവ്വതി മുറിയിൽ കാത്തിരിക്കുകയായിരുന്നു.

അവൾ ചോദിച്ചു:

“എന്താ ഇത്ര വൈകിയെ?”

അയാൾ ചോദിച്ചു.

“വൈകിയോ? ആര് പറഞ്ഞു. അതു വെറും തോന്നലാണ്. കൃത്യ സമയത്തുതന്നെ കണ്ടുമുട്ടലുകൾ സംഭവിക്കുന്നു. ഒരുനിമിഷം അങ്ങോട്ടോ ഇങ്ങോട്ടോ മാറാതെ.”

അപ്പോൾ അയാൾ സ്വന്തം ഹൃദയത്തിൽ മറ്റൊരു നിമിഷത്തെ ഭയപ്പെട്ടു.

ഇനി ഇങ്ങനെ ഏതെങ്കിലും സന്ദർഭത്തിൽ ലക്ഷ്മിയെയും കണ്ടുമുട്ടേണ്ടിവരുമോ?

പുരികം ചുളിച്ച് മുഖം വക്രിപ്പിച്ച് ഗ്രേസി ചോദിച്ചു:

“വീണ്ടും കുടിച്ചു, അല്ലേ?”

അയാൾ അവളെ ചേർത്തുപിടിച്ച് അവളുടെ കഴുത്തിൽ ചുംബിച്ചു. അവളുടെ കൈകൾ അയാളെ ചുറ്റിവരിഞ്ഞു. അപ്പോൾ അയാൾ ഉഷയെ ഓർത്തു. തന്നെ ആലിംഗനം ചെയ്യുന്ന ഈ പെൺകുട്ടി ആരാണ്? ഉഷയോ ലക്ഷ്മിയോ പാർവ്വതിയെന്ന ഗ്രേസിയോ?

തന്റെ ജീവിതത്തിന്റെ റെയിൽ തെറ്റിപ്പോകുന്നു.

പാർവ്വതിയെന്ന ഗ്രേസിയോടു ചോദിച്ചു:

‘‘നിനക്കു അമ്പലത്തിനകത്തു കയറണ്ടേ? ദീപാരാധന കാണണ്ടേ?”

അവൾ ചിരിച്ചുകൊണ്ടു തലയാട്ടി.

“വേണ്ടാ.”

“ഉം? ക്രിസ്ത്യാനിപ്പെണ്ണിനു ഹിന്ദു ദൈവത്തെ തൊഴുന്നതിൽ മാനക്കേടുണ്ടോ?”

“അതല്ല.”

“പിന്നെ?”

“നമ്മൾ വന്നത് ദീപാരാധന കാണാനാണോ?”

സന്ധ്യ കഴിഞ്ഞ് ഗ്രേസിയെയും കൂട്ടി ക്ഷേത്രത്തിനുചുറ്റുമുള്ള കാഴ്ചകൾ കണ്ടു നടന്നു. തിരിച്ചു സത്രത്തിലെത്തിയപ്പോൾ ഗ്രേസി പറഞ്ഞു:

“നമുക്ക് പുറത്ത് ഏതെങ്കിലും ഹോട്ടലിൽ മുറിയെടുത്താൽ മതിയായിരുന്നു.”

അവൾ സാരി മാറിയുടുത്തു മെത്തയിൽ മലർന്നുകിടന്നു.

അയാൾ ജനലരികിൽ പുറത്തേക്കും നോക്കിനിന്നു. അവിടെ നിന്നാൽ അമ്പലക്കുളം കാണാം. അമ്പലക്കുളത്തിന്റെ വക്കത്ത് നീരോലിയും കന്നിവാകയും പടയിഞ്ചക്കാടും വളർന്നു നില്ക്കുന്നു. കന്നിവാകയുടെ സുഗന്ധം കലർന്ന കുളിർകാറ്റ് വീശുന്നു.

സത്രത്തിലെ ഏതെങ്കിലും ഒരു മുറിയിൽ ഇരുട്ടിൽ കണ്ണും മിഴിച്ച് ഉഷ കിടക്കുന്നുണ്ടാവും. അയാൾക്കു വല്ലായ്മ തോന്നി. ഇന്ന് അവളെ

കാണരുതായിരുന്നു. നാളെ അവളുടെ വിവാഹമാണ്.

പിന്നിൽ വള കിലുങ്ങുന്നു. പിച്ചിപ്പൂവിന്റെയും യാഡ്‌ലി പൗഡറിന്റെയും സുഗന്ധം.

അയാളുടെ ചുമലിൽ കൈയിട്ടുകൊണ്ട് ഗ്രേസി ചോദിച്ചു:

“എന്താ ഇത്ര വലിയ ആലോചന?”

അവളുടെ മുഖത്തേക്ക് നിർവ്വികാരതയോടെ നോക്കി അയാൾ പറഞ്ഞു:

“ഒന്നുമില്ല. ഇവിടെ പുറത്തേക്കും നോക്കി നില്ക്കാൻ ഒരു സുഖം. നല്ല കുളിർകാറ്റ്. ഗ്രേസി കിടന്നോളൂ.”

“കിടന്നാൽ ഞാൻ ഉറങ്ങിപ്പോകും.”

“ഉറങ്ങിക്കോ.”

“സാറിന് ഉറങ്ങണ്ടേ?”

അയാൾ മറുപടി പറയാതെ ദൂരേക്കു മുഖം തിരിച്ചു.

വിരലുകളിൽ ഞൊട്ട പൊട്ടിച്ചുകൊണ്ട് അവൾ കുറേനേരം അയാളുടെ അരികിൽ നിന്നു. പിന്നെ മെത്തയിൽ പോയി കിടന്നു.

എത്രനേരം അയാൾ ജനലരികിൽ അങ്ങനെ നിന്നെന്ന് അയാൾക്ക് ഓർമ്മയില്ല.

വെളുപ്പിനുമുമ്പേ അവിടെനിന്നു മടങ്ങണമെന്ന നിശ്ചയത്തോടെ തിരിഞ്ഞുനോക്കുമ്പോൾ നീല വെളിച്ചത്തിൽ പാർവ്വതി എന്ന ഗ്രേസി ഉറങ്ങുന്നു.

അയാൾ വിളക്കണച്ചു.

തുറന്നു കിടന്ന ജനാലയിലൂടെ കന്നിവാകപ്പൂക്കളുടെ സുഗന്ധം കലർന്ന കുളിർകാറ്റ് മുറിക്കകത്തേക്കു കടന്നുവന്നു.

ആറേഴു ദിവസം കഴിഞ്ഞ് ഒരു പ്രഭാതത്തിൽ പുഴവക്കത്തെ ശിവക്ഷേത്രത്തിൽനിന്നുള്ള ശംഖുവിളി കേട്ട് മോഹൻ ഉണർന്നു. പിന്നെ സുബ്ബലക്ഷ്മിയുടെ വെങ്കിടേശ സുപ്രഭാതം കേട്ടു കിടന്നു.

“കമലാ കുച സൂചക കുങ്കുമതോ
നിയതാരുണിതാതുല നീലതനോ
കമലായത ലോചന ലോകപതേ
വിജയീഭവ വേങ്കട ശൈലപതേ.”

കലണ്ടറിൽ ചുവന്ന അക്കം. ഇന്നു കർക്കിടക വാവാണ്. ഒഴിവു ദിവസങ്ങൾ വാസ്തവത്തിൽ പ്രശ്നങ്ങളുണ്ടാക്കുന്നു. ചെയ്തു തീർക്കാൻ ധാരാളം കാര്യങ്ങളുള്ളവർക്ക് അങ്കലാപ്പാണ്. എന്തൊക്കെ ചെയ്തുതീർക്കണം. ആഴ്ചവട്ടത്തിലെ ഒരൊഴിവുദിവസംകൊണ്ട്? ഒന്നും ചെയ്യാനില്ലാത്തവർക്ക് മഹാബോറ് തന്നെ.

വേലക്കാരൻ പയ്യൻ കാപ്പി കൊണ്ടുവന്നു.

“സാർ, കാപ്പി.”

മോഹൻ കിടക്കയിൽ എഴുന്നേറ്റിരുന്നു. ആവി പറക്കുന്ന കട്ടൻകാപ്പി

ടീപ്പോയിൽ വച്ചിട്ട് പയ്യൻ താഴേക്കിറങ്ങിപ്പോയി.

കിടക്കയിൽ ചമ്രം പടിഞ്ഞിരുന്നു മോഹൻ ചൂടുകാപ്പി ഊതിക്കുടിച്ചു.

പുഴക്കരയിലെ അമ്പലത്തിൽനിന്നു സുപ്രഭാതം കേൾക്കാം. സുബ്ബലക്ഷ്മിയുടെ സ്വരമാധുരിക്ക് എന്തോ ദിവ്യത്വമുണ്ട്. അത് ആത്മാവിൽ ഉദയഭംഗിക്കൊത്ത ദിവ്യമായ അനുഭൂതികൾ നിറയ്ക്കുന്നു. അത് പ്രകൃതിയുടെ ദിവ്യഭാവത്തോട് മനുഷ്യഹൃദയത്തെ അടുപ്പിക്കുന്നു. അതിന്റെ സംഗീതം ആദിമപ്രഭാതങ്ങളുടെ ദിവ്യരാഗംകൊണ്ട് ആത്മാവിനെ തേജോമയമാക്കിത്തീർക്കുന്നു. ആദിമപ്രഭാതങ്ങളിൽ കേട്ട പ്രപഞ്ച സംഗീതത്തിന്റെ ഭൂപാളങ്ങൾകൊണ്ട് അത് പുതിയ പ്രഭാതങ്ങളെ ദിവ്യയും വിശുദ്ധവും പ്രാർത്ഥനാപൂർണ്ണവുമാക്കിത്തീർക്കുന്നു.

"സചതുർമ്മുഖ ഷണ്മുഖ പഞ്ചമുഖ
പ്രമുഖാഖില ദൈവത മൗലിമണേ
ശരണാഗത വത്സല സാരനിധേ
പരിപാലയമാം വൃഷശൈലപതേ!"

ജനലഴികൾക്കിടയിലൂടെ ഉദയത്തിന്റെ സ്വർണ്ണവെളിച്ചവും സുബ്ബലക്ഷ്മിയുടെ കീർത്തനവും മുറിക്കകത്തേക്കു കടന്നുവരുന്നു.

കിഴക്ക് മരക്കൊമ്പുകൾക്കിടയിലൂടെ കാണാവുന്ന സൂര്യോദയം.

നോക്കുമ്പോൾ ജനാലയിൽ ഒരു എട്ടുകാലി വല.

എട്ടുകാലി എന്നും അവിടെ വല കെട്ടുന്നു. എട്ടുകാലി വലയിലൂടെ അയാൾ ഉദിച്ചുയരുന്ന സൂര്യനെ കണ്ടു. സൂര്യനെ പിടിക്കാൻ വലയുണ്ടാക്കുന്ന എട്ടുകാലി. ഏതെങ്കിലുമൊരു പ്രഭാതത്തിൽ തന്റെ വലയിൽ സൂര്യനെ പിടിക്കാമെന്ന് അത് വിചാരിക്കുന്നുണ്ടോ? ആ വിചാരത്തോടെയാണോ എന്നും പ്രഭാതത്തിൽ വലകെട്ടി എട്ടുകാലി കാത്തിരിക്കുന്നത്?

ഒഴിവു ദിവസത്തിന്റെ ആലസ്യത്തോടെ മോഹൻ വീണ്ടും കിടക്കയിലേക്കു ചരിഞ്ഞു.

അവ്യാഖ്യേയവും ദുരൂഹവുമായ ഒരസ്വാസ്ഥ്യം അയാളുടെ ഉള്ളിൽ അരണ്ടപക്ഷിയെപ്പോലെ ചിറകിട്ടടിച്ചു. ഇടയ്ക്കിടെ അത് അയാളുടെ അസ്ഥിപഞ്ജരത്തിന്റെ അഴികളിൽ കൊത്തി. അതിന്റെ പിടച്ചിലോടെ അയാൾ ഓർത്തു. താൻ പരാജയപ്പെടുകയായിരുന്നു. തന്റെ പ്രയത്നങ്ങൾ നിരർത്ഥകമായിരുന്നു.

ഏതോ ഒരു ശാപമുണ്ട് തനിക്ക്.

പെട്ടെന്ന് അയാൾ അച്ഛനെക്കുറിച്ചോർത്തു.

അമ്മയുടെ മരണം ഉണ്ടാക്കിയ ദുഃഖവും അച്ഛനോടുള്ള പകയും അടക്കിപ്പിടിച്ചുകൊണ്ടു നില്ക്കുമ്പോഴാണ് സന്ധ്യക്ക് അച്ഛൻ വീട്ടിൽ മടങ്ങിയെത്തിയത്. അനിയൻ അച്ഛനോട് ഏറ്റുമുട്ടുമെന്നു ഏട്ടന്മാർ ഭയ

ന്നുനില്ക്കുമ്പോൾ താനെന്തുകൊണ്ടു അധീരനായിത്തീർന്നു? അച്ഛന്റെ മുമ്പിൽ എന്തുകൊണ്ട് താൻ പതറിപ്പോയി?

അച്ഛന്റെ മാർഗ്ഗത്തിൽ തന്നെയല്ലേ തന്റെയും യാത്ര? അമ്മ മരിക്കുന്ന സമയത്ത് താൻ എവിടെയായിരുന്നു? നിംഫോമാനിയാക്കെന്നു വിളിക്കാവുന്ന ഒരു സ്ത്രീയുടെകൂടെ കന്യാകുമാരിയിലെ ഹോട്ടൽ മുറിയിൽ..

ഏട്ടന്മാരുടെ മുമ്പിൽ നല്ലപിള്ള ചമയാം. അച്ഛന്റെ മുമ്പിൽ ഹീറോ ആകാം. പക്ഷേ, അമ്മയുടെ ആത്മാവ് പൊറുക്കുമോ?

മോഹൻ സ്വയം വിചാരണ ചെയ്തു. താൻ ഇപ്പോൾ ജീവിക്കുന്ന ഈ ജീവിതത്തെ ജീവിതമെന്നു വിളിക്കാമോ? പാപങ്ങളിൽനിന്നോടി പാപങ്ങളിൽ ചെന്നുവീഴുന്ന തനിക്ക് നന്മയെക്കുറിച്ചു പറയാൻ എന്തർഹതയുണ്ട്? വെപ്പാട്ടികളെ വച്ചുകൊണ്ടിരിക്കുന്നതിന് അച്ഛന്റെ നേരെ വാക്കത്തിയോങ്ങിയ താൻ പിന്നീട് ചെയ്യുന്നതെന്താണ്?

മരണത്തിൽ നിന്നെന്നപോലെ സ്ത്രീയിൽനിന്നും ഒഴിഞ്ഞു മാറാൻ ശ്രമിക്കുന്നത് വെറുതെയാണെന്നു പറഞ്ഞതാരാണ്? സ്ത്രീയും മരണവും പുരുഷന്റെ വിധിയാണെന്നു പറഞ്ഞതാരാണ്?

മോട്ടോർ ബൈക്കിന്റെ ഒച്ചകേട്ട് പുറത്തിറങ്ങി നോക്കുമ്പോൾ അനന്തകൃഷ്ണനാണ്. ഇവനെന്താണു ഇന്നു നേരം വെളുക്കും മുമ്പേ?

ധൃതിയിൽ കോണിപ്പടികൾ കയറിവന്ന് അനന്തകൃഷ്ണൻ പറഞ്ഞു:

"വാ, നമുക്കൊരിടം വരെ പോകാം."

"എവിടെ?"

"അതൊക്കെ മുദ്രപ്പത്രത്തിൽ എഴുതിത്തന്നാലേ നീ വരുവുള്ളോ?"

മോഹൻ വേഷം മാറുന്നതിനിടയിൽ അനന്തകൃഷ്ണൻ ഒരു വിശേഷം പറഞ്ഞു:

"ഞാനിന്നലെ ജർമ്മനിയിൽനിന്നുള്ള ഒരു ഹിപ്പിയെ പരിചയപ്പെട്ടു. ലിറ്ററേച്ചറിൽ മാസ്റ്റർ ഡിഗ്രി എടുത്ത ആളാണ്. നമ്മുടെ യേശുക്രിസ്തുവിന്റെ മുഖച്ഛായയുള്ള ഒരു യുവാവ്. ഞാൻ അയാളോട് കുറേ നേരം സംസാരിച്ചു. ഹിന്ദുമത വിശ്വാസങ്ങളിലെ കാവ്യാവബോധം അയാളെ ആകർഷിച്ചിരിക്കുന്നു. ദശാവതാരങ്ങളുടെ പ്രതീകാത്മകതയെക്കുറിച്ച് അയാൾ ഒരു തത്ത്വജ്ഞാനിയെപ്പോലെ ആവേശംകൊണ്ടു. ഇന്ത്യയിലെ ലിംഗപൂജ പുള്ളിക്കു വളരെ ഇഷ്ടപ്പെട്ടു. സെക്സിനോടുള്ള ഇന്ത്യാക്കാരുടെ ആത്മീയമായ അടുപ്പത്തെക്കുറിച്ച് അയാൾ ചിന്തിക്കുന്നു. അയാൾക്ക് കൗതുകം തോന്നിയ വേറെ രണ്ടു കാര്യങ്ങളെക്കുറിച്ചും അയാൾ പറഞ്ഞു. കേരളത്തിലെ പെണ്ണുങ്ങളുടെ മുഖശ്രീയും ഒരേ വണ്ണത്തിൽ വളരെ ഉയരത്തിൽ വളർന്നു നില്ക്കുന്ന അടയ്ക്കാമരവും."

"എന്നിട്ട് പാർട്ടി എവിടെ?"

"കിഴക്കൻ കാടുകൾ കാണാൻ പോയിരിക്കുന്നു. മടങ്ങിവരുമ്പോൾ എന്റെ വീട്ടിൽ വരാമെന്നു കക്ഷി വാക്കു തന്നു. ഞാനയാളോട് നിന്നെപ്പറ്റി പറഞ്ഞു. നിന്നെ കാണണമെന്നും അയാൾ പറഞ്ഞു. അയാൾക്ക്

അടയ്ക്കാമരത്തിന്റെ ഒരു വിത്തു കൊണ്ടുപോകണമെന്നുണ്ട്. കേരളത്തിലെ പെണ്ണിന്റെ ഒരു വിത്തു കിട്ടിയെങ്കിൽ അതും അയാൾ കൊണ്ടുപോയേനെ."

അനന്തകൃഷ്ണന്റെ മോട്ടോർബൈക്ക് കടൽക്കരയിലേക്കു പറന്നു.

"ഇന്നു കർക്കിടകവാവല്ലേ? വാവ് ബലിയുടെ കുറേ ചിത്രങ്ങളെടുക്കണം. ഒരു റൈറ്റപ്പ് എഴുതണം." അനന്തകൃഷ്ണൻ പറഞ്ഞു: "ചുമ്മാ ഒരു രസം. എന്തെങ്കിലും വേണ്ടേ പത്രത്തിൽ കൊടുക്കാൻ! ഈ ദിവസങ്ങളിൽ രാഷ്ട്രീയത്തിൽ വെടി പൊട്ടുന്നില്ല."

കടൽക്കരയിൽ വാവുബലിയുടെ തിരക്ക്. അപ്പോൾ മോഹൻ അമ്മയെ ഓർത്തു. പരേതാത്മാവുകൾ കർക്കിടകവാവിന്റെ അന്ന് ഭൂമിയിലേക്കു ബലിയുണ്ണാൻ വരുമെന്നാണ് വിശ്വാസം. കാക്കയുടെ വേഷത്തിൽ.

കടൽക്കര ഇപ്പോൾ ഒരു കാക്കത്തുരുത്തായി തീർന്നിരിക്കുന്നു. അസംഖ്യം കാക്കകൾ. കാക്കക്കരച്ചിലുകൾകൊണ്ട് കടൽക്കര മുഖരിതമായിരിക്കുന്നു. ബലിയിടുന്നവരുടെയും പുഴയിൽ മുങ്ങിക്കയറുന്നവരുടെയും തൂശനിലയിലെ ബലിച്ചോറ് കൊത്തിത്തിന്നുന്ന കാക്കകളുടെയും കുറെ സ്റ്റിൽസ് അനന്തകൃഷ്ണൻ എടുത്തു.

ഒരിടത്ത് നനഞ്ഞ മണലിൽ മൂന്നോ മൂന്നരയോ വയസ്സുള്ള ഒരു പെൺകുട്ടിയെക്കൊണ്ട് കിഴവൻ ഇളയത് ബലി ഇടീക്കുന്നു.

"ഇടത്തേ മുട്ടുമടക്കി ഇരിക്യാ."

കണ്ണിൽ പീളകെട്ടിയ ഇളയത് നിർദ്ദേശിക്കുന്നു. കുട്ടിക്ക് ഇടത്തേ കാലേത് വലത്തേ കാലേത് എന്നു തിരിച്ചറിവില്ല. ഇളയതുതന്നെ കുട്ടിയുടെ കാൽ തൊട്ടുകാണിച്ച് കാൽമടക്കിയിരിക്കാൻ സഹായിച്ചു.

കുട്ടിയുടെ മുമ്പിൽ ഇളയത് രണ്ടു തൂശനിലകൾ വച്ചു. തൂശനിലകൾക്കു നടുവിൽ കിണ്ടി വച്ചു. കുട്ടിക്കഭിമുഖമായി ഇളയത് ഇരുന്നു. കുട്ടിയുടെ കൂടെയുള്ള താടി വച്ച യുവാവിന്റെ കണ്ണിൽ ദുഃഖമുണ്ട്. കുട്ടിയുടെ കണ്ണിൽ അമ്പരപ്പും. ദർഭകൊണ്ടു കെട്ടിയുണ്ടാക്കിയ പവിത്രം കുട്ടിയുടെ കൈയിലിട്ടു. വലതു വശത്തു വച്ച തൂശനിലയിൽ ബലിക്കുള്ള അനുസാരികൾ. ഉണക്കലരി, എള്ള്, ചെറൂള, ചന്ദനം, പൂവ്, ദർഭ, കറുക. ഗണപതിക്ക് വയ്ക്കാനുള്ള പഴവും ശർക്കരയും.

ഇളയത് കുട്ടിയെക്കൊണ്ട് എള്ളും പൂവും ചന്ദനവും എടുത്തു കിണ്ടിക്കകത്തിടീച്ച് കിണ്ടിവാതിലിൽ കൂടി വെള്ളം പകർന്നു മൂന്നു പ്രാവശ്യം കിണ്ടിയിലൊഴിപ്പിച്ചു.

പിതൃതീർത്ഥം പ്രോക്ഷയാമി എന്നു മൂന്നു പ്രാവശ്യം പറയിപ്പിച്ചു.

കുട്ടിയെക്കൊണ്ട് പറയിപ്പിക്കാൻ ഇളയത് കഷ്ടപ്പെടുന്നില്ല. കുട്ടിക്കു വേണ്ടി ഇളയതു തന്നെ എല്ലാം ചെയ്യുകയും പറയുകയും ചെയ്യുന്നു.

"മാതൃബലിക്കുള്ള പിതൃതീർത്ഥം പ്രോക്ഷയാമി." അതും മൂന്നു തവണ. "ഇടതുകൈ അടിയിലും വലതുകൈ മുകളിലുംവച്ച് കിണ്ടിയുടെ വായ അടച്ചു പിടിക്കൂ."

കുട്ടി മിഴിച്ചിരുന്നതേയുള്ളൂ. ഇളയത് കുട്ടിയുടെ കൈ കൂട്ടി വച്ചു കിണ്ടിയുടെ വായ് പൊത്തിച്ചു.

"ഓം ഗംഗായേ നമഹ" എന്നു മൂന്നു തവണ. ആകാശഗംഗ കൊണ്ട് സങ്കല്പതീർത്ഥം പ്രോക്ഷയാമീ..

ഇടയ്ക്ക് ഇളയത് മൂക്കി ചീറ്റി തറ്റുടുത്ത തോർത്തിന്മേൽ തൂത്തു.

"കുറുമ്പുല്ല് ഇലയിൽ വയ്ക്കൂ. മൂന്നുപ്രാവശ്യം പീഠം തൊട്ടു വന്ദിക്കൂ. മൂന്നുപ്രാവശ്യം കിണ്ടിയിൽനിന്നു നീരു കൊടുക്കുക. ചന്ദനം കൊണ്ട് മൂന്നുപ്രാവശ്യം. പീഠത്തിൽ പൂവാരാധിച്ചു തൊഴുക. എള്ളും പൂവും ചന്ദനവും കൂടി ഒരുമിച്ചെടുക്കൂ. നെഞ്ചോടു ചേർത്തുപിടിച്ച് അമ്മയെ ധ്യാനിക്കൂ."

അമ്മയെ ധ്യാനിക്കൂ എന്നു പറഞ്ഞപ്പോൾ കുട്ടി പൊട്ടിക്കരഞ്ഞു. കുട്ടിയുടെ അരികിൽനിന്ന യുവാവ് അവളെ സാന്ത്വനിപ്പിച്ചു.

"മോള് കരയാതെ."

പിതൃവിനെ ശുദ്ധപിണ്ഡത്തിനായിട്ട് പീഠത്തിലേക്ക് ആവാഹിച്ചിരുത്തുന്നു.

മൂന്നുപ്രാവശ്യം ജലം ആരാധിക്ക. മൂന്നു പ്രാവശ്യം ചന്ദനം ആരാധിക്ക. മൂന്നുപ്രാവശ്യം പൂവ് ആരാധിക്ക. അരിയും എള്ളും കൂട്ടിക്കലർത്തുക. എല്ലാം ഇളയതുതന്നെ ചെയ്യുകയും പറയുകയും ചെയ്തു.

ബലിശേഷം ഇലയോടുകൂടി കാക്കയ്ക്കു നീക്കിവച്ചു കൊടുത്തു. കാക്കകൾ ഇലത്തുമ്പിന്മേൽ കിടന്നു കൊത്തു കൂടി.

കുട്ടി എഴുന്നേറ്റപ്പോൾ മോഹൻ നനഞ്ഞ മണലിൽ ഇളയതിന്റെ മുമ്പിൽ ഇടതുകാൽ മടക്കിയിരുന്നു.

കടപ്പുറത്തുനിന്നു തിരിച്ചുപോരുമ്പോൾ അനന്തകൃഷ്ണൻ ചോദിച്ചു:

"നിനക്കെന്നു മുതലാണ് ബലിയിടലിലും മറ്റും വിശ്വാസം വന്നത്?" മോഹൻ പറഞ്ഞു:

"വിശ്വാസമോ അവിശ്വാസമോ ഒന്നുമല്ല കാര്യം. എനിക്കപ്പോൾ അങ്ങനെ തോന്നി. അമ്മയെ ഓർത്ത് ആ കൊച്ചുകുട്ടി സങ്കടപ്പെടുന്നതു കണ്ടപ്പോൾ. എന്താണെന്നറിയില്ല, ഇപ്പോൾ എന്റെ മനസ്സിന് വളരെ സമാധാനം തോന്നുന്നു."

മോഹൻ തിരിച്ചു വീട്ടിൽ ചെല്ലുമ്പോൾ ഇറയത്തു തൂണും ചാരി ഒരാൾ ഇരിക്കുന്നു. ചന്ദ്രൻനായരാണ്. കണ്ടപ്പോഴേ മനസ്സിലായി. കള്ളു കുടിച്ചു ഫിറ്റാണ്. ഇയാളെങ്ങനെ ഈ വീട് കണ്ടുപിടിച്ചു.

"ചന്ദ്രൻനായരേ.."

കേട്ടില്ല. വീണ്ടും കുറേക്കൂടി ഉറക്കെ വിളിച്ചു. അപ്പോൾ മൂളിയും ഞരങ്ങിയും അയാൾ കള്ളിന്റെ പിച്ചിൽ നിന്നുണർന്നു.

"ങ്ാ, സാറോ! സാറെപ്പഴാ വന്നെ?"

അതുകൊള്ളാം. എപ്പോഴാണ് വന്നതെന്ന് തന്നോട്! വീണ്ടും അങ്ങോട്ടെന്തെങ്കിലും ചോദിക്കുന്നതിനു മുമ്പ് ചന്ദ്രൻനായർ ഒറ്റമൂച്ചിന്

ഒരുതട്ടു തട്ടി.

"എങ്കിലും സാറെന്നോടിങ്ങനെ ചെയ്യാവോ? അവിടന്നു പോരുന്നേനു മുമ്പ് എന്നോട് ഒരു വാക്കു പറഞ്ഞോ? അപ്പോൾ അത്രയൊക്കേ ഉള്ളൂ സാറിന്റെ സ്നേഹം! സാറേ, ചന്ദ്രൻനായർക്കു പണത്തിനേ കുറവുള്ളൂ. പക്ഷേ, സ്നേഹോള്ളോർക്കു വേണ്ടി മരിക്കും. സാറ് പറ, സാറിനുവേണ്ടി ഞാൻ മരിക്കണോ? സാറ് പറഞ്ഞാൽ മതി. ഈ സെക്കന്റിൽ."

മോഹൻ പറഞ്ഞു:

"ഇപ്പോൾ വേണ്ട ചന്ദ്രൻനായരേ! മരിക്കേണ്ടപ്പോൾ ഞാൻ പറയാം."

പിന്നെ അങ്ങോട്ടു ചോദിച്ചതൊന്നും അയാൾ കേട്ടില്ല. അയാൾ അയാളുടെ മനസ്സിലുണ്ടായിരുന്നതു പറഞ്ഞു:

"അവള് ഗുണമില്ല സാറേ. ആ ലക്ഷ്മി. അവൾക്കെന്നെ ഇഷ്ടമല്ലെന്ന്! പിന്നെ ഏതു രാജകുമാരൻ വരാനാ അവളിരിക്കണെ? ആട്ടെ, സാറവൾക്കു വല്ല വാക്കും കൊടുത്തിട്ടുണ്ടോ?"

മോഹൻ നടുങ്ങി.

"വാക്കോ?"

"ങ്ഹാ, അവളെ സംബന്ധം ചെയ്യാമെന്നേറ്റെ."

എന്തു പറയണമെന്നറിയാതെ മോഹൻ മിഴിച്ചുനിന്നു.

"അല്ല അവളുടെ ആ നെഗളോം ഗർവ്വും കണ്ടപ്പോ എനിക്കൊരു സംശയം."

പെട്ടെന്നു മോഹനു ശുണ്ഠി വന്നു.

"ഇതു പറയാനാണോ താനിങ്ങോട്ട് വന്നത്?"

"ഹ! സാറൊടക്കാതെ!" ഒരുതരം കോപ്രായം കാട്ടിക്കൊണ്ട് ചന്ദ്രൻനായർ പറഞ്ഞു. "ഞാൻ ചുമ്മാ ചോദിച്ചെന്നല്ലേ ഒള്ളൂ. അതുകൊണ്ട് വല്ല നഷ്ടോം വന്നോ സാറിന്? ഇല്ലല്ലോ. ഞാൻ വന്നത് സാറിനെ കാണാനാ. സാറിന് എന്തെങ്കിലും സഹായം വേണങ്കീ എന്നോടു പറ."

"എനിക്കിപ്പോൾ തന്റെ ഒരു സഹായവും വേണ്ട."

"ഹാ, എന്നു പറഞ്ഞാലൊക്കുവോ? ഞാനെന്തിനാ ഇത്രയും കഷ്ടപ്പെട്ടു വന്നത്?" മറന്നു കിടന്നതെന്തോ പെട്ടെന്നോർത്തതുപോലെ ചന്ദ്രൻനായരുടെ കണ്ണുകൾ മിഴിഞ്ഞു: "ങ്ഹാ, ഇപ്പഴാ ഒരു കാര്യം ഓർത്തത്. നമ്മള്ടെ അമ്മാവൻ, അതായത് അവള്ടെ, ലക്ഷ്മീടെ അച്ഛൻ വീണ്ടും കിടപ്പിലായി. പണ്ടൊക്കെ വല്യ അന്തസ്സ് പറഞ്ഞു. ഇപ്പോ ഞാനേ ഒള്ളൂ സഹായത്തിന്."

"അല്ലാതെ പിന്നെ അവർക്കു വേറെ ആരാ ഉള്ളത്?" മോഹൻ ചോദിച്ചു: "ചന്ദ്രൻ നായര് വേണ്ടേ അവരെ സഹായിക്കാൻ?"

"പക്ഷേ, അവൾക്കാ വിചാരം വേണ്ടേ സാറേ?" ചന്ദ്രൻനായർ സ്വല്പം ഗമയോടെ തല ഉയർത്തിനിന്നു. "അവളുടെ വിചാരം അവളേതാണ്ട് മഹാലക്ഷ്മിയാണെന്നോറ്റെയാ! എനിക്കറിയാമായിരുന്നു, ഒടുക്കം ഞാനേ ഉണ്ടാവ്വോള്ളെന്ന്."

അയാൾ പോവാൻ ഭാവമില്ലെന്നു മനസ്സിലായപ്പോൾ മോഹൻ ചോദിച്ചു:

"എന്നാൽ ചന്ദ്രൻനായര് പോവ്വല്ലേ?"

അയാൾ ചുമൽ കുലുക്കി നാക്കുകൊണ്ട് ഛ് എന്നൊരു ശബ്ദമുണ്ടാക്കി.

"എനിക്ക് ധൃതിയൊന്നൂല്ല. സാറിന്റെ അടുത്തുവന്നിട്ട് അത്ര പെട്ടെന്നങ്ങു പോകുന്നത് ശരിയാണോ?"

മോഹൻ ദയനീയമായി ചന്ദ്രൻനായരുടെ നേരെ നോക്കി.

മനസ്സ് ആകെ തളർന്നിരുന്നപ്പോൾ എല്ലാം കാണിച്ച് സ്വാമിജിക്കൊരു കത്തെഴുതി. ഒടുവിൽ ചെന്നു വീഴാവുന്നത് ആ കാലടികളിലാണെന്നു മനസ്സു മന്ത്രിച്ചു.

ഒരാഴ്ച കഴിഞ്ഞ് സ്വാമിജിയുടെ മറുപടി കിട്ടി.

"തെറ്റും ശരിയുമൊക്കെ ആർക്കറിയാം! മോഹൻ എന്നോട് ഉപദേശം ചോദിക്കുന്നു. എന്തെങ്കിലും ഒരു വഴി ചൂണ്ടിക്കാണിച്ച് ഈ വഴിയാണ് ശരി, ഈ വഴി നടക്കൂ എന്നു പറയാനുള്ള ജ്ഞാനം എനിക്കില്ല. എനിക്കു പറയാൻ തോന്നുന്നതിങ്ങനെയാണ്. സ്വന്തം മനഃസാക്ഷിയുടെ വെളിച്ചത്തിൽ നടക്കൂ. കർമ്മവാസനകൾ നിർദ്ദേശിക്കുന്നതു ചെയ്യൂ. കൂട്ടത്തിൽ, ചിന്തിക്കുന്നതും പ്രവർത്തിക്കുന്നതുമൊക്കെ നല്ലതിനായിരിക്കട്ടേ എന്ന പ്രാർത്ഥനയും! ഞാനങ്ങനെയാണ് ചെയ്യുന്നത്. എന്നോർത്ത് ഇതാണ് ഉത്തമമായ മാർഗ്ഗം എന്നു ഞാൻ പറയുകയില്ല. ജന്മവാസനകൾക്കും കർമ്മവാസനകൾക്കും അനുസരണമായി ഒരുവൻ തെരഞ്ഞെടുക്കുന്നതാണ് അവന്റെ വഴി. ഭീരുവാകരുത്. വിഷാദയോഗം കണ്ട് വിഷമിക്കണ്ട. അത് ആദ്യത്തെ കടമ്പയാണ്. അതുകഴിഞ്ഞ് സാംഖ്യയോഗവും കർമ്മയോഗവും ജ്ഞാനയോഗവുമുണ്ടെന്ന് ധൈര്യപ്പെടുക. ഞാൻ തന്ന പുസ്തകങ്ങളില്ലേ കൈയിൽ? മനസ്സ് ദുർബ്ബലമാകുമ്പോൾ *ഗീത*യെടുത്ത് വായിക്കൂ. ഇതിനുമുമ്പ് പലവട്ടം വായിച്ചതാണല്ലോ എന്ന് വിചാരിക്കണ്ട. വീണ്ടും വായിക്കുമ്പോൾ മനസ്സിന് ഉണർവ്വും ഊർജ്ജവും പ്രകാശവും കിട്ടും. ക്ഷുദ്രം ഹൃദയദൗർബല്യം ത്യക്ത്വോത്തിഷ്ഠ പരന്തപാ എന്നാണ് ഭഗവാൻ പറഞ്ഞത് അർജ്ജുനനോട്. ഹൃദയദൗർബല്യം ക്ഷുദ്രമാണെന്ന്. അതു നിനക്കു ചേർന്നതല്ലെന്ന്. എനിക്ക് മോഹനെ അറിയാവുന്നതുകൊണ്ട് ഇത്രയും കൂടി പറയുന്നു. ആരോടും പക അരുത്. സഹിക്കാവുന്നിടത്തോളം സഹിക്ക്. നല്ല മനസ്സോടെ ചെയ്യുന്ന കർമ്മം യാഗമായി തീരുമെന്നാണ് എന്റെ വിശ്വാസം."

സ്വാമിജിയുടെ വാക്കുകൾ മോഹന് ഉണർവ്വുണ്ടാക്കി. ആ വാക്കുകൾ അവനെ അവന്റെ വിഷാദങ്ങളിൽനിന്നു മോചിപ്പിച്ചു. ആ വാക്കുകൾ അവനെ അവന്റെ ധർമ്മസങ്കടങ്ങളുടെ ഊരാക്കുടുക്കുകളിൽ നിന്നു രക്ഷിച്ചു. അവന്റെ മനസ്സ് പ്രകാശം കൊണ്ടു നിറഞ്ഞു.

നല്ല മനസ്സോടെ ചെയ്യുന്ന കർമ്മം യാഗമായിത്തീരുമെന്ന് സ്വാമിജി

പണ്ടും പറയാറുള്ളതാണ്. ഇപ്പോൾ ആ വാക്കുകൾ ഹൃദയത്തിന്റെ ആഴങ്ങളെ സ്പർശിക്കുന്നു.

നേരം വെളുക്കുന്നതിന് ഏഴു നാഴിക മുമ്പേ ഉണർന്ന് മോഹൻ പുഴവക്കത്തുകൂടി നടന്നു. ആ ദിവസം അങ്ങനെ തോന്നി. ബ്രാഹ്മമുഹൂർത്തത്തിന്റെ ആരംഭത്തിൽ ഉറക്കത്തിൽനിന്നു ആരോ തട്ടി വിളിച്ചതുപോലെ ഉണർന്നു. പുറത്തിറങ്ങി നോക്കിയപ്പോൾ പുലർകാലത്തെ വിളറിയ നിലാവ്. അപ്പോൾ സ്വാമിജി ഒരിക്കൽ പറഞ്ഞത് ഓർത്തു "ഏഴര നാഴിക വെളുപ്പിനുണർന്ന് ഒറ്റയ്ക്കു കുറേ ദൂരം നടക്കുക. കുറെ ദൂരമെന്നു വച്ചാൽ ഉദയം വരെ. ആ നിമിഷങ്ങളിൽ പ്രകൃതിയുടെ ദിവ്യമായ പ്രശാന്തത അനുഭവിക്കാം. നിശ്ശബ്ദതയിൽ ഹൃദയംകൊണ്ട് കേൾക്കാവുന്ന നേർത്ത സംഗീതം, അപാരതയിൽനിന്ന്! ആ നിമിഷങ്ങളിൽ പ്രകൃതിയും നമ്മുടെ മനസ്സും അന്യോന്യം കൂടിക്കലരുന്നതുപോലെ തോന്നും. ഭൂമിയുടെ ഭംഗിയും സുഗന്ധവും വിശുദ്ധിയും ഒരനുഭവമായി നമ്മുടെ മനസ്സ് നിറയ്ക്കും."

ഉദയത്തിനുമുമ്പ് പുഴവക്കത്തൂടെ നടക്കുമ്പോഴാണ് പെട്ടെന്ന് ഒരാശയത്തിലേക്കു മനസ്സുണർന്നത്. ഒരു ഫീച്ചർ ഫിലിം സംവിധാനം ചെയ്യാൻ ആർ കെ മേനോൻ പ്രേരിപ്പിക്കുന്നു. ഒരു തൊഴിലെന്ന നിലയ്ക്ക് അതു ചെയ്യുന്നതുകൊണ്ട് എന്താണ് ദോഷം? തന്റെ സങ്കല്പങ്ങളിൽ മോനോൻ ഇടപെടാൻ വരികയില്ലെന്ന് തീർച്ചയാണ്.

അന്ന് ആഫീസിലെത്തിയ ഉടനെ മോഹൻ നേരെ മേനോന്റെ ക്യാബിനിൽ കടന്നുചെന്ന് തന്റെ തീരുമാനം അറിയിച്ചു.

"മറ്റേർപ്പാടുകൾക്കു വിഷമമില്ലെങ്കിൽ നമുക്കു പടം തുടങ്ങാം. കലാമൂല്യത്തിനു മുൻതൂക്കം കല്പിച്ച്. പുതിയ അഭിനേതാക്കളെ വച്ച്."

കസേരയിൽ മുന്നോട്ടാഞ്ഞിരുന്ന് ആർ കെ മേനോൻ ചോദിച്ചു:

"മറ്റേർപ്പാടുകളെന്നു വച്ചാൽ?"

"അല്ല. ഫൈനാൻസിന്റെ എന്തോ പ്രശ്നമുണ്ടെന്ന് ഒരിക്കൽ സൂചിപ്പിച്ചിരുന്നില്ലേ? ഞാനതാണുദ്ദേശിച്ചത്."

"ഓ അതാണോ? അതു സാരമില്ല. അതൊക്കെ ഞാൻ മാനേജ് ചെയ്തുകൊള്ളാം. മോഹന്റെ അമാന്തം കൊണ്ടല്ലേ? ഞാനെന്നു തൊട്ടു പറയുന്നതാ? ആട്ടെ ഇപ്പഴെന്താ പെട്ടെന്നിങ്ങനെ ഒരു വെളിപാടുണ്ടാകാൻ...?"

അതിനുള്ള മറുപടി മോഹൻ ഒരു പുഞ്ചിരിയിൽ ഒതുക്കി.

കഥയെക്കുറിച്ചൊന്നും ആർ കെ മേനോൻ ചോദിച്ചില്ല. മോഹന്റെ കഴിവുകളിൽ അത്രയ്ക്കു വിശ്വാസമുണ്ടായിരുന്നു അദ്ദേഹത്തിന്. എങ്കിലും താനുദ്ദേശിക്കുന്നതെന്താണെന്ന് അദ്ദേഹത്തെ പറഞ്ഞു കേൾപ്പിക്കണമെന്നു മോഹനു തോന്നി. ലക്ഷങ്ങളുടെ കളിയല്ലേ? ഫലമെന്താവുമെന്നു പ്രവചിക്കുക അസാദ്ധ്യമാണ്. ആ രംഗത്തു തഴക്കവും പഴക്കവുമുള്ളവർപോലും പറയുന്നത് അതൊരു ചൂതുകളിയാണെന്നാണ്. ഗാംബ്ലിങ്.

മോഹൻ ചോദിച്ചു:

"കഥ കേൾക്കണ്ടേ?"

"നിർബ്ബന്ധമൊന്നുമില്ല." മേനോൻ പറഞ്ഞു: "എനിക്കു മോഹനെ വിശ്വാസമാണ്."

ഒരു തമാശയുടെ മട്ടിൽ മോഹൻ പറഞ്ഞു:

"അതുകൊണ്ടാണ് കഥ കേൾപ്പിക്കാമെന്ന് വച്ചതു തന്നെ."

സന്ധ്യ കഴിഞ്ഞ് മേനോന്റെ കുടുംബസദസ്സിൽ മോഹൻ കഥ പറഞ്ഞു.

പഴകി ജീർണ്ണിച്ച ഒരു ക്ഷേത്രനഗരം. വെളുപ്പാൻ കാലം. ബ്രാഹ്മമുഹൂർത്തത്തിന്റെ അരണ്ടവെളിച്ചത്തിൽ പുരാതനമായ ക്ഷേത്രം. താഴെ പാറക്കെട്ടുകൾ നിറഞ്ഞ തീരങ്ങളോടുകൂടിയ പുഴ. വളവ് കടന്നുവരുന്ന പുഴയിൽ പുഴവക്കത്തെ കൈതക്കാടുകളുടെയും മരങ്ങളുടെയും ഇല്ലിക്കാടുകളുടെയും അവ്യക്തമായ പ്രതിബിംബങ്ങൾ, ഈ പുഴ നിശ്ചലമാണ്. അനന്തതയിൽ നിന്നെന്ന പോലെ കേൾക്കുന്ന വീണാനാദം. ഭൂപാളത്തിന്റെ ഹൃദയസ്പന്ദം. ഓങ്കാരത്തിന്റെ സ്മൃതികൾ ഘനീഭവിച്ചുകിടക്കുന്ന ആകാശത്തിനു കീഴിൽ ക്ഷേത്രത്തിന്റെ മതിൽക്കെട്ടിനോടു ചേർന്നു നില്ക്കുന്ന വൃദ്ധനരയാലിന്റെ ശിഖിരങ്ങൾക്കിടയിലൂടെ കാണാവുന്ന സൂര്യോദയം. ക്ഷേത്രനഗരത്തിന്റെ തെരുവീഥികളിൽ ജീവിതത്തിന്റെ ചലനങ്ങൾ. എവിടെയോ പോയിരുന്ന യുവാവ് തിരിച്ചുവരുന്നു. നിരാശയോടെ, അയാൾ കടന്നുപോകുന്ന വഴിയിൽ വഴിവക്കിലെ വീടുകൾക്കുമുമ്പിൽ പെൺകുട്ടികൾ കോലമിടുന്നു. ദൂരെ നിന്നു വളവു തിരിഞ്ഞു വരുന്ന കാളവണ്ടിയുടെ കുടമണിക്കിലുക്കം കേൾക്കാം. പുഴയിൽ മുങ്ങി നിവരുന്ന വൃദ്ധബ്രാഹ്മണൻ കൈക്കുമ്പിളിൽ വെള്ളമെടുത്ത് സൂര്യനു നേരെ തിരിഞ്ഞുനിന്ന് ഗായത്രി ജപിക്കുന്നു. പുഴയിൽ പുഴവക്കത്തെ കൈതക്കാടുകളുടെയും മരങ്ങളുടെയും ഇല്ലിക്കാടുകളുടെയും പ്രതിബിംബങ്ങൾ ഉലയുന്നു. കടവിൽ ആളുകൾ മുങ്ങിക്കുളിക്കുകയും തോർത്തുകയും ചെയ്യുന്നു. കുളി കഴിഞ്ഞവർ ഈറനോടെ പുഴയിൽ കെട്ടിയുയർത്തിയ പടിക്കെട്ടുകൾ കയറി ക്ഷേത്രത്തിലേക്കു പോകുന്നു. ശ്രീകോവിലിൽ അണിയിച്ചൊരുക്കിയ ദേവീ വിഗ്രഹത്തിനുമുമ്പിൽ പൂജാരി മന്ത്രം ചൊല്ലി മണി കിലുക്കുന്നു. പുറത്ത് ഭക്തിപൂർവ്വം കാത്തുനില്ക്കുന്നവരുടെ പ്രാർത്ഥനകൾ. ഒരു യുവതി കൈയിൽ ഒരു കുട്ട പൂവുമായി കിഴക്കേ ഗോപുരം കടന്ന് ക്ഷേത്രത്തിനുള്ളിലേക്ക് പ്രവേശിക്കുന്നു. ഗോപുരത്തിന്റെ പാർശ്വങ്ങളിൽ കുറുകിക്കൊണ്ടിരുന്ന പ്രാവുകൾ മതിൽക്കെട്ടിനകത്തെ ആകാശത്തിൽ ചിറകടിച്ചു പറക്കുന്നു. ക്ഷേത്രത്തിനുള്ളിൽ പൂജാരിയുടെ മന്ത്രോച്ചാരണവും മണികിലുക്കവും വീണ്ടും. പുറത്തു തൊഴുതുനില്ക്കുന്ന ഭക്തജനങ്ങളുടെ നിരയ്ക്കു നീളം വർദ്ധിച്ചിരിക്കുന്നു. ദൂരെയെങ്ങോ പോയിവന്ന യുവാവ് ഇടവഴി പിന്നിട്ട് പുഴവക്കത്തെത്തുന്നു. അവിടെനിന്നു നാലുപാടും നോക്കുമ്പോൾ അയാളുടെ കണ്ണിൽ പതിയുന്ന കാഴ്ചകൾ. പിന്നെ അവൻ പുഴയിലിറങ്ങി. ക്ഷേത്ര

ത്തിൽ തൊഴാൻ വരുന്നവരുടെയും തൊഴുതിറങ്ങുന്നവരുടെയും തിരക്ക്. യുവാവ് കുളിച്ചു തോർത്തി ക്ഷേത്രത്തിന്റെ പടിക്കെട്ടുകൾ കയറുന്നു. ആരും അവനെ ശ്രദ്ധിക്കുന്നില്ല. ശ്രീകോവിലിനുമുമ്പിൽ തൊഴുതു നില്ക്കുന്ന ഭക്തജനങ്ങളുടെ പിറകിൽനിന്ന് അവൻ ഭഗവാനെ തൊഴുതു. ചുറ്റമ്പലത്തിനും ശ്രീകോവിലിനും ഇടയ്ക്കുള്ള കരിങ്കല്ലു പാകിയ നടവഴിയേ ഒറ്റയ്ക്കുവന്ന യുവതി തൊഴുതിറങ്ങിവന്ന യുവാവിനെ ഓർക്കാപ്പുറത്ത് കണ്ടതിന്റെ വിസ്മയത്തോടും സന്തോഷത്തോടും കൂടി നോക്കി.

"എപ്പഴാ വന്നെ?"

"ഞാൻ ഇപ്പോൾ വന്നതേ ഉള്ളൂ. പോയിട്ടു യാതൊരു ഗുണവുമുണ്ടായില്ല. വെറുതെ മടങ്ങിപ്പോന്നു. ഇപ്പോൾ മനസ്സിലായി. ഒരു ജോലി കിട്ടുക അത്ര എളുപ്പമല്ല, എവിടെയായാലും."

"നിരാശപ്പെടണ്ടാ. ഇനിയും വരും അവസരം. ഞാൻ പ്രാർത്ഥിക്കുന്നുണ്ട് ഭഗവാനോട്."

"പ്രാർത്ഥനയുടെ കുറവുകൊണ്ടാണോ ഭഗവാൻ പ്രസാദിക്കാത്തെ? എന്റെ കാര്യം പോട്ടെ. ഒരു കല്പണിക്കാരന്റെ മകനോട് അത്ര പെട്ടെന്നൊന്നും ഭഗവാൻ പ്രസാദിക്കണ്ടെന്നു വയ്ക്കാം. ഭഗവാന്റെ പ്രീതിക്കുവേണ്ടി ഈ ക്ഷേത്രാങ്കണത്തിൽ നൃത്തമാടിയ ദേവദാസികളുടെ വംശത്തിൽപ്പെട്ടതല്ലേ നീയ്? നിന്റെ സങ്കടങ്ങൾ കാണാത്തതെന്താ ഭഗവാൻ?"

"കാണുന്നില്ലെന്നാരു പറഞ്ഞു? സങ്കടങ്ങൾ സഹിക്കാൻ ശക്തി തരുന്നുണ്ടല്ലോ ഭഗവാൻ. പോരേ?"

"ചോദിക്കാനുണ്ടോ? അതൊരു വലിയ സഹായം തന്നെ."

ക്ഷേത്രത്തിന്റെ പടിക്കെട്ടുകളിറങ്ങി പുഴയ്ക്കു സമാന്തരമായിട്ടുള്ള വഴിയിലൂടെ അവർ കിഴക്കോട്ടു നടക്കുന്നു. കഥ തുടങ്ങുന്നതിങ്ങനെയാണ്.

മിസിസ്സ് വിജയാമേനോൻ ചോദിച്ചു:

"എന്നിട്ട്?"

മോഹൻ കഥ തുടർന്നു.

"ദൂരദേശങ്ങളിൽ ജോലിയന്വേഷിച്ചുപോയ അവൻ നിരാശനായി മടങ്ങിയെത്തിയിരിക്കുന്നു അവൾ ദേവദാസികളുടെ വംശപാരമ്പര്യമുള്ള ഒരു സാധുകുടുംബത്തിലെയാണ്. ഭംഗിയായി നൃത്തം ചെയ്യും. അന്യോന്യം സ്നേഹിക്കുന്ന അവർക്കു പങ്കുവയ്ക്കാനുള്ളത് ദുഃഖങ്ങളും സ്വപ്നങ്ങളും മാത്രം."

"അപ്പോൾ സംഭവം ഒരു ലൗ സ്റ്റോറിയാണല്ലേ?"

"പക്ഷേ, അതിനിടയിൽ വ്യക്തിയുടെയും സമൂഹത്തിന്റെയും പ്രശ്നങ്ങളുണ്ട്. വിശ്വാസത്തിന്റെയും അനുഭവത്തിന്റെയും അന്തരങ്ങളുണ്ട്. മോഹങ്ങളിൽ കുടുങ്ങുന്ന മനുഷ്യന്റെ ദുരന്തമുണ്ട്. അതൊക്കെക്കൂടി ഒരു മിത്തിന്റെ രൂപത്തിലാണ് എന്റെ മനസ്സിലേക്കു വരുന്നത്."

"കേൾക്കട്ടെ."

അവൻ ജനിച്ചതേ നിർദ്ധനനായിട്ടാണ്. ഒന്നുമുണ്ടായിരുന്നില്ല

അവന്. ദാരിദ്ര്യത്തിൽ കിടന്നുഴലുന്ന കുടുംബം. അവളുടെ സ്നേഹം മാത്രമായിരുന്നു അവന്റെ തണൽ. എന്നെങ്കിലും ഒരു ധനികനായിത്തീരുന്നതിനെക്കുറിച്ച് അവൻ സ്വപ്നം കണ്ടു. ആ സ്വപ്നത്തെക്കുറിച്ച് അവൻ അവളോടു പറഞ്ഞു. നല്ലൊരു വീട്. ആ വീട്ടിൽ രാധയെയും കൃഷ്ണനെയും പോലെ നമ്മൾ ജീവിക്കും. അങ്ങനെ സ്വപ്നങ്ങളുമായി നടക്കുമ്പോൾ പുഴക്കരയിൽ കിടന്ന് അവനൊരു രത്നം കിട്ടി. നക്ഷത്രത്തിന്റെ തിളക്കമുള്ള ഒരു രത്നം. അത് അമൂല്യമായ ഒരു രത്നമാണെന്ന് കണ്ടവരെല്ലാം പറഞ്ഞു. നഗരത്തിലെ രത്നവ്യാപാരികൾ അതിനു വലിയ വില പറഞ്ഞു. അവനതു അവർക്കു കൊടുക്കാതെ ദൂരെ മഹാനഗരങ്ങളിലെ രത്നവ്യാപാരികളെ തേടിപ്പോയി. നഗരത്തിലെ രത്നവ്യാപാരികൾ മഹാസൂത്രശാലികളായിരുന്നു. അവർ അവനെ ഒരു രാജകുമാരനെപ്പോലെ സ്വീകരിക്കുകയും സൽക്കരിക്കുകയും അവരുടെ അതിസുന്ദരികളായ പെൺമക്കളെക്കൊണ്ട് അവനെ വശീകരിപ്പിക്കാൻ നോക്കുകയും ചെയ്തു. താൻ കബളിപ്പിക്കപ്പെടരുതെന്ന് വിചാരിച്ച് അവൻ ആ രത്നം ആരും കാണാത്ത ഒരിടത്തു ഒളിച്ചുവച്ചു.

എങ്കിലും നഗരത്തിലെ രത്നവ്യാപാരികളുടെ വീടുകളിൽ അവരുടെ അതിസുന്ദരികളായ പെൺമക്കളുടെ വശീകരണശക്തിയിൽ അവൻ അറിയാതെ വീണുപോയി. മണിമന്ദിരത്തിലെ സൽക്കാരങ്ങളിൽ അവൻ അവനെ മറന്നു. അവനെ സ്നേഹിക്കുന്ന ദേവദാസിപ്പെണ്ണിനെ മറന്നു. മദ്യത്തിലും മദിരാക്ഷികളിലും മയങ്ങിയ അവനോട് മഹാനഗരത്തിലെ ഏറ്റവും വലിയ രത്നവ്യാപാരിയുടെ അപ്സരസുന്ദരിയായ മകൾ ആ രത്നമൊന്നു കാണിക്കാമോ എന്ന് ചോദിച്ചു. അപ്പോഴാണ് അമൂല്യമായ ആ രത്നം എവിടെയാണ് ഒളിച്ചുവച്ചതെന്നുള്ള കാര്യം തനിക്കോർമ്മയില്ലെന്ന് അവൻ ഒരു ഞെട്ടലോടെ അറിയുന്നത്. രത്നവ്യാപാരിയുടെ മണിമന്ദിരത്തിൽ നിന്നിറങ്ങി ഒരു ഭ്രാന്തനെപ്പോലെ അവൻ ആ മഹാനഗരം മുഴുവൻ അവന്റെ രത്നം അന്വേഷിച്ചു നടന്നു. അമൂല്യമായ ആ രത്നം താനെവിടെയാണ് ഒളിച്ചുവച്ചത്? കടൽക്കരയിലോ? മണലിലോ? പാറയിടുക്കിലോ? മരപ്പൊത്തിലോ? അതോ തന്നെ വശീകരിച്ച സുന്ദരിമാരിൽ ആരുടെയെങ്കിലും കിടക്കറയിലോ? എവിടെയാണ് താനതു വച്ചത്? ഭ്രാന്തനെപ്പോലെ അയാൾ താൻ മുമ്പ് നടന്ന വഴികളിൽ ആ രത്നം അന്വേഷിച്ചലഞ്ഞു. അയാളുടെ കൈയിൽനിന്ന് രത്നം നഷ്ടപ്പെട്ടെന്ന് മനസ്സിലായപ്പോൾ രത്നവ്യാപാരികളും അവരുടെ സുന്ദരികളായ പെൺമക്കളും അവനെ ആട്ടിയിറക്കി. അവന്റെ മുമ്പിൽ അവർ വാതിലുകൾ വലിച്ചടച്ചു. ആർക്കും വേണ്ടാത്തവനായി എല്ലായിടങ്ങളിലും നിന്ന് ബഹിഷ്കരിക്കപ്പെട്ടവനായി അവൻ അവന്റെ രത്നം അന്വേഷിച്ചു നടന്നു. ഒടുവിൽ അവൻ പഴയ ക്ഷേത്രനഗരത്തിലേക്കു വന്നു. ആരും അവനെ തിരിച്ചറിഞ്ഞില്ല. കാഴ്ചയിൽ അവൻ അപ്പോൾ ഭ്രാന്തനോ പിച്ചക്കാരനോ മാത്രമായിരുന്നു. മകന്റെ കൈയും പിടിച്ച് ക്ഷേത്രത്തിന്റെ പടിക്കെട്ടുകൾ ഇറങ്ങിവന്ന ഒരു സ്ത്രീ മാത്രം അവനെ തിരിച്ചറിഞ്ഞു.

അവളുടെ കണ്ണുകൾ നിറഞ്ഞു. അവന്റെ പണ്ടത്തെ കാമുകിയായ ദേവദാസിപ്പെണ്ണിനെ അവൻ കണ്ടു.

അവൻ അവളോടു ചോദിച്ചു: "എന്റെ രത്നമെവിടെ? എന്റെ രത്നമെവിടെ?"

വളരെക്കാലം കാത്തിരുന്നതിനുശേഷം ഇനിയൊരിക്കലും തന്റെ കാമുകൻ മടങ്ങിവരില്ലെന്നു തോന്നിയപ്പോൾ തന്റെ നേർക്കു നീണ്ടുവന്ന മറ്റൊരു കൈ പിടിച്ചുകൊണ്ട് ജീവിതത്തിന്റെ മറ്റൊരു വഴിക്കുപോയ അവൾക്കു ആ ചോദ്യത്തിന് മറുപടി പറയാൻ കഴിയുന്നില്ല.

അവനിപ്പോഴും അവന്റെ രത്നമന്വേഷിച്ചു നടക്കുന്നു. കണ്ണിൽക്കണ്ടവരോടും ആകാശത്തോടും ഭൂമിയോടും ദിക്കുകളോടും അനന്തതയോടും അവൻ ചോദിക്കുന്നു. താൻ എവിടെയാണ് രത്നം ഒളിച്ചുവച്ചത്.

കഥ തീർന്നു.

"ബ്യൂട്ടിഫുൾ!" മിസിസ്സ് മേനോൻ പറഞ്ഞു. "റിയലി ബ്യൂട്ടിഫുൾ! എനിക്കു വളരെ ഇഷ്ടപ്പെട്ടു."

മോഹൻ പറഞ്ഞു:

"ഇതതിന്റെ ഒരു സ്കെലിറ്റൻ മാത്രമേ ആകുന്നുള്ളൂ. ട്രീറ്റ്മെന്റിൽ വിശദാംശങ്ങൾ വരും. മറ്റു പ്രശ്നങ്ങൾ. കാലത്തിന്റെ സമ്മർദ്ദങ്ങൾ. സമൂഹത്തിന്റെ പൊള്ളത്തരവും കാപട്യവും. സ്നേഹത്തിന്റെ അനശ്വരത."

കഥ മേനോനും ഇഷ്ടപ്പെട്ടു.

"മോഹൻ ആദ്യം പറഞ്ഞതു വാസ്തവമാണെന്ന് എനിക്കും തോന്നുന്നു. ഇതിനൊരു മിത്തിന്റെ സ്വഭാവമുണ്ട്. ഏതു കാലത്തും മനുഷ്യൻ നേരിടുന്ന ജീവിതാനുഭവങ്ങളുടെ ഒരുൾക്കാഴ്ച."

തന്റെ ആദ്യത്തെ ഫീച്ചർ ഫിലിമാണ്. എങ്കിലും അതിന്റെ പരിഭ്രമമൊന്നുമുണ്ടായിരുന്നില്ല മോഹന്. വിചാരിച്ചതിനേക്കാൾ വേഗത്തിൽ ഷൂട്ടിങ് തീർത്തു. ഷൂട്ടിങ് തീർന്നപ്പോഴേക്കും മേനോന്റെ കൈയിലെ കാശും തീർന്നു. ഫൈനാൻസിന്റെ പ്രശ്നം നേരത്തേ ഉണ്ടായിരുന്നു. അതെങ്ങനെയെങ്കിലും അഡ്ജസ്റ്റ് ചെയ്യാമെന്നാണ് മേനോൻ വിചാരിച്ചിരുന്നത്. അതൊത്തില്ല. ഡിസ്ട്രിബ്യൂട്ടേഴ്സിൽ ആരെയെങ്കിലും പിടിച്ച് പ്രശ്നം പരിഹരിക്കാമെന്നോർത്തു. മേനോൻ അതിന് ശ്രമിക്കുകയും ചെയ്തു. പക്ഷേ, അവരും തന്ത്രപൂർവ്വം ഒഴിഞ്ഞുമാറി, ഓരോ ബുദ്ധിമുട്ട് പറഞ്ഞ്. കച്ചവടത്തിന്റെ സങ്കലനവും വ്യവകലനവും അറിയുന്നവർക്ക് എന്തെങ്കിലും കാരണം കണ്ടുപിടിക്കാനാണോ വിഷമം? അവർക്ക് വ്യക്തിബന്ധങ്ങളോ കലാമൂല്യമോ ഒന്നുമല്ല വലുത്. പടം ആർക്കും വേണ്ടാ. കഥ കേട്ടപ്പോൾ അത് ജനത്തിനിഷ്ടപ്പെടുമോ എന്ന് അവർ സംശയിച്ചു. ചിത്രം കണ്ടപ്പോൾ നേരത്തേ അനുകൂലമായിട്ടെന്തെങ്കിലും പറയാതിരുന്നത് നന്നായെന്നു അവർക്കു തോന്നുകയും ചെയ്തു. സെക്സില്ല. സ്റ്റണ്ടില്ല. സസ്പെൻസില്ല. തമാശയില്ല. താരങ്ങളില്ല. സാധാരണക്കാരെ ആകർഷിക്കുന്ന ഒന്നുമില്ല. ഡയറക്ടറാണെങ്കിലോ കന്നി

ക്കാരൻ. ഇതെന്തിന്റെ പേരിൽ വിറ്റെടുക്കും? ആർട്ട് ഫിലിമെന്നൊക്കെ പറഞ്ഞാൽ ആർക്കാണ് താല്പര്യം? കുറേ ബുദ്ധിജീവികളുടെ ഭംഗിവാക്കുകൾകൊണ്ടുണ്ടോ ആരെങ്കിലും രക്ഷപ്പെടാൻ പോകുന്നു? ഇത് ലക്ഷങ്ങൾ വാരിയെറിഞ്ഞുള്ള കളിയാണ്. കച്ചവടമാണ്.

എന്നിട്ടും മേനോൻ നിരാശനായില്ല.

“ഞാൻ നോക്കട്ടെ ആരുടെയും സഹായമില്ലാതെ തന്നെ ഇത് പുറത്തിറക്കാൻ കഴിയുമോ എന്ന്. അല്പം കാത്തിരിക്കേണ്ടി വരും. അതു സാരമില്ല. മോഹനു വല്ല നിരാശയുമുണ്ടോ?”

“എനിക്കോ?” മോഹൻ പറഞ്ഞു: “എനിക്കു മേനോൻസാറിന്റെ കാര്യമോർത്തിട്ടാ. ഇങ്ങനെ ഒരു നഷ്ടക്കച്ചവടത്തിന്.”

“നഷ്ടക്കച്ചവടമോ?” മേനോൻ ചിരിച്ചു: “ഞാനിതു ലാഭം പ്രതീക്ഷിച്ചല്ല. മോഹൻ അങ്ങനെയാണോ വിചാരിച്ചത്? എനിക്കതിനെക്കാളൊക്കെ വലുത് എന്റെ ആത്മസംതൃപ്തിയാണ്. വളരെനാൾ മനസ്സിൽ കൊണ്ടു നടന്ന ഒരു മോഹം.”

മോഹന്റെ മനസ്സ് പിടഞ്ഞു.

തന്റെ മേൽ സ്നേഹവും വാത്സല്യവും ചൊരിഞ്ഞ, തന്റെ മേൽ വിശ്വാസമർപ്പിച്ച ആ ശുദ്ധാത്മാവിനോട് താൻ ചെയ്ത പാപത്തിന് ഏഴു ജന്മങ്ങളിൽപോലും മാപ്പ് കിട്ടുമോ? ആ സ്ത്രീ പ്രേരിപ്പിച്ചിട്ടാണ്. എങ്കിലും, താനതിൽനിന്നൊഴിഞ്ഞു നിന്നില്ലല്ലോ.

ഹോട്ടൽ കനിഷ്കയുടെ ലോണിൽ വിസ്കിയുടെ മൂന്നാമത്തെ പെഗ്ഗുമായിരിക്കുമ്പോൾ ആരോ വന്നു തോളിൽ തട്ടി. മോഹൻ മുഖമുയർത്തിയപ്പോൾ സോമനാണ്. വേയ്ക്കുന്ന കാലുകളിൽ അവന് നില്പുറയ്ക്കുന്നില്ല. പാതിയൊഴിഞ്ഞ ഗ്ലാസുമായി അവൻ മോഹന്റെ എതിർവശത്തുള്ള കസേരയിൽ ഇടിഞ്ഞുവീഴും പോലെ ഇരുന്നു.

“ഇപ്പഴാ അളിയനെ ഞാൻ കണ്ടത്. ഒത്തിരി നേരായോ വന്നിട്ട്?”

മോഹൻ അനിഷ്ടത്തോടെ മൂളി.

“ലോഡ്ജീന്നു പോയേപ്പിന്നെ അളിയനങ്ങോട്ടു വന്നോ?” സോമന്റെ വാക്കുകൾ കുഴയുന്നു. “ഇതാണോ സ്നേഹം? ഞാൻ പറഞ്ഞുതരണോ അളിയാ? സ്നേഹമാണ് വലുത്. ഉം, എന്താണ് വലുത്? സ്നേഹം! അളിയൻ പറ, സ്നേഹമാണഖിലസാരമൂഴിയിൽ എന്നു പറഞ്ഞതാരാ? അല്ല. ആരാ?”

മോഹൻ പരുഷമായി പറഞ്ഞു:

“ഞാനല്ല.”

“അതളിയൻ എന്നെ ഒന്നിരുത്തീതല്ലേ?” സോമൻ കസേരയിൽ മുന്നോട്ടാഞ്ഞിരുന്ന് കൈയിലെ ഗ്ലാസ് മേശപ്പുറത്തുവച്ചു: “കള്ളുകുടിച്ചെന്നോർത്ത് ഞാൻ ഫിറ്റായിട്ടൊന്നുമില്ല. ഇനിയൊട്ടാവത്തുമില്ല.”

കനിഷ്കയുടെ ലോണിൽ നിറയെ ആൾക്കാരുണ്ട്. അവരാരെങ്കിലും ഇങ്ങോട്ടു നോക്കുന്നുണ്ടോ എന്നു മോഹൻ ശ്രദ്ധിച്ചു.

അതിനിടയ്ക്ക് സോമൻ ചോദിച്ചു:

"അപ്പളേ, അളിയൻ ആ പരമേശ്വരൻപിള്ളേടെ മോളുമായിട്ടുള്ള എട പാട് നിർത്തിയോ? ങേ?"

മോഹൻ അരിശം കടിച്ചമർത്തി സോമന്റെ നേരെ നോക്കി.

അപ്പോൾ സോമൻ ഒരു വെടലച്ചിരി ചിരിച്ചു.

"അല്ലെങ്കിലെന്തിനാ ഇനി അവള്? അല്ലേ? എന്റെ പൊന്നളിയാ, ഒരിക്കെ ഞാൻ കണ്ടു അളിയൻ ആ മേനോത്തീടെ കൂടെ കാറിൽ പോണത്. ഭാഗ്യവാൻ! കുറച്ചു മൂത്തുപോയെന്നോർത്തെന്താ, മേനോത്തി ഇപ്പോഴും നല്ല ഉരുപ്പടിയാ."

പറഞ്ഞുതീർന്നില്ല, അതിനു മുമ്പേ അവന്റെ കരണത്ത് അടി പൊട്ടി.

"എമ്പോക്കീ, നീയെന്താ പറഞ്ഞെ?"

കസേരയോടുകൂടി അവൻ മറിഞ്ഞു താഴെ വീണു. ഒറ്റക്കുതിക്കു അവന്റെ അടുത്തുചെന്ന് ഷർട്ടിന്റെ കോളറിൽ പിടിച്ചു വീണ്ടും കൊടുത്തു ഒന്നുകൂടി. അപ്പോഴേക്കും കുതറിക്കൊണ്ട് അവൻ കൈയോങ്ങി. ഒരു നിമിഷത്തിനുള്ളിൽ അതൊരു ദ്വന്ദ്വയുദ്ധ മായിത്തീർത്തു. മേശകളും കസേരകളും മറിഞ്ഞു വീണു. ഗ്ലാസുകളും പിഞ്ഞാണങ്ങളും പൊട്ടി. അടുത്ത് മദ്യപിച്ചുകൊണ്ടിരുന്നവർ അന്തം വിട്ട് അകന്നുമാറി. അകലെയിരുന്നവർ സംഭവമെന്താണെന്നറിയാൻ ഓടി ക്കൂടി. ഒച്ചയും ബഹളവുംകൊണ്ട് ഹോട്ടൽ കനിഷ്ക നടുങ്ങി. പിടിച്ചു മാറ്റാൻ ശ്രമിക്കുന്ന ഹോട്ടൽജോലിക്കാരുടെ കത്രികപ്പൂട്ടുകളിൽക്കിടന്ന് അവർ കുതറി.

സോമൻ പല്ലിറുമ്മിക്കൊണ്ട് മോഹന്റെ നേരെ കൈ ചൂണ്ടി.

"നോക്കിക്കോ. വഴിയിൽ കിടന്ന് നിന്റെ കുടല് മണ്ണുതിന്നും."

മോഹൻ പുച്ഛത്തോടെ ചിരിച്ചു:

"നിനക്കാള് തെറ്റിപ്പോയി. കടം പറയുന്ന ഏർപ്പാടെനിക്കില്ല. ഇപ്പോൾതന്നെ തീർക്കണോ കണക്ക്?"

ഇരുപത്തിരണ്ട്

ഒരാഴ്ച കഴിഞ്ഞ് അനന്തകൃഷ്ണൻ ആകെ ക്ഷോഭിച്ച് മോഹന്റെ വാടക വീട്ടിൽ ചെന്നു.

"നിനക്കു നാണമില്ലേ? കള്ളു കുടിച്ചേച്ച് ഹോട്ടലിൽ കിടന്ന് അടി കൂടാൻ? ഞാനിന്നാണറിഞ്ഞത്. നിനക്കെന്തുപറ്റി?"

"എനിക്കൊന്നും പറ്റിയില്ല." മോഹൻ നിർവ്വികാരനായി പറഞ്ഞു: "കള്ളുകുടിച്ച് വല്ലവനും ചീത്തപറയുമ്പോൾ ഞാൻ എന്തു ചെയ്യണം? ചീത്ത പറയുന്നത് എന്നെയാണങ്കിൽ ഞാൻ സഹിച്ചേനെ."

"നിനക്കറിയ്യോ, ആ മേനോൻ സാറാണ് എന്നെ വിളിച്ചു പറഞ്ഞത്, നിന്നെ ഒന്നുപദേശിക്കാൻ. എന്തുമാത്രം വിഷമം തോന്നീട്ടാ ആ മനുഷ്യൻ എന്നെ വിളിച്ചു പറഞ്ഞത്?"

"എന്നെ ഓർത്ത് ആരും അങ്ങനെ വിഷമിക്കണ്ടാ. നീ പറഞ്ഞേര്. ഏതു നിമിഷം വേണമെങ്കിലും ഞാനീ ഉൗദ്യോഗം വലിച്ചെറിയാൻ തയ്യാറാണ്."

"അതു പിന്നെ എനിക്കറിഞ്ഞുകൂടേ? സ്വന്തം അച്ഛന്റെ നേരെ കുന്തം വലിച്ചെറിയാൻനിന്ന ആളിന് ഇതു വല്ലതും ഒരു പ്രശ്നമാണോ?" അനന്തകൃഷ്ണൻ അടുത്തുചെന്ന് ആത്മമിത്രത്തിന്റെ സ്വാതന്ത്ര്യത്തോടുകൂടി മോഹന്റെ തോളിൽ കൈവച്ചു: "എടാ പരമയോഗ്യാ, ആ മനുഷ്യൻ നിന്നോടുള്ള സ്നേഹംകൊണ്ടു പറഞ്ഞതാണെന്നു മനസ്സിലാക്ക്. ഇത്ര വാസനയും കഴിവുമുള്ള ഒരാൾ അതിങ്ങനെ നശിപ്പിക്കണോ എന്നാണ് ആ മനുഷ്യൻ ചോദിച്ചത്. പറ, നീ കുടിച്ചേച്ച് ആഫീസിൽ ചെല്ലാറില്ലേ?"

"അതിനയാൾ വല്ലതും പറഞ്ഞോ?"

“ഇല്ല. ഒരാളുടെ കഴിവുകളെന്നപോലെതന്നെ ദൗർബല്യങ്ങളും മനസ്സിലാക്കുന്ന ആളാണദ്ദേഹം. നീ അവിടെ കള്ളുകുടിച്ച് ചെല്ലാറുണ്ടെന്നു പറഞ്ഞത് അദ്ദേഹമല്ല. അവിടെ ജോലി ചെയ്യുന്ന മറ്റാൾക്കാരാ.”

ഒന്നും മിണ്ടാതെ വേറെന്തോ ഓർത്ത് അന്യമനസ്കനായിരിക്കുന്ന മോഹന്റെ മുഖത്തേക്കു നോക്കി സ്നേഹിക്കുകയും ശാസിക്കുകയും സഹതപിക്കുകയും ചെയ്യുന്ന ഒരാളെപ്പോലെ അനന്തകൃഷ്ണൻ പറഞ്ഞു:

“എടാ, ഇനിയെങ്കിലും നീ ഒന്നു നന്നാക്.”

മോഹൻ ദേഷ്യം കൊണ്ട് പൊട്ടിത്തെറിക്കുമെന്നാണ് അനന്തകൃഷ്ണൻ വിചാരിച്ചത്. പക്ഷേ, അതിനുപകരം അയാൾ സ്വന്തം ഹൃദയത്തിൽ തന്നെ മുറിവേറ്റും തളർന്നും വീഴുന്ന ഒരു നിസ്സഹായനെപ്പോലെ കാണപ്പെട്ടു.

“ഞാനാർക്കുവേണ്ടിയാ നല്ലവനാകുന്നത്?”

ആ ചോദ്യം അയാൾ ഹൃദയത്തിൽ ചുമന്നുകൊണ്ടുനടക്കുന്ന ഉല്ക്കടമായ ദുഃഖത്തിന്റെ മുഴക്കംപോലെ തോന്നിപ്പിച്ചു.

കുറെ നേരത്തെ മൗനത്തിനുശേഷം അനന്തകൃഷ്ണൻ പറഞ്ഞു.

“എന്റെ വിചാരം ഞാൻ നിന്റെ ഒരു സ്നേഹിതനാണെന്നാണ്. സ്നേഹിതനെന്നു വച്ചാൽ തോളിൽ കൈയിട്ടു നടക്കുകയും ഒന്നിച്ചു മദ്യപിക്കുകയും വഴിയിൽ വച്ചു കാണുമ്പോൾ ഗുഡ്മോർണിങ് പറഞ്ഞിട്ട് പോവുകയും ചെയ്യുന്ന സ്നേഹിതനല്ല. നിന്റെ സങ്കടം മനസ്സിലാക്കുന്ന ഒരാൾ. നീയും അങ്ങനെയാണ് എന്നെ കരുതുന്നതെങ്കിൽ പറ, നിനക്കെന്തു സംഭവിച്ചു? നീയെന്തിനാണ് നിന്നെ ചീത്തയാക്കുന്നത്?”

വീണ്ടും കുറേ നേരം എന്തോ ഓർത്തിരുന്നതിനുശേഷം ദുഃഖത്തിന്റെ നനവുള്ള സ്വരത്തിൽ മോഹൻ പറഞ്ഞു:

“തിന്മയെ തിന്മകൊണ്ടല്ല എതിർക്കേണ്ടതെന്ന് സ്വാമിജി ഉപദേശിച്ചു. ഞാനെന്റെ തിന്മകളിൽനിന്നും ദുർവ്വാസനകളിൽനിന്നും തിരിച്ചുവരാൻ ശ്രമിക്കുകയായിരുന്നു. അപ്പോഴാണ് ജീവിതത്തിൽ എനിക്കേറ്റവും വലിയ അടിയേറ്റത്..”

“വളച്ചുകെട്ടാതെ കാര്യമെന്താണെന്നു പറ.”

തന്റെ ആത്മദുഃഖം എങ്ങനെ പറയണമെന്നറിയില്ലായിരുന്നു മോഹന്. അതാരോടും പറയണമെന്നുമില്ലായിരുന്നു യഥാർത്ഥത്തിൽ. പക്ഷേ, ഇനി അനന്തകൃഷ്ണനെ ഒളിക്കാനൊക്കുമോ?

മോഹൻ ചോദിച്ചു:

“നീ സ്നേഹിക്കുന്ന പെൺകുട്ടിയെ ആദ്യം തൊട്ടത് താനാണെന്ന് മറ്റൊരാൾ പറയുമ്പോൾ നിനക്കെന്തു തോന്നും?”

ആ ചോദ്യത്തിന്റെ അർത്ഥം അനന്തകൃഷ്ണനു പിടികിട്ടിയില്ല.

“എന്റെ സ്നേഹിതാ, നീയെന്താണീ പറയുന്നത്? എനിക്കു മനസ്സിലാകുന്നില്ല.”

മോഹൻ അടക്കിപ്പിടിച്ച ദുഃഖത്തിന്റെ വിങ്ങലോടെ അനന്തകൃ

ഷ്ണനെ നോക്കി.

"ഞാൻ ലക്ഷ്മിയെക്കുറിച്ചു പറഞ്ഞിട്ടില്ലേ നിന്നോട്? അവളെ സ്നേഹിക്കുമ്പോൾ ജീവിതത്തിൽ നഷ്ടപ്പെട്ടതെല്ലാം വീണ്ടെടുക്കുകയാണെന്നു ഞാനാശിച്ചു. ഞാൻ സ്നേഹിക്കുന്ന പെണ്ണ്. എന്നെ സ്നേഹിക്കുന്ന പെണ്ണ്. ഞങ്ങളുടെ കുടുംബം. ഞങ്ങളുടെ ജീവിതം. എല്ലാം ഞാൻ മനസ്സിൽ കണ്ടു. അപ്പോൾ അവൻ, സോമൻ എന്റെ മുഖത്തു നോക്കി പറയുന്നു ലക്ഷ്മിയെ ആദ്യം തൊട്ടത് അവനാണെന്ന്! ഞാനെന്തു ചെയ്യണമെന്ന് നീ പറ അനന്തു!"

ഹൃദയത്തിന്റെ നടുക്കം പുറമെ കാണിക്കാതിരിക്കാൻ അനന്തകൃഷ്ണൻ ശ്രദ്ധിച്ചു.

"അയാൾ പറഞ്ഞതു സത്യമാകണമെന്നുണ്ടോ?"

"അങ്ങനെയല്ല അനന്തു. അവളും അതു സമ്മതിച്ചു. ഒരു സന്ധ്യക്ക് ടൈപ്പ് റൈറ്റിങ് ഇൻസ്റ്റിറ്റ്യൂട്ടിൽനിന്ന് വീട്ടിലേക്കു പോകുമ്പോൾ.."

കഥ മുഴുവൻ കേട്ടുകഴിഞ്ഞപ്പോൾ അനന്തകൃഷ്ണൻ ധർമ്മസങ്കടത്തിലായി. ആർക്കായാലും ഇങ്ങനെ ഒരാഘാതം താങ്ങാൻ കഴിയില്ല. അപ്പോൾപ്പിന്നെ മോഹനെപ്പോലെ വികാരജീവിയായ ഒരാളുടെ കാര്യം പറയണോ?

മറ്റൊരുതരത്തിൽ ചിന്തിക്കുന്ന ആളാണ് അനന്തകൃഷ്ണൻ. ഏതു പ്രശ്നത്തിനും ഒരു മറുവശമുണ്ടെന്ന് അയാൾ വിശ്വസിക്കുന്നു.

മനഃപൂർവ്വം ഉണ്ടാക്കിയെടുത്ത ലാഘവത്തോടെ അനന്തകൃഷ്ണൻ പറഞ്ഞു:

"അതിനു നീയിനി ആയുഷ്കാലം മുഴുവൻ ഈ മോഹഭംഗവും കൊണ്ടു നടക്കാനാണോ? ഏതോ ഒരു മഹാൻ പറഞ്ഞിട്ടുണ്ടല്ലോ കിട്ടാതെപോയ വണ്ടിയുടെയും പെണ്ണിന്റെയും പുറകേ ഓടരുതെന്ന്. രണ്ടും വീണ്ടും വരും. തത്ത്വം പറഞ്ഞ മഹാന്റെ പേര് മറന്നുപോയി. അതു സാരമില്ല. നീയെഴുന്നേല്ക്ക്."

"ഞാനെങ്ങോട്ടൂല്ല."

"പിന്നെ നിന്നെ ഇവിടെ ഇട്ടേച്ചു പോകാനൊക്കുമോ? വാ, അനന്തുവാ വിളിക്കുന്നെ."

"എങ്ങോട്ടാണെന്നു പറ."

"എന്റെ വീട്ടിലേക്ക്."

അവർ വീട് പൂട്ടി പുറത്തിറങ്ങി. ഇടവഴികളിൽ അനന്തകൃഷ്ണന്റെ മോട്ടോർ ബൈക്ക് പറന്നു.

വീടിന്റെ മുൻവശത്ത് കൃഷ്ണൻകുട്ടി കാത്തു നില്പുണ്ടായിരുന്നു. ബൈക്ക് സ്റ്റാന്റിന്മേൽ നിർത്തി അകത്തേക്കു കടക്കുമ്പോൾ അനന്തകൃഷ്ണൻ പറഞ്ഞു:

"കൃഷ്ണൻകുട്ടീ, എന്താ ഉള്ളത്? നമുക്കിന്ന് മോഹൻ സാറിനെ ഒന്നു സൽക്കരിക്കണം."

കൃഷ്ണൻകുട്ടി ഉത്സാഹത്തോടെ അടുക്കളയിലേക്കു പോയി.

ഫോറിൻ ലിക്കർ പകർന്ന ഗ്ലാസുകളിൽ ഐസ് ക്യൂബുകളിടുമ്പോൾ അനന്തകൃഷ്ണൻ പറഞ്ഞു:

"നോക്കൂ ഫോറിനിലുള്ള ഒരു ഫ്രണ്ട് കൊണ്ടുത്തന്നതാണ്. അവന്റെ വാക്കുകൾ വിശ്വസിക്കാമെങ്കിൽ ഇത് ഒത്ത യോഗ്യന്മാർക്കുള്ളതാണ്. വൈകിട്ട് ഭക്ഷണത്തിനുമുമ്പ് ഓരോ പെഗ്ഗ് വീതം പത്തു ദിവസം. അതാണ് അവന്റെ ഉപദേശം."

കൃഷ്ണൻകുട്ടി ഒരു തളികയിൽ നട്ട്സ് കൊണ്ടുവച്ചു. തിരിയെ അടുക്കളയിലേക്കു പോകാൻ നേരത്ത് അവൻ പറഞ്ഞു:

"അത്താഴത്തിന് ചപ്പാത്തിയും പോർക്ക് ഫ്രൈയും മുട്ടക്കറിയുമുണ്ട്. അതു മതിയോ? പോരെങ്കിൽ ചോറുണ്ടാക്കാം."

"അതു മതി കൃഷ്ണൻകുട്ടീ. ഇവിടെ വിരുന്നുകാരാരുമില്ലല്ലോ." അനന്തകൃഷ്ണൻ പറഞ്ഞു: "കൃഷ്ണൻകുട്ടി പുറത്തിറങ്ങുമ്പോൾ വാതിലങ്ങ് ചാരിയേര്. ആരെങ്കിലും ഫോണിൽ വിളിച്ചാൽ ദൈവം തമ്പുരാനാണേലും പറയണം ഞാനിവിടെ ഇല്ലെന്ന്. മനസ്സിലായോ?"

കൃഷ്ണൻകുട്ടിക്കു സംഗതി മനസ്സിലായി.

രണ്ടു പെഗ്ഗു വീതം അകത്തു ചെന്നു കഴിഞ്ഞപ്പോൾ അഴിഞ്ഞു കിടന്ന മനസ്സിന്റെ കെട്ടുകൾ മുറുകി. മൂന്നാമത്തെ പെഗ്ഗിൽ ഐസ്ക്യൂബുകളിടുമ്പോൾ അനന്തകൃഷ്ണൻ പറഞ്ഞു:

"അപ്പഴേ, ഞാൻ സ്വല്പം സംസാരിക്കാൻ തുടങ്ങുകയാണ്. എന്നുവച്ചാൽ സീരിയസായിട്ട്. അതിനുമുമ്പ് ഒരു വ്യവസ്ഥ. കള്ളുകുടിച്ചിട്ട് പറയുകയാണെന്നു വിചാരിക്കരുത്. നിനക്കറിയാമല്ലോ, ഇതുപോലെ ഒരു കുപ്പി വിഴുങ്ങിയാലും യാതൊരു കേടും കൂടാതെ ഒരു വടക്കൻപാട്ടും പാടി എഴുന്നേറ്റുപോകുന്നവനാണ് അനന്തു. സാക്ഷാൽ അനന്തകൃഷ്ണൻ."

മോഹൻ പറഞ്ഞു:

"നീ നിന്നെ എനിക്കു പരിചയപ്പെടുത്തണ്ടാ. വല്ലതും പറയാനുണ്ടെങ്കിൽ പറ."

"വ്യവസ്ഥ വച്ചു സംസാരിക്കുന്നത് എനിക്കിഷ്ടമല്ല." അനന്തകൃഷ്ണൻ പറഞ്ഞു: "എങ്കിലും നമ്മൾ തമ്മിൽ അടിച്ചു പിരിയാൻ ഇഷ്ടമില്ലാത്തതുകൊണ്ട് ഒരു ചെറിയ വ്യവസ്ഥ കൂടി. അതായത്, ഞാൻ സംസാരിക്കും. നീ കേട്ടിരുന്നാൽ മതി. ഇടയ്ക്കുകേറി എന്നെ തടയരുത്. എതിർക്കരുത്. എന്നുവച്ചാൽ നീ മിണ്ടരുത്. മനസ്സിലായോ?"

"എന്നെ ഗുണദോഷിച്ചു നന്നാക്കിയേ നീ അടങ്ങൂ?"

"നിന്നെ നന്നാക്കാൻ ദൈവത്തിനെക്കൊണ്ടുപോലും സാദ്ധ്യമല്ല, നിനക്കല്ലാതെ."

"ഒരു കാര്യം. സാഹിത്യം എഴുതുന്ന ഒരാളാണ് ഞാൻ. പക്ഷേ, മനുഷ്യൻ വർത്തമാനം പറയുമ്പോൾ കഥാപാത്രങ്ങളെപ്പോലെ ഡയലോഗ് പറയുന്നത് എനിക്കിഷ്ടമല്ല."

"ശരി വേണ്ടാ." അനന്തകൃഷ്ണൻ മൂന്നാമത്തെ ഗ്ലാസ് ടീപ്പോയിൽ

വച്ചു: "ഞാനിതാ തുടങ്ങി. നീ ലക്ഷ്മിയെ സ്നേഹിച്ചു എന്നു നീ പറഞ്ഞു. പക്ഷേ, എനിക്കൊരു സംശയം. നീ സ്നേഹിച്ചത് അവളെയാണോ അവളുടെ ശരീരത്തെയാണോ! എടാ, ആ നീചൻ അശുദ്ധമാക്കിയത് അവളുടെ ശരീരത്തെയാണ്, മനസ്സിനെ അല്ല. പെണ്ണിന്റെ പരിശുദ്ധി സ്ഥിതിചെയ്യുന്നത് അവളുടെ ഹൃദയത്തിലാണ്. അവൾ സ്നേഹിക്കാത്ത ഒരാൾക്ക് അവളുടെ ഹൃദയത്തെ സ്പർശിക്കുവാൻ സാദ്ധ്യമല്ല. ബലാത്സംഗം ചെയ്യപ്പെട്ട നിസ്സഹായയായ പെൺകുട്ടി പരിശുദ്ധി നഷ്ടപ്പെട്ടവളാണോ? കന്യകാത്വം നഷ്ടപ്പെട്ടവളാണോ? അല്ലെന്നാണ് ഗാന്ധിജി പറഞ്ഞത്. അങ്ങനെയുള്ള നിർഭാഗ്യവതികളായ പെൺകുട്ടികളെ വിവാഹം ചെയ്യാൻ ആദർശധീരതയുള്ള യുവാക്കളോട് ഗാന്ധിജി ആവശ്യപ്പെട്ടു. നീ അതു വായിച്ചിട്ടുണ്ടോ? സ്ത്രീയുടെ പരിശുദ്ധിയും ചാരിത്ര്യവുമൊക്കെ അർത്ഥശൂന്യമായ പഴഞ്ചൻ സങ്കല്പങ്ങളാണെന്നല്ല. പക്ഷേ, അതിനൊക്കെ നാം കല്പിക്കുന്ന അർത്ഥമേ ഉള്ളൂ. വിധവകളെ വിവാഹം കഴിക്കുന്നില്ലേ? ബന്ധം വേർപിരിഞ്ഞ സ്ത്രീകളെ പിന്നീട് ആരും സ്നേഹിക്കാറില്ലേ? അവരുടെയൊക്കെ പരിശുദ്ധിയെക്കുറിച്ച് ആ പുരുഷന്മാരെങ്ങനെയാണ് ചിന്തിക്കുന്നത്? എടാ സ്നേഹമാണ് വലുത്. വലിയ പുരോഗമനമൊക്കെ പ്രസംഗിക്കും. സ്വന്തം കാര്യം വരുമ്പോൾ നീയൊക്കെ പഴഞ്ചനാണ്. അല്ലെങ്കിൽ ആ നീചൻ പണ്ടെന്നോ അവളെ ഒന്നു തൊട്ടെന്നോർത്ത് നീ അവളെ നിന്റെ മനസ്സിൽനിന്ന് പുറത്താക്കുമോ? അവനൊന്നു തൊട്ടപ്പോഴേക്കും അവളുടെ മുഴുവൻ പരിശുദ്ധിയും പോയോ? എന്തോന്നാടാ ഉവ്വേ, ഈ പരിശുദ്ധി? ആരും തൊടാത്ത മനസ്സിന്റെ പരിശുദ്ധിയെക്കുറിച്ച് നിന്റെ അഭിപ്രായമെന്താണ്? എടാ, ആ നീചൻ ആ പെണ്ണിന്റെ ഹൃദയത്തെ തൊട്ടിട്ടില്ല. അതു പരിശുദ്ധമാണ്. സ്ത്രീയുടെ പരിശുദ്ധിയെ സംശയിക്കുന്ന പുരുഷൻ അവന്റെ പരിശുദ്ധിയെ വിലയിരുത്താറുണ്ടോ? ആട്ടെ നീ അത്ര പരിശുദ്ധനാണോ? നീ പണ്ട് സ്നേഹിച്ച പെൺകുട്ടിയുടെ ശരീരത്തിൽ നീ തൊട്ടിട്ടില്ലേ? അവളുടെ പരിശുദ്ധിയെക്കുറിച്ചു നീ എന്തു വിചാരിക്കുന്നു?"

മൂന്നാമത്തെ പെഗ്ഗിന്റെ രണ്ടാമത്തെ പകുതിയും അകത്താക്കിയതിനുശേഷം അനന്തകൃഷ്ണൻ പറഞ്ഞു:

"ഞാൻ നിർത്തി!"

നിശ്ശബ്ദതകൊണ്ടു കനം തൂങ്ങുന്ന നിമിഷങ്ങൾ. അനന്തകൃഷ്ണൻ എല്ലാം പറഞ്ഞവസാനിപ്പിച്ചതായിരുന്നു. എന്നിട്ടും അയാൾ പിന്നെയും ഉള്ളിൽ തിളച്ചു മറിയുന്ന ധർമ്മരോഷത്തോടെ ആരോടെന്നില്ലാതെ പറഞ്ഞു:

"ആണുങ്ങൾക്കു ആരേം പേടിക്കണ്ടാ. എന്തു വൃത്തികേടും കാട്ടി നടക്കാം. അതൊക്കെ വലിയ മിടുക്കാണെന്നാണ് വയ്പ്. വിലക്കുകളൊക്കെ പെണ്ണുങ്ങൾക്ക്. എന്നുവച്ചാൽ ചാരിത്ര്യശുദ്ധി! സ്ത്രീയുടെ അരക്കെട്ടിലെ അരണമാണിക്യം!"

ഇരുപത്തി മൂന്ന്

കത്തിയെരിഞ്ഞ ഗ്രീഷ്മ മദ്ധ്യാഹ്നത്തിന്റെ കലിയടങ്ങി. വിദൂരതകളിൽനിന്നു നഗരത്തിലേക്കു കാറ്റുകൾ വന്നു. കിഴക്കോട്ടു നിഴലുകൾ ചാഞ്ഞു.

ആളൊഴിഞ്ഞ ഇടവഴിയിലൂടെ മോഹൻ ലക്ഷ്യമില്ലാതെ നടന്നു. കോട്ടമതിലിനോടു ചേർന്നുള്ള ഇടവഴിയുടെ അങ്ങേ അറ്റത്ത് ഒരു പഴയ ക്ഷേത്രം. കരിങ്കല്ലുകൊണ്ടു നിർമ്മിച്ച പഴയക്ഷേത്രത്തിനുമുമ്പിൽ കൊമ്പുകൾ ഉണങ്ങിത്തുടങ്ങിയ ഒരാൽമരം. അതിന്റെ ചുവട്ടിൽ ഉപേക്ഷിക്കപ്പെട്ട വിഗ്രഹങ്ങളുടെ ഒരു കൂമ്പാരം. പഴയ ദൈവങ്ങളുടെ കബന്ധങ്ങളും കപാലങ്ങളും. അവയുടെ വിടവിൽ വെയിൽ കാഞ്ഞിരിക്കുന്ന ചുവന്ന ഓന്ത്. ദൈവങ്ങളുടെ ചോര കുടിച്ചിട്ടാണോ ഓന്തിന്റെ ശിരസ്സ് രക്തവർണ്ണമായിത്തീർന്നത്?

എതിരെ കൂനിക്കൂനി നടന്നുവന്ന ഏതോ ഒരു മുത്തശ്ശിയമ്മ മുഖമുയർത്തി മോഹന്റെ നേരെ നോക്കി. നരച്ച് മുഖമാകെ ചുളിഞ്ഞ് കണ്ണിൽ പീളകെട്ടിയ മുത്തശ്ശിയമ്മ ചോദിച്ചു:

"ആരാ?"

മോഹൻ ഗൂഢമായി ചിരിച്ചു. പിന്നെ മനസ്സിലോർത്തു: അപരിചിതയായ അമ്മേ, ഞാനാരാണെന്ന് എനിക്കറിയില്ല. ഞാനും അന്വേഷിക്കുന്നത് ഞാനാരാണെന്നാണ്.

മുത്തശ്ശിയമ്മ വീണ്ടും ചോദിച്ചു:

"എനിക്കു മനസ്സിലായില്ല. ആരാ?"

മോഹൻ പറഞ്ഞു:

"ഒരു വഴിയാത്രക്കാരനാണ്."

വഴിയിൽ കണ്ടുമുട്ടുന്ന യാത്രക്കാരനുവേണ്ടി മുത്തശ്ശിയമ്മ മറ്റൊരു ചോദ്യം കരുതിവച്ചിരുന്നു.

"എവിടെ പോവ്വാ?"

ആ ചോദ്യത്തിനു മുമ്പിൽ മോഹൻ നിശ്ശബ്ദനായിത്തീർന്നു. ഇത്തവണ അയാൾക്ക് ചിരിക്കാൻ കൂടി കഴിഞ്ഞില്ല.

മുത്തശ്ശിയമ്മ പിറുപിറുത്തുകൊണ്ട് വഴിയുടെ അരികു ചേർന്നു കൂനിക്കൂനി നടന്നുപോയി.

വീണ്ടും ഒറ്റയ്ക്കായപ്പോൾ അയാളുടെ ഉള്ളിൽ ചോദ്യങ്ങൾ മാറ്റൊലിക്കൊണ്ടു. ആരാണ്? എവിടെനിന്നു വരുന്നു? എങ്ങോട്ടു പോകുന്നു? നിന്റെ യാത്രയുടെ ഉദ്ദേശ്യമെന്താണ്?

ഒന്നിനും ഉത്തരമില്ല.

ഇടവഴിയുടെ അറ്റത്തുനിന്ന് മോഹൻ തിരിഞ്ഞു നോക്കി. മുത്തശ്ശിയമ്മയെ കാണുന്നില്ല.

കോട്ടമതിലിന്റെ നിഴൽവീണു കിടക്കുന്ന ഇടവഴി പറഞ്ഞു:

മുത്തശ്ശിയമ്മ മറ്റൊരിടവഴിയിലേക്കു കടന്നു.

തുടക്കവും അവസാനവുമില്ലാത്ത വഴി. മോഹൻ ഓർത്തു. ഈ വഴിയിലൂടെ പ്രഭാതങ്ങളും ഉച്ചകളും സന്ധ്യകളും രാത്രികളും കടന്നുപോയി. അയാൾ മുകളിലേക്കു നോക്കി. ആകാശം ചാരനിറം പൂണ്ടു കിടക്കുന്നു.

അയാൽ പിന്നെയും നടന്നു.

"മോഹൻ വിഷമിക്കണ്ടാ." ആർ കെ മേനോൻ സമാധാനിപ്പിച്ചു: "ആരും സഹായിച്ചില്ലെന്നോർത്ത് ഞാനീ ചിത്രം വലിച്ചെറിയാൻ പോകുന്നില്ല. അതുകൊണ്ടുള്ള നഷ്ടമോർത്ത് സങ്കടപ്പെടുന്നുമില്ല. ലാഭം പ്രതീക്ഷിച്ചാണെങ്കിൽ ഇതിനേക്കാൾ നല്ല എത്രയോ തൊഴിലുകളുണ്ട്. അതിനൊന്നും പോകാതെ ഞാനിതിനൊരുമ്പെട്ടത് എന്തു നഷ്ടവും സഹിക്കാൻ തയ്യാറായിട്ടുതന്നെയാണ്."

എങ്കിലും ആ വാക്കുകൾ മോഹനെ സന്തോഷിപ്പിച്ചില്ല. ഉണ്ടായിരുന്ന സമ്പാദ്യം മുഴുവൻ ആ ചിത്രത്തിനുവേണ്ടി മേനോൻ മുടക്കിയിട്ടുണ്ട്. കുറേ കടം വാങ്ങുകയും ചെയ്തു. വേറെ ആരെങ്കിലുമാണെങ്കിൽ ഇങ്ങനെ ഒരു സന്ദർഭത്തിൽ പതറിപ്പോയേനെ.

"ഞാൻ ഡൽഹിയിൽ ചില സ്നേഹിതന്മാരെ കണ്ടു." മേനോൻ പറഞ്ഞു. "അവർ സഹായിക്കാമെന്നേറ്റിട്ടുണ്ട്. ഫിലിം ഫെസ്റ്റിവലുകളിൽ നമ്മുടെ ചിത്രം ശ്രദ്ധിക്കപ്പെടുമെന്നാണ് അവരുടെ അഭിപ്രായം. നമുക്കു നോക്കാം."

അഡ്ഫിലിംസിന്റെ കാര്യത്തിൽ മോഹൻ മടുത്തുകഴിഞ്ഞിരുന്നു. ഇനി അത് തന്നെക്കൊണ്ടാവില്ലെന്നു പറയാൻ വിചാരിച്ചിരുന്നതാണ്. പക്ഷേ, ഇത്രയേറെ നഷ്ടം സഹിച്ചുനില്ക്കുന്ന ഒരാളോട് എങ്ങനെ അതു പറയും?

അങ്ങനെ വിഷമിച്ചിരിക്കുമ്പോൾ ഒരുദിവസം മേനോൻ പറഞ്ഞു.

“പരസ്യചിത്രങ്ങൾ നിർമ്മിക്കാൻ മോഹനു താല്പര്യമില്ലെന്ന് എനിക്കറിയാം. പക്ഷേ, അതാദായമുള്ള തൊഴിലാണ്. ആ അർത്ഥത്തിൽ മാത്രമേ അതിനെ കാണാവൂ. നമ്മുടെ ഗവൺമെന്റാഫീസുകളിലിരുന്ന് ഫയലുന്തുന്നവർക്ക് അതിഷ്ടപ്പെട്ടിട്ടാണെന്നാണോ വിചാരം? ഒരു തൊഴിൽ. ഇഷ്ടമില്ലെങ്കിലും അതു ചെയ്യുന്നു. എക്സിസ്റ്റൻസിന്.”

മോഹൻ ഒന്നും മിണ്ടാതെ മേശപ്പുറത്തിരുന്ന സ്ഫടികക്കട്ട കറക്കിക്കൊണ്ടിരുന്നു.

“എക്സിസ്റ്റൻസിനുവേണ്ടി എന്തും ചെയ്യണമെന്നല്ല ഞാൻ പറഞ്ഞതിന്റെ അർത്ഥം.” മേനോൻ കസേരയിൽ മുമ്പോട്ടാഞ്ഞിരുന്നു.

“അങ്ങനെ ഒരു ഫിലോസഫി അംഗീകരിക്കാൻ കഴിഞ്ഞിരുന്നെങ്കിൽ ഞാനിന്ന് ഏതു നിലയിലായേനെ. പക്ഷേ, എനിക്കതു വയ്യ മോഹൻ. എന്റെ ആത്മാവ് വിറ്റ് ഒരാദായവും എനിക്കു വേണ്ടാ.”

ആ മനുഷ്യന്റെ മുമ്പിൽ തന്റെ ഗർവ്വിന്റെയും അഹങ്കാരത്തിന്റെയും പടം ചുരുങ്ങിപ്പോകുന്നതുപോലെ മോഹനു തോന്നി. ലാഭമുണ്ടാക്കണമെങ്കിൽ ഇപ്പോൾത്തന്നെ അദ്ദേഹത്തിന്റെ കൈയിൽ ഒന്നാംതരം ബിസിനസുണ്ട്. പുരാതന ശില്പങ്ങളും മറ്റും വില്ക്കുന്ന ആ മനുഷ്യന് വേണമെങ്കിൽ വിഗ്രഹങ്ങളുടെ കള്ളക്കടത്തുകൊണ്ട് ഇഷ്ടംപോലെ സമ്പാദിക്കാം. വിദേശങ്ങളിൽ ഇന്ത്യൻ ദൈവങ്ങൾക്ക് നല്ല മാർക്കറ്റുണ്ട്. നടരാജന്റെയും ഗണപതിയുടെയും ദേവിയുടെയും യക്ഷികളുടെയും വിഗ്രങ്ങൾ കടൽ കടന്നുപോയതിന്റെ വാർത്തകൾ മിക്കപ്പോഴും കേൾക്കുന്നു. ഇന്ത്യയിലെ പഴയ ക്ഷേത്രങ്ങളിലെ വിഗ്രഹങ്ങൾ വിദേശികളുടെ ഷോക്കേസുകളലങ്കരിക്കുന്നതിന്റെ പിന്നിലെ രഹസ്യമെന്താണ്?

“മോഹനിഷ്ടമാകുമോ എന്നറിയില്ല.” മേനോൻ പറഞ്ഞു: “എനിക്കൊരൈഡിയാ തോന്നുന്നു. നമുക്ക് യക്ഷി എന്ന സങ്കല്പത്തെക്കുറിച്ച് ഒരു ഷോർട്ട് ഫിലിം നിർമ്മിച്ചാലോ?”

പിന്നെ അദ്ദേഹം അതിന്റെ പ്രത്യേകത വിശദീകരിക്കാൻ തുടങ്ങി. ലോകത്തെല്ലായിടത്തും ദുർദ്ദേവതകളെക്കുറിച്ചുള്ള സങ്കല്പമുണ്ട്. പക്ഷേ, യക്ഷിയെപ്പോലൊരു സങ്കല്പം ലോകത്ത് വേറെ ഒരിടത്തുമില്ല.

നിലാവ് നിറഞ്ഞ രാത്രികളിൽ, പാലകൾ പൂക്കുമ്പോൾ, ശുഭ്രവസ്ത്രം ധരിച്ച്, മുടിയഴിച്ചിട്ട്, പാദസരം കിലുക്കി, നിഴൽക്കാടുകൾക്കിടയിലൂടെ മന്ദം മന്ദം നടന്നടുക്കുന്ന യക്ഷി.

പഴയ യക്ഷിക്കഥകളിൽനിന്ന് സർവ്വാംഗസുന്ദരികളായ യക്ഷികൾ ഇറങ്ങിവന്നു.

ഇല്ലത്തെത്താൻ വൈകിയതിന്റെ പരിഭ്രമത്തോടെ രാത്രി കാട്ടിലൂടെ ഒറ്റയ്ക്ക് നടന്നുപോകുന്ന സുമുഖനായ നമ്പൂതിരിയോട് വഴിയരികിൽ നിന്ന് ഒരു കാമരൂപിണി തളിർവെറ്റിലയിൽ തേക്കാൻ ചുണ്ണാമ്പ് ചോദിക്കുന്നു. അവളുടെ രൂപലാവണ്യത്തിൽ മയങ്ങുന്ന നമ്പൂതിരി യാത്രാക്ഷീണം മറക്കുന്നു. അവളുടെ കടക്കണ്ണേറിൽ മയങ്ങി അവളുടെ ഒപ്പം നടക്കുന്നു. ദൂരെ ഒരു കൊട്ടാരം. പട്ടുവിരിച്ചു പൂക്കൾ വിതറിയ കിടക്ക

യിൽ ആ സർവ്വാംഗസുന്ദരിയുമൊത്ത് ഒരു രാത്രി. രസികൻ നമ്പൂതിരിക്ക് ഓർക്കാപ്പുറത്ത് ഒരു മഹാഭാഗ്യം. പിറ്റേന്നു നേരം വെളുക്കുമ്പോൾ കരിമ്പനയുടെ ചുവട്ടിൽ ഏതോ ഒരാളിന്റെ എല്ലുകളും നഖങ്ങളും മുടിയും കണ്ട് ആദ്യത്തെ വഴിയാത്രക്കാരൻ ഞെട്ടുന്നു.

പുഴക്കരയിലിരുന്ന് വേദമന്ത്രങ്ങൾ ചൊല്ലുമ്പോൾ അണിഞ്ഞൊരുങ്ങിയ ദേവനർത്തകിയെപ്പോലെ പാദസരങ്ങൾ കിലുക്കിക്കൊണ്ട് അടുത്തടുത്തുവരുന്ന സുന്ദരയക്ഷിയെക്കണ്ട് വെൺമണി മഹാൻ മോഹിക്കുന്നു.

മനുഷ്യന്റെ സൗന്ദര്യതൃഷ്ണയുടെയും ആസക്തിയുടെയും സങ്കല്പനങ്ങളിൽ മദ്ധ്യയുഗങ്ങളിലെ ദേവദാസിയുടെ രൂപലാവണ്യത്തെ അനുസ്മരിപ്പിക്കുന്ന ഒരു യക്ഷിയുണ്ട്.

പക്ഷേ, അത് യാഥാർത്ഥ്യമാണോ, അതോ വെറും ഒരു സങ്കല്പം മാത്രമാണോ?

"മോഹൻ ആലോചിച്ചു നോക്ക്." മേനോൻ പറഞ്ഞു: "ഞാൻ നിർബ്ബന്ധിച്ചെന്നു വരരുത്. മോഹനും ഇഷ്ടപ്പെട്ടെങ്കിൽ മതി."

യക്ഷി പഠിക്കാൻ കൊള്ളാവുന്ന ഒരു വിഷയമാണെന്ന് മോഹനും തോന്നി.

യക്ഷിയെക്കുറിച്ചുള്ള ഓർമ്മകളിൽ മുഴുകിയിരിക്കുമ്പോൾ വിയർത്തൊലിക്കുന്ന മുഖവും മെലിഞ്ഞു നീണ്ട കഴുത്തും കലങ്ങിയ കണ്ണുകളും കറുത്ത ശരീരവുമുള്ള ഒരാൾ വാതിൽ കടന്ന് അകത്തേക്കു വന്നു. കാക്കിയുടുപ്പിട്ട അയാൾ ഒരു കടലാസ് നീട്ടിക്കാണിച്ചു.

"കമ്പി."

നിങ്ങൾക്കാള് തെറ്റിക്കാണും എന്ന അർത്ഥത്തിൽ മോഹൻ അയാളോടെ നേരെ നോക്കി.

തനിക്കു കമ്പിയടിക്കാൻ ഈ ലോകത്ത് ആരിരിക്കുന്നു!

മോഹന്റെ ഉദാസീനമായ ഭാവം കമ്പി ശിപായി ശ്രദ്ധിക്കുന്നില്ല.

"സാറല്ലേ മോഹൻ?"

പെട്ടെന്നു മനസ്സുണർന്നു.

"അതെ."

മടക്കുകൾ വീണ മറ്റൊരു കടലാസ് മുമ്പിലേക്ക് നീക്കിവച്ച് കമ്പി ശിപായി ഒരുസ്ഥാനം തൊട്ടു കാണിച്ചു.

"ഇവിടെ, ഒപ്പ്....."

അയാൾ ചൂണ്ടിക്കാണിച്ച സ്ഥാനത്ത് മോഹൻ ഒപ്പിട്ടുകൊടുത്തു. ഇളം മഞ്ഞനിറത്തിലുള്ള കടലാസ് നിവർത്തി വായിച്ചപ്പോൾ വല്യേട്ടന്റെ ഗദ്ഗദം.

Father expired in car accident. Start immediately.

പൊട്ടിച്ചിരിക്കാൻ തോന്നി. അട്ടഹസിക്കാൻ തോന്നി. കാറപടകത്തിൽപ്പെട്ട് തല പൊട്ടി ചതഞ്ഞരഞ്ഞ് ചോരയിൽ കുളിച്ച് വഴിയരികിൽ കിടക്കുന്ന അച്ഛന്റെ ജഡം മനസ്സിൽ സങ്കല്പിച്ചു നോക്കി.

ഇതാ, തന്റെ ഉള്ളിന്റെ ഉള്ളിൽ നിഗൂഢമായി ഒളിച്ചുവച്ചിരുന്ന ഒരഭിലാഷം നിറവേറിയിരിക്കുന്നു.

ഭാര്യയെ തൊഴിച്ചുകൊന്ന ദുഷ്ടന് ഈ ശിക്ഷ തന്നെ കിട്ടണം.

അച്ഛനെ വെറുക്കാൻ തുടങ്ങിയ ആദ്യനിമിഷം മുതൽ, അച്ഛന്റെ നേരെ വാക്കത്തി ഓങ്ങിയ നിമിഷം മുതൽ, അമ്മയുടെ കണ്ണീരിനു മുമ്പിൽ തോറ്റ് വാക്കത്തി താഴ്ത്തി അത് ദൂരേക്കു വലിച്ചെറിഞ്ഞിട്ട് വീട്ടിൽ നിന്നിറങ്ങിയ നിമിഷം മുതൽ താൻ ഇതാഗ്രഹിച്ചിരുന്നില്ലേ?

സഹതപിക്കാൻ ഓടിയെത്തിയവരുടെ മദ്ധ്യത്തിൽ സന്തോഷം ഉള്ളിലൊളിപ്പിച്ച് മോഹൻ നിന്നു.

പിന്നെ അയാൾ സ്വയം ശാസിച്ചു. എന്തിനാണ് ഈ ആത്മവഞ്ചന? എന്റെ അച്ഛന്റെ ദുർമ്മരണത്തിൽ ഞാൻ സന്തോഷിക്കുന്നു എന്നു പറയാൻ കഴിയാത്തതെന്തുകൊണ്ട്?

അയാളുടെ മനസ്സ് തർക്കിച്ചു. അച്ഛനെ കാണാൻ പോകണോ? എന്തിന്?

ഒടുക്കം പോകാൻ തന്നെ മോഹൻ തീരുമാനിച്ചു.

പുരാണകഥയിലെ വീരനായകന്മാരെപ്പോലെ ഭാഗ്യങ്ങളെ വെട്ടിപ്പിടിച്ച് പ്രതാപിയായിത്തീർന്ന അച്ഛന്റെ അവസാനം ഒന്നു കാണണം.

നേരെ മേനോന്റെ ക്യാബിനിലേക്കു ചെന്നു. ആരോടോ ടെലിഫോണിൽ സംസാരിച്ചുകൊണ്ടിരുന്ന മേനോൻ മുഖമുയർത്തി നോക്കി ഇരിക്കാൻ ആംഗ്യം കാണിച്ചതു ഗൗനിക്കാതെ അദ്ദേഹം ഫോൺ വയ്ക്കുന്നതുവരെ കാത്തുനിന്നു

മേനോൻ സഹതാപത്തോടെ പറഞ്ഞു:

"വേഗം പുറപ്പെടൂ. റെയിൽവേ സ്റ്റേഷൻ വരെ ഞാനും വരാം."

കാറോടിക്കുന്നതിനിടയിൽ മേനോൻ പറഞ്ഞു:

"അച്ഛനുമായി എന്തോ അഭിപ്രായവ്യത്യാസമുണ്ടായിരുന്നു അല്ലേ? അതൊന്നും സാരമില്ല. എല്ലാം മറന്നുകളയൂ."

മോഹൻ ഒന്നും മിണ്ടാതെ എല്ലാം കേട്ടിരുന്നതേ ഉള്ളൂ.

റെയിൽവേസ്റ്റേഷനിൽ വച്ചു യാത്രയാക്കുമ്പോൾ മേനോൻ പറഞ്ഞു:

"വിഷമിക്കാതെ. നമ്മളെന്തൊക്കെ പറഞ്ഞാലും മനുഷ്യനു ഫെയിറ്റെന്നൊന്നുണ്ട്. നമ്മുടെ കണക്കുകൂട്ടലുകൾ അതു തെറ്റിക്കും."

ആറേഴുമാസം മുമ്പ് അമ്മയുടെ മരണത്തിനു വന്ന് മടങ്ങിപ്പോകുമ്പോൾ ഓർത്തതായിരുന്നു ഇനി ഈ മണ്ണിൽ കാൽ കുത്തുകയില്ലെന്ന്.

ഇപ്പോൾ വീണ്ടും വന്നിരിക്കുന്നു.

അച്ഛന്റെ ജഡം കാണാൻ.

തലപൊട്ടി മുഖം ചതഞ്ഞ് ആകൃതി നഷ്ടപ്പെട്ടു കിടക്കുന്ന അച്ഛന്റെ ജഡത്തിനരികിൽ മോഹൻ കുറേനേരം കണ്ണിമയ്ക്കാതെ നോക്കിനിന്നു.

അച്ഛനെ അവസാനമായി കാണാൻ വന്നവർ നിറഞ്ഞു കലങ്ങിയ കണ്ണുകളുമായി വീടിനകത്തും പുറത്തും കൂടിനിന്ന് അച്ഛന്റെ വിധി

യോർത്തു ദുഃഖിക്കുന്നു. പതിഞ്ഞ സ്വരത്തിൽ അച്ഛന്റെ ഗുണഗണങ്ങൾ വർണ്ണിക്കുന്നു.

ജീവിച്ചിരുന്നപ്പോൾ അച്ഛനെക്കുറിച്ച് ആർക്കും ഒരു നല്ല വാക്കുപറയാനുണ്ടായിരുന്നില്ല. നേരെ കാണുമ്പോൾ ആദരവ് ഭാവിക്കുകയും വാക്കുകളിൽ ബഹുമാനം ധ്വനിപ്പിക്കുകയും ചെയ്തിരുന്നവരുടെ മനസ്സിൽ എന്തായിരുന്നുവെന്ന് ആർക്കാണ് അറിഞ്ഞുകൂടാത്തത്?

ആരെങ്കിലും അച്ഛനെ സ്നേഹിച്ചിട്ടുണ്ടോ? ആർക്കെങ്കിലും ഉള്ളിന്റെ ഉള്ളിൽ അച്ഛനോട് ബഹുമാനമുണ്ടായിരുന്നോ?

അച്ഛൻ ആരെയെങ്കിലും സ്നേഹിച്ചിട്ടുണ്ടോ ഹൃദയം കൊണ്ട്?

മരിച്ചു കഴിഞ്ഞപ്പോൾ മഹാനായി തീർന്നിരിക്കുന്നു!

മരണശേഷം ചെകുത്താനെയും ആളുകൾ പുണ്യവാളനാക്കും.

പൂമുഖത്ത് കോടിയിൽ പൊതിഞ്ഞ് അച്ഛനെ അലങ്കരിച്ച് കിടത്തിയിരിക്കുന്നു. തലയ്ക്കൽ ഭാഗത്ത് അഞ്ചു തിരിയിട്ടു കത്തിച്ച നിലവിളക്ക്. പുകഞ്ഞു സൗരഭ്യമുണ്ടാക്കുന്ന ചന്ദനത്തിരികൾ. അച്ഛന്റെ മേൽ വച്ച പുഷ്പചക്രങ്ങൾ. പൂക്കൾ.

മോഹൻ കണ്ണിമയ്ക്കാതെ നോക്കിനിന്നു.

ഒരു നിമിഷത്തേക്കെങ്കിലും അച്ഛനെ സ്നേഹിക്കാൻ അയാൾ ആഗ്രഹിച്ചു.

വെറുതെ വ്യസനം ഭാവിച്ചു നില്ക്കുന്ന എട്ടന്മാരെ കണ്ടപ്പോൾ മോഹന് ചിരി വന്നു. ആരെ കാണിക്കാനാണ് ഇവരുടെ ഈ കപടദുഃഖം? മക്കളെ സ്നേഹിച്ചിട്ടില്ലാത്ത ഒരച്ഛന്റെ മരണത്തിൽ ഇത്ര സങ്കടപ്പെടാനെന്തിരിക്കുന്നു?

അച്ഛന്റെ കാല്ക്കൽ ആൾക്കൂട്ടത്തിനിടയിൽ ദുഃഖം കടിച്ചമർത്തി നിറഞ്ഞൊഴുകുന്ന കണ്ണുകളോടെ നില്ക്കുന്ന അപരിചിതയായ ഒരു സ്ത്രീയെ മോഹൻ കണ്ടു.

അത് ആരാണ്?

വരാന്തയുടെ കോണിൽ തൂണും ചാരി നില്ക്കുന്ന വല്യേട്ടന്റെ അടുത്തു ചെന്നു.

"വല്യേട്ടനറിയുമോ ആ സ്ത്രീയെ? ആരാണത്?"

"അച്ഛന്റെ പുതിയ കാമുകി." വല്യേട്ടൻ സ്വരം താഴ്ത്തി. "അച്ഛന്റെ മരണംകൊണ്ട് കഷ്ടത്തിലാകുന്നത് ആ സ്ത്രീയാണ്. ഏതോ ഹോസ്പിറ്റലിലെ നഴ്സായിരുന്നു. ഈയിടെയാണ് അച്ഛൻ അവളെക്കൊണ്ടു ജോലി രാജി വയ്പിച്ചത്. നഗരത്തിൽ അവൾക്കു വീടും സ്വത്തും ഉണ്ടാക്കിക്കൊടുക്കാമെന്ന് അച്ഛൻ വാക്കുകൊടുത്തിരുന്നു. അവൾക്കതിനു യോഗമുണ്ടായില്ല."

ഓർത്തപ്പോൾ അവളുടെ ദൗർഭാഗ്യത്തിൽ മോഹനു സഹതാപം തോന്നി. അച്ഛന്റെ മരണത്തിൽ എന്തെങ്കിലും ദുഃഖകരമായിട്ടുണ്ടെങ്കിൽ അത് അവളുടെ ഈ ദുർവ്വിധിയാണ്.

"ഇന്നലെ രാത്രി അച്ഛൻ അവളുടെ വീട്ടിലായിരുന്നു." വല്യേട്ടൻ പറഞ്ഞു: "വെളുപ്പിനു വർക്സ് സ്പോട്ടിലേക്കു പോകുന്നതിനിടയ്ക്കാണ് ആക്ഡിസന്റ്."

അപരിചിതരുടെ ഇടയിൽ, അന്യരുടെ ഇടയിൽ ദുഃഖം കടിച്ചമർത്തി കരയാൻപോലും സ്വാതന്ത്ര്യമില്ലാതെ വിങ്ങിപ്പൊട്ടി നില്ക്കുന്ന ആ സ്ത്രീയെക്കുറിച്ചോർത്തപ്പോൾ മോഹന്റെ മനസ്സലിഞ്ഞു.

അച്ഛനെ ദഹിപ്പിക്കാനുള്ള ചിതയൊരുങ്ങി. ഓലവാലെ കുളിച്ചുവന്നു വല്യേട്ടൻ ഉദകക്രിയകൾ ചെയ്തു. വായ്ക്കരിയിടാൻ വിളിച്ചപ്പോൾ മോഹൻ ഒഴിഞ്ഞുമാറി.

വല്യേട്ടൻ വേറെ ആരും കേൾക്കാതെ ചോദിച്ചു:

"നിനക്ക് അച്ഛനോടുള്ള വഴക്ക് ഇനീം തീർന്നിട്ടില്ലേ?"

"അതുകൊണ്ടല്ല." മോഹൻ പറഞ്ഞു: "എനിക്കീ ആചാരങ്ങളിൽ വിശ്വാസമില്ല. വിശ്വാസമില്ലാത്ത ഒരു കാര്യം ചെയ്യണോ?"

"മറ്റുള്ളോരെന്തു വിചാരിക്കുമെന്നെങ്കിലും ഓർക്കണ്ടേ?"

"എനിക്കാരെയും ഒന്നും ബോദ്ധ്യപ്പെടുത്താനില്ല. വിശ്വാസമില്ലാത്ത ഒരു കർമ്മം ചെയ്തു വീട്ടാവുന്ന കടമൊന്നും എനിക്ക് അച്ഛനോടില്ല."

തെക്കെ പറമ്പിൽ ഉണ്ടാക്കിയ ചിതയിൽ അച്ഛനെ കിടത്തി. അച്ഛന്റെ ജഡത്തിനു മുകളിൽ ചന്ദനമുട്ടി വച്ച് അതിനു മുകളിൽ മാവിൻവിറകു നിരത്തി നെയ്യൊഴിച്ചു. ആളുകൾ ചിതയിൽ അരിയും പൂവുമിട്ടു തൊഴുതു. വല്യേട്ടൻ ചിതയ്ക്കു തീ കൊളുത്തി അഗ്നി ആളിപ്പടരുന്നത് മോഹൻ നോക്കിനിന്നു

അയാൾ നിസ്സംഗതയോടെ ഓർത്തു.

"അച്ഛനെ ഓർത്തു സങ്കടപ്പെടാനുള്ള യോഗം എനിക്കുണ്ടായില്ല."

പുകയായി, അഗ്നിയായി, ഗന്ധമായി, ആകാശം അച്ഛനെ ഏറ്റുവാങ്ങിയപ്പോൾ ചിത കത്തിയമർന്നു. ഭൂമിയിൽ കെടാത്ത കനലുകൾ. കനലുകളും മെല്ലെ കെട്ടു ചാരം മൂടി. ഇനി ചാരം ഭൂമിയുടെ ഞരമ്പുകളിൽ ക്ഷാരമായി ഊറിച്ചേരുമ്പോൾ അച്ഛൻ വെറും ഒരോർമ്മയായി തീരുന്നു.

അച്ഛൻ.

ഇതിഹാസ പുരാണങ്ങളിലെ അതിമാനുഷന്മാരെപ്പോലെ ഭാഗ്യങ്ങളെ വെട്ടിപ്പിടിച്ച അച്ഛൻ.

കൈക്കുള്ളിലെ സ്വന്തം മണ്ഡലങ്ങളിൽ നിലയുറപ്പിച്ചിരുന്ന ആദിത്യചന്ദ്രന്മാരെയും ബുധശുക്രന്മാരെയും ഭാഗ്യരേഖയിൽ കൊണ്ടു നിർത്തിയ അച്ഛൻ.

ഇനി അച്ഛൻ എന്ന ഓർമ്മ.

അച്ഛൻ എന്ന ഓർമ്മ ഓർമ്മകൾക്കുള്ള പൊതുവിധിയായ വിസ്മൃതിയിൽ നഷ്ടപ്പെട്ട് പിന്നെ എന്നെങ്കിലുമൊരിക്കൽ ഭൂമിയിൽ ഒരു ശവം നാറിപ്പൂവായി പുനർജ്ജനിക്കും.

വീടിന്റെ പിൻഭാഗത്ത് കത്തിയമർന്ന ചിത നോക്കി നിശ്ശബ്ദമായി കണ്ണീർ വാർക്കുന്ന അപരിചിതയായ ആ സ്ത്രീയെക്കുറിച്ച് മോഹൻ

വീണ്ടും ഓർത്തു.

ഈ സ്ത്രീ യഥാർത്ഥത്തിൽ അച്ഛനെ സ്നേഹിച്ചിരുന്നോ?

അച്ഛന് നഗരത്തിൽ ആറോ ഏഴോ വെപ്പാട്ടിമാരുണ്ടായിരുന്നെന്നാണ് കേൾവി. അവരാരും അച്ഛനെ കാണാൻ വന്നില്ല. പാവം ഈ സ്ത്രീ മാത്രം..

വല്യേട്ടനെ വിളിച്ച് ആളൊഴിഞ്ഞ കോണിലേക്ക് നീക്കി നിർത്തി മോഹൻ പറഞ്ഞു:

"ഞാൻ മടങ്ങി പോവ്വാണ്."

വല്യേട്ടൻ അതിശയത്തോടെ മോഹനെ നോക്കി.

"നീയെന്താണീ പറയുന്നത്? അച്ഛന്റെ ചിതയിലെ തീ കെടുന്നതിനുമുമ്പേ! ആളുകളെക്കൊണ്ടു പറയിപ്പിക്കാനാണോ നിന്റെ പുറപ്പാട്? മരിച്ചവരോടു പക അരുത്."

"ഞാനിതിനെക്കുറിച്ചൊന്നും തർക്കിക്കുന്നില്ല. വല്യേട്ടൻ വിശ്വസിക്ക്. എനിക്ക് പകയില്ല. ഉണ്ടായിരുന്നെങ്കിൽത്തന്നെ അതു തീർന്നു. വല്യേട്ടൻ ഞാൻ പറയുന്നത് കേൾക്കോ? എന്തോ, എനിക്കിവിടെ നില്ക്കാൻ കഴിയുന്നില്ല."

"അതെന്താണെന്നാണ് ഞാൻ ചോദിക്കുന്നത്?"

"ജീവിച്ചിരുന്നപ്പോൾ ഞാൻ അച്ഛനെ സ്നേഹിച്ചിട്ടില്ല. അതുകൊണ്ട് എനിക്കച്ഛന്റെ മരണത്തിൽ ദുഃഖിക്കാനും കഴിയുന്നില്ല."

"ഇതൊക്കെ ഇപ്പോൾ ആരെങ്കിലും ചോദിച്ചോ നിന്നോട്?"

"ഇല്ല. ആരും ചോദിക്കണ്ടാ. എല്ലാം എന്റെ മനസ്സിലുണ്ട്. അതാണ് കുഴപ്പം!"

"എന്തായാലും നീ ഇപ്പോൾ പോകാൻ തിരക്കു കൂട്ടണ്ടാ. അതു ശരിയല്ല. എന്നു മാത്രമല്ല, വേറെ ചില കാര്യങ്ങളുമുണ്ട്."

"വേറെ കാര്യങ്ങളോ?"

"അതെ. അമ്മയും പോയി. അച്ഛനും പോയി. ഇനി നമ്മൾ മക്കളും അച്ഛനുമുണ്ടാക്കിയ സ്വത്തുമുണ്ട്. അതൊക്കെ ഇപ്പോൾത്തന്നെ ഇന്നാർക്കിന്നതെന്നു പറഞ്ഞു വയ്ക്കുന്നതാണ് നല്ലത്."

"അച്ഛന്റെ സ്വത്തിൽ എനിക്കാഗ്രഹമില്ല." മോഹൻ തെളിച്ചു പറഞ്ഞു: "പക്ഷേ, ആ സ്ത്രീക്കെന്തെങ്കിലും കൊടുക്കണം."

"ഏതു സ്ത്രീക്ക്?" വല്യേട്ടൻ ചോദിച്ചു. "നീ ആരുടെ കാര്യമാണ് പറയുന്നത്?"

ഒഴിഞ്ഞ കോണിൽനിന്നു നിശ്ശബ്ദമായി കണ്ണീർ വാർക്കുന്ന സ്ത്രീയുടെ നേരെ മോഹൻ കൈ ചൂണ്ടി.

"അച്ഛനെ വിശ്വസിക്കുകയും സ്നേഹിക്കുകയും ചെയ്ത ആ സ്ത്രീയെ വെറും കൈയോടെ പറഞ്ഞയയ്ക്കരുത്."

രാത്രി വണ്ടിയിൽ തിരിച്ചുപോരുമ്പോൾ പ്രതാപിയായിരുന്ന അച്ഛനെക്കുറിച്ചു മോഹൻ നിർവ്വികാരതയോടെ ഓർത്തു. അപ്പോൾ പെരുവ

ഴിയിൽ വിളിച്ചു പറഞ്ഞു നടക്കുന്ന യോഹന്നാൻ ഉപദേശിയുടെ വാക്കുകൾ മോഹന്റെ മനസ്സിൽ പ്രതിദ്ധ്വനിയുണ്ടാക്കി.

"നീ കഴുകനെപ്പോലെ ഉയർന്നാലും നക്ഷത്രങ്ങളുടെ ഇടയിൽ കൂടു വച്ചാലും അവിടെനിന്നു ഞാൻ നിന്നെ ഇറക്കുമെന്ന് യഹോവയുടെ അരുളപ്പാട്...."

വണ്ടിയുടെ ചൂളംവിളി കേട്ട് മോഹൻ ഞെട്ടിയുണർന്നു. അപ്പോൾ നദിക്കു കുറുകെയുള്ള ഇരുമ്പുപാലത്തിന്മേൽ ഉരുളുന്ന വണ്ടിച്ചക്രങ്ങളുണ്ടാക്കുന്ന ഭീകരമായ മുഴക്കം അയാളുടെ കാതിൽ വന്നലച്ചു.

ഒരു വേനൽക്കാലസന്ധ്യയിൽ ആശ്രമത്തിന്റെ പിന്നിൽ പുഴക്കരയിലെ മരച്ചുവട്ടിൽ ഇരിക്കുമ്പോൾ സ്വാമിജി *മഹാഭാരത*ത്തിലെ ഒരു ശ്ലോകം ചൊല്ലി അർത്ഥം പറഞ്ഞു:

സർവ്വേ ക്ഷയാന്താ നിചയാ
പതനാന്തഃ സമുഛ്റയാഃ
സംയോഗാ വിപ്രയോഗാന്തോ
മരണാന്തം ച ജീവിതം.

എല്ലാ നേട്ടങ്ങളും നഷ്ടങ്ങളിൽ അവസാനിക്കുന്നു. എല്ലാ ഉയർച്ചകളും വീഴ്ചകളിൽ അവസാനിക്കുന്നു. എല്ലാ കൂടിച്ചേരലുകളും വേർപിരിയലുകളിൽ അവസാനിക്കുന്നു. എല്ലാ ജീവിതങ്ങളും മരണത്തിൽ അവസാനിക്കുന്നു.

എന്തിനാണ് സ്വാമിജി അപ്പോൾ അങ്ങനെ പറഞ്ഞതെന്ന് മോഹന് ഓർമ്മയില്ല. ചിലപ്പോൾ സ്വാമിജി അങ്ങനെയാണ്. വിചാരങ്ങൾകൊണ്ടു നിറയുന്ന മനസ്സ് തുറന്നു കാണിക്കും.

അന്ന് അതിന്റെ പൊരുൾ അത്രയ്ക്കൊന്നും മനസ്സിൽ തട്ടിയില്ല. പക്ഷേ, ഇപ്പോൾ ഓർത്തുനോക്കുമ്പോൾ വെളിച്ചത്തിന്റെ ഒരു പ്രവാഹം പോലെ അതു ഹൃദയത്തിൽവന്നു നിറയുന്നു. കൺമുമ്പിൽ കാണുന്നതു മുഴുവൻ ആ മഹാസത്യത്തിന്റെ ദൃഷ്ടാന്തങ്ങളാണ്.

ജീവിതത്തിൽ ആരോടും സ്നേഹവും കാരുണ്യവും കാണിച്ചിട്ടില്ലാത്ത ഒരാൾ അത്തരം ഒരു മരണം അർഹിക്കുന്നതാണെന്ന് ആദ്യമൊക്കെ വിചാരിച്ചെങ്കിലും പിന്നെപ്പിന്നെ അയാളുടെ മനസ്സ് ആർദ്രമായിത്തീർന്നു. ഇതിഹാസപുരാണങ്ങളിലെ വീരനായകന്മാരെപ്പോലെ ഭാഗ്യങ്ങളെ വെട്ടിപ്പിടിച്ച അച്ഛനും ഒടുവിൽ സ്വന്തം വിധിക്കു കീഴടങ്ങേണ്ടി വന്നു. അച്ഛന്റെ വിധി അച്ഛനെ കാത്തിരുന്നു.

ഒന്നും ആശിക്കാതിരിക്കുകയാണ് നല്ലത്. സകല കാമങ്ങളും ത്യജിച്ച് അന്തരാത്മാവിൽ സന്തുഷ്ടനായിരിക്കാൻ കൃഷ്ണൻ ആർജ്ജുനനെ ഉപദേശിച്ചു. അങ്ങനെയുള്ള ആൾ ദുഃഖത്തിൽ വ്യസനിക്കുകയോ സുഖത്തിൽ സന്തോഷിക്കുകയോ ചെയ്യുന്നില്ല.

ആശ്രമത്തിൽനിന്നു പോരുമ്പോൾ സ്വാമിജി നല്കിയ *ഭഗവദ്ഗീത*യുടെ താളുകൾ മറിച്ചുകൊണ്ട് മോഹൻ ജനവാതിലിന്നരികിലിരുന്നു. മനസ്സ് പതറുമ്പോൾ *ഗീത* വായിക്കുന്നത് മനസ്സമാധാനം തരുമെന്ന്

സ്വാമിജി പറയാറുള്ളത് മോഹൻ ഓർത്തു.

പിറ്റേദിവസം മോഹൻ നഗരത്തിൽവച്ച് രാമൻ നായരെ കണ്ടു. വഴിയുടെ അക്കരെ നിന്ന് രാമൻനായർ കൈകൊട്ടി വിളിച്ചു. റോഡ് മുറിച്ചു കടന്ന് വളരെനാൾ കൂടി കണ്ടതിന്റെ സന്തോഷത്തോടെ അയാൾ അടുത്തെത്തി. അയാൾ വൃദ്ധനായിരിക്കുന്നു. താടിമീശയൊക്കെ നീണ്ടു. ശരീരം മെലിഞ്ഞു.

"രാമൻ നായർക്കെന്തു പറ്റി? ക്ഷീണിച്ചുപോയല്ലോ?"

"എന്നും ഒരുപോലിരിക്ക്വോ? വയസ്സായി. ഇത്രേം കാലം വല്യകേടുപാടു കൂടാതെ കഴിഞ്ഞല്ലോ. അതുതന്നെ വലിയ ഭാഗ്യം!"

ഒന്നിച്ചു നടക്കുന്നതിനിടയിൽ മോഹൻ ചോദിച്ചു:

"പിന്നെ എന്തൊക്കെയാണ് വിശേഷം?"

''വിശേഷം'' രാമൻ നായർ പറഞ്ഞു: "ഞാനാ ലോഡ്ജീന്നു പിരിഞ്ഞു. ഒന്നൊന്നര മാസമായി. ഇപ്പോ ജോലിയില്ല."

"അതെന്താ അവിടന്നു പിരിഞ്ഞത്?"

"ഒന്നുമുണ്ടായിട്ടല്ല. അവരതു പൂട്ടി. അവിടെ വലിയ ഹോട്ടൽ പണിയാൻ പോവുകയാണെന്ന്."

"ഓഹോ!"

"അല്ലെങ്കിലും ഞാനവിടന്നു പിരിഞ്ഞേനെ. എത്രകാലം ഒരാളുടെ ആട്ടും തുപ്പും കൊണ്ട് കിടക്കും? ഞാനും ഒരു മനുഷ്യനല്ലേ? സാറിനറിയാമോ? എങ്ങനെയെങ്കിലും കുറേ പണമുണ്ടായിക്കഴിയുമ്പോൾ മനുഷ്യൻ കീഴ്ക്കടെ കഴിഞ്ഞതൊക്കെ മറക്കും!"

"അതിശയിക്കണ്ട രാമൻ നായരേ. അടിസ്ഥാനപരമായി മനുഷ്യൻ വൃത്തികെട്ട മൃഗമാണ്. പകയും പൊങ്ങച്ചവും അസൂയയും കുടിലതയുമാണ് അവന്റെ ജന്മവാസനകൾ. സ്നേഹവും കാരുണ്യവുമൊക്കെ നഷ്ടപ്പെട്ടു പോയി. ഞാനെന്നെക്കൂടി ഉൾപ്പെടുത്തിയാണ് പറയുന്നത്....."

"എല്ലാരും അങ്ങനെയല്ല സാറേ! ഞാൻ നല്ല മനുഷ്യരേയും കണ്ടിട്ടുണ്ട്."

ഓവർബ്രിഡ്ജ് കടന്ന് തെക്കോട്ടുള്ള വഴിയേ നടക്കുമ്പോൾ മോഹൻ ചോദിച്ചു:

"രാമൻ നായരെങ്ങോട്ടാ?"

രാമൻ നായർ ദൈന്യം നിറഞ്ഞ മുഖഭാവത്തോടെ മോഹന്റെ നേരെ നോക്കി.

"എങ്ങോട്ടു പോകണമെന്നു യാതൊരു നിശ്ചയവുമില്ല."

മോഹൻ പോക്കറ്റിൽ തപ്പി നോക്കി. പത്തു മുപ്പതു രൂപയുണ്ട്. തന്റെ ആവശ്യത്തിന് അഞ്ചുരൂപ കൈവശം വച്ചതിനു ശേഷം ബാക്കി രാമൻനായർക്കു കൊടുത്തു.

"കാപ്പി കുടിച്ചോ. എനിക്ക് ആഫീസിലെത്താൻ അല്പം ധൃതിയുണ്ട്. ഒരൊഴിവുദിവസം രാമൻ നായർ വരൂ. പുഴക്കരെ ശിവന്റെ അമ്പ

ലത്തിനടുത്തുള്ള വീട് രാമൻ നായർക്കോർമ്മയില്ലേ?"

രാമൻനായരുടെ തളർന്ന കണ്ണുകളിൽ സ്നേഹവും നന്ദിയും മിന്നി മറഞ്ഞു.

മറന്നുകിടന്ന ഒരു സംഗതി പെട്ടെന്നോർത്ത മട്ടിൽ രാമൻ നായർ പറഞ്ഞു.

"സാററിഞ്ഞു കാണുവോ ആവോ? പരമേശ്വരൻപിള്ളസാറ് മരിച്ചു പോയി."

മോഹന്റെ ഹൃദയം നടുങ്ങി.

"ഞാനറിഞ്ഞില്ല. ആരും പറഞ്ഞുകേട്ടില്ല."

"ഒരാഴ്ച കഴിഞ്ഞു." സഹതാപത്തോടെ രാമൻനായർ പറഞ്ഞു: "ഞാൻ കേട്ടറിഞ്ഞു ചെന്നപ്പോഴേക്കും ശവം ശ്മശാനത്തിലേക്കു കൊണ്ടുപോകാൻ തുടങ്ങുവായിരുന്നു. എന്റെ ഭാഗ്യത്തിന് അവസാനം ഒന്നു കാണാനൊത്തു. പാവം, നല്ലൊരു മനുഷ്യനായിരുന്നു. അല്ലെങ്കിലും നല്ല മനുഷ്യർക്കാണല്ലോ ദുരിതം മുഴുവൻ."

സ്വാതന്ത്ര്യസമരത്തിന്റെ നാളുകളിൽ ഒരു കൊടുങ്കാറ്റിനെപ്പോലെ വീശിയടിച്ച ആ മനുഷ്യനെക്കുറിച്ചുള്ള ഓർമ്മ മോഹന്റെ ഹൃദയത്തെ ഇളക്കിമറിച്ചു. പ്രതിഫലവും പ്രസിദ്ധിയും ഇച്ഛിക്കാതെ സ്വന്തം നാടിന്റെ സ്വാതന്ത്ര്യത്തിനുവേണ്ടി ജീവനെ തൃണവൽഗണിച്ച് പടനിലങ്ങളിൽ നിന്നു പൊരുതിയ ആ മനുഷ്യനെ ഒടുവിൽ എല്ലാവരും മറന്നു. തന്റെ ദുരിതങ്ങളും സങ്കടങ്ങളും ആരെയും അറിയിക്കാതെ അദ്ദേഹം അദ്ദേഹത്തിന്റെ ഉള്ളിൽ ഒതുങ്ങിക്കൂടി. അവസാനനിമിഷംവരെ നന്മയുടെ സൂര്യൻ ആ മനുഷ്യന്റെ ഉള്ളിൽ ജ്വലിച്ചു നിന്നു.

"കുറെ ദിവസം അവശതയായി വീട്ടിൽ കിടന്നു. ആരെങ്കിലും സഹായിക്കാനുണ്ടോ? ഒരു കണക്കിന് അദ്ദേഹത്തിന്റെ മരണം അദ്ദേഹത്തിന് അനുഗ്രഹമാണ്. പക്ഷേ, ആ പെങ്കൊച്ചിന്റെ കാര്യമോർക്കുമ്പോ.." ഒരു നിമിഷം എന്തോ ഓർത്തുനിന്ന് ഒടുവിൽ ഒരു ദീർഘനിശ്വാസത്തോടെ രാമൻ നായർ ആരോടെന്നില്ലാതെ പറഞ്ഞു: "ദൈവം നീതിമാനാണെന്നു പറേണതു വെറുതെയാ!"

ആഫീസിൽ ചെന്നു കയറിയ ഉടൻതന്നെ മോഹൻ കഴിഞ്ഞ ആറേഴു ദിവസത്തെ പത്രങ്ങളെടുത്തു നോക്കി, അതിൽ എവിടെയെങ്കിലും പരമേശ്വരൻപിള്ളസാറിന്റെ ചരമവാർത്ത ഉണ്ടായിരുന്നോ? അത്രയും വലിയ ഒരു മനുഷ്യന്റെ മരണത്തെപ്പറ്റി പത്രങ്ങൾ മൗനം പാലിക്കുമോ? വാർത്ത താൻ കാണാതെ പോയതാവും. ഈയിടെ അത്ര ശ്രദ്ധയോടെ പത്രം വായിക്കാറില്ല. പത്രങ്ങളിൽ എന്താണ് ഉണ്ടാവാറുള്ളത്. ഉപജാപങ്ങളിലൂടെ അധികാരത്തിൽ കടിച്ചുതൂങ്ങുന്ന നാണംകെട്ട മന്ത്രിമാരുടെയും രാഷ്ട്രീയനേതാക്കന്മാരുടേയും അലുമ്പൂസൻ പ്രസ്താവനകളും ഉദ്ബോധനങ്ങളുമല്ലാതെ? അതൊക്കെ വായിക്കാഞ്ഞിട്ട് ആർക്കാണ് ഉറക്കം വരാത്തത്?

ആറേഴു ദിവസത്തെ സകലപത്രങ്ങളും മറിച്ചുനോക്കി. ഇല്ല,

അങ്ങനെ ഒരു വാർത്തയില്ല. അങ്ങനെ ഒരാളിന്റെ മരണം ഒരു പത്രവും അറിഞ്ഞിട്ടില്ല. പരമേശ്വരൻപിള്ള സാറിനെപ്പോലെ ആദർശശുദ്ധിയുള്ള ഒരു മനുഷ്യന്റെ മരണം പത്രങ്ങൾക്ക് ഒരു വാർത്തയല്ല.

മോഹൻ അടങ്ങാത്ത രോഷത്തോടെ അനന്തകൃഷ്ണനു ഫോൺ ചെയ്തു:

"പത്രപ്രവർത്തകനാണെന്നും പറഞ്ഞു നടക്കാൻ നാണമില്ലേ നിനക്കൊക്കെ? ഏതെങ്കിലും പീറ മന്ത്രിയുടെ പ്രസ്താവനയ്ക്കുവേണ്ടി അർദ്ധരാത്രിക്കുപോലും ഉറക്കമിളച്ച് അയാളുടെ പടിക്കൽ കാത്തുകിടക്കുന്ന നിനക്കൊക്കെ ഒരു നല്ല മനുഷ്യന്റെ മഹത്ത്വമറിയാമോ?"

"നീ ക്ഷോഭിക്കാതെ കാര്യമെന്താണെന്നു പറയൂ." ടെലിഫോണിന്റെ അങ്ങേ തലയ്ക്കൽനിന്ന് അനന്തകൃഷ്ണൻ പറഞ്ഞു: "നീ ഏതു മനുഷ്യന്റെ മഹത്ത്വത്തെക്കുറിച്ചാണ് ആവേശം കൊള്ളുന്നത്?"

"സ്വാതന്ത്ര്യസമരത്തിന്റെ പടനിലങ്ങളിൽ സ്വന്തം ജീവനെപ്പോലും തൃണവല്ഗണിച്ച് ലാത്തിക്കും തോക്കിനും മുമ്പിൽ വിരിമാറ് കാട്ടി നിന്ന ഒരു പരമേശ്വരൻപിള്ളയെ നിങ്ങൾക്കാർക്കെങ്കിലും ഓർമ്മയുണ്ടോ? ആ മനുഷ്യൻ മരിച്ചു. പക്ഷേ, ഒറ്റ പത്രത്തിലും ആ മനുഷ്യന്റെ മരണവാർത്തയില്ല."

"നീ ക്ഷമിക്ക്." അനന്തകൃഷ്ണൻ പറഞ്ഞു: "ഞാനറിഞ്ഞില്ല. കഷ്ടമായിപ്പോയി. ആട്ടെ, എന്നായിരുന്നു സംഭവം?"

"ഇനി അറിഞ്ഞിട്ടെന്താ? താമസിച്ചതിനു ക്ഷമാപണമെന്നു പറഞ്ഞ് ചരമവാർത്ത കൊടുക്കുന്ന പതിവുണ്ടോ?"

"നിന്റെ പരിഹാസം എനിക്കു മനസ്സിലാകും." അനന്തകൃഷ്ണൻ പറഞ്ഞു: "നീ വിശ്വസിക്കാനിടയില്ല. ഞാനറിഞ്ഞെങ്കിൽ അദ്ദേഹത്തിന്റെ മരണം ഒരു വലിയ വാർത്തയാക്കിയേനെ."

"അറിഞ്ഞെങ്കിൽ.." മോഹൻ പുച്ഛത്തോടെ ചോദിച്ചു: "എങ്ങനെ അറിയാൻ? എന്തു കൊള്ളരുതായ്മയും കാണിച്ച് അരങ്ങു തകർക്കുന്ന പീറ മന്ത്രിമാരെയും നേതാക്കന്മാരെയുമല്ലേ നീയൊക്കെ അറിയൂ?"

"എന്നെ കുറേ വിമർശിച്ചാൽ നിന്റെ ധർമ്മരോഷം തീരുമെങ്കിൽ എനിക്കും സമ്മതം." അനന്തകൃഷ്ണൻ പറഞ്ഞു: "എന്നാൽ ഞാൻ ഒരു രഹസ്യം പറയാം. രാഷ്ട്രീയത്തിൽ അതികായന്മാരുടെയും സമ്പൂർണ്ണ മനുഷ്യരുടെയും മഹത്തുക്കളുടെയും കാലം കഴിഞ്ഞു. ഇപ്പോൾ അരങ്ങു തകർക്കുന്നത് അയോഗ്യന്മാരും അരമനുഷ്യരുമാണ്."

"അതിപ്പോൾ രാഷ്ട്രീയത്തിൽ മാത്രമാണോ?"

"എല്ലായിടത്തുമതേ. പക്ഷേ, തങ്ങൾ പത്രക്കാർ കൂടുതൽ ഇടപഴകുന്നത് രാഷ്ട്രീയക്കാരുമായിട്ടല്ലേ? അതുകൊണ്ടു പറഞ്ഞതാ. അവരാണ് വാർത്തയുണ്ടാക്കുന്നത്."

"അത്തരക്കാരുടെ ഇടയിൽ ഒരു പരമേശ്വരൻപിള്ള വിസ്മരിക്കപ്പെടുന്നത് അതിശയമല്ലെന്നായിരിക്കും നീ പറഞ്ഞുകൊണ്ടു വരുന്നത്.

എന്നാലും ആ നല്ല മനുഷ്യനുവേണ്ടി രണ്ടുവരി എഴുതാമായിരുന്നു."

"എഴുതാമായിരുന്നു." അനന്തകൃഷ്ണൻ പറഞ്ഞു: "എവിടെയും ഇക്കാലത്ത് പരമേശ്വരൻപിള്ളസാറിനെപ്പോലെ ഒരാൾ അപൂർവ്വമാണ്. നീ ക്ഷോഭിക്കുകയില്ലെങ്കിൽ ഞാനൊരു കാര്യം പറയാം. ഞാനദ്ദേഹത്തെക്കുറിച്ച് എഴുതാൻ പോകുന്നു. അദ്ദേഹത്തിന്റെ ചരമക്കുറിപ്പല്ല. അദ്ദേഹം ആരായിരുന്നുവെന്ന്. അദ്ദേഹത്തിന്റെ മഹത്ത്വം എന്തായിരുന്നുവെന്ന്."

"ഇനി അതു വായിച്ച് നമ്മുടെ മന്ത്രിമാർക്കും നേതാക്കന്മാർക്കും ഞെട്ടലുണ്ടായെങ്കിലോ?"

"അവർ ഞെട്ടുന്നതിന്റെ രഹസ്യം നിനക്കറിയാമോ? ആകാശവും ഭൂമിയും സൂര്യചന്ദ്രന്മാരും ഉള്ളേടത്തോളം കാലം സിംഹാസനങ്ങളിൽ ഇരുന്നരുളണമെന്നാഗ്രഹിക്കുന്ന പൂമാന്മാർ മറ്റൊരാളിന്റെ മരണത്തെക്കുറിച്ചു കേൾക്കുമ്പോൾ സ്വന്തം മരണത്തെക്കുറിച്ചു ഓർക്കുന്നു. അതല്ലെങ്കിൽ നമ്മുടെ നേതാക്കന്മാർ ഞെട്ടുമെന്ന് നീ വിചാരിക്കുന്നുണ്ടോ?"

അന്നു ഓഫീസിലിരുന്നിട്ട് മോഹന് സ്വസ്ഥതയുണ്ടായില്ല. പരമേശ്വരൻപിള്ളസാറിനെയും ലക്ഷ്മിയെയും കുറിച്ചുള്ള ഓർമ്മയായിരുന്നു എപ്പോഴും. ഒരാളെ കാണാനുണ്ടെന്ന് പറഞ്ഞ് പതിവിലും നേരത്തേ മോഹൻ ആഫീസിൽ നിന്നിറങ്ങി.

ഇരുപത്തിനാല്

കോളനിക്കു കാവൽ നില്ക്കുന്ന മാടൻദൈവത്തിന്റെ തുറിച്ച വട്ട ക്കണ്ണുകൾ ഇമ ചിമ്മാതെ നിന്നു. മാടൻദൈവത്തിന്റെ നീണ്ട നാക്കിൽ രക്തക്കറയുടെ ചുവപ്പ് മങ്ങി. ഉയർത്തിപ്പിടിച്ച വലം കൈയിലെ കരവാ ളത്തിൽ രക്തമുണങ്ങി. കമ്പിയഴിയിട്ട ചെറിയ കോവിലിനുള്ളിൽ മാടൻ രാവും പകലും കോളനിക്കാരുടെ ദൈവമായി നിലകൊണ്ടു.

വാറ്റുചാരായത്തിന്റെയും എരുമച്ചാണകത്തിന്റെയും ഗന്ധമുള്ള കാറ്റ് കോളനിക്ക് ഒരു വാടയുണ്ടാക്കി. ആ വാട കനച്ച് നഗരത്തിനു പുറത്തു നിന്നു വരുന്ന കാറ്റുകളെ കോളനിയുടെ അതിരിൽ തടഞ്ഞു.

സന്ധ്യക്ക് തല്ലുകൊള്ളി അച്ചു കുടിച്ച് ബോധം കെട്ട് വേയ്ക്കുന്ന കാലുകളിന്മേൽ ഇടവഴിയിൽ പ്രത്യക്ഷപ്പെട്ടു. ഒറ്റക്കണ്ണി കാർത്തിയുടെ പച്ചക്കറിക്കടയുടെ മുമ്പിലെത്തിയപ്പോൾ അവൻ നിന്നു. ഒറ്റക്കണ്ണി കാർത്തിയെ മിഴിച്ചു നോക്കി. അവളുടെ കൊഴുത്ത ശരീരത്തിന്റെ ഭംഗി കണ്ട് നൊട്ടിനുണച്ചു.

"അക്കാ, അക്കനെന്നോട് സ്നേഹോണ്ടോ?" അച്ചു ചോദിച്ചു. "ഉണ്ടെ ങ്കിൽ അതിപ്പോ അറിയണം."

ഒറ്റക്കണ്ണി കാർത്തി അവനെ പുച്ഛത്തോടെ നോക്കി.

"നീ നിന്റെ പാട്ടിനു പോടാ അച്ചു. അല്ലെങ്കിൽ എന്നോടു വല്ലോം കേൾക്കും."

ഒറ്റക്കണ്ണി കാർത്തിയുടെ ഭാവപ്പകർച്ച അച്ചുവിനെ നിരാശപ്പെടുത്തി. ലോഹ്യം കൊണ്ട് പ്രയോജനമില്ലെന്ന് ബോദ്ധ്യമായപ്പോൾ അച്ചു അട വൊന്നു മാറ്റി.

"പട്ടാളം വേലു നിന്റെ ആരെടീ?"

ഒറ്റക്കണ്ണി കാർത്തി അവനെ ആട്ടി.

''ഫാ, ചൂലേ! അടിച്ചു നിന്റെ കരണം ഞാൻ പൊളിക്കും. പൊയ്ക്കോ.''

അച്ചു ഇളിഭ്യനായിപ്പോയി.

അപ്പോൾ അന്ത്രുവിന്റെ മരിച്ചീനിക്കടയ്ക്ക് അപ്പുറത്തുനിന്ന് ആരോ വിളിച്ചു ചോദിച്ചു:

"ആരെടേ അത്?"

അച്ചു തിരിഞ്ഞുനോക്കി.

"ഏവനെടാ അറിയണ്ടേ?"

കാർക്കിച്ചു തുപ്പി എതിരാളിയെ അച്ചു പോരിനു വിളിച്ചു.

"അമ്മേടെ മുലപ്പാല് കുടിച്ചു വളർന്നവനാണെങ്കിൽ വാടേ. അച്ചു കാണിച്ചു തരും."

ആരും എതിരു പറഞ്ഞില്ല

എങ്കിലും അച്ചു വെല്ലുവിളിച്ചു.

"ഈ കോളനീല് എവനൊണ്ടടേ അച്ചൂനെ എടേ പോടേന്നു വിളിക്കാൻ?"

കുടിച്ച വാറ്റുചാരായത്തിന്റെ വീര്യം അച്ചു കാണിച്ചു. മെലിഞ്ഞുണങ്ങിയ അച്ചുവിന് ഒടിയാത്ത എല്ലുകളില്ല. അരഗ്ലാസ് വാറ്റുചാരായം ഉള്ളിൽചെന്നാൽ പിന്നെ ആരെയും തെറി വിളിക്കും. ആരെങ്കിലും എടുത്തിട്ടു പൊതിക്കും. വാറ്റുചാരായം തിളയ്ക്കുന്ന വൈകുന്നേരങ്ങളിൽ കോളനിയിൽ ആരെങ്കിലും ലഹളയുണ്ടാക്കും. അതു നിത്യ സംഭവമാണ്. ഇന്ന് അച്ചുവിന്റെ ദിവസം.

വേലപ്പന്റെ ചായക്കടയ്ക്കു മുമ്പിലേക്കു അവൻ വന്നു. അകലെയുള്ള ഏതോ ശത്രുവിനെത്തേടി അവന്റെ കണ്ണുകൾ ഇമ ചിമ്മാതെ നിന്നു.

ഇരുളുന്ന സന്ധ്യാകാശത്തിനു ചുവട്ടിലൂടെ വളവു കടന്നുവരുന്ന മോഹനെ കണ്ടപ്പോൾ സിറ്റി കോർപ്പറേഷനിലെ ചവറുവണ്ടി ഓടിക്കുന്ന സുബ്ബയ്യൻ പറഞ്ഞു:

"അച്ചൂ, നീ പോ ഇന്നിത്രേം മതി."

അച്ചു ഒന്നു തണുത്തു.

"അതല്ലണ്ണാ, അച്ചൂനെ തൊടാൻ ചൊണയുള്ള ആരെങ്കിലൂണ്ടെങ്കീ വരട്ടെ. ദേവേന്ദ്രന്റെ അച്ഛൻ മുത്തുപ്പട്ടരാണേലും അച്ചൂനെ തൊട്ടാൽ അവന്റെ ശവം വീഴും നടുറോട്ടിൽ."

"അതു പിന്നെ എനിക്കറിഞ്ഞൂടേ അച്ചൂ?" സുബ്ബയ്യൻ നയത്തിൽ അച്ചുവിന്റെ ചുമലിൽ കൈ വച്ചു പറഞ്ഞു: "ഇന്നു നീ ക്ഷമിച്ചുകള. ദേവേന്ദ്രന്റെ അച്ഛൻ മുത്തുപ്പട്ടര് നാളേം വരും."

സുബ്ബയ്യണ്ണൻ പറഞ്ഞതുകൊണ്ട് ഞാൻ ക്ഷമിച്ചു എന്ന ഭാവത്തിൽ നിവർത്തിപ്പിടിച്ചിരുന്ന കൊല്ലിപ്പിച്ചാത്തി മടക്കിക്കൊണ്ട് അച്ചു ആടിയാടി നടന്നു.

മോഹൻ നടന്ന് അടുത്തെത്തിയപ്പോൾ സുബ്ബയ്യൻ ഭവ്യതയോടെ അടുത്തു ചെന്നു:

"എത്ര നാളായി സാറിനെ കണ്ടിട്ട്! ഇപ്പോ എവിടെയാ?"

"ഞാനീ നഗരത്തിൽ തന്നെയുണ്ട്." മോഹൻ പറഞ്ഞു: "സുബ്ബയ്യനു സുഖാണോ?"

"നഗരത്തില് ചവറും കോർപ്പറേഷനില് ചവറ് വണ്ടീം ഉള്ളേടത്തോളം കാലം സുബ്ബയ്യനു കൊഴപ്പയില്ല. പെൻഷൻ പററണ വരെ. സാറ് ഈ വഴിയെങ്ങോട്ടാ?"

"വെറുതെ ഒന്നു നടക്കാനിറങ്ങി."

കോളനിയുടെ ഇടവഴി കഴിഞ്ഞുചെന്നപ്പോൾ പഴയ ലോഡ്ജിന്റെ സ്ഥാനത്ത് പണിയാൻ പോകുന്ന ഹോട്ടലിന്റെ കോൺക്രീറ്റിൽ വാർത്ത തൂണുകൾ ഉയർന്നു നില്ക്കുന്നു. ഇനി വരുമ്പോൾ ഗേറ്റിൽ ഗൂർഖ കാവൽ നില്ക്കുന്ന വലിയ ഹോട്ടലാവും കാണുക.

അപ്പുറത്ത് സന്ധ്യയുടെ ഇരുട്ടിൽ ആ വീട് ഒരു നിഴൽക്കൂടാരം പോലെ തോന്നിപ്പിച്ചു. മുനിഞ്ഞു കത്തുന്ന ഇലക്ട്രിക് ബൾബിന്റെ അരണ്ട വെളിച്ചത്തിന് വിഷാദത്തിന്റെ ഛായയുണ്ട്. മുൻവശത്ത് ആരുമില്ല. മുമ്പാണെങ്കിൽ ഈ നേരത്ത് ചാരുകസേരയിൽ എന്തെങ്കിലും വായിച്ചുകൊണ്ട് പരമേശ്വരൻപിള്ള സാറ് ഇരിപ്പുണ്ടാവും. ഇപ്പോൾ ആ ചാരുകസേര പോലും അവിടെ ഇല്ല. അടഞ്ഞുകിടന്ന ഗേറ്റിൽ പിടിച്ചുകൊണ്ട് ഇരുട്ടിൽ അകത്തേക്കു നോക്കി നില്ക്കുമ്പോൾ ലക്ഷ്മിയോടു പറയേണ്ട വാക്കുകൾ മോഹൻ മനസ്സിൽ തെരയുകയായിരുന്നു.

"എന്തു പറഞ്ഞ് സമാധാനിപ്പിക്കുമെന്ന് എനിക്കറിയില്ല. അഥവാ ഞാനെന്തെങ്കിലും പറഞ്ഞാൽ ലക്ഷ്മിക്കതു വിശ്വാസമാകുമോ എന്നും സംശയമുണ്ട്. എന്നെ വിശ്വസിക്കൂ എന്നു പറയേണ്ടിവരുന്നത് വിശ്വാസം നഷ്ടപ്പെടുത്തിയ ഒരാളുടെ കുറ്റസമ്മതമാണ്. ഞാൻ ലക്ഷ്മിയുടെ മുമ്പിൽ നില്ക്കുന്നത് അങ്ങനെ ഒരു മനസ്സോടുകൂടിയാണ്. കഴിഞ്ഞതെല്ലാം മറക്ക്. ഞാൻ വന്നത് ലക്ഷ്മിയുടെ അച്ഛന്റെ മരണത്തിൽ എനിക്ക് സങ്കടമുണ്ടെന്ന് പറയാനാണ്. എന്റെ സ്നേഹത്തിൽ വിശ്വാസമുണ്ടെങ്കിൽ-"

പക്ഷേ, തന്നെ കാണുമ്പോൾ എന്തായിരിക്കും അവളുടെ മനോഭാവം? പെട്ടെന്ന് മോഹന്റെ മനസ്സ് പതറി. ഒടുവിൽ അവളെ അഭിമുഖീകരിക്കാൻ കഴിയാതെ അയാൾ തിരിഞ്ഞുനടന്നു. തന്നെ കാണുമ്പോൾ അച്ഛന്റെ മരണത്തേക്കാൾ താൻ അവളുടെ ഹൃദയത്തിലുണ്ടാക്കിയ ക്ഷതമായിരിക്കില്ലേ അവൾക്കു കൂടുതൽ അസഹ്യമായി തോന്നുക?

കുറേ നേരം കാത്തുനിന്നതിനുശേഷം മരണത്തിന്റെ മൗനവും മ്ലാന

തയും കെട്ടിനില്ക്കുന്ന ആ വീടിനു മുമ്പിൽനിന്ന് അയാൾ തിരിഞ്ഞു നടന്നു.

അന്നു രാത്രി അയാൾ ഉറങ്ങിയില്ല. സ്വന്തം മനസ്സിന്റെ കടച്ചിൽ അയാളുടെ കണ്ണിൽനിന്ന് ഉറക്കത്തെ എടുത്തുകളഞ്ഞു.

അടുത്തദിവസം ആർ കെ മേനോൻ ആഫീസിൽ വന്നില്ല. സുഖമില്ലാത്തതുകൊണ്ട് അദ്ദേഹം വീട്ടിൽ വിശ്രമിച്ചു. വൈകുന്നേരം ആഫീസിൽനിന്നിറങ്ങാൻ നേരത്ത് മോഹനെ മേനോൻ ടെലിഫോണിൽ വിളിച്ചു.

"മോഹൻ ഇങ്ങോട്ടു വരൂ. നമുക്കിവിടെയിരുന്ന് യക്ഷിയെക്കുറിച്ചാലോചിക്കാം."

യക്ഷിയെ സംബന്ധിച്ച് ഐതിഹ്യങ്ങളിലും ചരിത്രരേഖകളിൽ നിന്നും കിട്ടിയ കഥകൾ സ്വരൂപിച്ചുണ്ടാക്കിയ സ്ക്രിപ്റ്റുമായി മോഹൻ സന്ധ്യക്കു മേനോന്റെ വീട്ടിൽ ചെന്നു.

"ശരിയായിട്ടുണ്ടോന്നറിയില്ല. യക്ഷി എന്റെ മനസ്സിൽ രൂപം കൊണ്ടതിങ്ങനെയാണ്. ഇതൊരു ബ്ലൂപ്രിന്റാണെന്നു വിചാരിച്ചാൽ മതി."

മോഹൻ യക്ഷിയുടെ സ്ക്രിപ്റ്റ് വായിച്ചു.

ലോകത്തിന്റെ വിവിധ ഭാഗങ്ങളിൽ ജനസമൂഹങ്ങൾ പലതരം അപൗരുഷേയശക്തികളിലും ദുർദ്ദേവതകളിലും വിശ്വസിച്ചിരുന്നതിന്റെ ചരിത്രസൂചനകളിൽ നിന്നായിരുന്നു തുടക്കം. വിധിപോലെ തന്നെ ആ ഗൂഢശക്തികൾ മനുഷ്യന്റെ ജീവിതത്തെ ബാധിച്ചിരുന്നതിന്റെ വിശ്വാസപരമായ തെളിവുകളും ഉൾപ്പെടുത്തി.

ഗ്രീക്ക് പുരാണത്തിന്റെ സ്മൃതികളിൽ ഒരു ദുർദ്ദേവതയുടെ കുടിലമായ പൊട്ടിച്ചിരിയും അട്ടഹാസവും കേൾക്കുന്നു. സ്ത്രീയുടെ ശിരസ്സും സിംഹത്തിന്റെ ഉടലും സർപ്പത്തിന്റെ വാലും കഴുകന്റെ ചിറകുകളുമുള്ള സ്ഫിങ്ക്സ് എന്ന ദുർദ്ദേവത തീബ്സിന്റെ വടക്കൻ മലഞ്ചരിവുകളിൽ ഒരു ചോദ്യവുമായി വഴിപോക്കരെ കാത്തുനില്ക്കുന്നു. ഉദയത്തിൽ നാല് കാലിലും മദ്ധ്യാഹ്നത്തിൽ രണ്ടു കാലിലും അസ്തമയത്തിൽ മൂന്നുകാലിലും സഞ്ചരിക്കുന്ന ജീവി ഏത്? കടങ്കഥയ്ക്കുത്തരം പറയാത്ത വഴിപോക്കരെ കടിച്ചുകീറി രക്തം കുടിച്ച് സ്ഫിങ്ക്സ് എന്ന ദുർദ്ദേവത പൊട്ടിച്ചിരിക്കും. പാറക്കെട്ടുകളിലും മലമടക്കുകളിലെ ഇരുണ്ട കാടുകളിലും മേഘങ്ങളിലും ആ ദുർദ്ദേവതയുടെ പൊട്ടിച്ചിരി മാറ്റൊലിക്കൊണ്ടു. ഡെൽഫി ക്ഷേത്രത്തിൽ മുഴങ്ങിയ അശരീരിയിൽ തന്റെ ദുർവിധി കേട്ടു നടുങ്ങിയ ഈഡിപ്പസ് നാടും നഗരവും വിട്ട് ഓടിവരുമ്പോൾ ആ ദുർദ്ദേവതയുടെ പൊട്ടിച്ചിരി കേട്ടു സ്തംഭിച്ചുനിന്നു.

ഉദയത്തിൽ നാലുകാലിലും മദ്ധ്യാഹ്നത്തിൽ രണ്ടുകാലിലും അസ്തമയത്തിൽ മൂന്നു കാലിലും സഞ്ചരിക്കുന്ന ജീവി ഏത്?

കഥയുടെ കെട്ടഴിക്കാൻ ഏതാനും നിമിഷങ്ങൾ.

ഈഡിപ്പസ് കടങ്കഥയ്ക്കുത്തരം പറഞ്ഞു:

മനുഷ്യൻ!

മലയിടുക്കുകൾക്കിടയിലെ അഗാധമായ കൊക്കരണിയിലെടുത്തു. ചാടി ആത്മഹത്യകൊണ്ട് അവൾ തോല്വി സമ്മതിച്ചു.

"തീബ്സിന്റെ വടക്കൻ മലഞ്ചരിവുകളിൽ കടങ്കഥയുമായി വഴിപോക്കരുടെ രക്തത്തിനു ദാഹിച്ചുനിന്നിരുന്ന ആ ദുർദ്ദേവത നമ്മുടെ യക്ഷിസങ്കല്പങ്ങളുമായി പൊരുത്തപ്പെട്ടുന്നുണ്ടോ?"

"ഗ്രീക്ക് പുരാണത്തിലെ സ്ഫിങ്ക്സ് ഒരു ദുർദ്ദേവതയാണ്. രക്ഷസ്സാണ്. ഇന്ത്യാക്കാരന്റെ സങ്കല്പത്തിലുള്ള യക്ഷി ഒരുപദേവതയാണ്. ക്ഷേത്രങ്ങളിലും യക്ഷിക്കു പ്രതിഷ്ഠയുണ്ട്. പൂജയുണ്ട്. ഗന്ധർവ്വകന്യകമാരെയും അപ്സരസ്സുകളെയുംപോലെ യക്ഷിയും ഇന്ത്യാക്കാരന് ദൈവിക പരിവേഷമുള്ള ഒരു സങ്കല്പമാണ്."

"വാരവും പൂരവും കാണാൻ പോകുന്ന നമ്പൂതിരിമാരോട് വഴിവക്കിൽനിന്നു ചുണ്ണാമ്പ് ചോദിക്കുന്ന ഐതിഹ്യങ്ങളിലെ യക്ഷികളെ രക്തം മണക്കുന്നുണ്ടായിരിക്കാം. പക്ഷേ, മലയാളികളുടെ സങ്കല്പങ്ങളിലുള്ള യക്ഷി മോഹഭംഗത്തിന്റെ ഉണങ്ങാത്ത മുറിവുകളുമായി അലയുന്ന അസംതൃപ്തമായ ആത്മാവല്ലേ?"

മഹാക്ഷേത്രത്തിന്റെ ശ്രീകോവിലിൽ ആരോ വരച്ചിട്ട യക്ഷിയുടെ രൂപം കണ്ട് അതിശയിച്ചനിന്ന ഉണ്ണി നമ്പൂതിരിയെ കൂട്ടുകാരെല്ലാവരും കൂടി പറഞ്ഞിളക്കി ചിത്രത്തിലെ യക്ഷിയോട് അന്നുരാത്രി തന്റെ അടുക്കൽ വരണമെന്നു പറയിപ്പിച്ചു. അന്നു രാത്രി ചിത്രപടത്തിൽ നിന്നിറങ്ങി യക്ഷി ബ്രഹ്മസ്വംമഠത്തിന്റെ തിണ്ണയിൽ കിടന്നുറങ്ങുന്ന ഉണ്ണിനമ്പൂതിരിയുടെ അടുത്തുചെന്നു. പിന്നെ സംഭവം ഒരു ദിവ്യാനുരാഗത്തിന്റെ കഥയായിത്തീരുന്നു... കഥ അങ്ങനെ നീളുന്നു...

സ്ക്രിപ്റ്റ് വായിച്ചുതീർന്നപ്പോൾ ആർ കെ മേനോൻ അഭിനന്ദിച്ചു.

"അസ്സലായിട്ടുണ്ട്."

ഉണ്ണിനമ്പൂതിരിയും യക്ഷിയും തമ്മിലുള്ള ദിവ്യാനുരാഗം വർണ്ണിക്കുമ്പോൾ യക്ഷിയുടെ സ്ഥാനത്ത് മോഹന്റെ മനസ്സിൽ നിറഞ്ഞുനിന്നത് ലക്ഷ്മിയുടെ രൂപമാണ്.

"അഗ്നിപുരാണങ്ങളിലും *മഹാഭാരത*ത്തിലും യക്ഷിയെക്കുറിച്ചുള്ള പരാമർശങ്ങളുണ്ട്." മേനോൻ പറഞ്ഞു: "ആവശ്യമെന്ന് തോന്നിയാൽ അതൊന്ന് റഫർ ചെയ്തോളൂ. ഒരു കാര്യം കൂടി ചെയ്താൽ കൊള്ളാമെന്ന് എനിക്ക് അഭിപ്രായമുണ്ട്. കേരളത്തിലെ ചില പുരാതനക്ഷേത്രങ്ങളിൽ യക്ഷിയുടെ ശില്പങ്ങളുണ്ട്. വേണമെങ്കിൽ അതും ചേർക്കാം."

ചുമരിലെ നാഴികമണിയിൽ പത്തര അടിച്ചു.

മോഹൻ യാത്ര പറഞ്ഞു. സ്റ്റെയർകേസിറങ്ങിയപ്പോൾ മിസിസ്സ് വിജയാമേനോൻ പിന്നാലെ വന്നു.

"രാത്രി വളരെയായില്ലേ? ഞാൻ കാറിൽ കൊണ്ടാക്കാം."

"വേണ്ട." മോഹൻ പറഞ്ഞു: "ഞാൻ ഒരു ആട്ടോറിക്ഷ പിടിച്ചു പൊയ്ക്കോളാം."

മുറ്റത്തെ തണൽമരത്തിന്റെ നിഴൽപ്പാടിൽ തിരിഞ്ഞുനിന്നു നിശ്ശബ്ദമായി യാത്ര ചോദിക്കുമ്പോൾ മിസിസ്സ് വിജയാമേനോന്റെ കണ്ണുകളിൽ കണ്ട ഭാവപ്പകർച്ച മോഹൻ നിർവ്വികാരമായി നേരിട്ടു.

തണൽമരത്തിന്റെ നിഴലിൽ ഒരു യക്ഷി.

പിന്നെ ഒരു വൈകുന്നേരം കുടിച്ചു പൂക്കുറ്റിയായിട്ട് ചന്ദ്രൻനായർ വന്നു. ആരോ വാതിലിൽ മുട്ടുന്നതു കേട്ട് എഴുന്നേറ്റുചെന്നു നോക്കുമ്പോഴാണ് ആളെ കണ്ടത്. അയാൾ ആകെ പപ്രശ്ശനായിരുന്നു. കീറിപ്പറിഞ്ഞ ഷർട്ടും ചെളി പറ്റി വൃത്തികേടായ മുണ്ടും വിയർത്തൊഴുകുന്ന മുഖവും ചുവന്നു കലങ്ങിയ കണ്ണുകളും കണ്ടപ്പോൾ ആദ്യം തോന്നിയത് ഈൗർഷ്യയാണ്.

എന്തെങ്കിലും മുഷിഞ്ഞുപറയാൻ മോഹൻ ആലോചിക്കുമ്പോൾ ചുമരിന്മേൽ ചാരിനിന്ന് ചന്ദ്രൻനായർ ചോദിച്ചു:

"സാററിഞ്ഞോ, ലക്ഷ്മീടെ അച്ഛൻ കാഞ്ഞുപോയി."

"ഇറങ്ങി പോ പുറത്തെ"ന്നു പറയാൻ മോഹന്റെ നാവ് ചൊറിഞ്ഞതാണ്. വന്നിരിക്കുന്നു ഒരുത്തൻ, വിശേഷം പറയാൻ!

"സാറിനറിയാവോ, അവൾക്കെന്നോടു വല്യ പുച്ഛായിരുന്നു പണ്ട്." ചന്ദ്രൻനായരുടെ വാക്കുകളിൽ മദ്യം മണത്തു. "എന്നുവച്ചാൽ എനിക്കു പണമില്ല. ഉദ്യോഗമില്ല. അന്തസ്സില്ല. അവളെ മോഹിച്ചു രാജകുമാരൻ വരുമെന്നായിരുന്നു അവളുടെ വിചാരം. ഇപ്പോ ഞാനേ ഉണ്ടായൊള്ളൂ അവൾക്ക്."

മോഹൻ ഒന്നും മണ്ടാതെ അരിശം കടിച്ചമർത്തി.

"നിങ്ങളുടെയൊക്കെ കണ്ണിൽ ഞാൻ മോശക്കാരനാ." വേച്ചുവീഴാതെ ചന്ദ്രൻനായർ തൂണിന്മേൽ അള്ളിപ്പിടിച്ചു: "കള്ളുകുടിക്കും. തല്ലുകൂടും. ഒക്കെ ശരിയാ. എന്നാലും. എനിക്കും ഒരു ഹൃദയമുണ്ട്, സാറേ! അവളതു മനസ്സിലാക്കണില്ല. ആ.."

പറയാൻ വന്ന ദുരർത്ഥമുള്ള വാക്ക് ചന്ദ്രൻനായർ കടിച്ചമർത്തി.

അപ്പോഴേക്കും മോഹന്റെ ക്ഷമ കെട്ടു.

"ചന്ദ്രൻനായർക്ക് കാര്യം പറഞ്ഞാൽ മനസ്സിലാകുമല്ലോ? ഇനി താനിവിടെ നില്ക്കാൻ പാടില്ല."

ചന്ദ്രൻനായർ അടയുന്ന കൺപോളകൾ വലിച്ചു തുറന്ന് മോഹനെ നോക്കി.

"സാറെന്താ പറഞ്ഞത്?"

"ഇറങ്ങിപ്പോകാൻ."

ചന്ദ്രൻനായർ ഒരിളിഭ്യച്ചിരിയോടെ പറഞ്ഞു:

"ഹാ, ഒടക്കാതെ! സാറിനോടൊള്ള സ്നേഹം കൊണ്ടല്ലേ ഞാൻ

കാണാൻ വന്നെ?"

മോഹൻ അരിശം കടിച്ചമർത്തി.

"എനിക്കു തന്റെ വേദാന്തമൊന്നും കേൾക്കണ്ടാ. കടന്നുപോകാനാ പറഞ്ഞത്."

മോഹന്റെ ഭാവവ്യത്യാസം പെട്ടെന്നുതന്നെ ചന്ദ്രൻനായർക്കു ബോദ്ധ്യമായി. ചമ്മലോടെ പടി കടന്നുപോകുമ്പോൾ ചന്ദ്രൻനായർ തിരിഞ്ഞുനിന്നു:

"സാറെന്നോടു പോകാൻ പറഞ്ഞില്ലേ? എനിക്കു സങ്കടോണ്ട്. ഞാനിങ്ങനെയല്ല സാറിനെ വിചാരിച്ചെ. എന്നാലും സാറിന് എന്നെ കൊണ്ട് എന്തെങ്കിലും ആവശ്യോണ്ടന്നറിഞ്ഞാൽ ആ നിമിഷം ഞാൻ വരും."

അയാൾ വേച്ചുവേച്ച് ഇരുട്ടിലേക്കിറങ്ങിപ്പോയി.

ഇരുപത്തഞ്ച്

യക്ഷി എന്ന പ്രാചീന സങ്കല്പനത്തെ ആധാരമാക്കിയുള്ള ലഘു ചിത്രത്തിന്റെ ഷൂട്ടിങ് കഴിഞ്ഞു മടങ്ങിയെത്തിയപ്പോൾ മാനസികമായും ശാരീരികമായും മോഹൻ തളർന്നു. ഇഷ്ടമില്ലാത്ത ജോലി ചെയ്യുന്നതിന്റെ മടുപ്പായിരുന്നു വലിയ പ്രശ്നം. എങ്കിലും മേനോനെ ഓർത്ത് അത് കഴിയുന്നത്ര ഭംഗിയായി ചെയ്തു. ആ മനുഷ്യൻ കാണിക്കുന്ന സ്നേഹത്തിനും വിശ്വാസത്തിനും മുമ്പിൽ നിരായുധനായിത്തീരുന്നു. അല്ലെങ്കിൽ മോഹൻ പണ്ടേ ആ ജോലി ഉപേക്ഷിച്ചു പോയേനെ. ഒരു ഫീച്ചർഫിലിം നിർമ്മിച്ചത് തകരപ്പെട്ടിക്കുള്ളിൽ വെറുതെ ഇരിക്കുന്നു. അതിന്റെ നഷ്ടം ആ മനുഷ്യന്റെ മനസ്സിനെ തളർത്തിയിട്ടില്ല. താല്ക്കാലികമായ ബുദ്ധിമുട്ടുകളിലും ഞെരുക്കങ്ങളിലുംനിന്ന് എങ്ങനെയെങ്കിലും രക്ഷപ്പെടാമെന്ന് അദ്ദേഹം ആശിക്കുന്നു.

യക്ഷിയുടെ പ്രതിഷ്ഠയുള്ള ക്ഷേത്രങ്ങളും ഗ്രാമങ്ങളിലെ യക്ഷിക്കാവുകളും യക്ഷിക്കഥകളുമായി ബന്ധപ്പെട്ട നമ്പൂതിരി ഇല്ലങ്ങളും കണ്ടുപിടിക്കാൻ വേണ്ടി കുറേ സഞ്ചരിക്കേണ്ടിവന്നു. ഐതിഹ്യങ്ങളിലും പുരാണങ്ങളിലുമുള്ള യക്ഷികളെയും അവർക്കുള്ള പൂജാവിധികളെയും യക്ഷികളുമായി ബന്ധപ്പെട്ട കലകളെയും കുറിച്ച് അതിലൊക്കെ ജ്ഞാനമുള്ളവരോടു ചർച്ച ചെയ്തു. കാര്യം ഒരു ലഘുചിത്രമാണെങ്കിലും അതു കഴിയുന്നത്ര ആധികാരികമായിരിക്കണമെന്ന് മോഹനും നിർബ്ബന്ധമുണ്ടായിരുന്നു. ഭക്തിയും വിശ്വാസവുമായി കെട്ടു പിണഞ്ഞുകിടക്കുന്ന ഒരു പ്രാചീന സങ്കല്പനത്തിന്റെ പൊരുളും ചരിത്രവും അന്വേഷിക്കാൻ തുടങ്ങുമ്പോൾ അതിന്റെ പ്രയാസങ്ങളെക്കുറിച്ചൊന്നും ഓർത്തില്ല. അയഥാർത്ഥവും അശാസ്ത്രീയമെന്നുതന്നെ ഇരിക്കട്ടെ. എങ്കിലും ആ സങ്കല്പനത്തിലെ കലയും സൗന്ദര്യവും ആകർഷണീയമാണ്. അനിഷേദ്ധ്യ

മാണ്. യഥാർത്ഥത്തിൽ മോഹനെ ആദ്യം ആകർഷിച്ചതും അതുതന്നെ. മണിപ്രവാളകവികൾ മാദക സൗന്ദര്യത്തിന്റെ പ്രതീകമായി വർണ്ണിച്ച ദേവദാസി യക്ഷിക്കു ചേരുന്ന ഉൽപ്രേക്ഷയാണെന്നു മോഹനു തോന്നി.

ഉണ്ണി നമ്പൂതിരിയെ സ്നേഹിക്കുന്ന യക്ഷിയായി അഭിനയിക്കാൻ വന്ന നടിയെ കണ്ടപ്പോൾ ആദ്യം അത്ര തൃപ്തി തോന്നിയില്ല മോഹന്. എങ്കിലും ചമയങ്ങളൊക്കെ ചമഞ്ഞു കണ്ടപ്പോൾ ഏതോ ഒരുഭംഗി തെളിഞ്ഞുവന്നു. ഭാവപ്രകടനങ്ങൾകൊണ്ട് രൂപഭംഗിക്കന്തെങ്കിലും കുറവുണ്ടായിരുന്നെങ്കിൽ അവളതു നികത്തുകയും ചെയ്തു. അവൾ അഭിനയിക്കുമ്പോൾ അവളുടെ സ്ഥാനത്ത് താൻ കാണുന്നത് ലക്ഷ്മിയെയാണെന്ന് മോഹന് തോന്നി. വിഷാദത്തിന്റെ ഭംഗിയുള്ള ആ കണ്ണുകളുടെ ആഴങ്ങളിൽ കാണുന്നത് മോഹഭംഗത്തിന്റെ നിഴലല്ലേ?

യക്ഷി കണ്ടുകഴിഞ്ഞ് അനന്തകൃഷ്ണൻ പറഞ്ഞു:

“എനിക്ക് ഇഷ്ടപ്പെട്ടു. യക്ഷിയുടെ ഐതിഹ്യവും യാഥാർത്ഥ്യവും അന്വേഷിക്കുന്ന ഒരു മനസ്സിന്റെ സാന്നിദ്ധ്യം ചിത്രത്തിന്റെ ഓരോ നിമിഷത്തിലും അനുഭവപ്പെടുന്നുണ്ട്. അതുകൊണ്ടിത് ഇൻഫർമേറ്റീവായിരിക്കുന്നു. അതിന്റെ സാംസ്കാരികവും കലാപരവുമായ മൂല്യം മുൻനിർത്തി ഗവൺമെന്റിനു വേണമെങ്കിൽ അതു വിലയ്ക്കെടുത്ത് ജനങ്ങളെ കാണിക്കാം.”

“എനിക്കും അങ്ങനെ ഒരൈഡിയാ തോന്നി.” ആർ കെ മേനോൻ പറഞ്ഞു: “ബന്ധപ്പെട്ട അധികാരികളെ ക്ഷണിച്ചു ഇതൊന്നു കാണിക്കണം. അവർക്ക് വല്ല താല്പര്യവും തോന്നിയെങ്കിലോ?”

“തോന്നാതിരിക്കാനെന്താ?” അനന്തകൃഷ്ണൻ ചോദിച്ചു: “ഇതൊരു ചീത്തക്കാര്യമൊന്നുമല്ലല്ലോ.”

“എന്നുവച്ചാൽ അതവർക്കും തോന്നണ്ടേ അനന്തകൃഷ്ണാ? ഇക്കാലത്ത് സ്വാധീനത്തിന്റെയും മറ്റും അടിസ്ഥാനത്തിലല്ലേ ഭരണയന്ത്രം ചലിക്കുന്നത്!”

“മേനോൻ സാറിനെന്താ സ്വാധീനക്കുറവ്?”

“പരീക്ഷിച്ചു നോക്കീട്ടില്ലാ.”

“കണ്ട അലമ്പുകളൊക്കെ എവിടെയെല്ലാം എന്തെല്ലാം കൈയിട്ടു വാരുന്നു? ഇപ്പോൾ ഭരണമെന്നൊക്കെ പറയുന്നതിന് അതിനപ്പുറത്ത് ഒരർത്ഥവുമില്ല. നിലാവുള്ളപ്പോൾ കക്കുക എന്നു കേട്ടിട്ടില്ലേ? സിംഹാസനത്തിൽനിന്ന് തെറിച്ചു പോകുന്നതിനു മുമ്പ് എത്രത്തോളം കൈയിട്ടു വാരാമോ അത്രത്തോളം! എന്നിട്ട് ആദർശം പ്രസംഗിക്കുന്നതു കേട്ടാലോ, നില്ക്കണ മരം ചായും!”

“എല്ലാവർക്കും അതിനു കഴിയുമോ? സ്വന്തം എളിമയെയും അന്തസ്സിനെയും വിലമതിക്കുന്ന കുറച്ചുപേരെങ്കിലും കാണും, എന്നും...”

ഇതെല്ലാം ഉപേക്ഷിച്ച് എവിടേക്കെങ്കിലും പോകാൻ മോഹന്റെ അന്തരാത്മാവ് പിടഞ്ഞു. സാമാന്യം കഴിഞ്ഞുകൂടാനുള്ള ശമ്പളം കിട്ടുന്നുണ്ട്. തൊഴിലിൽ സ്വാതന്ത്ര്യം ഉണ്ട്. അങ്ങനെ ചെയ്യൂ. ഇങ്ങനെ ചെയ്യൂ എന്ന്

ആരും ഗുണദോഷിക്കുന്നില്ല. ആരും ഇഷ്ടക്കേട് കാണിക്കുന്നില്ല. മേനോനാണെങ്കിൽ കറുത്തിട്ടൊരു വാക്ക് പറഞ്ഞിട്ടില്ല ഇതുവരെ. എന്നുമാത്രമല്ല, അദ്ദേഹത്തിന് സ്നേഹവും വിശ്വാസവുമുണ്ട്. ഒക്കെ ശരി. പക്ഷേ, മോഹന്റെ മനസ്സ് അപ്പോഴും പ്രക്ഷുബ്ധമായിരുന്നു.

ലക്ഷ്മിയെക്കുറിച്ചുള്ള ഓർമ്മ മോഹന്റെ മനസ്സിൽ വേലിയേറ്റത്തിന്റെ തിരകളായി വന്നലച്ചു. മറക്കാൻ ശ്രമിച്ചിട്ട് കഴിയുന്നില്ല.

അപരാഹ്നത്തിലെ ആകാശം ഇരുണ്ടുകിടന്നു. തിരക്കുള്ള വഴിയിൽ താൻ ഏകാകിയാണെന്നു മോഹനു തോന്നി. പോയ യാത്രക്കാരുടെ പാദമുദ്രകളണിഞ്ഞു കിടക്കുന്ന വഴി അയാളോട് പറഞ്ഞു. എല്ലാ യാത്രക്കാരും ഏകാകികളായിരുന്നു. ഓർത്തുനോക്ക് ആരാ ഉള്ളത് ഏകാകിയല്ലാതെ?

ഒരു സ്വപ്നമോ ഒരു സംഗീതമോ പുനഃസൃഷ്ടിക്കുവാൻ അസാദ്ധ്യമായ തരത്തിൽ അയാളുടെ മനസ്സ് ശൂന്യമായിരുന്നു. തരിശായിരുന്നു. മനസ്സിൽ അയാൾ ഒരു കർക്കിടകം ചുമന്നുകൊണ്ടു നടന്നു.

നിരത്തിലെ തിരക്കിനിടയിൽ യാത്രയുടെ ആരംഭത്തിൽ ട്രെയിനിൽ ഉണ്ടായിരുന്ന കറുത്തവേഷം ധരിച്ച വൃദ്ധൻ നടന്നുപോകുന്നതുകണ്ട് മോഹൻ ഞെട്ടി. ഈ കിഴവൻ ആരാണ്? നഗരത്തിലേക്കുള്ള യാത്രയിലാണോ താൻ ആദ്യമായി അയാളെ കണ്ടത്? അതോ ഓർമ്മയിൽനിന്ന് വഴുതിപ്പോയ ഏതെങ്കിലും യാത്രയിൽ അയാളെ അതിനുമുമ്പും കണ്ടിട്ടുണ്ടായിരുന്നോ? അതോ അയാൾ തന്നെ പിന്തുടരുന്നുണ്ടായിരുന്നോ എപ്പോഴും?

തിരക്കിനിടയിലൂടെ കറുത്ത വേഷം ധരിച്ച വൃദ്ധൻ മറ്റൊരു വഴിയേ തിരിഞ്ഞുപോയി.

അടച്ചിട്ട പീടികത്തിണ്ണയിൽ പഴയ ചാക്കുകൾ കെട്ടിയുണ്ടാക്കിയ മറയ്ക്കരികിൽ ഇരുന്നു ഭാണ്ഡക്കെട്ടഴിക്കുന്ന വൃദ്ധയെ മോഹൻ തിരിച്ചറിഞ്ഞു. മുമ്പൊരിക്കൽ ആരാ, എവിടന്നാ എന്നൊക്കെ ചോദിച്ച കിഴവിത്തള്ള. സന്ധ്യക്കുമുമ്പ് അവിടെ തിരിച്ചെത്തുന്ന കിഴവിത്തള്ള ചെല്ലാത്ത ഒരു കോണും മൂലയും നഗരത്തിലില്ല. സന്ധ്യക്കുമുമ്പ് തിരിച്ചെത്തി പൊട്ടിപ്പൊളിഞ്ഞ സിമന്റ് തിണ്ണയിലിരുന്നു അന്നത്തെ സമ്പാദ്യം എണ്ണുന്ന കിഴവി ഇപ്പോൾ ആരെയും ശ്രദ്ധിക്കുന്നില്ല. അരികിൽ ചാരിവച്ച ഊന്നുവടി. തൊട്ടടുത്ത് ഇരുമ്പുകമ്പികൊണ്ടു തൂക്കുകെട്ടിയ തകരപ്പാത്രം. ഭാണ്ഡക്കെട്ടിലെ നാണയങ്ങളെണ്ണുന്ന വൃദ്ധയോടു ചോദിക്കാൻ തോന്നി:

ഒടുക്കം ലാഭമോ നഷ്ടമോ കച്ചവടം?

പിന്നെയും നടന്നു. അപ്പോൾ സ്വപ്നത്തിൽ തന്റെ മേൽ ഇടിഞ്ഞു വീണ പർവ്വതത്തെക്കുറിച്ച് അയാൾ ഓർത്തു.

ആ സ്വപ്നത്തിന്റെ അർത്ഥമെന്താണ്?

സ്വപ്നങ്ങൾ വ്യാഖ്യാനിക്കുന്ന ഒരാളുണ്ടായിരുന്നെന്നു കേട്ടിട്ടുണ്ട്. വിശുദ്ധ പുസ്തകത്തിലെ ദാനിയേൽ.

ദുഃസ്വപ്നത്തിൽ നിന്നു ഞെട്ടിയുണർന്നപ്പോൾ കൂറയായിത്തീർന്ന ഗ്രിഗർ സാംസനെ ഓർത്തു.

താനെന്തായിത്തീരാൻ പോകുന്നു? കൂറയോ, പഴുതാരയോ, ചിത്ര ശലഭമോ, ചാണകപ്പുഴുവോ, നത്തോ, കഴുകനോ, പാറയോ മരമോ?

പെട്ടെന്ന്, ഒരു പാറയായിത്തീരുന്നതിനെക്കുറിച്ച് അയാൾ ആലോ ചിച്ചു. മലഞ്ചെരിവിൽ ഉയർന്നുനില്ക്കുന്ന ഒരു പാറക്കെട്ട്.

അല്ലെങ്കിൽ മേഘമോ, കാക്കയോ ആയിത്തീരുന്നതാണ് നല്ലത്.

പിന്നെ അയാൾ സ്വയം പരിഹസിച്ചു. താനെന്തൊക്കെയാണ് ചിന്തി ക്കുന്നത്?

എങ്ങും ചെന്നുചേരാനില്ലാത്ത ഒരാളായി അയാൾ പിന്നെയും നടന്നു. വേർപിരിഞ്ഞുപോകുന്ന വഴികൾ അയാളെ സംശയാലുവാക്കി. ഏതാണ് തന്റെ വഴി? അയാൾ വഴികളെ വെറുത്തു. മനുഷ്യനെ ഓരോ ദിക്കി ലേക്കു യക്ഷികളെപ്പോലെ ആകർഷിച്ചുകൊണ്ടുപോകുന്നത് ഈ വഴി കളല്ലേ?

തന്റെ ജീവിതത്തിന്റെ നിരർത്ഥകതയെക്കുറിച്ച് ഒരുതരം നിരാശ യോടെ മോഹൻ ചിന്തിച്ചു.

ജീവിതത്തെക്കുറിച്ച് വലിയ സ്വപ്നങ്ങൾ സൂക്ഷിക്കുന്നവരുണ്ട്. സ്വത്തിനും അധികാരത്തിനും കീർത്തിക്കുംവേണ്ടി മനുഷ്യൻ എന്തൊക്കെ വിക്രാസുകൾ കാണിക്കുന്നു? ഇതൊക്കെ നേടിയിട്ടെന്താണ് വിശേഷം? അവസാനത്തെ യാത്രയിൽ അയാൾ എന്തു കൊണ്ടുപോകുന്നു?

"പണ്ടൊരു ചക്രവർത്തി ഉണ്ടായിരുന്നു." സ്വാമിജി ഒരിക്കൽ പറഞ്ഞു: "മഹാപരാക്രമി. അദ്ദേഹം അയൽ രാജ്യങ്ങൾ ആക്രമിച്ചു കീഴ ക്കി. ശത്രുക്കളെ കൊന്നു. സ്വർണ്ണഖനികളും പവിഴദ്വീപുകളും സ്വന്ത മാക്കി. രത്നങ്ങൾ പതിച്ച കൊട്ടാരങ്ങൾ നിർമ്മിച്ചു. ലോകം കണ്ടിട്ടുള്ള മഹാചക്രവർത്തിമാരിൽ ഒരാളാണെന്ന കീർത്തി സമ്പാദിച്ചു. ഒടുവിൽ ഒരുദിവസം ചക്രവർത്തി മരിച്ചു. തന്റെ ജഡം ശ്മശാനത്തിലേക്കു കൊണ്ടുപോകുമ്പോൾ കൈകൾ ശവപ്പെട്ടിക്കു വെളിയിൽ ജനങ്ങൾക്കു കാണത്തക്ക വിധം ഇടണമെന്നായിരുന്നു ചക്രവർത്തിയുടെ അന്തിമാ ഭിലാഷം. അന്ത്യയാത്രയിൽ താൻ ഒന്നും കൊണ്ടുപോകുന്നില്ലെന്ന് ചക്ര വർത്തി വിടർത്തിപ്പിടിച്ച കൈകൾ ലോകത്തോടു പറഞ്ഞു."

ആരും ഒന്നും കൊണ്ടുപോകുന്നില്ല.

അയാൾ പൂവിനെക്കുറിച്ചോർത്തു. നക്ഷത്രത്തെക്കുറിച്ചോർത്തു. ഭൂമിയെക്കുറിച്ചോർത്തു.

പൂവ് അതിന്റെ സൗരഭ്യം കൊണ്ടും നക്ഷത്രം അതിന്റെ പ്രകാശം കൊണ്ടും ഭൂമി അതിന്റെ ഉർവ്വരതകൊണ്ടും ജന്മസാഫല്യമുണ്ടാക്കുന്നു.

സ്വാമിജി പറഞ്ഞു:

"മനുഷ്യൻ പൂവിനെ കണ്ടു പഠിക്കട്ടെ. മനുഷ്യൻ ഭൂമിയെ കണ്ടു പഠിക്കട്ടെ."

ഉടഞ്ഞ നക്ഷത്രങ്ങളുടെ പ്രകാശങ്ങളും വിസ്മൃതിയിൽ കലങ്ങിയ

സംഗീതത്തിന്റെ ഈണങ്ങളും കരിമേഘങ്ങളുടെ വിടവുകളിൽ വീണു പൊട്ടിയ മഴവില്ലിന്റെ നിറങ്ങളും നഷ്ടപ്പെട്ട സ്വപ്നങ്ങളുടെ അവശിഷ്ട ങ്ങളും അയാളുടെ ഉള്ളിൽ കിടന്ന് ഇളകിമറിഞ്ഞു. ചിന്തകൾ ഒരു സൈക്കഡെലിക് സ്വപ്നത്തിലെന്നപോലെ കൂടിക്കുഴഞ്ഞു. നടന്നു തളർന്നതുപോലെ അയാൾക്കുതോന്നി. എന്നിട്ടും അയാൾ നടന്നു. യാത്ര തന്റെ വിധിയാണെന്ന് അയാൾ അറിഞ്ഞു.

നിരത്തുവക്കിൽ ഒരാൾക്കൂട്ടം. മോഹൻ ആൾക്കൂട്ടത്തിന്റെ പിറകിൽ നിന്ന് എത്തിനോക്കി. കോട്ടമതിലിന്മേൽ മെലിഞ്ഞ ഒരു ചെറുപ്പക്കാരൻ ദുർഗ്ഗയെ വരയ്ക്കുന്നു. കോട്ടമതിലിൽ രക്തമൊലിക്കുന്ന നാവ് നീട്ടി, കണ്ണുകൾ തുറിച്ച് മൂന്നു മുനയുള്ള ശൂലം ഊന്നം പിടിച്ച് കപാലമാലയ ണിഞ്ഞ്, ക്രോധമൂർത്തിയായി നില്ക്കുന്ന ദുർഗ്ഗ. കാളി. മഹാകാളി. ഭദ്ര കാളി. മതവിശ്വാസിയല്ലാതിരുന്നിട്ടും മതം കൊണ്ടുനടക്കുന്ന ദൈവങ്ങളെ അയാൾ ഇഷ്ടപ്പെട്ടു. ആ സങ്കല്പനങ്ങളിലെ മാനുഷികഭാവങ്ങൾ അയാളെ എന്നും ആകർഷിച്ചിരുന്നു. ശിവനും ശക്തിയും കൃഷ്ണനും രാധയും രാമനും സീതയും പിന്നെയുമുണ്ട്. കാളി. അർദ്ധനാരീശ്വരൻ. ബ്രഹ്മാവ്. സൃഷ്ടി. സ്ഥിതി. സംഹാരം. കാലം. പ്രളയം. ആ സങ്കല്പങ്ങ ളുടെ പൊരുൾ ഒരുകവിയെന്നപോലെ അയാളെ മോഹിപ്പിച്ചു.

നിരത്തുവക്കിൽ ചിത്രകാരൻ വരച്ച കീറത്തുണിയിൽ ഒരു നാണ യമിട്ടതിനു ശേഷം മോഹൻ നടന്നു.

ഇടിഞ്ഞുപൊളിഞ്ഞുവീണ ഒരു നഗരിപോലെയാണ് മനസ്സ്. കനത്ത മറവിയുടെ അടിയിൽ കണ്ണു പൊട്ടിയ പ്രജ്ഞ ചിറകു കൊഴിഞ്ഞ പ്രാണി യെപ്പോലെ കിടന്നു പിടയുന്നു.

എന്റെ ജീവിതം എന്ന ആശയത്തിന്മേൽ വികാരംകൊണ്ടിരുന്ന നിമി ഷങ്ങളിൽ ജീവിതത്തിന്റെ വരാനിരിക്കുന്ന ദശാസന്ധികളിൽനിന്നു ഖനനം ചെയ്തെടുക്കാമെന്നു സ്വപ്നം കണ്ട നിധിയെന്തായിരുന്നു?

ഓർമ്മയില്ല.

വ്യാമോഹങ്ങളുടെയും സ്വപ്നങ്ങളുടെയും ഗുണനഹരണങ്ങൾ. ദുഃഖങ്ങളുടെയും നിർഭാഗ്യങ്ങളുടെയും സങ്കലന വ്യവകലനങ്ങൾ.

ഒടുക്കം ശിഷ്ടം എന്ത്?

മനസ്സിൽ ഓർമ്മകളിലൂടെ പലരും കടന്നുപോകുന്നു. ചിലപ്പോൾ ആരെയും വെറുക്കാൻ കഴിയുന്നില്ല. അച്ഛനെ വരെ. ചിലപ്പോൾ എല്ലാ വരും ശത്രുക്കളായിരുന്നെന്നു തോന്നും. തന്റെ ദൗർബല്യങ്ങൾ താൻ വിചാരിച്ചതിലും ഏറെയാണ്.

ഒരു നിമിഷത്തിലെ ആളല്ല താൻ അടുത്ത നിമിഷത്തിൽ. ഇന്നത്തെ ആളല്ല താൻ നാളെ.

ദുസ്സഹമായ ആത്മപീഡയുടെ ആ ദിവസങ്ങളിൽ അയാൾ എല്ലാ വരിൽനിന്നും ഒറ്റപ്പെട്ട് ഏകനായി, അന്യനായി ഉഴറി.

ഇരുപത്തിയാറ്

ഒരുദിവസം അമിതമായി മദ്യപിച്ച് ഇടറുന്ന കാലുകളോടെ ബാറിൽ നിന്ന് ഇറങ്ങിവരുമ്പോൾ നഗരം ഒരു അന്യഗ്രഹംപോലെ മോഹനു തോന്നി. വഴിവക്കുകളിൽ ആകാശം മുട്ടി നില്ക്കുന്ന മാളികകൾ. ഗോപുരങ്ങൾ. യാത്രക്കാർ തെരുവുകളിൽ ആകാശത്തിലെ മേഘങ്ങളെപ്പോലെ ഒഴുകിപ്പോകുന്നു. വാഹനങ്ങൾക്കു ചിറകുകളുണ്ട്. അവ പറക്കുകയാണ്. വൈദ്യുതക്കമ്പികളിൽ എന്തോ മൂളുന്നു. മരങ്ങൾ അവയുടെ ശിഖരങ്ങൾ ചലിപ്പിച്ച് ഏതോ മറുഭാഷയിൽ സംസാരിക്കുന്നു. മനുഷ്യർക്ക് കൊമ്പുകളും ദംഷ്ട്രകളും വളർന്നിരിക്കുന്നു. മേഘങ്ങളിൽനിന്ന് ക്രൂരതയും പരിഹാസവും നിറഞ്ഞ പൊട്ടിച്ചിരികൾ മുഴങ്ങുന്നു. അച്ചുതണ്ടിൽ ഭൂമി തിരിയുന്നതിന്റെ ഒച്ച കേട്ടു. ആകാശത്തിന് ഇപ്പോൾ കൈനീട്ടിയാൽ തൊടാവുന്ന ഉയരമേ ഉള്ളൂ. നഗരത്തിനു മീതെ സന്ധ്യ ഒരു മഞ്ഞ കടൽ പോലെ ഉയരുന്നു.

മോഹൻ ഫ്ളൈ ഓവറിന്റെ ആയിരംകാൽമണ്ഡപം ഇറങ്ങിവരുമ്പോൾ ചന്ദ്രൻനായർ ഇടവഴിയുടെ മുമ്പിലെ വിളക്കുകാലിന്നരികിൽ ബീഡിയും വലിച്ചുകൊണ്ടു നില്ക്കുന്നു.

"താനെന്താ ഇവിടെ?"

"ഒന്നൂല്ല. വെറുതെ."

"എന്നാൽ വാ."

"എങ്ങോട്ടാ പോലും?"

"വെസ്പൃക്കാനായിലേക്ക്! എവിടേക്കാണെന്നറിഞ്ഞാലേ താൻ പോരുവൊള്ളോ?"

"അയ്യോ അതാണോ? സാറ് വിളിച്ചാൽ വെസ്പൃക്കാനായിലേക്കല്ല അതിനപ്പുറത്തേക്കും ഞാൻ വരും."

"അ! എന്നാൽ വാ."

ചന്ദ്രൻനായർ ഒതുക്കിപ്പിടിച്ച ചിരിയോടെ മോഹന്റെ ഒപ്പം നടന്നു. മോഹൻ കുടിക്കുമെന്ന് ചന്ദ്രൻനായർക്കറിയാം. എങ്കിലും ഇങ്ങനെ കുടിച്ചു ഫിറ്റായി ആദ്യം കാണുകയാണ്. അവരൊന്നിച്ചു നടന്നു. ഇടയ്ക്കു വേച്ചു വീഴാൻ പോയ മോഹനെ പെട്ടെന്ന് ചന്ദ്രൻനായർ താങ്ങിപ്പിടിച്ചു. അതു മോഹന് ഇഷ്ടപ്പെട്ടില്ല.

ചന്ദ്രൻനായരുടെ കൈ തട്ടിത്തെറിപ്പിച്ച് മോഹൻ ശുണ്ഠിയെടുത്തു.

"താനെന്തിനാ എന്നെ പിടിക്കുന്നെ?"

ചന്ദ്രൻനായർ പറഞ്ഞു:

"എന്റെ ഒരു ബലത്തിനാ."

വാടകവീടിന്റെ മുമ്പിലെത്തിയപ്പോൾ വേലക്കാരൻ പയ്യൻ ഇറങ്ങി വന്ന് ഗേറ്റിന്റെ കൊളുത്ത് ഊരി. അകത്തേക്കു കടക്കുന്നതിനിടയിൽ വേലക്കാരൻ പയ്യന്റെ നേരെ നോക്കി മോഹൻ സ്നേഹത്തോടെ ചോദിച്ചു:

"ശിവരാമാ, എന്താ നിന്റെ മുഖം വാടിയിരിക്കുന്നെ?"

അവൻ ഒഴിഞ്ഞുമാറിനിന്ന് ഒന്നുമില്ലെന്ന് തലയനക്കി.

"നീ വിഷമിക്കണ്ട." മോഹൻ പറഞ്ഞു: "നിനക്കെന്തെങ്കിലും വിഷമമുണ്ടെങ്കിൽ എന്നോടു പറഞ്ഞാൽ മതി. കേട്ടോ?"

"ഉവ്വ്."

അനന്തകൃഷ്ണനാണ് വീട്ടിലെ ജോലിക്ക് ഒരു പയ്യനെ ഏർപ്പാട് ചെയ്തുകൊടുത്തത്. അവൻ സാധുവാണ്. എന്തെങ്കിലും അങ്ങോട്ടു ചോദിച്ചാൽ മിണ്ടും. അല്ലെങ്കിൽ എന്തെങ്കിലും ജോലി ചെയ്തുകൊണ്ട് അവൻ അടുക്കളയിലും പിൻഭാഗത്തുമായി കഴിയും. ഇടനേരങ്ങളിൽ ഉറങ്ങും.

മച്ചിൻ മുകളിലേക്കുള്ള ഇടുങ്ങിയ കോണിപ്പടി കയറുമ്പോൾ ചന്ദ്രൻനായർ കരുതലോടെ മോഹന്റെ പുറകിൽ നിന്നു. കോണിപ്പടികളിൽ കാലുറയ്ക്കാതെ വന്നാലോ?

ഇടയ്ക്കുവച്ച് മോഹൻ ചോദിച്ചു:

"എടോ ചന്ദ്രൻനായരേ, ഇതെന്താ കേറിയിട്ടും കേറിയിട്ടും കോണിപ്പടികൾ തീരാത്തെ?"

ചന്ദ്രൻനായർ മിണ്ടിയില്ല.

മച്ചിൻമുകളിലെ ബാൽക്കണിയിൽവച്ച് മോഹൻ പിന്തിരിഞ്ഞു ചന്ദ്രൻനായരെ നോക്കി.

"എടോ നായരേ, തനിക്കെന്താ ഇന്നൊരു ശിമിച്ചിട്ടില്ലാത്തെ?"

എന്തു പറയണമെന്നറിയാതെ ചന്ദ്രൻനായർ ഒരു ചവുണ്ട ചിരിയുമായി നിന്നു.

മോഹൻ അടുത്തുചെന്ന് അയാളുടെ ചുമലിൽ കൈ വച്ചു.

"താൻ കുടിച്ച് ഓവറായി അല്ലേ?"

ചന്ദ്രൻനായർ ഉള്ള സത്യം പറഞ്ഞു:

“എന്റെ പൊന്നു സാറേ, ഇന്നു ഞാൻ കള്ളെന്നു പറേണ സാധനം തൊട്ടിട്ടില്ല. കരുംപച്ചയാ.”

“അതെന്താ താൻ കുടിക്കാഞ്ഞെ?”

“അതിനു കൈയിൽ കാശു വേണ്ടേ?”

മോഹൻ ഒരു നിമിഷം ചന്ദ്രൻനായരുടെ മുഖത്തേക്കു നോക്കി നിന്നു. പിന്നെ ജുബ്ബയുടെ പോക്കറ്റിൽ കൈയിട്ടു നോട്ടെടുത്ത് ചന്ദ്രൻ നായരുടെ കൈയിൽ കൊടുത്തു.

“താൻ പോയി കള്ളുമേടിച്ചോണ്ടു വാ. നമുക്കിന്നൊന്നാഘോഷിക്കണം!”

അപ്പോൾ ചന്ദ്രൻനായർ വെറുതെ ഒരുലോഹ്യം ചോദിച്ചു:

“ഇന്നെന്താ വിശേഷം?”

“എന്തെങ്കിലും വിശേഷമുണ്ടെങ്കിലേ ആഘോഷിക്കാവൂ എന്ന് ഏതു ഗ്രന്ഥത്തിലാ താൻ വായിച്ചെ?”

ചന്ദ്രൻനായർ അതൊരു തമാശയായിട്ടെടുത്ത് ഒന്നു ചിരിച്ചു.

“എടോ, ലോകത്തുള്ള സകലമാനപേരുടെയും സന്തോഷത്തിന്. തനിക്കു മനസ്സിലായോ?” ചന്ദ്രൻനായരുടെ ചുമലിൽ കൈയമർത്തിക്കൊണ്ട് മോഹൻ പറഞ്ഞു: “തനിക്കറിഞ്ഞുകൂടാ. എല്ലാവരും ദുഃഖിക്കുന്നവരാ. കാരണമുണ്ടായിട്ടും ഇല്ലാതെയും.”

ചന്ദ്രൻനായർക്കൊന്നും മനസ്സിലായില്ല. എന്നിട്ടും അയാൾ തല കുലുക്കി.

സന്ധ്യയുടെ ഇരുട്ട് കനക്കാൻ തുടങ്ങിയിരുന്നു. ആ ഇരുട്ടിൽ ചന്ദ്രൻനായർ എവിടെയോപോയി ഒരു കുപ്പി വാറ്റുചാരായം വാങ്ങിക്കൊണ്ടുവന്നു.

ഷർട്ടിനുള്ളിൽ ഒളിച്ചുവച്ചിരുന്ന ചാരായത്തിന്റെ കുപ്പി എടുത്തു മേശപ്പുറത്ത് വയ്ക്കുന്നതിനിടയിൽ ചന്ദ്രൻനായർ പറഞ്ഞു:

“ഒന്നാംതരം ചരക്കാ. വിദേശിയൊന്നും ഇവന്റെ വെട്ടത്തു വരില്ല.”

ഒരു ഗ്ലാസ് കുടിച്ചുകഴിഞ്ഞപ്പോൾ മോഹനും തോന്നി ചന്ദ്രൻ നായർ പറഞ്ഞതു നേരാണെന്ന്. സന്തോഷംകൊണ്ട്, ഒരു ഗ്ലാസ് താനും കുടിക്കെന്നുപറഞ്ഞ് മോഹൻ നിർബ്ബന്ധിച്ചു. അങ്ങനെ ഒരു വാക്ക് കേൾക്കാൻ കാത്തിരിക്കുകയായിരുന്നു ചന്ദ്രൻനായർ. ഒരു ഗ്ലാസിന് അയാൾ രണ്ടു ഗ്ലാസ് അകത്താക്കി.

“താനെന്തിനാ നില്ക്കുന്നെ?” മോഹൻ കസേര നീക്കിയിട്ടു: “ഇരിക്കെടോ!”

ചന്ദ്രൻനായർ ഇരിക്കാതെ ഭവ്യത കാട്ടി ഒതുങ്ങി നിന്നു.

“എടോ തന്നോടല്ലേ പറഞ്ഞെ ഇരിക്കാൻ?”' മോഹൻ വീണ്ടും നിർബ്ബന്ധിച്ചു: “ഇരിക്കാൻ പറഞ്ഞാൽ ഇരുന്നോളണം.”

“വേണ്ട സാർ.” ചന്ദ്രൻനായർ പറഞ്ഞു: “ഞാനിവിടെ നിന്നോളാം. ഞാൻ സാറിന്റെ ഒപ്പം ഇരിക്കണെത് ശരിയാണോ?”

“എടോ ഒന്നിച്ചു കള്ളു കുടിക്കുമ്പോൾ എല്ലാവരും കള്ളുകുടിയ

ന്മാരാ. അവിടെ വലിപ്പച്ചെറുപ്പങ്ങളില്ല."

ഇനി അനുസരിക്കുന്നതാണ് നല്ലതെന്ന് ചന്ദ്രൻനായർക്കു തോന്നി. ശകലം ഉള്ളിൽ ചെല്ലുമ്പോൾ മനുഷ്യന്റെ സ്വഭാവം മാറുന്നു. കൂടുതൽ സ്നേഹം കാണിക്കുന്നു. പൊതുവെ നല്ലവനായിത്തീരുന്നു.

"സാറിനു നിർബ്ബന്ധമാണെങ്കിൽ ഞാനിവിടെ താഴെ ഇരിക്കാം. ചന്ദ്രൻനായർ പറഞ്ഞു: "എനിക്കതാ ശീലം."

പറഞ്ഞതും അയാൾ താഴെ ഇരുന്നുകഴിഞ്ഞു.

ഒരിക്കൽ ചന്ദ്രൻനായർ ആ വീട്ടിൽനിന്നിറങ്ങിപ്പോകുന്നതു കണ്ട പ്പോൾ രാമൻ നായർ പറഞ്ഞതായിരുന്നു അവനെ അടുപ്പിക്കരുതെന്ന്. അവൻ അന്തസ്സു കെട്ടവനാണെന്ന്. അവനെ വീട്ടിൽ കയറ്റാൻ കൊള്ളു കില്ലെന്ന്. വല്ലോരേം പറ്റിച്ചു ജീവിക്കുന്നതാണ് അവന്റെ സ്വഭാവമെന്ന്. അതൊക്കെ കള്ളിന്റെ ലഹരിയിൽ മോഹൻ മറന്നു. എങ്കിലും ഒരു കാര്യം മാത്രം മോഹന്റെ ഓർമ്മയിലുണ്ടായിരുന്നു. കൂട്ടിക്കൊടുപ്പാണ് അവന്റെ തൊഴില്.

ഒരു ഗ്ലാസ്കൂടി അകത്താക്കിക്കഴിഞ്ഞ് ഒഴിഞ്ഞ ഗ്ലാസ് മേശപ്പുറത്തു വയ്ക്കുന്നതിനിടയിൽ മോഹൻ പറഞ്ഞു:

"ദൈവത്തിനു പറ്റിയ അബദ്ധമാണ് സ്ത്രീയെന്ന് ഏതോ ഒരു ജ്ഞാനി പറഞ്ഞു. എന്നാൽ എനിക്കു തോന്നുന്നതെന്താണെന്നോ? സ്ത്രീയെന്നു പറയുന്നത് ദൈവം പുരുഷനു വച്ച പാരയാണെന്ന്!"

"അതൊന്നുകൂടിപ്പറ എന്റെ സാറേ!" മുട്ടിന്മേൽനിന്ന് ഒഴിഞ്ഞ ഗ്ലാസ് വീണ്ടും നിറയ്ക്കുന്നതിനിടയിൽ ചന്ദ്രൻനായർ പറഞ്ഞു: "വെറുതെ യാണോ ഈ ഭൂമിയിൽ കിടന്ന് നമ്മൾ പുരുഷന്മാർ നക്ഷത്രക്കാലെ ണ്ണുന്നെ!"

"ഉം, തനിക്കു വല്ല അബദ്ധോം പറ്റ്യോ?"

"ഒന്നും പറയണ്ട എന്റെ പൊന്നു സാറേ!" നിറഞ്ഞ ഗ്ലാസ് നീട്ടി ക്കൊണ്ട് ചന്ദ്രൻനായർ പറഞ്ഞു: "സാറിനും അറിവുള്ളതാണല്ലോ. ലക്ഷ്മിയെ എനിക്കിഷ്ടമാണെന്ന്? എന്നിട്ടവളന്നെ എന്തുമാതിരിയാ വിചാ രിച്ചെ? അവളു നോക്കുമ്പോ എനിക്കെന്തെങ്കിലും യോഗ്യതയുണ്ടോ? ഒടുക്കം അച്ഛൻ മരിച്ചപ്പോൾ ഞാനേ ഉണ്ടായൊള്ളൂ സഹായത്തിന്. എന്നാൽ അവൾക്കതിന്റെ നന്ദിയൊണ്ടോ? തൊടാൻ സമ്മതിക്കില്ല. ഉം ഞാൻ നിശ്ചയിച്ചിട്ടുണ്ട്. ക്ഷമ കെടുമ്പോൾ ഒരു ദിവസം.."

"അവൾ വേറെ ആരെയെങ്കിലും സ്നേഹിക്കുന്നുണ്ടാവും!"

"സ്നേഹം! ഓരോ ദിവസോം എന്തോരം സ്നേഹങ്ങളാ ഞാൻ കാണുന്നെ! എനിക്കറിയാം മനസ്സിൽ എന്താണെന്ന്."

"എന്താ?"

"ചോദിക്കുമ്പോ സാറിനു വിഷമം തോന്നരുത്. സാറിനെങ്ങനെയാ അവളോട്?"

"ആരോട്?"

"ലക്ഷ്മിയോട്."

ചുവന്നു കലങ്ങിയ കണ്ണുകളിൽ ഒരു സ്തബ്ധ നിമിഷത്തിന്റെ നിഴൽപ്പാട്. മോഹന്റെ കണ്ണുകൾ ആ പാടോടുകൂടി ചന്ദ്രൻനായരുടെ മേൽ ഇമവെട്ടാതെ നിന്നു.

"ഒള്ള കാര്യം ഒള്ളതുപോലെ പറേണതാ എന്റെ സ്വഭാവം." നിറച്ചെടുത്ത ഗ്ലാസിൽനിന്നു പകുതി കുടിച്ചതിനുശേഷം ചന്ദ്രൻനായർ പറഞ്ഞു: "അതു കള്ള് കുടിച്ചാലും ഇല്ലേലും! സാറിന് അവളുടെ മേൽ ഒരു കണ്ണുണ്ടായിരുന്നു, അല്ലേ?"

നൈമിഷികമായ ഒരു വിഭ്രാന്തിയോടെ മോഹൻ ചോദിച്ചു:

"അവളെന്തെങ്കിലും പറഞ്ഞോ?"

"ഏയ്, ഞാനൂഹിച്ചതാ." ചന്ദ്രൻനായർ ഒരു ബീഡി കത്തിച്ചു. "സാറിന്റെ കാര്യം പറയുമ്പോൾ അവളുടെ മുഖം ഞാൻ കണ്ടിട്ടുണ്ട്."

ഗ്ലാസിൽ ബാക്കിയുണ്ടായിരുന്ന ചാരായം ചന്ദ്രൻനായർ ഒറ്റവലിക്കു കുടിച്ചുതീർത്തു. മദ്യത്തിന്റെ ലഹരികൊണ്ട് അയാളുടെ കണ്ണു ചുവന്നു. മുഖം വക്രിച്ചു. അയാളുടെ കീറ ഉടുപ്പ് വിയർപ്പിൽ നനഞ്ഞു.

"സാറ് അവൾക്കു വല്ല ആശേം കൊടുത്തിട്ടുണ്ടായിരുന്നോന്ന് എനിക്കൊരു സംശയം. അതുകൊണ്ട് ചോദിച്ചതാ." അടയുന്ന കൺപോളകൾ മേൽപ്പോട്ടുയർത്തി ചന്ദ്രൻനായർ മോഹന്റെ നേരെ മിഴിച്ചുനോക്കി: "സാറൊന്നു നേരെ നോക്ക്വോ ചിരിക്ക്വോ ചെയ്തു കാണും. അപ്പോവേക്കും അവൾ വിചാരിച്ചു കാണും സാറിനവളോട് പ്രേമമാണെന്ന്."

ബാറിൽ നിന്നിറങ്ങുമ്പോൾ തന്നെ മോഹൻ അമിതമായി മദ്യപിച്ചിരുന്നു. അതിനു പുറമെ വാറ്റുചാരായവും കൂടിയായപ്പോൾ നിയന്ത്രണം നഷ്ടപ്പെട്ടു. മദ്യത്തിന്റെ ലഹരി സിരകളിൽ ചുഴികളും മലരികളുമുണ്ടാക്കി. മസ്തിഷ്കത്തിനുള്ളിൽ ഇരുണ്ട നിറങ്ങൾ കൂടിക്കലർന്നു. ചന്ദ്രൻ നായരുടെ അടുത്തേക്കു നീങ്ങിയിരുന്ന് അയാളുടെ തോളിൽ കൈയിട്ടുകൊണ്ട് മോഹൻ പറഞ്ഞു:

"എനിക്കിപ്പോൾ ഒരു പെണ്ണിനെ സ്നേഹിക്കണം."

ചന്ദ്രൻനായർ അതിശയത്തോടെ കണ്ണുമിഴിച്ചു.

"ഇപ്പോഴോ?"

"ആ ഇപ്പോൾ. ഈ രാത്രി."

"അതിപ്പോ, ഈ അസമയത്ത് ഞാനെവിടെപ്പോകാനാ?"

"അതൊന്നും എനിക്കറിയണ്ടാ. ചന്ദ്രൻനായർക്കെന്നോടു സ്നേഹമുണ്ടെങ്കിൽ അതിപ്പോൾ കാണണം."

"ഈ നേരത്ത് ഞാനെവിടന്നാ? വല്ല ചള്ളു സാധനത്തിനേം തപ്പിക്കൊണ്ടു വന്നാ സാറെന്നെ കൊല്ലൂല്ലേ?"

"താൻ പോയി ഒരു രാജകുമാരിക്ക് വില ചോദിക്ക്." പോക്കറ്റിൽ നിന്ന് കൈനിറയെ നോട്ടുകൾ വാരി ചന്ദ്രൻനായരുടെ നേരെ ഉയർത്തിപ്പിടിച്ചുകൊണ്ട് മോഹൻ ചോദിച്ചു: "നോക്ക്, തനിക്കെത്ര പണം വേണം?"

ചന്ദ്രൻനായരുടെ കണ്ണുകൾ മിഴിഞ്ഞു. ജീവിതത്തിലിന്നുവരെ അത്രയും പണം അയാൾ ഒന്നിച്ചു കണ്ടിട്ടില്ല. അറിയാതെ അയാളുടെ

കൈകൾ മോഹന്റെ നേരെ നീണ്ടു ചെന്നു. പണത്തിനുള്ള ആർത്തി അയാളുടെ കണ്ണുകളിൽ ഒരിരുണ്ട പ്രകാശമുണ്ടാക്കി.

നോട്ടുകൾ വാങ്ങി മടിയിൽ തിരുകിക്കൊണ്ട് ചന്ദ്രൻനായർ ഇരുട്ടിലേക്കിറങ്ങി.

ഇരുപത്തേഴ്

പിന്നെയും ഇരുട്ടു കനത്തു. ആകാശത്ത് കാർമേഘങ്ങൾ ഉരുണ്ടു കൂടുകയും ഇടിമുഴങ്ങുകയും ചെയ്തു. നഗരം വേനലിൽ ഉഷ്ണിച്ചു വിയർക്കുന്ന ദിവസങ്ങളായിരുന്നു. ആകാശത്തിൽ ഗ്രീഷ്മ മദ്ധ്യാഹ്നങ്ങളുടെ തിറയാടുന്ന പകലുകൾ നഗരത്തിനുമേൽ അഗ്നി വർഷിച്ചു. അപ്പോൾ വിചാരിച്ചിരിക്കാത്ത നേരത്ത് ഒരു മഴ. അകലങ്ങളിൽനിന്ന് ആഞ്ഞടിക്കുന്ന കാറ്റ് മരക്കൊമ്പുകളിൽ ചിന്നം വിളിച്ചു. ഇരുട്ടിൽ ഇടിമിന്നലുകൾ പുളഞ്ഞു. വേനലിന്റെ ഊഷരതയ്ക്കു മേൽ കാർമേഘങ്ങളുടെ മൺകുടങ്ങൾ ഉടഞ്ഞു.

മഴയും ചുഴലിക്കാറ്റും ചീറുന്ന ഇരുട്ടിൽ ഒരു ആട്ടോറിക്ഷ വന്നു ബ്രേക്കിട്ടു അതിൽനിന്ന് ചന്ദ്രൻനായരുടെ പിന്നാലെ സാരിത്തലപ്പു കൊണ്ട് തലമൂടിയ ഒരു പെണ്ണിറങ്ങി വഴിയരികിൽ നിന്നു. ആട്ടോറിക്ഷയുടെ കൂലി കൊടുത്തതിനുശേഷം അഴിഞ്ഞുവീണ മുണ്ടു മടക്കിക്കുത്തിക്കൊണ്ട് ധൃതിയിൽ അടുത്തുചെന്ന് വഴിയരികിൽ മഴനനഞ്ഞുനില്ക്കുന്ന പെണ്ണിനോട് കൂടെ വരാൻ പറഞ്ഞ് അയാൾ മുമ്പിൽ നടന്നു. അടഞ്ഞുകിടന്ന ഗേറ്റ് തുറന്ന് ചന്ദ്രൻനായർ അവളെ അകത്തേക്കു പ്രവേശിപ്പിച്ചു. ഗേറ്റ് അടച്ച് കുറ്റിയിട്ടതിനു ശേഷം ചന്ദ്രൻനായർ അവളുടെ കൂടെയെത്തി. മഴ ഉറച്ചു പെയ്യാൻ തുടങ്ങിയിരിക്കുന്നു. മഴയല്ല, കാറ്റാണ് കൂടുതൽ ശക്തിയായിട്ട്. ഇടിമുഴക്കത്തിന്റെ പ്രതിദ്ധ്വനികൾ ഇരുട്ടിന് ഭീകരതയുണ്ടാക്കി. ചന്ദ്രൻനായർ കോണിപ്പടിയിൽ തിരിഞ്ഞുനിന്ന് അവളോടു പറഞ്ഞു: “സൂക്ഷിച്ചു കേറണം, വീഴാതെ.”

മങ്ങിയ വെളിച്ചത്തിൽ ചന്ദ്രൻനായരുടെ പിന്നാലെ അവൾ കോണിപ്പടികൾ കയറി. മച്ചിൻമുകളിലെ ഇടനാഴിയിൽ ഒരു നിമിഷം അവൾ സംശയിച്ചു നിന്നു. നോക്കിനില്ക്കാതെ നീ വാ എന്ന് അയാൾ ആംഗ്യം

കാട്ടി. അകത്തെ മുറിയിൽ അവളെ ആക്കി അയാൾ പുറത്തുനിന്നു. കതകു ചാരി. അതിനിടയിൽ അയാൾ പറഞ്ഞു: "നീ പേടിക്കണ്ടാ. അദ്ദേഹം ഇപ്പോൾ വരും."

അവൾ തുറന്നുകിടന്ന ജനാലയ്ക്കരികിൽ ചെന്നു പുറത്തേക്കു നോക്കി. പുറത്ത് ഇരുട്ടാണ്. ഇരുട്ടിൽ മഴ പെയ്യുന്നു. ഇരുട്ടിൽ കാറ്റടിക്കുന്നു. ഇരുട്ടിൽ മരക്കൊമ്പുകൾ ഉലയുന്നു. ഇരുട്ടിൽ ഇടിമിന്നലുകൾ പുളയുന്നു. മച്ചിൻമുകളിൽനിന്ന് തൂങ്ങിക്കിടക്കുന്ന ഇലക്ട്രിക് ബൾബ് കാറ്റിൽ ആടുമ്പോൾ ചുമരിൽ വെളിച്ചത്തിന്റെയും നിഴലിന്റെയും ചാഞ്ചാട്ടമുണ്ടാകുന്നു.

സിരകളിൽ തിളയ്ക്കുന്ന ലഹരിയുടെ ചുഴികളിലും മലരികളിലും മുങ്ങിപ്പൊങ്ങുമ്പോൾ ഏതോ നീലാകാശത്തിനു ചുവട്ടിൽനിന്ന് ഒരു നീലമഴ നനയുന്നതുപോലെ മോഹനു തോന്നി. തന്റെ മേൽ പെയ്യുന്ന നീലമഴയുടെ കുളിരും സംഗീതവും അയാളെ ഉന്മത്തനാക്കി.

അങ്ങനെ ഏതോ നീലാകാശത്തിനു ചുവട്ടിൽ, ഒരു തുള്ളിക്കൊരു കുടം പെയ്യുന്ന നീലമഴ നനഞ്ഞു നില്ക്കുമ്പോൾ ചന്ദ്രൻനായർ അടുത്തുചെന്ന് ആളെ കൊണ്ടുവന്നിട്ടുണ്ടെന്നു ചെവിയിൽ സ്വകാര്യം പറഞ്ഞു. മോഹന്റെ കണ്ണുകൾ ചന്ദ്രൻനായരുടെ നേരെ ഇമവെട്ടാതെ നിന്നു. പിന്നെ വേയ്ക്കുന്ന കാൽവയ്പുകളോടെ മോഹൻ അകത്തേക്കു നടന്നു.

മേശപ്പുറത്തു നിറച്ചുവച്ചിരുന്ന ഗ്ലാസ് ആരുടെയോ കൈതട്ടി താഴെ വീണു പൊട്ടി.

ബീഡി കത്തിച്ചുകൊണ്ട് ചന്ദ്രൻനായർ പുറത്തെ ഇരുട്ടും മഴയും നോക്കിനിന്നു.

ഇടനാഴിയിലെ മങ്ങിയ ഇരുട്ടും നരച്ച വെളിച്ചവും കടന്ന് ഒരു നിഴൽപോലെ മോഹൻ ആ വാതില്ക്കൽ ചെന്നു നിന്നു. അകത്തെ മുറിയിൽ ജനാലയ്ക്കടുത്ത് തലയിലൂടെ സാരിത്തലപ്പിട്ടു മൂടിയ ഒരു പെണ്ണ് പുറത്തെ ഇരുട്ടിലേക്കും നോക്കി നില്ക്കുന്നു. അവളുടെ പഴയ സാരിയുടെ നിറം മങ്ങിപ്പോയിരിക്കുന്നു. സാരിയിലെ പൂക്കൾ വാടിപ്പോയിരിക്കുന്നു. അടിയിൽ സാരിയുടെ ബോർഡറിനു കീഴിൽ അവളുടെ വെളുത്ത കാൽപ്പാദങ്ങളുടെ ഭംഗി അയാൾ കണ്ടു. അവളുടെ പിൻഭാഗമേ അയാൾ കണ്ടുള്ളൂ. എങ്കിലും ആ ഉടലിന്റെ ഭംഗിയിൽ അയാൾക്കു മതിപ്പു തോന്നി.

കൈവിരലുകൾക്കിടയിലിരുന്ന സിഗരറ്റിന്റെ കുറ്റി ഇടനാഴിയിൽ ചവിട്ടിത്തൂത്ത് അയാൾ അകത്തേക്കു പ്രവേശിച്ചു.

പതിഞ്ഞ കാൽവയ്പുകളോടെ അയാൾ അടുത്തുചെന്നു. ഒരു നിമിഷം കാത്തുനിന്നതിനുശേഷം അയാൾ അവളുടെ ചുമലിൽ കൈവച്ചു. പുറത്തെ ഇരുട്ടിലും മഴയിലും നിന്ന് അവൾ ഞെട്ടിത്തിരിഞ്ഞു. അവളുടെ മുഖം കണ്ട് അയാൾ ഞെട്ടി. തന്റെ ഹൃദയത്തിനു തീപിടിക്കുന്നതുപോലെ മോഹനു തോന്നി. ആ നിമിഷങ്ങളുടെ നിശ്ശബ്ദത ഇരുൾപോലെ അയാളെ പൊതിഞ്ഞു. അയാളുടെ സിരകളിൽ തിളച്ചു

കൊണ്ടിരുന്ന ചുഴികളും മലരികളും പെട്ടെന്ന് ഇല്ലാതെയായി.

അവളുടെ കണ്ണുകൾ സങ്കടവും കണ്ണീരും കൊണ്ടു നിറയുന്നത് അയാൾ കണ്ടു.

ജീവിതത്തിൽ എന്നെങ്കിലുമൊരിക്കൽ ലക്ഷ്മിയെ ഇങ്ങനെ കാണേണ്ടിവരുമെന്ന് അയാൾ ഓർത്തിരുന്നില്ല. ഒരു മനുഷ്യനെന്ന നിലയിൽ താനിതുവരെ സൂക്ഷിച്ചിരുന്ന സകല മാന്യതയും ഭസ്മമായിത്തീർന്നിരിക്കുന്നു. തന്റെ പൊയ്മുഖം അഴിഞ്ഞുവീണിരിക്കുന്നു. അതും നിനക്കൊരു കന്യകയുടെ വിശുദ്ധിയുണ്ടോ എന്നു ചോദിച്ച് അപഹസിച്ച പെണ്ണിന്റെ മുമ്പിൽ...

അയാൾ വിയർത്തു.

അനേകം കഷണങ്ങളായി പൊട്ടിത്തെറിച്ചുപോയ തന്നെ എങ്ങനെയോ പെറുക്കിക്കൂട്ടി ചേർത്തുവച്ചുകൊണ്ട് അയാൾ ചോദിച്ചു:

"ലക്ഷ്മി... ഇവിടെ?"

ആ ചോദ്യം അവളെ അമ്പരപ്പിച്ചു. അതുവരെ അവളുടെ കണ്ണുകളിൽ നിറഞ്ഞു തുളുമ്പിയ വിഷാദം പെട്ടെന്നു മാഞ്ഞു. ഒന്നും മനസ്സിലാകാത്ത മട്ടിൽ അവൾ മിഴിച്ചുനോക്കി. അയാൾ മുഖം വിളറി നില്ക്കുന്നതു കണ്ടപ്പോൾ അവളുടെ സംശയം ഇരട്ടിച്ചു. ഹൃദയത്തിന്റെ വേവലാതി അടക്കിക്കൊണ്ട് സങ്കടത്തോടെ അവൾ ചോദിച്ചു:

"എന്തിനാ എന്നോട് വരാൻ പറഞ്ഞെ?"

പുറത്തെ ഇരുട്ടിലും അയാളുടെ ഹൃദയത്തിലും കൊള്ളിയാൻ മിന്നി. കൊടുങ്കാറ്റൂതുന്നതും കാറ്റിൽ മരക്കൊമ്പുകളുലയുന്നതും തന്റെ ഹൃദയത്തിലാണെന്ന് അയാൾക്ക് തോന്നി. കോപിച്ച പ്രകൃതിയുടെ രൗദ്രഭാവങ്ങൾ തന്റെയുള്ളിൽ അയാൾ അനുഭവിച്ചു.

പിന്നെ എങ്ങനെയോ സ്വയം നിയന്ത്രിച്ച് അയാൾ ഒരുവിധം പറഞ്ഞൊപ്പിച്ചു.

"ആര്? ആരാണ് ലക്ഷ്മിയോട് വരാൻ പറഞ്ഞത്?"

കാല്പാദങ്ങൾക്കിടയിലെ ഭൂമി പിളർന്ന് ഏതോ ഒരത്യഗാധതയുടെ ഇരുട്ടിലേക്കു അവളുടെ ഉള്ളിലെ അവൾ താണുപോയി.

സന്ധ്യമുതൽ അവൾ വീടിന്റെ ഉമ്മറത്ത് തൂണുംചാരി ചന്ദ്രൻ നായർ മടങ്ങിയെത്തുന്നതും കാത്തിരിക്കുകയായിരുന്നു. ഒറ്റയ്ക്കാവുമ്പോൾ അവൾ പിന്നെ എന്തുചെയ്യും? എപ്പോഴെങ്കിലും അയാൾ വരും. ചിലപ്പോൾകുടിച്ചു ബോധംകെട്ട്. ഇഷ്ടമില്ലെങ്കിലും ഇപ്പോൾ അയാളുടെ സഹായമില്ലാതെ നിവൃത്തിയില്ല. അയാൾ അയാളുടെ സ്നേഹത്തെക്കുറിച്ച് പറയാൻ തുടങ്ങുമ്പോൾ അവൾ അകത്തുകയറി കതകടയ്ക്കും. ഉറക്കം കണ്ണുകളെ മൂടുന്നതുവരെ അയാൾ എന്തെങ്കിലും പറഞ്ഞുകൊണ്ടിരിക്കും. അവൾ കേൾക്കാനാണ്.

സന്ധ്യക്ക് ഉമ്മറത്ത് ചന്ദ്രൻനായരെ കാത്തിരിക്കുമ്പോൾ ദൂരെ ഇരുട്ടിൽ നിന്ന് അടുത്തടുത്തു വരുന്ന കാളവണ്ടിയുടെ ഒച്ച കേട്ടു. ചാവാലി

ക്കാളകളെ കെട്ടിയ നാണുവിന്റെ കാളവണ്ടി ചന്തയിൽനിന്നു മടങ്ങിവരുന്നു. നിരത്തിൽ വണ്ടിച്ചക്രങ്ങൾ ഉരുളുന്നതിന്റെ ഒച്ച. ഇന്ന് കുറെ നേരത്തെയാണ്. അവളുടെ കണ്ണിൻവെട്ടത്തിലൂടെ നാണുവിന്റെ മേല്ക്കൂരയില്ലാത്ത പഴഞ്ചൻ കാളവണ്ടി കടന്നുപോയി. കണ്ണാടിച്ചുമരുള്ള വിളക്കിൽ ഏകാന്ത ദുഃഖംപോലെ മുനിഞ്ഞു കത്തുന്ന തിരിയുടെ നാളം വണ്ടിയുടെ അനക്കങ്ങൾക്കൊത്തു നടുങ്ങിക്കൊണ്ടിരുന്നു.

പെട്ടെന്ന് ഇരുട്ടിൽനിന്ന് ചന്ദ്രൻനായർ അകത്തേക്കു കയറിവന്നപ്പോൾ അവൾ എഴുന്നേറ്റ് തൂണിന്മേൽ പിടിച്ചുനിന്നു. എന്തോ വല്ലാത്ത ഒരു ധൃതിപിടിച്ച മട്ടുണ്ടായിരുന്നു അയാൾക്ക്. വന്നുകയറിയ ഉടനെ അയാൾ പറഞ്ഞത് അവളോർത്തു. “വെക്കം തയ്യാറാക്. നമുക്കൊരിടം വരെ പോണം.”

ഇതിനു മുമ്പൊരിക്കലും അയാൾ അങ്ങനെ പറഞ്ഞിട്ടില്ല. അതുകൊണ്ട് അവൾക്കും സംശയം തോന്നി. എവിടെ പോകാനാണ് വിളിക്കുന്നത്. അവളത് ചോദിച്ചില്ല. അവളുടെ തണുപ്പൻ ഭാവം കണ്ടപ്പോൾ അവൾ ചോദിക്കാതെ തന്നെ അയാൾ പറഞ്ഞു: “മോഹൻസാറ് പറഞ്ഞയച്ചു നിന്നെ കൂട്ടിക്കൊണ്ടു ചെല്ലാൻ. അദ്ദേഹത്തിന് നിന്നോടെന്തോ പറയാനുണ്ടെന്ന്!”

അവൾക്കതു വിശ്വസിക്കാൻ കഴിഞ്ഞില്ല. അയാൾ കൂടെ ചെല്ലാൻ ധൃതികൂട്ടിയതും അവൾ ഗൗനിച്ചില്ല.

“സ്നേഹിക്കുന്നവരെയും നീ വെറുപ്പിക്കും. അതാ നിന്റെ സ്വഭാവം!” അയാൾ കുറ്റപ്പെടുത്തി.

അവളെ പറഞ്ഞു സമ്മതിപ്പിക്കാൻ വിചാരിച്ചതിലേറെ അയാൾക്കു ബുദ്ധിമുട്ടേണ്ടി വന്നു.

എന്തൊക്കെയോ നുണകൾപറഞ്ഞു വിശ്വസിപ്പിച്ചാണ് ചന്ദ്രൻനായർ അവളെ കൂട്ടിക്കൊണ്ടു വന്നിരിക്കുന്നതെന്ന് മോഹന് ബോദ്ധ്യമായി. അയാളുടെ മനസ്സ് പ്രക്ഷുബ്ധമായ കടലായി ഇളകിമറിഞ്ഞു. താനൊരിക്കൽ മോഹിക്കുകയും സ്നേഹിക്കുകയും ചെയ്ത പെണ്ണിനെ അവളെ വിവാഹം കഴിക്കാൻ നോയ്മ്പും നോറ്റു നടക്കുന്ന ഒരുത്തൻ തന്റെ കിടക്കറയിലേക്കു കൂട്ടിക്കൊണ്ടുവന്നിരിക്കുന്നു!

അയാൾ ക്രുദ്ധനായി പുറത്തിറങ്ങി ഇടനാഴി കടന്നുചെന്ന് വരാന്തയുടെ അങ്ങേ കോണിൽ ഇരുട്ടിലേക്കും മഴയിലേക്കും നോക്കി നില്ക്കുന്ന ചന്ദ്രൻനായരെ ബലമായി പിടിച്ച് തന്റെ നേരെ നിർത്തി.

“റാസ്ക്കൽ അകത്തു നില്ക്കുന്ന പെണ്ണേതാ?”

ഷർട്ടിന്റെ കോളറിന് കൂട്ടിപ്പിടിച്ചു തന്നെ കടിച്ചുകീറാൻ നില്ക്കുന്ന മോഹന്റെ മുമ്പിൽ ചന്ദ്രൻനായർ പതറിപ്പോയി.

“സാറ് പറഞ്ഞിട്ട്..”

“സാറ് പറഞ്ഞിട്ട്..” മോഹൻ പല്ലിറുമ്മിക്കൊണ്ട് ഒറ്റ വീക്ക് വച്ചു കൊടുത്തു ചന്ദ്രൻനായരുടെ കവിളത്ത്. “കെട്ടാൻ മോഹിച്ചു നടക്കുന്ന പെണ്ണിനെ അന്യ ഒരുത്തന്റെ അടുത്തേക്കു കൂട്ടിക്കൊണ്ടുപോകുന്ന താൻ

പുരുഷനാണോ?”

ചന്ദ്രൻനായർ പുറകോട്ടു മലച്ചു. സിമന്റ് തൂണിന്മേൽ തട്ടിയതുകൊണ്ട് വീണില്ല.

“നാണംകെട്ടവനേ, ഇറങ്ങിപ്പോ എന്റെ മുമ്പീന്ന്!” മോഹൻ അരിശം കടിച്ചരച്ചു. “ഇനി ഒരു നിമിഷം താനിവിടെ നില്ക്കരുത്.”

എന്തൊക്കെയോ പറയണമെന്നുണ്ടായിരുന്നു ചന്ദ്രൻനായർക്ക്. മോഹന് ലക്ഷ്മിയെ ഇഷ്ടമായിരുന്നെന്ന് അയാൾക്കറിയാം. അവരുടെ സ്നേഹം അയാൾ കണ്ടിട്ടുണ്ട്. എങ്ങനെയാണ്, എന്തുകൊണ്ടാണ് എവിടെവച്ചാണ് ആ സ്നേഹബന്ധം നഷ്ടപ്പെട്ടതെന്ന് അയാൾക്കറിയില്ല. അതിനെക്കുറിച്ച് അയാൾ അവളോട് ചോദിച്ചിട്ടുമില്ല. എങ്കിലും സങ്കടം ഒതുക്കിപ്പിടിച്ചുകൊണ്ട് അവൾ നടക്കുന്നതു കാണുമ്പോൾ കലി തോന്നിയിട്ടുണ്ട്.

“അയാൾ നിന്റെ ആരാണ്? നീ ആർക്കുവേണ്ടിയാണ് കാത്തിരിക്കുന്നത്?”

ചോദ്യങ്ങൾ ഉറയിലിട്ടവാളുകളായി അയാളുടെ കൈകളിൽ ഇരുന്നതേയുള്ളൂ.

മോഹൻ വിളിക്കുന്നു എന്നു പറഞ്ഞാൽ അവൾ വരുമെന്നു ചന്ദ്രൻനായർക്കറിയാമായിരുന്നു. അങ്ങനെ ഒരു വിളി കേൾക്കാനല്ലേ അവൾ കാത്തിരിക്കുന്നത്? കൈ നിറയെ പണം വച്ചുനീട്ടി എനിക്കൊരു പെണ്ണിനെ വേണമെന്നു മോഹൻ പറഞ്ഞപ്പോൾ ചന്ദ്രൻനായർ മറ്റൊന്നും ഓർത്തില്ല. കൈ നിറയെ പണം... അയാൾക്കതായിരുന്നു വലുത്.

കണ്ണുകളെ മൂടിയ ഇരുട്ടിൽനിന്നും പുറത്തേക്കു കടന്നപ്പോൾ ചന്ദ്രൻനായർക്ക് ഒരു ചോദ്യം ചോദിക്കാനുള്ള ധൈര്യം കിട്ടി.

“ആരായാലെന്താ, സാറിനൊരു പെണ്ണുപോരേ?”

ചുവന്നു കലങ്ങിയ കണ്ണുകളിൽ ആളുന്ന വന്യമായ ഭാവത്തോടെ മോഹൻ പറഞ്ഞു:

“മിണ്ടരുത്. കൊന്നുകളയും നിന്നെ.”

ഇനി അവിടെ നില്ക്കുന്നത് പന്തിയല്ലെന്നു ചന്ദ്രൻനായർക്കു മനസ്സിലായി. ലക്ഷ്മിയെ വിളിക്കാൻ ഇടനാഴിയിലേക്കു തിരിയുമ്പോൾ അവൾ അവിടെ നില്പുണ്ട്.

ചന്ദ്രൻനായർ പരുക്കൻ സ്വരത്തിൽ വിളിച്ചു:

“വാ, പോകാം. വല്ലോരുടേം വാക്കുകേട്ട് ഇറങ്ങിപ്പുറപ്പെട്ടതിന്റെ കൂലികിട്ടി.”

ഏതോ ദുഃസ്വപ്നത്തിൽനിന്ന് ഞെട്ടിയുണർന്ന ഭാവമായിരുന്നു ലക്ഷ്മിക്ക്. സംഭ്രമവും വിഷാദവും ഭയവും നിറഞ്ഞ കണ്ണുകളോടെ അവൾ മോഹന്റെ നേരെ നോക്കി. ഏതോ നാടൻ കലയിലെ രൗദ്രവേഷത്തിന്റെ ഛായയുണ്ട് ആ മുഖത്തിന്. അവൾക്കൊന്നും മനസ്സിലായില്ല. എന്താണ് സംഭവിച്ചത്? എന്തുമാതിരി നാടകമാണിത്? എന്താണിതിന്റെ അർത്ഥം?

ഈർഷ്യയോടെ ലക്ഷ്മിയെ കാത്തുനില്ക്കുന്ന ചന്ദ്രൻനായരോട് തനിക്കുപോലും വേണ്ടത്ര നിശ്ചയമില്ലാത്ത അധികാരത്തിന്റെ സ്വരത്തിൽ മോഹൻ പറഞ്ഞു.

"താൻ തനിച്ചുപോയാൽ മതി. അവൾ വരുന്നില്ല."

ആ പറഞ്ഞതിന്റെ അർത്ഥം ചന്ദ്രൻനായർക്ക് ഒട്ടും പിടികിട്ടിയില്ല. കുറേനേരം അയാൾ അങ്ങനെ മിഴിച്ചു നിന്നു. പിന്നെയും സംശയം നിറഞ്ഞ കണ്ണുകളോടെ ലക്ഷ്മിയേയും മോഹനേയും മാറി മാറി നോക്കി. പിന്നെ മനഃപൂർവ്വമുണ്ടാക്കിയെടുത്ത ധൈര്യത്തോടെ ചന്ദ്രൻ നായർ ചോദിച്ചു:

"സാറെന്തു ഭാവിച്ചാ?"

"അതു താനറിയണ്ട." ദുഃഖം കടിച്ചമർത്തിക്കൊണ്ടു നില്ക്കുന്ന ലക്ഷ്മിയുടെ നേരെ നോക്കി അതുവരെ തനിക്കും അപരിചിതമായിരുന്ന വിശ്വാസദാർഢ്യത്തോടെ മോഹൻ പറഞ്ഞു: "വിളിക്കുകയും വേണ്ടാ. ലക്ഷ്മി ഇവിടെ ജീവിക്കും. എന്റെ കൂടെ."

അവൾ ഞെട്ടിപ്പോയി. എന്താണ് താൻ കേട്ടത്? എന്താണിതിന്റെയൊക്കെ അർത്ഥം? എല്ലാം ഒരു ദുഃസ്വപ്നം പോലെ തോന്നുന്നു. തീക്ഷ്ണമായ ഹൃദയവ്യഥയുടെ ചൂളയ്ക്കുള്ളിൽനിന്ന് അവൾ നീറി. പിന്നെ അവൾ വിങ്ങിപ്പൊട്ടി.

"എന്തിനാ സങ്കടപ്പെടുന്നെ?" മോഹൻ അവളുടെ അടുത്തേക്കു ചെന്നു: "നല്ലവണ്ണം ആലോചിച്ചിട്ടാണ് ഞാൻ പറഞ്ഞത്. നിനക്കറിയാമോ, ക്ഷമ ചോദിച്ച് സ്നേഹം യാചിച്ച് ഞാൻ നിന്റെ അടുക്കൽ വന്നേനെ. ആരെപ്പിടിച്ചാണയിടണമെന്ന് ലക്ഷ്മി പറ. ഞാനതു ചെയ്യാം. ആദ്യമൊക്കെ ഞാനോർത്തു നമ്മൾ യാദൃച്ഛികമായി കണ്ടുമുട്ടിയതാണെന്ന്. ഇപ്പോൾ എന്റെ വിശ്വാസം അങ്ങനെയല്ല. ഈ കഴിഞ്ഞ കുറേ ദിവസങ്ങളിൽ ഞാനെന്തനുഭവിച്ചെന്നറിയാമോ? നിന്നെ ഓർത്ത് ഒരു കാര്യം എനിക്ക് ഉറപ്പായി. അഴിക്കുംതോറും മുറുകുന്ന ഒരു കെട്ടാണിത്. നമുക്കിതു പൊട്ടിക്കണ്ടാ."

അവൾ കരച്ചിലിന്റെ വക്കത്തായിരുന്നു. അവളുടെ സ്വരം ഇടറി:

"എന്തിനാ എന്നെപ്പോലെ ഒന്നിനെ? വേണ്ടാ? ഞാൻ പൊയ്ക്കോളാം."

ഒരു നിമിഷം മോഹൻ എന്തോ ഓർത്തു നിന്നു. പിന്നെ ഹൃദയഭാരത്തോടെ പറഞ്ഞു:

"തടയാൻ എനിക്കവകാശമില്ല, ലക്ഷ്മി അതനുവദിച്ചുതരുന്നതുവരെ. പക്ഷേ, എന്റെ സമ്മതത്തോടെ ലക്ഷ്മി ഇവിടന്നിറങ്ങിപ്പോവുകയില്ല."

കണ്ണീരിന്റെ പാടമൂടിയ കണ്ണുകളിൽ അവളുടെ സങ്കടവും മൗനവും പുകഞ്ഞു.

"ഇതെന്റെ മരണമൊഴിയാണെന്നു വിശ്വസിക്കൂ." മോഹൻ ഹൃദയത്തിൽ തട്ടി പറഞ്ഞു: "വേർപാടുകൾകൊണ്ട് സ്നേഹത്തിന്റെ വില അറിഞ്ഞ ആളാണ് പറയുന്നത്. നിനക്കെന്റെ ഹൃദയത്തിൽ നിന്നിറങ്ങി

പ്പോകാൻ സാദ്ധ്യമല്ല.”

ആ വാക്കുകളിൽ ജീവിതത്തിന്റെ വാഗ്ദാനമുണ്ടായിരുന്നു.

അവളുടെ കണ്ണുകൾ നിറഞ്ഞൊഴുകുന്നത് അയാൾ കണ്ടു.

കോണിപ്പടികളുടെ റെയിലിന്മേൽ പിടിച്ച് ലക്ഷ്മിയെ കാത്തുനിന്നിരുന്ന ചന്ദ്രൻനായർ മടുപ്പോടും അസഹിഷ്ണുതയോടുംകൂടി അവളെ നോക്കി.

“എനിക്കീ കളി കണ്ടുനില്ക്കാൻ ഇഷ്ടമില്ല. നീ വരുന്നുണ്ടെങ്കിൽ വാ.”

വീണ്ടും കുറേനേരം കാത്തുനിന്നതിനുശേഷം അയാൾ കോണിപ്പടികളിറങ്ങി, പിന്നെ പെയ്തു തോരുന്ന മഴയിലേക്കും ഇരുട്ടിലേക്കും ഇറങ്ങി.

ഇരുപത്തെട്ട്

പിന്നെയും മോഹൻ ആ നഗരത്തെ സ്നേഹിക്കാൻ തുടങ്ങി. കുതികാൽവെട്ടികളുടെയും രാഷ്ട്രീയഭിക്ഷാംദേഹികളുടെയും കുഷ്ഠരോഗികളുടെയും നഗരത്തെ. വേശ്യകളുടെയും വാറ്റുചാരായം വില്പനക്കാരുടെയും നഗരത്തെ. ഹിപ്പോക്രാറ്റുകളുടെയും സ്നോബുകളുടെയും നഗരത്തെ. ആ നഗരത്തെ അയാൾ വെറുത്തതായിരുന്നു. ആ നഗരം അയാൾക്കു മടുത്തതായിരുന്നു. പക്ഷേ, അതുവരെ ചീത്തയായി തോന്നിയതൊക്കെ പെട്ടെന്ന് ആ നഗരത്തിൽനിന്ന് അപ്രത്യക്ഷമായതുപോലെ അയാൾ വീണ്ടും ആ നഗരത്തെ ഇഷ്ടപ്പെട്ടു. നല്ല നഗരം. വിശുദ്ധനഗരം. നന്മനിറഞ്ഞ നഗരം. ഹൃദയബന്ധങ്ങൾ അറ്റുപോകാൻ സമ്മതിക്കാത്ത നഗരം.

അയാൾ ഉദയത്തിനുമുമ്പേ ഉണർന്നു. അല്ലെങ്കിൽ ഉണർന്നു എന്നു പറയുന്നതു ശരിയല്ല. കഴിഞ്ഞ രാത്രി അയാൾ ഉറങ്ങിയിട്ടില്ല.

രാത്രി മുഴുവൻ ഓരോ ചിന്തയിലായിരുന്നു. എല്ലാ സ്നേഹബന്ധങ്ങളിൽനിന്നും തെറിച്ചുപോയ താൻ ആ ദുഃഖത്തിലും നിരാശയിലും നിന്ന് ഒടുവിൽ മോചനം നേടിയിരിക്കുന്നു. ഒടുവിൽ നിർണ്ണായകമായ നിമിഷത്തിൽ കൈക്കൊണ്ട തീരുമാനത്തിൽ അയാൾക്ക് സന്തോഷവും അഭിമാനവും തോന്നി. ധീരവും സുന്ദരവും എന്നൊക്കെ അയാൾ സ്വന്തം മനസ്സിൽ അതിനെ വിശേഷിപ്പിച്ചു.

ഉറങ്ങിക്കിടക്കുന്ന പ്രപഞ്ചത്തെ വിളിച്ചുണർത്തി അയാൾ പറയാൻ ആഗ്രഹിച്ചു:

"ഇതാ, എന്റെ പെണ്ണ്!"

മെത്തയിൽ കമിഴ്ന്നു കിടന്നുറങ്ങുന്ന ലക്ഷ്മിയെ അയാൾ വിളിച്ചുണർത്തി. അവളുടെ മുഖം മ്ലാനമായിരുന്നു. കണ്ണുകളിൽ സങ്കടം ചുവന്നു

കിടന്നു. രാത്രിയിൽ അവളും ഉറങ്ങിയില്ലേ?

അവളുടെ മ്ലാനവും ശൂന്യവുമായ മുഖം മോഹന്റെ ഉത്സാഹം കെടുത്തി.

"എന്തിനാണ് സങ്കടപ്പെടുന്നത്?" മോഹൻ അടുത്തുചെന്ന് സാന്ത്വനിപ്പിക്കുംപോലെ ചോദിച്ചു: "ഞാൻ പറഞ്ഞില്ലേ, കഴിഞ്ഞതൊക്കെ മറക്ക്. ഒരു ദുഃഖസ്വപ്നം കണ്ടതാണെന്നു വിചാരിച്ചാൽ മതി."

സങ്കടം അടക്കിക്കൊണ്ട് അവൾ മുഖം താഴ്ത്തി. ഇപ്പോഴും ഏതോ സ്വപ്നത്തിന്റെ നടുവിൽ നില്ക്കുന്ന തോന്നലായിരുന്നു അവൾക്ക്.

"ഇനിയും സങ്കടപ്പെടുകയാണെങ്കിൽ അതിന്റെ അർത്ഥം എന്നെ വിശ്വാസമില്ലെന്നാണ്. എന്റെ സ്നേഹത്തിൽ വിശ്വാസമില്ലെന്നാണ്."

മോഹൻ പറഞ്ഞു: "പ്രയാസങ്ങൾ ജീവിതത്തിൽ സാധാരണയാണ്. ഒരുതരത്തിലല്ലെങ്കിൽ മറ്റൊരുതരത്തിൽ. നമ്മൾ ശ്രമിക്കേണ്ടത് അതിനെ മറികടക്കാനാണ്. ജീവിതത്തെ സ്നേഹിക്കുന്നവർ അങ്ങനെ ചെയ്യും. എന്നെ നോക്കൂ. എന്തെല്ലാം വിഷമസന്ധികളിലൂടെ കടന്നുപോയ ആളാണ് ഞാൻ! അത് എനിക്കു മാത്രമേ അറിയൂ. പുറമേ കാണുംപോലെയല്ല. ധാരാളം മുറിവുകളേറ്റിട്ടുള്ള ഒരു ഹൃദയമാണ് എന്റെ. എന്നിട്ട് ഞാൻ സഹിക്കുന്നില്ലേ?"

അത്രയൊക്കെ പറഞ്ഞിട്ടും അവൾക്ക് യാതൊരു ഭാവഭേദവുമില്ല. മുഖം കുനിച്ച് ഒരു മൺപ്രതിമപോലെ അവൾ നില്ക്കുക മാത്രം ചെയ്തു.

"ജന്മാന്തര ബന്ധമെന്നൊക്കെ കേട്ടിട്ടില്ലേ?" മോഹൻ ചോദിച്ചു: "നമ്മൾ തമ്മിൽ അങ്ങനെയെന്തോ ഉണ്ട്. അല്ലെങ്കിൽ ഇന്നലെ നമ്മൾ വീണ്ടും കണ്ടുമുട്ടണോ? അതും വളരെ യാദൃച്ഛികമായി. ഒട്ടും സ്വഭാവികതയില്ലാതെ."

അയാൾ അവളുടെ മുഖം പിടിച്ചുയർത്തി കണ്ണിലേക്കു നോക്കി. കണ്ണിൽ വിഷാദവും ശൂന്യതയുമല്ലാതെ ഒന്നുമുണ്ടായിരുന്നില്ല.

"ഇപ്പോൾ മനസ്സിലായില്ലേ?" മോഹൻ പറഞ്ഞു: "നമുക്കു വേർപിരിയാൻ സാദ്ധ്യമല്ല. എനിക്കങ്ങനെയാ തോന്നുന്നത്. ജന്മാന്തരബന്ധത്തിന്റെ ഒരിഴ, അത് നമ്മെ ബന്ധിച്ചിട്ടിരിക്കുന്നു. നമ്മളതു പൊട്ടിക്കണ്ടാ."

അവൾ ഒന്നും മിണ്ടാതെ ഒരുദുഃസ്വപ്നം കാണുന്ന ഭീതിയോടെ അയാളെ നോക്കി.

അയാളുടെ മനസ്സിൽ മേഘങ്ങളിൽ വീഴുന്ന സാന്ധ്യപ്രഭപോലെ ഒരു സന്തോഷം വെട്ടിത്തിളങ്ങി. അയാൾ ഭൂതകാലത്തിൽ ഇരുണ്ട വിശാലതയ്ക്കു നേരെ കണ്ണടച്ചു. ഇരുണ്ട ഭൂതകാലത്തിനും കണ്ണുകൾക്കുമിടയ്ക്ക് അയാൾ ഒരു തിരസ്കരണിയിട്ടു. പിന്നെ അയാൾ ഓർമ്മയുടെ സകല ബിന്ദുക്കളിലും അവളെ നിറച്ചു. ഹൃദയപീഠത്തിൽ അവളെ പ്രതിഷ്ഠിച്ചു.

അയാൾ ഹൃദയത്തിൽ പറഞ്ഞു:

"എന്റെ ദേവീ.

ആ നിമിഷം ദിവ്യമായ പ്രകാശം പോലെ എന്തോ ഒന്ന് അയാളുടെ

മനസ്സിൽ നിറഞ്ഞു. ആ നിമിഷത്തെ ഒനർഘനിമിഷമായി അയാൾ തിരിച്ചറിഞ്ഞു.

മുമ്പൊരിക്കൽ സ്വാമിജി പറഞ്ഞത് മോഹൻ ഓർത്തു.

പണ്ട് അമ്മയുടെ ദാസ്യം തീർക്കാൻ ഗരുഡൻ വൈകുണ്ഠത്തിൽ നിന്ന് അമൃതകുംഭവും കൊത്തി പറക്കുമ്പോൾ വഴിമദ്ധ്യേ അതിൽ നിന്നൊരുതുള്ളി കാളിന്ദീ തീരത്തെ കടമ്പിൽ വീണു. അവിടെനിന്നു തെറിച്ച് ഒരു ചെറിയ ബിന്ദു ഒരു പുൽക്കൊടിയിൽ വീണു. അമൃത് വീണിടത്തെല്ലാം ദിവ്യചൈതന്യം നിറഞ്ഞു. പുൽക്കൊടിയിൽപ്പോലും അപ്പോൾ കടമ്പ് പൂക്കുന്ന കാലമായിരുന്നില്ല. എന്നിട്ടും കടമ്പ് പൂത്തു.

ആ കാട്ടുകടമ്പ് അകാലത്തിൽ പൂക്കുംപോലെ എന്തോ ഒരാനന്ദം അയാളുടെ ഹൃദയത്തിൽ ഒരു പൂക്കാലമുണ്ടാക്കി.

ആ നിമിഷത്തിന്റെ ദിവ്യമായ അനുഭൂതികളെ മോഹൻ തിരിച്ചറിഞ്ഞു.

ആ നിമിഷത്തിൽ നിന്നുത്ഭവിക്കുന്ന ദിവ്യപ്രകാശം കൊണ്ട് അവൾ ഒരു ദേവിയുടെ ദിവ്യപരിവേഷമണിയുന്നു.

ഉപാസകൻ മൂർത്തിയെ നോക്കുംപോലെ അയാൾ അവളെ നോക്കി.

"ലക്ഷ്മിയെന്താ മിണ്ടാത്തെ?"

ഒരു വിഗ്രഹത്തിന്റെ നിർവ്വികാരതയോടെ അവൾ ആ ചോദ്യം കേട്ടു നിന്നു.

ക്ഷമകേടോടെ മോഹൻ പറഞ്ഞു:

"എനിക്കു പറയാനുള്ളത് ഞാനിന്നലെ പറഞ്ഞു. വീണ്ടും അതാവർത്തിക്കണോ? ആരോരുമില്ലാത്ത ഒരു പാവം പെണ്ണിനെ രക്ഷിച്ചുകളയാമെന്നു വിചാരിച്ചല്ല. എന്റെ സ്നേഹം മാത്രമാണ് എനിക്കു പ്രമാണം. ഈ സ്നേഹം ഇതുവരെ എവിടെ ഒളിച്ചുവച്ചിരുന്നെന്നാണോ? എന്റെ ഹൃദയത്തിലുണ്ടായിരുന്നു. ദുഃഖമായിട്ട്. നീറ്റലായിട്ട്. എപ്പോഴും. സംശയമുണ്ടെങ്കിൽ എന്റെ ഹൃദയം പിളർന്നുനോക്ക്."

ഇടയ്ക്ക് മോഹൻ അവളുടെ മുഖഭാവം സൂക്ഷിച്ചു. ഇല്ല. ഒന്നുമില്ല. ഒരു ശിലാഖണ്ഡത്തിന്റെ നിർവ്വികാരതമാത്രം. എന്നിട്ടും തനിക്കു പറയാനുള്ളതു മുഴുവൻ അയാൾ പറഞ്ഞു:

"അന്നൊരിക്കൽ ഞാനെന്തൊക്കെയോ പറഞ്ഞു. അത് ഞാനത്രമേൽ സനേഹിച്ചതുകൊണ്ടാണെന്ന് മനസ്സിലാക്കാത്തതെന്താ? താൻ സ്നേഹിക്കുന്ന പെണ്ണിന്റെമേൽ മറ്റൊരുപുരുഷന്റെ നിഴൽവീണിട്ടുണ്ടെന്നറിഞ്ഞാൽ ഏതു പുരുഷനാണ് സഹിക്കുന്നത്? അന്നു ഞാൻ നിന്നെ വല്ലാതെ വേദനിപ്പിച്ചു. എന്നിട്ട് ഞാനനുഭവിച്ചതോ? ഹൃദയത്തിൽ രക്തം വാർന്നൊലിക്കുന്ന ഒരു മുറിവുമായിട്ടാണ് ഞാൻ ജീവിച്ചത്, ഇന്നലെവരെ. ഇപ്പോൾ സമാധാനമായി. ഏതോ ദുർബ്ബലനിമിഷത്തിൽ വലിച്ചെറിഞ്ഞ അമൂല്യമായ രത്നം ഇന്നലെ എനിക്കു തിരിച്ചുകിട്ടി. എനിക്കങ്ങനെയാണ് തോന്നുന്നത്. അതേ, അതങ്ങനെ തന്നെയാണ്. ഞാൻ പറയുന്നതു കേൾക്കൂ. എന്റെ മോൾ വിഷമിക്കാതെ. ഞാനാണ് പറയുന്നത്. ഇവിടെ

വച്ച് ഭൂതകാലത്തിന്റെ ഓർമ്മകൾ നമ്മൾ ഉപേക്ഷിക്കുന്നു. ഇത് ഒരു പുതിയ ജന്മമാണ്. ഇനി വേർപിരിയാതെ എന്റെ മരണം വരെ. നിന്റെ മരണം വരെ."

ഉല്ക്കടമായ ഹൃദയത്തോടെ മോഹൻ അവളെ കെട്ടിപ്പുണർന്നു. അവളുടെ നിറുകയിൽ ചുംബിച്ചു. അവളുടെ മുടിയിൽ മുഖം ചേർത്തു. അതു കഴിഞ്ഞ് അയാൾ നോക്കുമ്പോൾ അവളുടെ കണ്ണുകൾ നിറ ഞ്ഞൊഴുകുന്നു. ആ കണ്ണീര് സ്നേഹത്തിന്റെ അടയാളമായി അയാൾ കണ്ടു.

കിഴക്ക് ഉദയത്തിന്റെ തുടുപ്പു തെളിഞ്ഞു.

ജനാലയിലെ ചിലന്തിവല അയാളുടെ കണ്ണിൽപ്പെട്ടു. ഇന്ന് വലയുടെ വ്യാസം വർദ്ധിച്ചിരിക്കുന്നു. വലയുടെ മദ്ധ്യത്തിൽ പമ്മിയിരിക്കുന്ന ചിലന്തിയുടെ മനസ്സിൽ എന്നെങ്കിലും ഒരുദിവസം സൂര്യൻ തന്റെ വല യിൽ കുടുങ്ങുമെന്ന സ്വപ്നമുണ്ടാകും.

ഉദയ ഭംഗിയിൽ ആർക്കും കേൾക്കാനാവാത്ത ഒരു ശംഖുനാദം മുഴ ങ്ങുന്നുണ്ടെന്ന് അയാൾക്ക് തോന്നി. വളരെ നേർത്ത, മൗനത്തിന്റെ മുഴ ക്കംപോലെയുള്ള, ഹൃദയം കൊണ്ട് മാത്രം കേൾക്കാൻ കഴിയുന്ന ഒരു ശംഖുനാദം. അയാൾ ആ പ്രഭാതത്തെ അതുവരെ ഉണ്ടായിട്ടുള്ള എല്ലാ പ്രഭാതങ്ങളെക്കാളും ഇഷ്ടപ്പെട്ടു.

അയാളുടെ ഓർമ്മയിൽ ഒരു ഋഗ്വേദമന്ത്രത്തിന്റെ അനുരണനമു ണ്ടായി. മുമ്പൊരിക്കൽ സ്വാമിജി ചൊല്ലിക്കേട്ടതിന്റെ.

"ജീവന്റെ ദൂതനായ അങ്ങ് തമസ്സകറ്റുന്നു. ഇപ്പോൾ സത്യം പറയ പ്പെടട്ടെ. അറിവ് പരക്കട്ടെ. ജീവദാതാവും സർവ്വസൃഷ്ടികളുടെയും ആത്മാ വുമായ ഹേ, സൂര്യഭഗവാനേ, അങ്ങേക്കു മംഗളം....."

ഇളം വെയിൽ അകത്തേക്കു കടന്നുവന്നു. ഇളം വെയിലിന്റെ ഭംഗിയും സൗരഭ്യവും അയാൾ ആസ്വദിച്ചു. ഇളവെയിൽ സൂര്യന്റെ പ്രസാ ദമാകുന്നു.

ഓം ഭൂർ ഭുവസ്വഃ
തത് സവിതുർ വരേണ്യം
ഭർഗ്ഗോ ദേവസ്യ ധീമഹി
ധീയോ യോനഃ പ്രചോദയാത്.

നോക്കുമ്പോൾ ദൂരെ പുഴവക്കത്ത് കൈക്കുമ്പിളിൽ ജലം കോരി ആദിത്യ ഭഗവാനെ അർച്ചിക്കുന്ന ഭഗവതി അയ്യരെ കണ്ടു. അയ്യരുടെ മെലിഞ്ഞമാറത്ത് നനഞ്ഞ യജ്ഞോപവീതം..

കോണിപ്പടികൾ ആരോ മുകളിലേക്കു കയറിവരുന്ന കാലൊച്ചകൾ കേട്ടു. വേലക്കാരൻ പയ്യനാണ്. മോഹൻ പുറത്തേക്കിറങ്ങിച്ചെന്നു.

"സാർ കാപ്പി."

വേലക്കാരൻ പയ്യന്റെ കൈയിൽനിന്നു കാപ്പി വാങ്ങുന്നതിനിടയിൽ മോഹൻ പറഞ്ഞു:

"ആ കാപ്പി അകത്തേക്കു കൊണ്ടുചെല്ല്."

അവനും കാണട്ടെ അകത്തു നില്ക്കുന്ന ആളിനെ. ഇന്നലെ അവൻ കണ്ടു കാണുകയില്ല. രാത്രി മഴയത്തു വന്നുകയറിയ ആളിനെ. ഏതോ ഒരതിഥിയുണ്ടെന്നേ അവൻ ഓർത്തുകാണുകയുള്ളൂ.

അകത്ത് ജനലഴികളിൽ പിടിച്ചുകൊണ്ട് പുറത്തേക്ക് നോക്കി നില്ക്കുന്ന ലക്ഷ്മിയെ കണ്ടപ്പോൾ അവൻ അതിശയിച്ചു. ഇതാണോ ഇന്നലെ രാത്രി വന്ന അതിഥി?

കാപ്പി മേശപ്പുറത്തുവച്ചതിനുശേഷം ഒരു യന്ത്രത്തെപ്പോലെ അവൻ പുറത്തിറങ്ങി. തന്റെ നേരെ പോലും നോക്കാതെ അവൻ ഇറങ്ങിപ്പോകുന്നതു കണ്ടപ്പോൾ മോഹൻ ഊഹിച്ചു. അവൻ തെറ്റിദ്ധരിച്ചിട്ടുണ്ടാവും.

"ശിവരാമാ, നില്ക്ക്." മോഹൻ വിളിച്ചു. "ഒരു കാര്യം പറയാനുണ്ട് നിന്നോട്."

അവൻ കോണിപ്പടിയുടെ അടുത്തു തിരിഞ്ഞു നിന്നു.

"അകത്തു കണ്ടത് അന്യ ആളല്ല." മോഹൻ പറഞ്ഞു. "ഈ വീട്ടിൽ ഒരാളുടെ കുറവുണ്ടായിരുന്നു. ഇപ്പോൾ ആ കുറവ് തീർന്നിരിക്കുന്നു. ഞാൻ പറഞ്ഞതു മനസ്സിലായോ ശിവരാമന്?"

ഒന്നും മനസ്സിലാകാത്ത മട്ടിൽ അവൻ മിഴിച്ചു നിന്നു. താനെന്തിനാണ് അവനെ ഇതൊക്കെ പറഞ്ഞ് ബോദ്ധ്യപ്പെടുത്താൻ ശ്രമിക്കുന്നതെന്ന് ഇടയ്ക്കയാളോർത്തു. താനെന്തിനാണ് ആവശ്യത്തിലേറെ ശുദ്ധനാവാൻ ശ്രമിക്കുന്നത്?"

"ശിവരാമൻ പൊയ്ക്കോ...."

അവൻ അനുവാദം കിട്ടാൻ കാത്തുനില്ക്കുകയായിരുന്നു.

മോഹൻ വീണ്ടും അകത്തേക്കു കയറിച്ചെന്നു. അവൾ അപ്പോഴും ജനാലയ്ക്കരികിൽ പുറത്തേക്കു നോക്കി നില്ക്കുകയായിരുന്നു.

"ഇതെന്താ കാപ്പി കുടിക്കാത്തെ?" മോഹൻ ചോദിച്ചു: "ആറിത്തണുക്കണേനുമുമ്പ് അത് കുടിക്ക്."

കേട്ട ഭാവമില്ല അവൾക്ക്.

അയാൾ അടുത്തു ചെന്ന് അവളുടെ ചുമലിൽ കൈവച്ചു.

"പയ്യന് ഒരു സംശയം ഇതാരാണെന്ന്. അങ്ങനെ ഒരു സംശയവും കൊണ്ടു നടക്കാൻ അവനെ വിടരുതല്ലോ. അതുകൊണ്ടു സത്യം തുറന്നു പറഞ്ഞു. അവനു സന്തോഷമായെന്നാ തോന്നുന്നെ."

അവളുടെ കണ്ണിൽ ദുഃഖത്തിന്റെ അമ്ലം നിറഞ്ഞു. അവളുടെ കണ്ണിൽ പടർന്നുകിടന്ന ശൂന്യതയുടെ ആഴം അയാളുടെ മനസ്സിനെ മ്ലാനമാക്കിത്തീർത്തു.

അയാൾ പറഞ്ഞു:

"പോരേ സങ്കടപ്പെട്ടത്? ഇനി ചെന്ന് കുളിക്ക്വോ മറ്റോ ചെയ്യ്. താഴെ വേലക്കാരൻ പയ്യനുണ്ട്. അവനെ ഈ സങ്കടവും കണ്ണീരും കാണിക്കരുത്. ഇപ്പോൾത്തന്നെ അവനിതേതാണ്ടൊരു യക്ഷിക്കഥപോലെയാണ്."

അവളുടെ നില്പു കണ്ടപ്പോൾ കുറേനേരത്തേക്ക് അവളെ തനിച്ചാകാൻ സമ്മതിക്കുന്നതാണ് നല്ലതെന്ന് മോഹനു തോന്നി.

മുറ്റത്തിന്റെ കോണിൽ പുലർച്ചയ്ക്ക് ഒരു പൂവ് വിടർന്നു നില്ക്കുന്നത് അയാൾ കണ്ടു. അയാൾ ഒരു തമാശിന് ഓർത്തു. ഇന്ന് എന്റെ മുറ്റത്ത് ഒരു പൂവ് വിടർന്നിരിക്കുന്നു!

ഇനി ഈ പറമ്പിൽ എല്ലാ ചെടികളും പൂക്കും

ഇനി ഈ പറമ്പിൽ ആദ്യമായി വസന്തം വിടരും.

കോണിപ്പടി കേറുമ്പോൾ അയാൾ തെക്കെക്കോണിൽ നില്ക്കുന്ന ഏകാകിയായ മരം കണ്ടു. അയാൾ വിചാരിച്ചു. ഇന്ന് ആ മരം പൂക്കും. ഇന്നുണ്ടാകുന്ന അനേകായിരം പൂവുകൾക്കിടയിൽ ആ മരം കൊതിക്കുന്ന ജന്മസാഫല്യത്തിന്റെ അടയാളമായ പൂവും കാണും.

ഒരു സ്വപ്നദർശിയെപ്പോലെ മോഹൻ കോണിപ്പടി കേറി. അവൾ അപ്പോൾ കട്ടിലിൽ തല കുമ്പിട്ടിരിക്കുകയായിരുന്നു. കാലൊച്ച കേട്ട് അവൾ മുഖമുയർത്തി.

"ഞാനിന്ന് ഓഫീസിൽ പോകുന്നില്ല." മോഹൻ പറഞ്ഞു: "എന്താ കാരണം? ഈ വീട്ടിൽ ഒരു കുടുംബത്തിനുവേണ്ട സാമഗ്രികളില്ല. ചിലതെല്ലാം വാങ്ങണം. ചട്ടി, കലം, തവി, ആവശ്യമുള്ള തട്ടുമുട്ടു സാധനങ്ങൾ. നമ്മളിന്ന് ഒരു കുടുംബം തുടങ്ങുകയാണ്. എന്തൊക്കെയാണ് വേണ്ടതെന്നു വച്ചാൽ പറയണം. അടുക്കള സംബന്ധമായ ജ്ഞാനം എനിക്കില്ല."

അവൾ മെല്ലെ മുഖമുയർത്തി. അവളുടെ കണ്ണുകളിലെ ശൂന്യഭാവം അപ്രത്യക്ഷമായതുപോലെ മോഹനു തോന്നി. അവൾ അവളുടെ ദുഃസ്വപ്നത്തിൽനിന്ന് ഉണരുന്നു.

"ഞാൻ പുറത്തൊന്നിറങ്ങിയിട്ടു വരാം." മോഹൻ പറഞ്ഞു: "വേഗം മടങ്ങിവരും. ഞാൻ വരുമ്പോഴേക്കും ലക്ഷ്മി കുളിച്ച് ഭക്ഷണം കഴിച്ച് സന്തോഷമായിട്ടിരിക്കണം."

പുറത്തിറങ്ങി മോഹൻ വാതിൽ ചാരി. അപ്പോഴാണ് ഓർത്തത്. ഒരു കാര്യം പറയാൻ മറന്നു ലക്ഷ്മിയോട്.

"എന്തെങ്കിലും ആവശ്യമുണ്ടെങ്കിൽ താഴെ വേലക്കാരൻ പയ്യനുണ്ട്. അവനോട് പറഞ്ഞാൽ മതി."

മോഹൻ ധൃതിയിൽ പുറത്തിറങ്ങി.

തെളിഞ്ഞ പകൽ

ആകാശത്തിന്റെ ഘനനീലിമയിൽ സ്വപ്നങ്ങൾ പോലെ മുഴുകിപ്പോകുന്ന വെൺമേഘങ്ങൾ... പകൽവെളിച്ചത്തിൽ നഗരത്തിന് കൂടുതൽ ഭംഗി തോന്നി. ഭംഗിയുള്ള നഗരം. നന്മനിറഞ്ഞ നഗരം. വിശുദ്ധനഗരം. അയാൾ പിന്നെയും ആ നഗരത്തെ ഇഷ്ടപ്പെടാൻ തുടങ്ങി. സ്നേഹിക്കാൻ തുടങ്ങി.

നേരെ അനന്തകൃഷ്ണന്റെ വീട്ടിൽ ചെന്നു. ഭാഗ്യം. അവൻ അവി

ടെയുണ്ട്. ഓർക്കാപ്പുറത്തു കണ്ടപ്പോൾ അവൻ അത്ഭുതപ്പെട്ടു: “നീയെന്താ ഈ നേരത്ത്?”

“അതൊക്കെ പറയാം.” കസേരയിൽ ഇരിക്കുന്നതിനിടയിൽ മോഹൻ പറഞ്ഞു: “ഒരു വിശേഷമുണ്ട്.”

“എന്താ?”

“ഞെട്ടരുത്. ഒരു ഗ്രേറ്റ് ന്യൂസ്. ഞാനിന്ന് ഒരു കുടുംബം തുടങ്ങാൻ പോകുന്നു.”

എഴുതിക്കൊണ്ടിരുന്ന കടലാസ് നീക്കിവച്ച് അനന്തകൃഷ്ണൻ കസേരയിൽ നിവർന്നിരുന്നു.

“എന്താന്നുവച്ചാൽ സംഗതി തെളിച്ചു പറ. വളച്ചുകെട്ടാതെ.”

“ഞാനിന്ന് ഒരു കുടുംബം തുടങ്ങാൻ പോകുന്നുവെന്നു പറഞ്ഞതിൽ എന്താണ് വളച്ചുകെട്ട്? ഒരാൾക്ക് തനിയെ ഒരു കുടുംബം തുടങ്ങാൻ പറ്റുമോ? ഞാനിന്ന് ഒരു പെണ്ണിനെ എന്റെ ജീവിതത്തോട് കൂട്ടിച്ചേർക്കുന്നു.”

“എനിക്കൊന്നും മനസ്സിലാകുന്നില്ല.”

“ഇതിലിത്ര മനസ്സിലാക്കാനെന്തിരിക്കുന്നു? ഞാൻ പെണ്ണുകെട്ടാൻ പോകുന്നു.”

“നേരോ!”

“വിശ്വാസം വരുന്നില്ലേ?”

“നിന്റെ കൂടെ വരാമെന്നു സമ്മതിച്ചതേതു പെണ്ണാണെന്നാ ഞാനതിശയിക്കുന്നെ!”

“അതൊന്നും ചോദിക്കരുത്. പരമ രഹസ്യം. പെണ്ണിപ്പോൾ എന്റെ വീട്ടിലുണ്ട്. ചെറിയ തോതിൽ ഒരു പ്രണയമെന്നു വിചാരിച്ചാൽ മതി. ഇതാദ്യം പറയുന്നത് നിന്നോടാണ്.”

“അല്ലെങ്കിൽ നീ അതിന്റെ ഫലം അനുഭവിച്ചേനെ. ഏതായാലും നീ ആദ്യമായിട്ടൊരു വിവാഹം കഴിക്കുകയല്ലേ? ഗംഭീരമായി അതൊന്നാഘോഷിക്കണം.”

“ഒരാഘോഷവുമില്ല. ഒരു ലോഹ്യത്തിന് നിന്നോടു പറഞ്ഞെന്നു മാത്രം. എന്റെ വിവാഹമെന്നു പറയുന്നത് എന്റെയും എന്റെ പെണ്ണിന്റെയും മാത്രം കാര്യമാണ്. ഞങ്ങൾ ആഘോഷിച്ചോളാം.”

“അങ്ങനെ പറഞ്ഞാൽ ഞാൻ സമ്മതിക്കില്ല. ഒരിലച്ചോറ് എന്റെ അവകാശമാണ്.”

“അതിനവിടെ കല്യാണസദ്യയൊന്നുമില്ല. ഞങ്ങൾ അന്യോന്യം മാലയിട്ട് സംഭവം ഗ്രാന്റാക്കും. ഇന്നേതെങ്കിലും ഒരു ശുഭമുഹൂർത്തത്തിൽ.”

“എടാ മഹാപാപീ, എന്നെ അങ്ങനെ നിഷ്കരുണം ഒഴിവാക്കിയാലോ? കുറഞ്ഞപക്ഷം ഒരു പുരോഹിതനോ സാക്ഷിയോ ആയിട്ട്.”

“പുരോഹിതനും സാക്ഷിയുമൊന്നും ആവശ്യമില്ല. വൈകുന്നേരം നീ വീട്ടിലേക്കു വാ. അപ്പോൾ പെണ്ണിനെ കാണിച്ചു തരാം.”

"എന്റെ ഭഗവാനേ! ഇങ്ങനെ ഒരു സ്നേഹിതനെ വേറെ ആർക്കും കൊടുക്കല്ലേ!"

"അതൊക്കെ ഇരിക്കട്ടെ. ഞാൻ വന്നതെന്തിനാണെന്നറിയാമോ? എനിക്കു കുറച്ചു പണം വേണം."

"പണമോ?"

"കടം വാങ്ങി കല്യാണം എന്നു കേട്ടിട്ടില്ലേ? അല്ലാതെ നിവൃത്തി യില്ല. പെണ്ണിനു തുണി മേടിക്കണ്ടേ? പിന്നെ കുറേ അടുക്കള സാധന ങ്ങളും മറ്റും വേണം. എന്റെ കൈയിൽ പണമില്ല. ഞാൻ പിന്നെ എന്തു ചെയ്യും?"

"അതിനിപ്പോൾ എന്റെ കൈയിലെവിടുന്നാ പണം? നീ ഇപ്പോൾ ഇങ്ങനെ ഒരക്രമം കാണിക്കുമെന്ന് ഞാൻ പ്രതീക്ഷിച്ചിരുന്നോ?"

"അതൊന്നും പറഞ്ഞാൽ പറ്റില്ല. എങ്ങനെയെങ്കിലും സംഘടിപ്പിച്ചേ ഒക്കൂ."

"എന്നാൽ പിന്നെ നിനക്ക് ആർ കെ മേനോനോട് പറയാമായിരു ന്നില്ലേ?"

"ലോകത്ത് വേറെയും ധാരാളം പേരുണ്ട്. അവരോടാരോടും പണം കടം ചോദിക്കാൻ പറ്റില്ല. അതും ഇങ്ങനെ ഒരു സംഗതിക്ക്."

"ആട്ടെ, എത്ര വേണ്ടിവരും?"

"ഒരായിരത്തഞ്ഞൂറ്. കുറഞ്ഞത് അത്രയെങ്കിലും. ഞാനോർത്തത് നിന്റെ കൈയിൽ കാണുമെന്നാ."

"പിന്നേ, ശ്രീഭണ്ഡാരത്തിന്റെ പൂട്ടും തക്കോലും എന്റെ കൈയില ല്ലേ."

"പിന്നെ ഇപ്പോൾ എന്തുചെയ്യും?"

കുറേനേരം എന്തോ ആലോചിച്ചിരുന്നതിനുശേഷം അനന്തകൃ ഷ്ണൻ പറഞ്ഞു.

"ഏതായാലും നീ സമാധാനമായിട്ടിരിക്ക്. ഞാനൊരിടംവരെ പോയി നോക്കട്ടെ. മിക്കവാറും ഒപ്പിക്കാമെന്നാ തോന്നുന്നത്."

ബൈക്ക് സ്റ്റാർട്ട് ചെയ്ത് അനന്തകൃഷ്ണൻ എങ്ങോട്ടോ പോയി.

മോഹൻ ടെലിഫോണിൽ വിളിച്ച് ആർ കെ മേനോനോട് ഒരാഴ്ച അവധി വേണമെന്നു പറഞ്ഞു. "അതിനെന്താ?" എന്നേ അദ്ദേഹം ചോദി ച്ചുള്ളൂ. എവിടെയെങ്കിലും യാത്ര പോവുകയാണെന്നു വിചാരിച്ചു കാണും.

അനന്തകൃഷ്ണനെ കാത്തിരുന്നു മടുത്തു. വേഗം വരാമെന്നു പറ ഞ്ഞുപോയ ആളാണ്. നേരം ഉച്ചയായി. ഇതുപോലെ ക്ഷമകേട് തോന്നിയ മറ്റൊരവസരമില്ല. ഉച്ചയായപ്പോഴേക്കും അനന്തകൃഷ്ണൻ തിരിച്ചെത്തി.

പണമെടുത്തു കൊടുക്കുമ്പോൾ അനന്തകൃഷ്ണൻ പറഞ്ഞു:

"നാലഞ്ചു സ്ഥലത്തുപോയിട്ടാണ് തുകയൊപ്പിച്ചത്. വൈകിയത് അതുകൊണ്ടാ."

വൈകുന്നേരം കാണണമെന്നു പറഞ്ഞ് മോഹൻ പുറത്തിറങ്ങി.

ഉച്ചവെയിലിൽ അയാൾ വേഗം നടന്നു.

സൂപ്പർമാർക്കറ്റിൽനിന്ന് വസ്ത്രങ്ങളും മറ്റു സാധനങ്ങളും വാങ്ങി ടാക്സിയിൽ വച്ചതിനുശേഷം ഒരു നിമിഷം ആലോചിച്ചു. ഇനി വല്ലതും വാങ്ങാനുണ്ടോ? ഒന്നും ഓർമ്മയിൽ വരുന്നില്ല. തിരിച്ചുവീട്ടിലെത്താനുള്ള ധൃതിയായിരുന്നു പിന്നെ. ഇപ്പോൾത്തന്നെ നേരം വൈകി. തനിച്ചാകുമ്പോൾ ലക്ഷ്മി വീണ്ടും ഓരോന്നോർത്ത് സങ്കടപ്പെടും. അതുതന്നെയാണോ? ചന്ദ്രൻനായർ തിരിച്ചുവന്നുവെങ്കിലോ? അയാൾ അതിനും മടിക്കുകയില്ല. മാനഭയമില്ലാത്ത മനുഷ്യനാണ്. അങ്ങനെയുള്ള ഒരാൾക്ക് എന്താ പാടില്ലാത്തത്?

വേഗം വീട്ടിലെത്തി. ടാക്സി ഡ്രൈവർ സാധനങ്ങളെടുത്ത് മുറ്റത്തിറക്കിവച്ചു. തുണിപ്പൊതിയുംകൊണ്ട് മോഹൻ കോണിപ്പടി കയറി ചെല്ലുമ്പോൾ മുറിയിൽ ആളില്ല. താഴെകാണും. തുണിപ്പൊതി അവിടെ ഇട്ടിട്ട് താഴെയിറങ്ങി. അടുക്കളയിൽനിന്ന് പുറത്തിറങ്ങിവരുന്ന വേലക്കാരൻ പയ്യനോട് ചോദിച്ചു.

“ലക്ഷ്മി എവിടെ?”

“പോയി.”

“എവിടെ?”

“ആവോ! എനിക്കറീല്ല. എന്നോടു പറഞ്ഞില്ല. സാറിവിടന്നിറങ്ങിയേനു തൊട്ടുപിറകേ. ഞാൻ ചോദിച്ചിട്ട് മിണ്ടീല്ല.”

മോഹൻ സ്തംഭിച്ചു പോയി.

നെറ്റിക്കു കൈ കൊടുത്ത് ചുമരും ചാരി എല്ലാം തകർന്ന ഒരാളെപ്പോലെ അയാൾ നിന്നു.

മനസ്സിലെ കൊടുങ്കാറ്റടങ്ങിയപ്പോൾ മോഹൻ പുറത്തിറങ്ങി. പെരുവഴിയിൽ അയാൾ ഒരു ഭ്രാന്തനെപ്പോലെ ഓടി. അവളുടെ വീട്ടിൽ ചെന്നു നോക്കുമ്പോൾ വീട് പൂട്ടിക്കിടക്കുന്നു. അവിടെ ചെന്നിട്ടില്ല.

പിന്നെ എവിടെ?

അയാൾ നഗരത്തിലെ പെരുവഴികളിലും ഇടവഴികളിലും അവളെ അന്വേഷിച്ചു. നഗരത്തിൽ അവളൊഴിച്ചുള്ള എല്ലാവരെയും അയാൾ കണ്ടു.

രാത്രിയിൽ നഗരം ഉറങ്ങിയപ്പോൾ, മനുഷ്യരുറങ്ങിയപ്പോൾ, മരങ്ങളുറങ്ങിയപ്പോൾ, ആകാശവും ഭൂമിയും ഉറങ്ങിയപ്പോൾ വിജനമായ വഴികൾ പിന്നിട്ട് നഗരത്തിന്റെ മുക്കുകളും മൂലകളും കടന്ന് സകലതും നഷ്ടപ്പെട്ട ഒരാളെപ്പോലെ അയാൾ വീട്ടിനുള്ളിൽ ചെന്നുവീണു.

അടുത്ത പ്രഭാതത്തിൽ നഗരമുണർന്നത് ഒരു ഞെട്ടലോടുകൂടിയാണ്. റെയിൽവേ പാലത്തിനരികിൽ ഏതോ സ്ത്രീയുടെ ജഡം. സന്ധിബന്ധങ്ങളറ്റ് മാംസക്കഷണങ്ങളായി ചിതറിക്കിടക്കുന്നു. മരണം കാണാൻ ഓടിക്കൂടിയവർ ആളെ തിരിച്ചറിഞ്ഞില്ല. തിരിച്ചറിയാൻ അതിപ്പോൾ ഒരാളല്ല. ചിതറിയ മാംസക്കഷണങ്ങളാണ്. റെയിൽവേപ്പാളത്തിൽ കട്ടപിടിച്ച രക്തം.

ആൾക്കൂട്ടത്തെ വകഞ്ഞുമാറ്റി കടന്നുചെന്ന മോഹന്റെ മനസ്സിൽ

ഒരു ഭൂമികുലുക്കമുണ്ടായി.

റെയിലിൽ ലക്ഷ്മി ഛിന്നഭിന്നമായിക്കിടക്കുന്നു

അയാളുടെ കണ്ണിൽ സൂര്യൻ പൊട്ടിച്ചിതറി. ആകാശം അയാളുടെ മേൽ ഇടിഞ്ഞുവീണു. ഭൂതത്തെപ്പോലെ അലറിക്കൊണ്ട് ഭൂമിയെയും ദിക്കുകളെയും നടുക്കിക്കൊണ്ട് ഭീകരമായ മുഴക്കത്തോടെ ഒരുതീവണ്ടി അയാളുടെ ബോധമണ്ഡലത്തിലൂടെ കടന്നുപോയി.

ശബ്ദം നഷ്ടപ്പെട്ട ഒരലർച്ച അയാളുടെ നാവിന്മേൽ സ്തംഭിച്ചു.

"ലക്ഷ്മീ!"

ആൾക്കൂട്ടത്തിനിടയിലൂടെ കറുത്ത കുപ്പായം ധരിച്ച കിഴവൻ കടന്നുപോകുന്നത് മോഹൻ കണ്ടു.

ഇരുപത്തൊൻപത്

അവസാനിക്കാത്ത ഇടവഴികളിലൂടെ എങ്ങോട്ടെന്നില്ലാതെ നടന്നു. നടന്നു നടന്ന് ഒടുവിൽ അയാൾ അയാളുടെ വാടകവീട്ടിലെത്തി. വിറകു കീറി മുറ്റത്തു വെയിലിൽ ഉണങ്ങാനിടുന്ന വേലക്കാരൻ പയ്യൻ അയാളെ നിർവ്വികാരമായി നോക്കി. അയാൾ അവനെ കടന്ന് അകത്തു കട്ടിലിൽ ചെന്നുവീണു. കുറേനേരം അങ്ങനെ കിടന്നു. സ്വസ്ഥത കിട്ടുന്നില്ല. അയാൾ എഴുന്നേറ്റ് കോണിപ്പടികളിറങ്ങി താഴെ വന്നു. വീടിന്റെ പിൻവശത്തേക്കു നടന്നു. ഇന്നലെ പുലർച്ചയ്ക്കു മുറ്റത്തിന്റെ കോണിൽ വിടർന്ന പൂവ് മണ്ണിൽ വീണു കിടക്കുന്നു.

അയാൾ തെക്കെ കോണിലെ മരത്തിന്റെ ചുവട്ടിൽ ചെന്നുനിന്നു. അപ്പോൾ ആ മരത്തിന്മേൽ ഒറ്റപ്പൂവില്ല. കുറേനാൾ മുമ്പ് ഈ മരം നിറയെ പൂവായിരുന്നു. അന്ന് ഈ മരത്തിൽ ഇലകളേക്കാൾ കൂടുതൽ പൂവുകളുണ്ടായിരുന്നു. അന്ന് അത് ഒരു പൂമരമായിരുന്നു. അയാൾ ഭൂമി ഉണ്ടാക്കിയ പുല്ലിന്റെ മെത്തയിൽ മലർന്നു കിടന്ന് ആകാശത്തേക്കു നോക്കി. മരക്കൊമ്പുകളുടെ വിടവുകളിലൂടെ അയാൾ ശൂന്യമായ ആകാശം കണ്ടു. അയാളുടെ മനസ്സ് അന്ധകാരം കൊണ്ടു നിറഞ്ഞു.

പൂക്കൾ കൊഴിച്ചു കളഞ്ഞ മരത്തിന്റെ കൊമ്പുകൾക്കിടയിലൂടെ കാറ്റ് നിശ്ശബ്ദമായി കടന്നുപോയി.

ലക്ഷ്മിയെക്കുറിച്ചുള്ള ഓർമ്മ അയാളുടെ ഹൃദയത്തെ ഇളക്കിമറിച്ചു. അത് ഒരു ചൂളപോലെ അയാളുടെ ഉള്ളിൽ എരിഞ്ഞു.

കനത്ത നിശ്ശബ്ദതയിൽ, കാറ്റിൽ ഇലകൾ അനങ്ങുന്നതിന്റെ ശബ്ദം പോലുമില്ലാതെ നിശ്ശബ്ദതയിൽ കാലത്തിന്റെ ചക്രങ്ങൾ ഉരുളുന്ന ശബ്ദം അയാൾ കേട്ടു. തിരിയുന്ന കാലചക്രത്തിന്റെ ആരക്കാലുകളുടെ വളർന്ന നിഴലുകൾ തന്റെ മേൽ കറങ്ങിമാറിപ്പോകുന്നതുപോലെ അയാൾക്കു തോന്നി. ഭൂതവും വർത്തമാനവും ഭാവിയും കൂടിക്കുഴയുന്നു. അയാൾക്ക് കാലം നഷ്ടപ്പെ

ടുകയാണ്. ഭൂമിയും ആകാശവും കറങ്ങുന്നതുപോലെ അയാൾക്കു തോന്നി. മരങ്ങൾ നീങ്ങിപ്പോകുന്നു. ആകാശം താണുവരുന്നു. കണ്ണുകളെ മൂടുന്ന കനത്ത അന്ധകാരത്തിൽ അയാൾ നഷ്ടപ്പെട്ടു. അയാൾ അയാളല്ലാതെയായി. അയാൾ ഭൂമിയിൽ കമിഴ്ന്ന് കിടന്ന് ഭൂമിയെ അള്ളിപ്പിടിച്ച് ഒരനാഥ ശിശുവിനെപ്പോലെ എന്റെ അമ്മേ എന്റെ അമ്മേ എന്നു കരഞ്ഞു.

പിന്നെ അയാൾ എഴുന്നേറ്റ് വീടിനകത്തേക്കു നടന്നു. മുറിവേറ്റും തളർന്നും വീണ് പടക്കളത്തിൽനിന്നെഴുന്നേറ്റു പോകുന്ന യോദ്ധാവിനെപ്പോലെയായിരുന്നു അയാൾ. താൻ കടന്നുപോന്ന തീക്ഷ്ണമായ അനുഭവങ്ങളുടെ ഓർമ്മ അയാളിൽ നിറഞ്ഞു. അതയാളുടെ ഉള്ളിൽ കയ്പായി നിറഞ്ഞു. ഓർമ്മകൾ, ദുഃഖങ്ങൾ, ഹൃദയത്തിലെ മുറിവുകൾ...

കോണിപ്പടികൾ കയറുമ്പോൾ അയാൾ സ്വയം ചോദിച്ചു:

അല്ലെങ്കിൽ എന്തിനാണ് സങ്കടപ്പെടുന്നത്? എന്തിനാണ് നഷ്ടങ്ങളെക്കുറിച്ചോർക്കുന്നത്?

ആഗ്രഹങ്ങളാണ് ദുഃഖത്തിന്റെ കാരണമെന്ന് സ്വാമിജി പറഞ്ഞു. എല്ലാം ഉപേക്ഷിച്ച്, ഒന്നും ആശിക്കാതെ ജീവിക്കുന്നതിന്റെ സുഖം. വ്യാമോഹങ്ങളിൽ കുടുങ്ങിക്കിടക്കുന്ന മനുഷ്യൻ അതറിയുന്നില്ല.

കട്ടിലിൽ കമിഴ്ന്നു കിടന്ന് ആന്തരികമായ ഒരു വിശ്ലേഷണത്തിലൂടെ അയാൾ മനസ്സിൽനിന്ന് ഓർമ്മകൾ പോലും ചോർത്തിക്കളഞ്ഞു. ദുഃഖത്തിന്റെയും നൈരാശ്യത്തിന്റെയും നഷ്ടബോധത്തിന്റെയും ഉപരിനിന്ന് നിർവ്വികാരതയോടെ എല്ലാം നഷ്ടപ്പെടുത്തുന്നതിലുള്ള സുഖം അയാൾ കണ്ടെത്തി.

ഇരുട്ടിനകത്തെ ഇരുട്ടുപോലെ, നിലാവിന്നകത്തെ നിലാവുപോലെ ബോധത്തിനകത്തെ ബോധംപോലെ എന്തോ ഒന്ന് അയാളിൽ ഉത്ഭൂതമായി. എല്ലാം നഷ്ടപ്പെടുന്നതിലുള്ള സുഖത്തെക്കുറിച്ചുള്ള ജ്ഞാനം മാത്രം ഒരു നക്ഷത്രഭ്രൂണം പോലെ അയാളിൽ ബാക്കിയായി.

തീയുണ്ടാക്കി തന്റെ അപൂർണ്ണമായ നോവൽ അയാൾ തീയിലിട്ടു. അക്ഷരങ്ങൾ അഗ്നിയിൽ ദഹിക്കുന്നത് അയാൾ നോക്കിനിന്നു. ആളിക്കത്തുന്ന ഒരു ചിതയിൽനിന്ന് താൻ ദഹിക്കുന്നത് അയാൾ സങ്കല്പിച്ചു.

ഈ ജീവിതത്തിൽ താനെന്താണ് കണ്ടെത്താനാശിച്ചത്?

ഇപ്പോൾ അതുപോലും ഓർമ്മയില്ല.

അനാദിയും അനന്തവുമായ കാലത്തിന്റെ ഏതധിത്യകയിൽ, ഏതഗാധതയിൽ, ഏതു ചരിവിൽ എന്റെ ജന്മസാഫല്യത്തിന്റെ നിമിഷം?...

അനാദിയായ കാലത്തിന്റെ അനന്തമായ പ്രവാഹത്തിൽ എവിടം മുതൽ എവിടം വരെയാണ് എന്റെ കാലം?...

അയാൾ നിർവ്വികാരമായ ഒരു ചിരിയോടെ ഓർത്തു. എന്റെ കാലം തീരുന്നു. എന്റെ ദൂരം തീരുന്നു..

അയാൾ പുറത്തിറങ്ങി വരാന്തയിൽ നില്ക്കുന്ന വേലക്കാരൻ പയ്യന്റെ ശൂന്യമായ ദൃഷ്ടികളിലേക്കു നോക്കി. നിശ്ശബ്ദമായി യാത്ര ചോദിക്കും പോലെ അയാൾ അവന്റെ നേരെ നോക്കി. പിന്നെ അയാൾ ഗേറ്റ് കടന്ന് നിരത്തിലൂടെ നടന്നു. ഇടവഴികളിൽ അയാളുടെ നിഴൽ അയാളെ പിന്തുടർന്നു.

ഇടവഴിയിൽ ഒരിടത്ത് ഒരു മരത്തിന്റെ തണലിൽ ആകാശത്തിന്റെ നേർക്ക് മുഖമുയർത്തിനില്ക്കുന്ന യോഹന്നാൻ ഉപദേശിയുടെ ചിലമ്പിയ

ഒച്ച അയാൾ കേട്ടു.

"ഹാ! മായ! സകലതും മായയത്രേ! സൂര്യനു കീഴിൽ പ്രയത്നിക്കുന്ന സകല പ്രയത്നത്താലും മനുഷ്യന് എന്തു ലാഭം?"

ചാരനിറമണിഞ്ഞു കിടക്കുന്ന ആകാശത്തിന്റെ നിഴലിൽ മോഹൻ പിന്നെയും നടന്നു.

റെയിൽവേ സ്റ്റേഷനിൽ ടിക്കറ്റ് കൗണ്ടറിന്റെ മുമ്പിലെ നീണ്ട ക്യൂവിൽ ക്ഷമയോടെ കാത്തുനില്ക്കുമ്പോൾ അനന്തകൃഷ്ണനെ ഓർത്തു. യാത്ര പറയാത്തതിന് അവൻ പരിഭവിക്കും.

തന്റെ ഊഴം വന്നപ്പോൾ ഒരു ടിക്കറ്റ് വാങ്ങി ഇടം വലം നോക്കാതെ അയാൾ നേരെ ചെന്ന് വണ്ടിയിൽ കയറി. എങ്ങോട്ടു പോവുകയാണെന്നയാൾക്കറിഞ്ഞുകൂടായിരുന്നു. എങ്ങോട്ടെങ്കിലും പോകണമെന്നേ അയാൾക്കുണ്ടായിരുന്നുള്ളൂ. ഭൂമിയിലെ തന്റെ അവസാന നിമിഷത്തിലേക്ക് ഇനിയെത്ര ദൂരമുണ്ട്? ട്രെയിൻ പുറപ്പെടാനുള്ള മണിയടിച്ചു.

പ്ലാറ്റ് ഫോമിന്റെ അങ്ങേത്തലയ്ക്കൽനിന്നു വെള്ള യൂണിഫോറം ധരിച്ച റെയിൽവേ ഉദ്യോഗസ്ഥൻ പച്ചക്കൊടി വീശി. റെയിലരികിൽ പച്ച വെളിച്ചം തെളിഞ്ഞു. വണ്ടിച്ചക്രങ്ങൾ ഇളകി. ഇരുമ്പുപാളത്തിൽ ഇരുമ്പുചക്രങ്ങൾ ഉയരുന്നതിന്റെ ഇരമ്പം കേട്ടു.

അയാൾ നഗരത്തോട് നിശ്ശബ്ദമായി യാത്ര പറഞ്ഞു.

വിട.

ഇനി അടുത്ത ജന്മത്തിലേക്ക്.

ജനിമൃതികളുടെയും ജന്മാന്തരങ്ങളുടെയും സങ്കല്പങ്ങളിൽ അയാളുടെ മനസ്സ് തങ്ങിനിന്നു. കമ്പാർട്ടുമെന്റിൽ യാത്രക്കാരുടെ തിരക്കുണ്ട്. ഇടയ്ക്കിടയ്ക്ക് യാത്രക്കാർ ഇറങ്ങുകയും കേറുകയും ചെയ്തു.

പകൽ പിന്നിട്ട് വണ്ടി രാത്രിയിലേക്ക് കടന്നു.

നഗരത്തിൽ നിന്നൊക്കെ വളരെ ദൂരെ ഒരിടത്ത് ഒരു മലഞ്ചരിവിൽ വണ്ടി നിന്നു.

എന്തിനാണ് ഇവിടെ വണ്ടി നിന്നത്?

ആരോ പറഞ്ഞു.

"വണ്ടി പോകാൻ കുറേ സമയമെടുക്കും. റെയിലിൽ എന്തോ അപകടമുണ്ട്."

മോഹൻ പുറത്തിറങ്ങിനിന്നു.

അപ്പോൾ കുറെ ദൂരെ ഒരു കമ്പാർട്ടുമെന്റിൽ കറുത്ത വേഷം ധരിച്ച കിഴവൻ പുറത്തേക്കു നോക്കിയിരിക്കുന്നത് മോഹൻ കണ്ടു. കിഴവന് യാതൊരു മാറ്റവും വന്നിട്ടില്ല. അന്ന് കണ്ടതുപോലെ തന്നെയുണ്ട്. കിഴവൻ ജനിച്ചതേ ഇങ്ങനെയാണോ?

ഈ കിഴവൻ തന്റെ സഹയാത്രികനായി തുടരുകയാണോ?

വണ്ടി വീണ്ടും യാത്ര തുടങ്ങി.

മോഹൻ വണ്ടിയിൽ കയറിയിരുന്ന് പുറത്തേക്ക് നോക്കി.

പുറത്തിപ്പോൾ ഇരുട്ടാണ്.

ഇരുട്ടിന്റെ അനന്തമായ ഒരു തുരങ്കത്തിലൂടെ വണ്ടിപോകുന്നു. നഗരം കടന്ന്, കാടുകൾ കടന്ന്, മലകൾ കടന്ന്. കടലുകൾ കടന്ന്...

www.ingramcontent.com/pod-product-compliance
Ingram Content Group UK Ltd.
Pitfield, Milton Keynes, MK11 3LW, UK
UKHW042133021026
15589UKWH00003B/796

9 789389 410952